மணல்மேட்டில் இன்னுமொரு அழகிய வீடு

யமுனா ராஜேந்திரன்

டிஸ்கவரி புக் பேலஸ்
கே.கே. நகர் மேற்கு, சென்னை - 600 078.
(பாண்டிச்சேரி கெஸ்ட் ஹவுஸ் அருகில்)
Ph: 044-6515 7525, Mobile: +91 9940446650.

மணல்மேட்டில் இன்னுமொரு அழகிய வீடு
யமுனா ராஜேந்திரன்

Manalmettil Innumoru Azhagiya Veedu
by Yamuna Rajendran ©

First Edition: October 2015
352 Pages
ISBN: 978-93-8430-140-8
Designed by **Ramani Print Solution**

Discovery Book Palace Pvt. Ltd.,
6, Mahavir Complex
Munusamy Salai,
K.K. Nagar West,
Chennai - 600 078.
Ph: + 91-44-6515 7525
Mobile: +91 87545 07070

Email: discoverybookpalace@gmail.com
Website: www.discoverybookpalace.com

Rs. 300

நீரும் நெருப்புமான
அசோக் யோகனுக்கு

அலையும் ஆவிகளின் அந்தர மனநிலை

எனது நம்பிக்கைகளின் உடன் பயணிகளுக்காக எனது அவலத்தையும் துயரத்தையும் அவஸ்தைகளையும் பகிர்ந்து கொள்வதற்காக எழுதப்பட்ட இக்கட்டுரைகள், எனது பயணத்தின் இடைத்தங்கல்களாகவே இருந்திருக்கின்றன. இக்கட்டுரைகள் கால்நூற்றாண்டுக்கு இடைப்பட்ட காலத்தில் எழுதப்பட்டவை. இடையறாத வாசிப்பு, ஓயாத சர்ச்சைகள், நீண்ட பயணங்கள் மரணம் குறித்த நெஞ்சுருகிய நினைவுகூரல்கள் எல்லாம் எதற்காக? இவைகளுக்கு இடையில் என்னதான் உறவு? இவைகளுக்கிடையில் அல்லது இவற்றின் வழி எதனைத்தான் நாம் தேடிச் செல்கிறோம்? அறுபதுகளிலும் எழுபதுகளிலும் எனக்குமுன் திசை துலக்கமாக இருந்தது. கலைக்கும் அரசியலுக்கும் இடையிலான உறவின் வழி மெய்மையைக் கண்டடைய முயற்சித்த தலைமுறையினருள் ஒருவன்தான் நான் என்கிற தெளிவு எனக்கு இருந்தது. பெருமிதம் இருந்தது. அடையாளம், கலாச்சாரம், சுதந்திரம், விமோசனம், விடுதலை என்றால் என்ன, அது எதுவரை எனும் தெளிவும் கூட இருந்தது. கம்யூனிசம் எனும் கற்பனாவுலகு அதற்கான இயங்கியல் தர்க்கம் என்பது துலக்கமாக எனக்குமுன் இருந்தது. பெர்லின் சுவர் உடைந்தபோது அந்த நம்பிக்கையைக் காவித்

திரிந்தவர்கள் நாடற்றவர்களாகக் கருத்தியலளவில் இருபத்தியோராம் நூற்றாண்டின் ஜிப்ஸிகளாக ஆகினோம். உடைந்த கனவுகளை அள்ளி மறுபடி விமோசன தரிசனத்தை, அரசியல் நம்பிக்கையைக் கட்டமைக்க இப்போது முயல்கிறோம். வேட்கையின் பிறிதொருபெயர் விடுதலை.நிறைவேறாதகனவுகளுடன் அலையும் ஆவிகளின் அந்தர மனநிலைதான் இந்தக் கட்டுரைகளெங்கும் விரவியிருப்பது போல எனக்குத் தோன்றுகிறது.

- யமுனா ராஜேந்திரன்

உள்ளே...

1. மணல்மேட்டில் இன்னுமொரு அழகிய வீடு / 9

2. கா. சிவத்தம்பி: சமூகத்தில் கோட்பாட்டாளரின் வகிபாகத்தை எவ்வாறு மதிப்பிடுவது? / 35

3. ருஸ்டிக்கும் ராய்க்கும் இடையில் தள்ளாடும் நிஜம் / 41

4. அருந்ததி ராய் எனும் ஆளுமை / 46

5. எம்.எப். குசேன் எனும் நாடுநீங்கிய கலைஞன் / 62

6. சத்திய சோதனையின் மீதான வல்லுறவு / 74

7. ஒலிம்பிக் பாசிசம் தேசபக்தி / 80

8. சார்லி ஹெப்டோ: இஸ்லாமிய வெறுப்பும் ஐரோப்பிய இடதுசாரிகளும் / 89

9. இலக்கிய இந்துத்துவம்: இடி முழக்கம் மற்றும் கள்ள மௌனம் / 115

10. முற்றுகை / 132

11. வன்பாலுறவும் பெண்நிலைவாதமும் / 137

12. ஜி. நாகராஜனும் மூான் ஜெனேவும் / 148

13. போர்னோகிராபி இலக்கியம் பீடபைல் / 161

14. ஜெயகாந்தனின் கருத்துலகம் / 179

15. வரலாற்றுக்கு எதிராக ஜெயகாந்தன் / 187

16. எளிய ஆராய்ச்சியாளன் சொன்ன எளிய கதை / 201

17. வரலாறும் கருத்துலகமும்:
    தமிழில் இரண்டு 'உலக' நாவல்கள் / 208

18. அருந்ததி ராய்:
    சின்ன விஷயங்களின் கடவுள் / 236

19. தர்வீஷ் முதல் தர்வீஷ் வரை / 247

20. மேக்ஸ்மிலியன் ரொபேஷ்பியர்:
    வாசுதேவனின் பிரெஞ்சுப் புரட்சி / 256

21. எம்.ஜி.ஆர் எனும் மாபெரும் விருட்சம் / 262

22. ஸ்ரீவித்யா: புன்னகைக்கும் கண்ணீர் / 272

23. எமக்குள் ஒரு ஜான் இல்லாதவர் எவர்? / 278

24. த டர்ட்டி பிக்சர் அல்லது நீலப்படம்:
    மறுபடியும் கொல்லப்பட்ட சில்க் ஸ்மிதா / 298

25. சில்வியா கிறிஸ்டல்: ஒரு மகோன்னத நிகழ்வு / 307

26. திரைப்படம் எதிர் இலக்கியம் / 311

27. சினிமா - விமர்சனம் - வாழ்வு / 327

28. அம்பேத்கரும் திரைப்படத் தணிக்கைச் சட்டமும் / 338

1

மணல்மேட்டில் இன்னுமொரு அழகிய வீடு

ஞானியை நேரில் சந்திக்கும் போதெல்லாம் நான் ஞானி யிடம் எதிர்கொண்ட உருவ ஒற்றுமை ஒன்று குறித்து அவரிடம் ஞாபகமாகச் சொல்லியிருக்கிறேன். ஞானியும் ழான் பவுல் ஸார்த்தரும் ஒரு கண்ணில் பூ விழுந்த, மங்கலான பார்வை கொண்டவர்கள். புன்னகை செய்யும், கூர்மையான, பகடி செய்யும், அலட்சியம் தொனிக்கும் முகங்கள் இவர்களுடையவை. இருவரும் சிறிய நொய்மையான உடல் கொண்டவர்கள். தம்மை விடவும் மிகக் குறைந்த வயதும் உத்வேகமும் மிக்க இளைஞர்களால் எப்போதும் சூழப்பட்டவர்கள். மாவோவை ஆராதித்தவர்கள். விடுதலை சார் அரசியல் வன்முறையைப் போற்றியவர்கள்.

தமது முதியவயதில் முற்றிலும் கண்பார்வையை இழந்தவர் கள். தமது வாசிப்புக்கும் நடமாட்டத்திற்கும் பிறரைச் சார்ந்திருந்தவர்கள். அதனாலேயே அவர்களது உடனடி வாசிப்பில் நேர்ந்த தடங்கல்களையும், அதன்மீதான விமர்சனங்களையும் தவிர்க்கவியலாது எதிர் கொள்ள நேர்ந்திருப்பவர்கள். மிகப்பெரும் வாசிப்பும் சிந்தனைக் கிளர்ச்சியும் பெற்றவர்களாகத் தம்மளவில் தனிமைத் துயரையும், பிறரிடம் புரிந்துணர்வையும் ஒரு சேரக்கோரும் இருத்தலியல் முரண் நிலை இது. ழான் பவுல் சார்த்தரிடமும் ஞானியிடமும் நான் அவதானிக்க நேரும் முரண்களையும், நடைமுறைகுறித்த புரிதல்களையும் இந்த இருத்தலியல் பதட்டத்திலிருந்தே நான் புரிந்து கொள்ள முயல்கிறேன்.

தடுக்கிவிழ நேர்கிற வரலாற்றின் தடங்களிலெங்கும் தத்துவ வாதிகள் தென்பட, அன்றாட வாழ்வின் சிக்கல்களுக்கு எதிர்வினை செய்தவர்களும் நடவடிக்கையில் ஈடுபட்டவர்கள் மட்டுமே என்றும் நடைமுறையில் நினைவுகூரப்படுகிறார்கள். மார்க்சியப் பிதாமகர்களான மார்க்ஸ் - எங்கெல்ஸ் துவங்கி, பிரெஞ்சுத் தத்துவவாதிகளாகத் திகழ்ந்த ஸார்த்தர் - தெரிதா ஈறாக, சமநாட்களின் அந்தோனியோ நெக்ரி - பிரெடரிக் ஜேம்சன் வரை இதுதான் நிஜம். அன்றாட நடைமுறைக்கு எதிர்வினை செய்தவர்கள் எனும் அளவிலும் செயலில் ஈடுபட்டார்கள் எனும் அளவிலும்தான் இவர்களது முக்கியத்துவம் உணரப்படுகிறது.

மார்க்சியத்தைப் பிற தத்துவங்களில் இருந்து கறாராக வித்தியாசப்படுத்தும் அதனது முக்கியமான பண்பு எது? உலகை வியாக்யானப்படுத்துவதிலிலிருந்து அதனை மாற்று வது என்கிறார் மார்க்ஸ். மார்க்சியம் நடைமுறைத் தத்துவம் என்றார் கிராம்ஸி. எதிர்வினை செய்தலும் மாற்றுவதற்காக இயக்கத்தில் ஈடுபடுதலும் என்பார் பாவ்லோ பிரெய்ரி. அன்றாட நிலவும் நடைமுறைத் தத்துவத்தின்மீது ஒரு அரசியல் அமைப்பை உருவாக்குவது என இதனை விரித்துச் சொல்வார் லுகாக்ஸ். கலாச்சார மார்க்சியர்களான லுகாக்சும் கிராம்ஸியும் புரட்சிகர நடைமுறைக்காக லெனினியக் கட்சியைக் கட்டமுனைந்தவர்கள்.

தமிழக மார்க்சியம் என எடுத்துக் கொண்டால், கட்சி சார்ந்து கோட்பாட்டு ரீதியில் எழுதியவர்கள் என இந்தியக் கம்யூனிஸ்ட் கட்சியைச் சேர்ந்த ப.விருத்தகிரி, அ.சீனிவாசன், பா.ஜீவானந்தம், எஸ்.ராமகிருஷ்ணன், கே.பாலதண்டாயுதம், ஆர்,கே.கண்ணன், நா.வானமாமலை ஆராய்ச்சிக் குழுவினர் மற்றும் நா.முத்துமோகன் போன்றவர்களையும், மார்க்சிஸ்ட் கம்யூனிஸ்ட் கட்சி சார்ந்து பி.ராமமூர்த்தி, கே.முத்தையா, மாயாண்டி பாரதி, அருணன், எல்.ஜி.கீதானந்தன் போன்றவர் களையும், இரு பிரதான கட்சிகளுக்கும் வெளியில் விமர்சன மார்க்சிய எழுத்துக்களைத் தமிழில் கொடுத்தவர்கள் என எஸ்.என்.நாகராாசன், எஸ்.வி.ராஜதுரை, குணா, கோ.கேசவன், ஞானி போன்றவர்களையும் குறிப்பிட்டுச் சொல்ல வேண்டும்

ஞானியைப் பற்றிப் பேசுவதென்பது ஒரு வகையில் ஐம்பதுகளில் பிறந்த, அறுபதுகளின் இறுதி - எழுபதுகளின் ஆரம்பத்தில் இலக்கியம் அல்லது அரசியல் கற்க நேர்ந்த, தமது பள்ளி இறுதி நாட்களை விட்டு வெளிவந்த கோவையின்

இளைஞர்களைப் பற்றிப் பேசுவதுதான். இலக்கியம், அரசியல் என இவையிரண்டிலும் தீவிரமான ஆர்வம் கொண்ட எவருக்கும் ஞானியைத் தெரிந்திருக்கும். இதுவன்றி, இந்தியக் கம்யூனிஸ்ட் கட்சி, மார்க்சிஸ்ட் கம்யூனிஸ்ட் கட்சி என இரண்டிலும் இயங்கிக் கொண்டிருந்த அந்தத் தலைமுறையின் இளைஞர்களுக்கும் ஞானியைத் தெரிந்திருந்தது.

அந்நாட்களில்தான் நக்சலிச அரசியல் சார்புடன் வசந்தத்தின் இடிமுழக்கம் எனும் அரசியல் எக்காள முழக்கத் துடன், அறுபதுகளின் இறுதியில் கோவையிலிருந்து புதிய தலைமுறை இதழ் வந்தது. ஞானி அதனது ஆசிரியர் குழுவில் இருந்தார். தொடர்ந்து தோழர் அப்புவின் தீக்கனல் இதழும் வந்தது. தோழர் தா.பாண்டியன் உதவ, அப்பு தோற்றுவித்த தீக்கதிர் இதழ் பின்னாளில் மார்க்சிஸ்ட் கம்யூனிஸ்ட் கட்சியின் அதிகாரபூர்வ இதழாக ஆனது.

புலவர் ஆதி, மனோ என்கிற எஸ்.வி.ராஜதுரை, கோவை ஞானி, சத்தியமங்கலம் நாகராஜன் போன்ற எழுத்தாளர்களையும், லிங்குசாமி, கண்ணாக்குட்டி, எல்.கீதானந்தன், குமாரவேலு, எல்.அப்பு என வாஞ்சை யுடன் அழைக்கப்பெற்ற அற்புதசாமி என்கிற எனது கனவு மனிதர் போன்ற நடவடிக்கையாளர்களையும் நான் அறிந்த நாட்கள் அவைதான். இவர்களில் சத்தியமங்கலம் நாகராஜன், கண்ணாக்குட்டி, அப்பு, லிங்குசாமி,குமாரவேலு, கீதானந்தன் போன்றவர்கள் அடிக்கடி எனது தந்தையைச் சந்திக்க வருவார்கள். ஞானி ஆசிரியர் குழுவிலிருந்த புதிய தலைமுறை, தீக்கனல் போன்ற பத்திரிக்கைகள் அனைத்தையும் எனது தந்தையார் வழி நான் அறிந்தேன். எனது தந்தையார் எப்போதுமே கட்சி சார்ந்த நடைமுறையாளராக இருந்தார் எனும் அளவில் நடவடிக்கையாளர்களைத் தெரிந்த அளவில் எழுத்தாளர்களோடு நேரடிப் பரிச்சயம் அற்றவராகவே இருந்தார்.

ஒரு முறை உப்பிலிபாளையத்தில் காவல்துறையினர் எனது தந்தையாரிடம் அவரது நக்சலிச அரசியல் சார்புக்காக விசாரணைக்கு வருகிறார்கள் என்பதனையிட்டு அவசர அவசரமாக தீக்கனல் பத்திரிக்கையைக் கத்தையாக அள்ளி நான் பரணில் கொண்டு மறைத்தது எனக்கு இன்னும் ஞாபகம் இருக்கிறது.

எனது தந்தையாரான ஜி.கே என தோழர்களால் அழைக்கப்பெற்ற, 2008 ஆம் ஆண்டு தனது எண்பத்தி

இரண்டாம் வயதில் மரணமுற்ற, ஜி.கஸ்தூரிசாமியின் அரசியல் உடன்பயணி என என்னை நான் சொல்லிக் கொள்ள முடியும். தோழர் எல்.ஜி.கீதானந்தனோடு இணைந்து கண்ணாக்குட்டி. அப்பு போன்றவர்கள் அனைவரும் தமிழக மில் தொழிலாளர் சங்கத்தை ஆரம்பித்த நாட்களும் இதுதான்[1]. அன்று இலக்கியமும், அரசியலும் எனக்கு மனோரதியமானதாகவே இருந்தது.

இந்தியக் கம்யூனிஸ்ட் கட்சி, மார்க்சிஸ்ட் கம்யூனிஸ்ட் கட்சி, நக்சலிச அரசியல், மீளவும் இந்தியக் கம்யூனிஸ்ட் கட்சி என்பதாகவே, தந்தையின் அரசியல் பயணத்தை அடியொற்றியதாகவே எனது வாலிப நாட்களின் அரசியல் பயணமும் இருந்தது.

ஞானி பெரும்பாலானோர்க்கு இலக்கிய விமர்சகர். இன்னும் சிலருக்கு விரிந்து கற்ற தமிழறிஞர். பிறருக்குக் கடவுள் குறித்து சிக்கலான கருத்துக்கள் தெரிவிக்கும் இறையியலாளர். எனக்கு இவையெல்லாம் ஒரு போதும் முதன்மையானவைகளாக இருந்ததில்லை. ஞானிக்கும் அப்படித்தான் இருந்திருக்கும் என நினைக்கிறேன். அவர் அடிப்படையில் மனித விடுதலையை அவாவிய ஒரு மனிதர். அதற்கென மார்க்சிய நெறியைக் கண்டடைந்தவர் அவர்.

எனது எழுத்து வாழ்வின் இளமை நாட்களில் நான் பெற்ற இரண்டு கடிதங்கள் எனது ஞாபகத்தில் எப்போதும் இருந்து வருகின்றன. முதல் கடிதம், அன்று வானம்பாடிகளில் ஒருவராகயிருந்து பிரபஞ்சகவி எனும் பெயரில் கவிதைகள் எழுதிய பிரபஞ்சன் எழுதியது. பிரபஞ்சன் அன்று பாண்டிச்சேரியில் இருந்து நடத்தி வந்த வண்ணங்கள் சிற்றிதழில் எனது அசுரவித்துக்கள் எனும் குறுங் கவிதை பிரசுரமாவது குறித்து எழுதிய அறிவித்தல் கடிதம்.

ஞானியின் முதல் கடிதமும், ஞானியை முதன்முதலில் நேரடியாகக் கண்ட தருணமும் இன்னும் ஞாபகம் இருக்கிறது. வட கோவையில் தேசியத் தனிப்பயிற்சிக் கல்லூரியில் மாதம் தோறும் இரண்டாவது ஞாயிறன்று நிகழும் இலக்கியக் கூட்டமொன்றுக்கு நானும் நண்பர்கள் வி.உதயகுமாரும், ஆர்பாலகிருஷ்ணனும் சென்றிருந்தோம். கூச்ச சுபாவமும் தனிமை விரும்புதலும் ஒதுங்கியிருத்தலும் அப்போதைய எனது இயல்புகள். எவரிடமும் நேரில் சென்று அறிமுகப்படுத்திக் கொள்ள மறுக்கிற, எவ்வளவுதான் முக்கியமான ஆளுமைகளாயிருந்தாலும், அவர்களின்பாலான

வழி பாட்டு உணர்வை மறுக்கிற எனது அன்றைய இயல்பு இன்று வரை தொடர்கிறது.

அன்று வருகை தந்தவர்களின் பதிவேட்டில் எனது பெயரை மட்டும் பதிந்துவிட்டு வந்தேன். பிற்பாடு பதின்மவயதுகளை அப்போதுதான் கடந்திருந்த எனக்கு ஞானியிடம் இருந்து முன் பக்கத்தில் மட்டுமே எழுதப்பட்ட சுருக்கமான தபால் கார்டு வந்தது. அறிவித்துக் கொள்ளாமல் வந்து சென்றிருக்கிறீர்கள். தொடர்ந்து கூட்டத்திற்கு வரவேண்டும் என ஞானி எழுதியிருந்தார். தாமரை, செம்மலர், மனிதன், விடியல், புதிய நம்பிக்கை போன்ற மார்க்சிய இலக்கிய இதழ்களில் யமுனா புத்திரன் எனும் பெயரில் எனது கவிதைகள் பிரசுரமாகியிருந்த காலம் அது.

இன்றைய திமுக அரசியலாளரும் உளியின் ஓசை திரைப்பட இயக்குனருமான கவிஞர் இளவேனிலின் - பின்னாளில் இவரது கவித்துவத்துடன் அழகான வடிவமைப்பில் ஒரு கையடக்கச் சிருங்காரப் பத்திரிக்கையும் வந்தது - அற்புதமான ஓவியங்களுடனும் வடிவமைப்புடனும் கார்க்கி, சிகரம், பிரகடனம், மனிதன் பிற்பாடு சோலை போன்ற மார்க்சிய சஞ்சிகைகளும், புவியரசு மற்றும் தற்கொலை செய்துகொண்டு மரணமுற்ற கங்கைகொண்டான் போன்றோரது அழகான வடிவமைப்பில் வானம்பாடி - விலையிலாக் கவிமடல் என மனோரதியமும் புரட்சிகர அரசியலும் கலந்து இளைஞர்களை முறுக்கேற்றிக் கொண்டிருந்த நாட்கள் அது. நக்சலிச அரசியலுக்கும் மரபான கம்யூனிஸ்ட் கட்சி அரசியலுக்கும் இடையில் கோவையின் இடதுசாரி இளைஞர்கள் ஊசலாடிக் கொண்டிருந்த காலமும் அதுதான்.

பிறிதொருபுறத்தில் மார்க்சியர்கள்பற்றிய விமர்சனங்களுடன் தீவிரமான இலக்கியப் பிரக்ஞையுடன் கசடதபற பத்திரிக்கை வெளியானது. சிறுகதையாசிரியர் இராஜேந்திர சோழனின் ஆசிரியத்துவத்தில் பிரச்னை போன்ற இதழ்களும் முன்பின்னாக வந்தன. பின்னாளில் பிரக்ஞை வெளிவந்தது. வெங்கட்சாமிநாதன், தர்மு அரூப் ஜீவராமு என்கிற பிரமிள் போன்றோர் வானம்பாடிகளை ஒரு புறம் கடுமையாக விமர்சித்துக் கொண்டிருக்க, வானம்பாடிகளினுள் நக்சலிச அரசியல் போக்கும், மரபான கம்யூனிஸ்ட் கட்சிகளுக்கு ஆதரவான போக்கும் என்பதற்கு இடையில் முறுகல் நிலை துவங்கி யிருந்தது. இந்திரா காந்தி கொணர்ந்த அவசர நிலைக்கு

ஆதரவாக சிற்பி, புவியரசு, மேத்தா போன்றோரும், அதற்கு எதிராக ஞானி, அக்கினிபுத்திரன் போன்றோரும் அணிபிரிந்த காலம் இது. தத்துவக் கூடுகளுக்கு எம்மைத் தாங்குகிற வலிமை இல்லை என்பதாக முத்திரைகளும் முகத்திரைகளும் என்கிற சிற்பியின் வானம்பாடி இதழ் தலையங்கத்துடன் வானம்பாடி இயக்கம் தனது பிளவை உறுதி செய்தது.

கோவை தேசியத் தனிப்பயிற்சிக் கல்லூரியில் நடந்த ஒரு கூட்டத்தில் சிற்பி, புவியரசு, ஞானி, சக்திக்கனல், சிதம்பரநாதன் ஆகியோர் பிரசன்னமாயிருக்க, இலக்கியப் படைப்பில் மார்க்சிய அரசியலும் கடப்பாடும் குறித்த அழுத்தத்துடன் நான் ஒரு கட்டுரை படித்தேன். ஞானி எனது கட்டுரையை ஆதரித்துப் பேசினார். அதனோடு, அக்கட்டுரையைப் பிரசுரிக்க வேண்டும் எனவும் கேட்டிருந்தார். அன்று கைதவறி எங்கோ வைத்த கட்டுரையை மறுபடி இருபது ஆண்டுகளின் பின் 2001 ஆம் ஆண்டு நான் இங்கிலாந்திலிருந்து கோவை சென்ற தருணத்தில்தான் கண்டெடுக்க முடிந்தது.

ஞானியுடன் இணங்கிய தருணங்கள் போலவே முரண்பட்ட வேளைகளும், வன்மமுடன் வன்முறையில் இறங்கிய தருணமும் உண்டு. கருத்தியல் அளவில் ஒரு தனிநபராக நக்சலிச அரசியலுடன் ஒட்டுதலும் விலகுதலும் கொண்டவனாக மட்டுமல்ல, தந்தையின் அடியொற்றிச் சென்றவனாக, அவருடன் அவரது மரபான கம்யூனிஸ்ட் கட்சி அரசியலுடன் முரண்பட்டு மாதக் கணக்கில் அவருடன் பேசாது ஒரே வீட்டில் வாழ்ந்த பிளவுண்ட மனிதனாக நான் இருந்த நாட்கள் அவை. கம்யூனிஸ்ட் கட்சிகளில் இருந்த பல இளைஞர்கள் நக்ஸலைட்டுகளின் தியாகத்திற்கும் அர்ப்பணிப்பு உணர்வுக்கும் ஆட்பட்டவர்களாக இருந்தார்கள். பல தலைமறைவு நக்ஸலைட் தோழர்களுக்கு எனது தந்தையின் கருத்தை மீறி பொருளாதார ரீதியிலும் அவர்களது தங்குதலுக்கும் உதவிக் கொண்டிருந்த நான், பிறிதொரு புறத்தில் இரண்டு கம்யூனிஸ்ட் கட்சிகளையும் சதா விமர்சித்துக் கொண்டிருந்த, நேரடியான அரசியல் செயல்பாடுகளில் ஈடுபடாத ஞானி, நாகராஜன், ராஜ்கௌதமன் போன்றோர் பங்கு பற்றிய கோவை இலக்கு மாநாட்டின் மீது பெரும்கோபம் கொண்டு அங்கு நான் சார்ந்திருந்த இந்தியக் கம்யூனிஸ்ட் கட்சி இளைஞர் அமைப்பினருடன் சென்று கலவரத்தில் ஈடுபட்டேன்.

ஞானி அன்று இந்தியக் கம்யூனிஸ்ட் கட்சியில் இருந்த அவரது முன்னாள் அரசியல் சகா தோழர். கீதானந்தனுடன்

தனது வருத்தத்தையும் பகிர்ந்து கொண்டார். கோட்பாட்டு நடைமுறையை அழுத்தமாகப் பேசிவந்த ஞானியினது பங்களிப்பை - இன்றும் நான் எனது புத்தக அடுக்கில் தொகுத்து வைத்திருக்கிற பரிமாணம் இதழ்களும் அதனுள் சொருகப்பட்டிருக்கும் ஞானியின் நான்கு பக்க வேண்டு கோளும் அதனது சாட்சியங்களாக என்முன் இருக்கிறது - எதிர்த்து நடவடிக்கையாளன் எனும் நோக்கிலிருந்து நான் செய்த அன்றைய எனது கலக நடத்தைக்காக, இருபது ஆண்டுகளின் பின்பு 2001 ஆண்டு ஞானியை அவரது இல்லத்தில் சந்தித்தபோது என்னை மன்னிக்குமாறு கேட்டுக் கொண்டேன்.

எழுபதுகளின் இறுதி என்பது, நக்சலிச அரசியல் இந்தியாவெங்கிலும் கடுமையான அடக்குமுறையையும் பின்னடைவையும் அழித்தொழிப்பையும் சந்தித்த காலம். மனோரதிய அரசியலும், அதையொட்டிய இலக்கியமும் கரைந்தழிந்த காலம். சிற்றிதழ்களில் கோலோச்சிய இலக்கிய அடிப்படைவாதம் என்பது கோட்பாட்டுச் சர்ச்சைகளில் அதிகமும் ஈடுபாடு கொள்ளத் துவங்கியது. ஞானியின் பரிமாணம், தமிழவனின் படிகள், ராஜ்கௌதமனின் இலக்கிய வெளிவட்டம், சென்னை நண்பர்களின் பிரக்ஞை போன்ற சிற்றிதழ்கள் கலை இலக்கியம் தாண்டி அரசியலிலும் சமூகவியலி லும் கோட்பாட்டிலும் இப்போது அதி அக்கறை காட்டின. இந்த வரலாற்றுப் போக்கில் வேள்வி, பரிமாணம், பிற்பாடு நிகழ், பிற்பாடாகத் தமிழ் நேயம் என இவ்வாறு ஞானியினது வேறுபட்ட அக்கறைகள் இப்போது அவரை விடுதலைப் புலிகளின் ஆதரவாளராக, தமிழ்தேசியத்தில் அதிபற்றுள்ளவராகக் கொண்டுவந்து நிறுத்தியிருக்கிறது.

வானம்பாடிகளின் காலமும் வானம்பாடிகளும் குறித்த எதிர் மறையிலான புறக்கணிப்பு விமர்சனங்களே வந்து கொண்டிருக்கும் இன்றைய சூழலில், அது குறித்த ஞானியினது மௌனம் எனக்கு ஆச்சரியமாக இருக்கிறது. சுந்தர ராமசாமியின் காலச்சுவடு, காலஞ்சென்ற ராஜமார்த்தாண்டன் அடியொற்றி சுகுமாரன், குட்டிரேவதி வரை தட்டையாக வானம்பாடி இயக்கம் குறித்த விமர்சனங்களை முன்வைத்து வருகிறார்கள். வானம்பாடிகள் கோஷங்களை மட்டுமே எழுதினார்கள் என்பது மாதிரியான சித்திரத்தை இவர்கள் உருவாக்கியிருக்கிறார்கள்.

புவியரசுவின் இதுதான் தொகுதிக் கவிதைகள், ஏலி ஏலி லாமா சபக்தானி போன்ற அவரது அகம்சார் அரசியல் கவிதைகள், கங்கை கொண்டானின் கூட்டுப் புழுக்கள் தொகுதி, வானம் பாடி பிளவுபட்டபின் வைகறை பதிப்பகம் சார்பாக ஞானி கொணர்ந்த வெளிச்சங்கள் தொகுதியிலான பல கவிதைகள், அவசரநிலைக் காலகட்டத்தில் வந்த போஸ்டர் கவிதைகள் தொகுப்பு, இன்குலாப்பின் பிரமிடுகளிலிருந்து அடிமைகள் விடுதலைப் பிரகடனம் செய்கிறார்கள் உள்ளிட்ட கவிதைகள் என்பவனவற்றைத் துப்புரவாக எவரே புறக்கணிக்க முடியும்? கோஷங்களையும் இவர்கள் எழுதியிருக்கிறார்கள் என்பதற்காக வானம்பாடிகள் முழுமையாகப் புறக்கணிக்கப்பட வேண்டுமானால் தர்முஜீவராமுவின் முழுத் தொகுப்பின் பாதிக் கவிதைகள், பிறர் மீதான விமர்சனக் கவிதைகள் மற்றும் எதிர்கோஷங்கள் எனும் வகையில் எழுதப்பட்டவை அனைத்தும், இலக்கிய வரலாற்றின் குப்பைக் கூடைக்குத்தான் போகும். விமர்சனமற்று கடவுள் நிலைக்கு இன்று உயர்த்தப்பட்டிருக்கும் தர்மூவின் அந்த எழுத்துக்களில் அவ்வளவு அபத்தங்கள் குவிந்து கிடக்கின்றன.

வானம்பாடிகளின் மீதான பிறிதொரு முனையிலான வன்மமான தாக்குதல் ஜெயமோகனிடம் இருந்து வருகிறது. கேரளத்தின் காத்திரமான கவிகளான சச்சிதானந்தன், கடம்மனிட்ட ராமகிருஷ்ணன் போன்றோரின் அரசியல் கவிதைகளே வானம்பாடி இதழ்களில்தான் வந்தன. ஈழக் கவிதைகளுக்கென அவர்கள் ஒரு சிறப்பிதழும் வெளியிட்டார்கள். பிற்பாடு சச்சிதானந்தனின் கவிதைகளை சிற்பி தனது மொழிபெயர்ப்பில் வெளியிட்டார். பிரமிளின் ஐன்ஸ்டீனின் சூத்திரம் குறித்த கவிதையை சிற்பி சிறந்த கவிதையாகக் கொண்டாடினார். புவியரசு தொழில்முறை வருமானத்துக்கு வேறுபட்ட மொழிபெயர்ப்புக்களைச் செய்தாலும், நஸ்ருல் இஸ்லாம் மற்றும் தாஸ்தயாவ்ஸ்க்கியின் கரமசோவ் சகோதரர்களையும் அவர்தான் மொழிபெயர்க்கிறார். புதுக்கவிதை மரபில் காங்கிரஸ் கட்சியின் அரசியலோடு அகம்சார் நமைச்சல்களை மட்டுமே எழுதிக் கொண்டிருந்த புதுக்கவிதைச் சூழலில், இடதுசாரிச் சார்புடன் கவிதையைச் சமூகவயப்படுத்தியதில் அரசியல்மயப்படுத்தியதில் வானம்பாடிகளின் பங்கை எவரும் மறுக்க முடியாது.

சாகித்ய அகாதமி போன்ற நிறுவனங்களில் முன்னாள் வானம்பாடிகள் கொண்டிருக்கும் அதிகாரம், பரிசுகளை அவர்

களுக்கே அளித்துக் கொள்வது போன்ற மோசமான இன்றைய நடைமுறைகளை மட்டுமே முன்னிறுத்தி, வரலாற்று ரீதியில் வானம்பாடிகளின் மீதான சமநிலையற்ற விமர்சனங்கள் மலிந்திருக்கும் சூழலில், அக்காலகட்டம் பற்றிய சமநிலை கொண்ட பார்வையை ஞானி நிச்சயமாக முன்வைக்க முடியும். இது தனிநபர்கள் சார்ந்த பிரச்சினை இல்லை. ஒரு வரலாற்று இயக்கத்தின் எழுச்சியும் தேய்வும் வீழ்ச்சியும் பற்றியதாகும். சிற்பி, புவியரசு, ஞானி போன்ற வானம்பாடியின் தூண்கள் இது குறித்த மௌனத்தைக் கலைக்க வேண்டும். அவர்கள் வெளிப்படையாகப் பேசவேண்டும.

ஞானியின் மிகு முக்கியமான நூல்கள் என்று நான் கருதுவது, அவருடைய எழுபதுகளின் நூல்களான இந்திய வாழ்க்கையும் மார்க்சியமும் எனும் அழுத்தமான நிறங்களிலான அழகான அட்டைப் படத்துடன் வந்த தத்துவ நூலையும், பிற்பாடு கலை இலக்கியம் - ஒரு தத்துவப் பார்வை என வெளியான கலையும் கருத்தியலும் குறித்த அவரது குறுநூலையும், ஜிட்டு கிருஷ்ணமூர்த்தி பற்றிய அவரது வாசிப்பில் விளைந்த இறை அனுபவம் குறித்த மணல் மேட்டில் ஒரு அழகிய வீடு எனும் குறு நூலையும்தான். கடந்த நாற்பது ஆண்டுகளாக இலக்கியம், தேசியம், பெரியாரியம், இறையியல், மார்க்சியம், தேசியம் என்பன குறித்த ஞானியினது பிற்பாடான விரிவான நூல்களுக்கான அடிப்படைகளை நாம் அவரது குறிப்பிட்ட இந்த ஆரம்ப நூல்களில் காணமுடியும்.

அறுபதுகள் தொடக்கம் இன்றுவரையிலும் ஞானி எழுதி வந்திருக்கிற எழுத்துக்களைத் தொகுதிகளாக காவ்யா பதிப்பகம் கொண்டு வந்து கொண்டிருக்கிறது (எடுத்துக்காட்டு: மார்க்சியமும் பெரியாரியமும்: ஞானியின் மெய்யியல் கட்டுரைகள் தொகுதி இரண்டு: 2006). தனது வாழ்வின் இன்றியமையாத சூழலில் மார்க்சியத்தைத் தேர்ந்து கொண்ட ஞானி, தனது சொந்த வாழ்வுக்கான அர்த்தம் தேடிய தனது எழுத்து வாழ்வில், அவர் வந்து அடைந்திருக்கும் தத்துவார்த்த நிலைபாடுகளை இந்தத் தொகுதிகள் நமக்குச் சொல்கின்றன. தன்னுடைய பார்வையை உருவாக்கிக் கொள்ளும் நோக்கில் அல்லது நிலைபாடு எடுக்கும் நோக்கில் தனது வாசிப்பிலிருந்து தான் செரித்துக் கொண்டதை, முரண்பட்ட பார்வைகளினுள்ளும் தான் தேர்ந்து கொண்டதை, தான் மதிக்கிற நோக்குகளிருந்தும் தான் கடந்து சென்றதை ஞானி தனது எழுத்துக்களில் தொடர்ந்து பதிவு செய்து வந்திருக்கிறார்.

புதிய தலைமுறை இதழிலிருந்து பரிமாணம், நிகழ் போன்ற இதழ்கள் வரை, எண்பதுகளின் இறுதிவரையிலும் நான் இந்தியாவில் இருந்த வேளையில் இவ்விதழ்களை தொடர்ந்து வாசித்து வந்திருக்கிறேன். தொண்ணூறுகள் தொடக்கம் வந்த பிற்பாடான அவரது தொகுப்பு நூல்களையும் தமிழ் நேயம் இதழ்களையும் 2001 ஆம் ஆண்டிலிருந்து நான் இந்தியா செல்லுகிற ஒவ்வொரு முறையும் ஞானி எனக்குக் கொடுத்து வந்திருக்கிறார்.

மீள்பார்வையில், அவர் எழுதிய அதனோடு அவர் தொகுத்த கட்டுரைகளின் பேசுபொருளை, அவரது பாஷையில் தொகுத்துக்கொள்ள முயன்றால் அது பின்வருமாறு அமையும்: சோவியத் சீன மார்க்சிய அனுபவங்கள், ஸ்டாலினியம், விமர்சன மார்க்சியமாக எழுந்த கிராம்ஸி, அல்தூசர், ஹெர்பர்ட் மார்க்யூஸ் போன்றோரது சிந்தனைகள், மாவோயிசம், குறிப்பாக சோசலிசக் காலகட்டத்தில் வர்க்கப் போராட்டம், கலாச்சாரப் புரட்சி, புரட்சி யின் இலக்கை நோக்கிய வழிமுறையில் அறவியலின் பாத்திரம், அந்நியமாதல், கருத்தாக்கத்தின் அடிப்படையில் சமயம், கலை இலக்கியம் போன்றவை குறித்த புரிதல், சர்வதேசியமும் தேசியக் கலாச்சாரமும், மண்ணுக்கேற்ற அல்லது குறிப்பிட்ட பண்பாட்டு வேர்களினுள்ளிருந்து பெறப்படும் பொதுவுடமைச் சாரம் என்பதாக அவரது உலக நோக்கு விரிகிறது.

அவரது மார்க்சியம் அந்நியமாதல் கோட்பாட்டில் அக்கறை செலுத்திய இளைய மார்க்ஸ், பிற்பாடாக விஞ்ஞானமாக கம்யூனிசத்தை முன்வைத்த முதிய மார்க்ஸ் எனப் பிளவுபடாத மார்க்சியம். மனிதாபிமான மார்க்சியம். ஆதிப் பொது வுடமைச் சமூகத்தில் துவங்கி, இடையில் அரசு தனியுடைமை போன்றவற்றினால் மானுடசாராம்சத்தை இழந்த மனிதன், இயற்கை சமூகம் என இரண்டிலிருந்தும் அந்நியமான மனிதன், கலை இலக்கியம், சமயம் போன்றவற்றில் தொடர்ந்து அவனது இழந்த கூறுகளைப் பதிந்து கொண்டு, அவனது உழைப்புச் சிருஷ்டியின் வழி தனது சாராம்சத்தை மீளப் பெறுவதன் மூலம் விமோசனத்தை அடையும் மனிதாபிமான மார்க்சியம்.

மாறுபட்ட கருத்துக்கள், கருத்தியல்கள், இலக்கிய சிருஷ்டிகள் போன்றவற்றுக்கும் பின்னுள்ள பொருள்வகையிலான அடிப் படைகளைப் புரிந்து கொள்வது அவரது பார்வை. மதம் குறித்த அவரது பார்வை பகுத்தறிவுவாதிகளுடன் குறிப்பாகப் பெரியாரியப் பார்வையுடன் உடன்படாத பார்வை. கடவுள் என்பதனை ஒரு கருத்தாக்கம் எனப் புரிந்து கொள்ளும் ஞானி,

கடவுளை நிலைநாட்டுகிறவர்களில் புரோகிதர்களும் தீர்க்க தரிசிகளும் என இரு பிரிவுகள் இருக்கின்றனர் என்பதை ஏற்கிறார். புரோகிதர்கள் சுரண்டலோடு, ஒடுக்குமுறையோடு தொடர்புபட்டவர்கள். தீர்க்கதரிசிகள் அன்பு மயமானவர்கள். ஆன்மாவற்ற உலகின் ஆன்மாவாக, இதயமற்ற உலகின் இதயமாக, ஒடுக்குமுறைகளு எதிராகக் கடவுளை முன்நிறுத்து கிறவர்கள் இவர்கள். கடவுள் அல்லது சமயம் ஒரே சமயத்தில் போதையாகவும் வலி நிவாரணியாகவும் இருக்கிறது. சுரண்டல் காரணங்களுக்காக, ஒடுக்குமுறைக்கான காரணங்களுக்காக, ஆதிக்கவாதிகள் கடவுளை, சமயத்தை முன்நிறுத்துகிறார்கள். கடவுள் குறித்த ஒரு பகுதி உண்மைதான் இது. பிறிதொரு பகுதி உண்மைக்குள், பிரச்சினைக்குள் பகுத்தறிவுவாதிகள் செல்வதில்லை. ஒடுக்கப்பட்ட மக்கள், சுரண்டப்படும் மக்கள், துயருற்ற மக்கள் ஏன் கடவுளை ஏற்கிறார்கள்? அவர்களை முட்டாள்கள் என்று சொல்வது பிரச்சினையை எளிமைப்படுத்துவதாகும் என்கிறார் ஞானி. இயற்கையிலிருந்தும், சமூகத்திலிருந்தும் அந்நியமான நிலையே சமயம் கலை இலக்கியம் போன்றவற்றின் இருத்தலுக்குக் காரணம் என்பது போலவே, ஆதிப் பொதுமைச் சமூகத்தின் தன்மைகளோடு மனிதனது ஆறுதலாகவும் ஆன்மாவாகவும் இவைகள் இருக்கின்றன என்கிறார் ஞானி.

ஞானியினதும், ஞானியினது மார்க்சியத்துக்கு பெரும் பங்களிப்பு வழங்கியிருப்பவரான எஸ்.என்.நாகராசனதும் எழுத்துக்களை[(2)] வாசிக்கிறபோது, அவைகள் வெறுமனே கோட்பாடு எனும் மட்டத்திலேயே சஞ்சரிப்பதை ஒருவர் உணரமுடியும். அதுபோலவே, தத்துவத் தோய்விலேயே நடைமுறைப் பிரச்சினைகளை இவர்கள் கடந்து போய்விடுவதையும் ஒருவர் அனுபவம் கொள்ள முடியும். ஞானி முரணியக்கத்தில் பகை முரணுக்கு மட்டுமே அழுத்தம் கொடுக்கக் கூடாது, சாதக முரணுக்கும் இடம்தர வேண்டும் என்பதனை வலியுறுத்துகிறார். மாவோவும் மாவோயிசமும் எஸ்.என்.நாகராசன் மீதும் ஞானியின் மீதும் மிகப் பெரும் பாதிப்பை ஏற்படுத்தியிருப்பதனை ஞானி பதிகிறார். முரண்பாடுகள் குறித்து மாவோ, தலைமைப் பீடத்தைத் தகர்த்தெறிவது குறித்து மாவோ, மக்களிடம் அன்பு செய்வது குறித்து மாவோ, கம்யூனிச சமூகம் என்பது இறுதியல்ல எனப் பேசிச் செல்லும் ஞானியினது எழுத்துக்களில், மாவோ காலத்தில் மாவோ சிலியின் கொடுங்கோலன் பினோசேயை அவர் ஆதரித்தது குறித்தும், மாவோவின் கலாச்சாரப் புரட்சி காலத்தில் கலைஞர்கள் வேட்டையாடப்பட்டது

குறித்ததுமான நடைமுறை விவாதங்கள் இடம்பெறுவதில்லை.

மாவோவின் மாபெரும் பாய்ச்சல் காலத்தில் கொல்லப்பட்ட சீன வெகுமக்கள் பற்றி அமர்த்யா சென் போன்றவர்கள் பதிவு செய்திருக்கிறார்கள். ஸ்டாலினியம் குறித்தும், சமூக ஏகாதிபத்தியமாக சோவியத் யூனியனது நடைமுறை குறித்தும் ஞானி பதிவு செய்த அளவில், மாவோவினதும் மாவோயிசத்தினதும் அவப்பக்கங்கள் பற்றி ஞானியினது எழுத்துக்களில் பதிவு செய்யப்படவில்லை. சோவியத் யூனியனது இன்றைய பின்னடைவுக்கான அல்லது பேரழிவுக்கான காரணத்தை ஸ்டாலினியத்தில் நாம் காணமுடிவது போலவே, சீனா இன்று வந்து அடைந்திருக்கும் பெருந்தேசிய நிலைபாட்டுக்கும், மனித உரிமைமீறல் நிலைபாட்டுக்கும் - காலஞ்சென்ற பிரட் ஹாலிடே இதுகுறித்து பதிவு செய்கிறார் - மாவோவிலிருந்தே நாம் துவங்க வேண்டியிருக்கும். இத்தகைய விமர்சனத்தின் சுவடுகளை நாகராசனிடமோ அல்லது ஞானியிடமோ நாம் காணமுடிவதில்லை.

நகரப்புறத்துக்கும் கிராமப்புறத்துக்கும், உடல் உழைப்புக்கும் மூளை உழைப்புக்குமான இடைவெளியை நிரவுவதில் மாவோவின் பங்களிப்பும், அவரது புதிய ஜனநாயக தந்திரோபாயம் எனும் பங்களிப்பும் என ஒரு சில மட்டுமே இன்று அவரிடமிருந்து நாம் தேர்ந்துகொள்ள இருக்கிறது.

மார்க்சியத்தில் ஆதிப் பொதுவுடமைச் சமூகத்தைச் சுட்டிச் சொல்லப்படுகிற மனிதனது சாராம்சம், மார்க்ஸ் பேசிய அரசு உதிரும் எனும் கருத்தாக்கம் போன்றன நடைமுறையில் அர்த்த மற்றதாகிவிட்டதை நாம் பார்க்கிறோம். நிலையான மனித சாராம்சம் என்பதனை பெண்ணிலைவாதம், நிறம், பால்வேற்றுமை, பாலிலி நிலைமை, வேறுபட்ட அடையாளங்கள், வித்தியாசங்கள் போன்றன கேள்விக்குட்படுத்திவிட்டன. சோசலிச சமூகத்திலும் சரி அதன் பின்னும் சரி! அரசு என்பது தற்காலிகமானதாக இருக்கவில்லை. மாறாக, அது மிகவும் இறுகிப்போய்விட்டது. லெனினது கட்சி மூன்றாவது வர்க்கமாக ஆகிப்போனது. இச்சூழலில் மனித சாராம்சம் என்பதனையும், அரசு உதிரும் என்பதனையும் வைத்து - அம்பேத்கார் அரசு உதிரும் என்பதைக் குறித்த விமர்சனத்தை முன்வைத்திருக்கிறார் - இன்று ஒரு கற்பனா ராஜ்யத்தைக் கட்டுவது பொறுத்தமாக இருக்கும் எனத் தோன்றவில்லை.

பாட்டாளி வர்க்கம் இன்று திரளாகவோ முன்னணிப் படையாகவோ பாத்திரம் வகிக்க முடியாத சூழலில்,

பாட்டாளி வர்க்க மையவாதமும் அதனது சர்வாதிகாரமும் அர்த்தமிழந்துவிட்டன என்றே தோன்றுகிறது.

ஞானி தொடர்ந்து மார்க்சியப் பொருள்முதல்வாதப் பகுப்பாய்வின் பொருத்தத்தைச் சுட்டிக்காட்டுகிறார். கருத்து முதல்வாம் எனும் போக்கின் பின்னுள்ளவற்றைக் கூட பொருண்மையான ஆய்வுக்கு உட்படுத்த வேண்டுமேயொழிய அதனை எதிர்மறையாகப் பார்க்க வேண்டியதில்லை என்கிறார். கலை இலக்கியம் போன்றவற்றின் சுயாதீனத்தன்மையை நாம் நிச்சயமாக இவ்வகையில் சரியாகப் புரிந்து கொள்ள முடியும். சோசலிச அமைப்பையும், அதனது நடைமுறைகளையும் கடுமையாக நிராகரிக்கிற கம்யூனிச விரோதிகள் கூட, ஒவ்வொரு முறையும் உலகில் பொருளாதார நெருக்கடி முற்றுகிறபோது மார்க்சின் பொருள்முதல் வகையிலான பகுப்பாய்வை ஏற்கிறார்கள். அதனோடு, மனிதனது அந்நியமாதல் குறித்தும் மார்க்சினது கருத்துக்களைப் பகுதியாக ஏற்கிறார்கள்.

மார்க்சினது அந்நியமாதல் கருத்தாக்கம், அதனையடியொற்றி சமயம், கலை இலக்கியம் கருத்துமுதல்வாதம் போன்றவற்றை ஞானி அணுகுகிறார். கலை இலக்கியத்தில் ஆதிப்பொதுவுடமைக்கான ஏக்கமும், மனித சாராம்சத்துக்கான வேட்கையும் பொதிந்திருப்பதாக ஞானி கருதுகிறார் என இதனைக் கொள்ள முடியும். ஞானியின் கலை இலக்கியம் தொடர்பான விமர்சனப் பார்வை இவ்வாறுதான் தோற்றம் கொள்கிறது. ஜெயகாந்தனது ஒரு வீடு ஒரு மனிதன் ஒரு உலகத்தில் அவர் ஆழ்ந்து போகிறார். ஜெயமோகனின் விஷ்ணுபுரத்திலும் அவர் ஆழ்ந்துவிடுகிறார். பிரமிளின் கவிதைகளுக்குள் அவர் தியானநிலைக்குச் சென்று விடுகிறார். அதே ஞானிதான் கடப்பாடும் புரட்சிகர நடைமுறையையும் முன்நிறுத்துகிற கவிஞர் இன்குலாபை கவிஞர்களின் கவிஞர் என அழைக்கிறார்.

ஜெயகாந்தனோ அல்லது ஜெயமோகனோ அல்லது பிரமிளோ இன்குலாபை ஏற்பார்கள் என்று சொல்ல முடியாது. கடப்பாடும் நடைமுறையும் இணைந்த இன்குலாபை ஏற்கும் ஞானி ஜெயமோகனையும், ஜெயகாந்தனையும், பிரமிளையும் எவ்வாறு விமர்சனமின்றி, சில வேளைகளில் கடுமையான மாறுபட்ட பார்வைகளை முன்வைக்காமல் ஏற்க முடியும்? இதற்கான விடை, கலை இலக்கியம் குறித்த ஞானியினது பார்வையினுள் இருக்கிறது. டால்ஸ்டாய் பற்றிய, மயக்கோவ்ஸ்க்கி பற்றிய லெனினது பார்வையினுள்,

பால்சாக் அல்லது ஹென்றிச் ஹெனே பற்றிய மார்க்சினது பார்வையினுள் இதற்கான பதில் இருக்கிறது.

ஜெயகாந்தனின் ஹென்றி, ஆதிப்பொதுவுடமைச் சமூகத்தின் தனிநபர் உடமை மனப்பான்மையை உதறிய மனிதன். அன்பு மயமான மனிதன். இத்தகைய மனிதன் சமூகத்திற்கு அந்நியன்தான். விஷ்ணுபுரம் தீமைகளால் வீழும் ஒரு இலட்சிய சமூகம், எதிர்வரும் உன்னத கனவு சமூகம் எனும் எதிர்மையைப் புனைவுலகமாகப் படைத்திருக்கிறது. ஒரு வீடு ஒரு மனிதன் ஒரு உலகம் எழுதிய ஜெயகாந்தன் ஜெயேந்திரருக்கு ஆதரவாக எழுதிய ஹர ஹர சங்கராவில் எதனைப் படைக்கிறார்? ஆர்.எஸ்.எஸ். போன்ற ஒரு இந்துத்துவ பாசிச அமைப்பிலிருந்து வெளியேறிய ஜெயமோகன், அது பற்றின கடுமையான விமர்சனங்களைப் புனைவில் வைக்காமல், ஏன் மார்க்சியம் சுட்டிய இலட்சிய உலகின் வீழ்ச்சிக்குள் பின்தொடரும் நிழலின் குரல் வழி வெறுப்புடன் நுழைகிறார்? படைப்புக்கும், படைப்பாளனது அரசியலுக்கும் நேரடியிலான உறவுகளை நாம் பார்க்கத் தேவையில்லை என்றாலும் ஒரு படைப்பாளியின் படைப்புத் தேர்வின் பின்னுள்ள அரசியலை ஒரு மார்க்சியர் புறக்கணிக்க முடியாது.

ஒன்றின் தொடர்ச்சியான பிறிதொன்று எனத் தொடரும் முரணியக்க நடவடிக்கைகளில் உள்ளுறைந்த அரசியல் இருக்குமானால் - அது புரோகிதர்கள் முன்வைக்கும் தீமையின் சார்பாக இருக்குமானால் - அதனை எவ்வாறு தீர்க்கதரிசிகளை முன்னிறுத்தும் ஒருவர் பாராது போதல் சாத்தியம்? முரணியக்கத்தில் சாதக அம்சங் களை மட்டுமே எல்லா வேளையிலும் நாம் முன்னிறுத்த முடியாது. பகை முரண்களையும் நாம் அவதானமாகப் பார்த்துச் சொல்ல வேண்டும். ஜெயகாந்தனது ஜெய ஜெய சங்கராவை ஏற்கிறவர் நிச்சயமாக ஹர ஹர சங்கராவை ஏற்க முடியாது. இன்னும் படைப்பு பற்றிய பார்வை என்பது தான் வாழும் வரலாற்றின் கருத்தியல் அரசியல் சரச்சைகளில் படைப்பாளி எங்கே நிற்கிறான் என்பதனைக் கவனத்தில் கொள்ளாமலும் மேற்கொள்ள இயலாது. படைப்பாளி எங்கே உரத்துப் பேசி எவரை வெறுப்பின்வழி பார்க்கிறான், எவருடன் அவன் மௌனமொழியில் உரையாட விரும்புகிறான் என்பது மார்க்சியம் நடைமுறையின் தத்துவமாக ஒரு நடைமுறைக் கேள்வி. ஞானியிடம் இந்தக் கேள்விகள் உரத்து ஒலிப்பதில்லை.

பெரியாரினது நோக்கின் மிகமுக்கியமான இரு கூறுகளில் முதலானது சாதிய ஒழிப்பு, பிறிதொன்று பெண்விடுதலை.

இந்த நோக்கிலிருந்தே அவரது மதம் மற்றும் இலக்கியம் குறித்த பார்வை வெளிப்படுகிறது. செவ்விலக்கியக்கியங்கள் குறித்த பெரியாரியப் பார்வையை பாரதிதாசனே கூட ஏற்கவில்லை. இலக்கியம் குறித்த தத்துவப் பார்வை எதனையும் பெரியார் கொண்டிருக்கவில்லை. சமயம் குறித்த பெரியாரியப் பார்வை கவனம் கொள்ளாத, துயருற்ற வெகுமக்கள் ஏன் அதனை எற்கிறார்கள் என்பதற்கான விடையாக அவர்கள் முட்டாள்கள் என்பது பொருத்தமானது இல்லை. ஞானி சமயத்தின் இருத்தலுக்கான காரணத்தை அந்நியமாதலின் வழி காண்கிறார். அன்றாட வாழ்வில் மதத்திற்குள்ளும் வர்க்கப் போராட்டம் நடைபெறுகிறது என்பதனை கிராம்சியை வாசித்தவர் ஒப்புக்கொள்வர். இந்த வர்க்கப் போராட்டத்தை மதநிறுவனம் எனும் தளத்தினுள் தீர்க்கதரிசிகள் மேற்கொள்வர். இயேசு, அல்லா, புத்தன் என இப்படி இவர்களை இனம் காணமுடியும். இவர்கள் பற்றிய இணக்கமான பார்வையை மார்க்சியர்கள் கொண்டிருக்க முடியும். புரோகிதர்கள் பற்றிய இணக்கமான பார்வையை மார்க்சியர் கொண்டிருக்க முடியாது. மட்டுமன்று, மதநிறுவனத்தினுள் அதனது செயல்போக்கினுள் மார்க்சியர் இடம்பெற்று வர்க்கப் போராட்டத்தை அதனுள் நடத்தவேண்டிய அவசியமுமில்லை. விடுதலை இறையியலாளர் கிறித்தவ நிறுவன அமைப்பினுள் இருந்தே தோன்றினர். சூபியிசம் இஸ்லாமுக்குள் இருந்துதான் கிளை விட்டது. பக்தி இயக்கமும் இந்துமத அமைப்பினுள் இருந்துதான் தோன்றியது.

மதம் மனிதனுக்கு விரோதமாகப் போகாதவரை, அவனை இழிவுபடுத்தாத வரை, ஒடுக்கும் நிறுவனத்துக்கு தூணாக நிற்காத வரை மதம் குறித்து பிரச்சினையில்லை. பிடல் காஸ்ட்ரோ இப்படித் தான் மதம் பற்றிப் பார்க்கிறார். லெனின் மனிதனது தனிநபர் வெளி சார்ந்தது மதம் என இதனால்தான் அவதானிக்கிறார். மார்க்சியர் இப்படித்தான் மதநிறுவனங்களில் இருந்து தூரத்தைக் கடைப்பிடிக்கின்றனர். மதத்தை பிற சமூக நிறுவனங்களிடமிருந்து பிரித்து நிறுத்தியது அறவொளியுகத்தின் மிகப்பெரும் பங்களிப்பு. சில வேளைகளில் மதம் அரசினதும் நிறுவனங்களினதும், முழு சமூக அதிகாரத்தினதும் பகுதியாக ஆகுமானால், அதற்கான அமைப்புத் தன்மையை குறிப்பிட்ட மதம் கொண்டிருக்குமானால் அந்த மதத்தின் தலைமையைத் தகர்க்காத வரையிலும் அதற்கு அடிப்படையிலான கருத்தமைவைத் தகர்க்காத வரையிலும் அந்த மதத்தினுள் வர்க்கப் போராட்டமும் சாத்தியமில்லை. ஜனநாயகத்திற்கான போராட்டமும் சாத்தியமில்லை.

இந்து மதத்திலுள்ள சாதியம் எனும் கருத்தமைப்பும், அதில் பார்ப்பனர்களின் மேலாண்மையும் அத்தகையதாகும். அம்பேத்கார் சொன்னபடி நீட்சே அதிமனிதன் என்பவனைத் தனிமனிதனாகவே காண்கிறார். இந்துமதம் பார்ப்பனர்கள் என்கிற ஒரு கூட்டத்தையே அதிமனிதர்களாகக் கட்டமைத்து வைத்திருக்கிறது. இந்துமதத்தில் ஆயுதத்தில் நம்பிக்கை வைத்தவர்கள் விடுதலை இறையியலாளர்களாக இல்லாது, ஆர்.எஸ்.எஸ்.அமைப்பாகத் திரண்டதும் அதற்குப் பார்ப்பனர்கள் தலைமையேற்றதும் மிகுந்த ஆய்வுக்குரிய ஒரு விஷயமாகும். இச்சூழலில் பார்ப்பனர்கள் என்கிற அதிமனிதக் கூட்டம், அதனைத் தாங்கி நிற்கும் அமைப்புமுறை என்பது இருக்கும்வரை இந்து மதத்தினுள் வர்க்கப்போராட்டம் அல்லது ஜனநாயகத்திற்கான போராட்டம் என்பது அந்த அமைப்பினுள் தோன்றுவது சாத்தியமேயில்லை.

மதம் தனிநபர் தொடர்பானது. அதனை சமூகநிறுவனங்களுக்குக் கொணர்கிறபோது அதற்கென அதன் மனிதவிரோதத்திற்கு எதிரான எதிர்ப்பு அதனுள் இருந்தே திரளும். அந்த எதிர்ப்புக்கான பொறியை மார்க்சியர்கள் மதத்திற்கு வெளியில் தமது அரசியல் அறவியல் செயல்பாட்டில் இருந்துதான் உருவாக்குகிறார்கள். மதத்தை எதிர்மறையாகப் பார்ப்பதோ அதனை மூடத்தனம் என்பதோ அதனை நம்புகிறவர்களை முட்டாள்கள் என்பதோ சமயம் குறித்த தத்துவப் பார்வையாக ஆகமுடியாது. மனிதனது பொருள் வகையிலான அனுபவத்துக்கு அப்பாற்பட்டதெல்லாம் எவ்வாறு கடவுளாக ஆகாதோ, அது போலவே அது மூடத்தனமும் ஆகாது. பெரியாரை இவ்வகையில் கடந்து செல்வது என்பதில் ஞானியோடு உடன்பட முடியும்.

குறிப்பான மதம் குறித்த பார்வை என வரும்போது, நடை முறையில் இஸ்லாம் - பௌத்தம் - கிறித்தவம் போன்றவற்றில் காண்கிற அறிவொளிசார் அம்சங்களை இந்துமதத்தில் - குறிப்பாக இந்தியச் சூழலில் பிறப்பை முன்வைத்த சாதியம் - காணமுடியாது. பெண்களின் விடுதலை என்பதில், அதற்கெதிரான மிகப் பெரும் விரோதியாக இருப்பது இஸ்லாமிய மதம்தான். ஞானி இந்திய வாழ்க்கையும் இந்தியச் சிந்தனையும் குறித்தே அதிகமும் முக்கியத்துவம் தந்து பேசுகிறார். ஒப்பீட்டளவில் பிற மதங்களுடன் இந்திய மரபை வைத்துப் பேசுவதான ஒப்பீட்டு நடைமுறைகுறித்து அவரது எழுத்துக்களில் நாம் கொஞ்சமே காணமுடியும். இதற்கான காரணத்தின் தடங்களை நாம் அவரது இந்திய

வாழ்க்கையும் மார்க்சியமும் நூலிலும், இந்தியச்சிந்தனை மரபு தொடர்பாக அவர் ஜெயமோகனுடன் பெருமளவில் தன்னால் உடன்பட முடிகிறது எனும் கூற்றிலும் காண முடியும். இன்று மதம் மற்றும் சாதியம் குறித்த இடதுசாரி உரையாடலில் ஞானியின் தாக்கம் நடைமுறையில் போதியளவு இருப்பதற்கான சாத்தியம் இயல்பில் இல்லை எனவே கருதுகிறேன். ஜெயகாந்தன், ஜெயமோகன் போன்றோரது படைப்பில் இயங்கும் நடைமுறை இந்துத்துவம், சாதியம் குறித்து அவர் பேசாதபோது ஞானியின் மதநீக்க அரசியல் என்பது நடைமுறைச் சிக்கலுக்கு உள்ளாகிறது எனவும் நான் நினைக்கிறேன்.

தமிழக மார்க்சிய அரசியலில் மொழி, பண்பாடு, செவ்வியல் இலக்கியம், தத்துவம் போன்றவற்றில் அக்கறை கொண்ட கலாச்சார மார்க்சியர்களின் மரபு ஒன்று உண்டு. மார்க்சியத்தை வெறுமனே அதிகார அரசியலாகவும் தொழிற்சங்கப் பொருளாதாரவாதமாகவும் புரிந்துகொண்ட அரசியல் மரபு ஒன்றும் உண்டு. ஒன்றுபட்ட கம்யூனிஸ்ட் கட்சியில் பின்னதற்கு பி.ராமமூர்த்தியையும் முன்னதற்கு ப. ஜீவானந்தத்தையும் நாம் குறிப்பிட்டால், பிளவுபட்ட கம்யூனிஸ்ட் கட்சிகளில் பின்னதற்கு கே.முத்தையா - அ. சீனி வாசன் போன்றவர்களையும் முன்னதற்கு தணிகைச் செல்வன் - ஆர்.கே. கண்ணன் போன்றவர்களையும் குறிப்பிடலாம். ஞானி இந்த மரபில் ப.ஜீவானந்தம், ஆர்.கே.கண்ணன் போன்றவர்களின் மரபில் அவர்களைக் கடந்து சென்ற நவீன கலாச்சார மார்க்சியர் எனலாம்.

தமிழகத்தின் பிற மார்க்சியரிடமிருந்து ஞானி வேறுபடும் இடம் ஞானியின் மொழிநடையும் அதனை வெளிப்படுத்தும் முறையும் எனலாம். அவரது சிந்தனையமைப்பை, அவர் தனது வாசகனோடு காலந்தோறும் நடத்தும் மிக நீண்ட உரையாடல்வெளி எனலாம். கல்விப்புலம் சார்ந்த மேற்கோள் வகையிலான மார்க்சிய எழுத்தைத் தாண்டி, தனது வாசிப்பைச் செரித்துக் கொண்டு தன்அனுபவமாக மாற்றி, அதனைத் தனது வாழ்வு குறித்த சுயதேடலாக முன்வைப்பது ஞானியின் எழுத்துமுறை. பிற எந்த மார்க்சியரை விடவும் படைப் பிலக்கியவாதிகளை ஞானி ஆகர்ஷிப்பதற்கு இந்தத் தன்மையே காரணமாக இருக்கிறது.

ஞானியின் தமிழ்மொழிமீதான அவரது முதன்மைக் காதல், மனிதவிடுதலை தழுவிய அவரது மார்க்சியத்தின் மீதான தேட்டம், எனும் அவரது தனிமனித வாழ்வுக்கு அர்த்தம் தேடிய

சிந்தனையின் மிகப்பெரும் இரு கூறுகளுக்கு இடையில் தான் அவரது பிற அக்கறைகள் இயல்பாக எழுகின்றன என்பதை அறியமுயலாதவர்கள், அவரது ஆளுமையை ஒரு இலக்கிய விமர்சகர் எனும் அளவில் குறுக்கிவிடுகிறார்கள் எனக் கருது கிறேன். இவர்களால் ஞானியினது ஆளுமையைப் பற்றிப்பிடிக்க முடிவதில்லை என்று கூட என்னால் சொல்லமுடியும். ஞானி குறித்த இவர்களது மிகைப்படுத்தல்களும் அபத்தமான பார்வைகளும் ஞானியினது ஆளுமையைக் குழப்புவதற்கும், பிற மார்க்சியரது பங்களிப்பைக் கொச்சைப்படுத்திவிடும் ஆபத்தும் இதில் உண்டு. குறிப்பாக, அந்தோனியோ கிராம்சியின் சிந்தனைகளுக்கு இந்திய முன்னோடிகளாக எஸ்.என். நாகராசனையும் ஞானியையும் நிறுத்துவதும்[3], அந்நியமாதல் கோட்பாட்டின் முக்கியத்துவத்தினை நிறுவ, அல்தூசரின் பார்வையுடன் இணக்கமாக முன்வைப்பதும்[4] கூட இத்தகையை அபத்த நிலைப்பாடுகளாகவே இருக்கும்.

இந்திய, தமிழக மார்க்சியத்தை மேற்கத்திய விமர்சன மார்க்சிய அனுபவங்களுடன் கற்று, குறிப்பான இந்திய, தமிழக அனுபவங்களுடன் இணைக்க முனைந்த தலைமுறையின் பிரதிநிதி ஞானி என்று சொல்லலாம். இவர்கள் பெருமளவில் மாவோவினாலும் சீன அனுபவங்களாலும் ஆட்கொள்ளப்பட்டவர்கள். மண்ணுக்கேற்ற மார்க்சியம் அல்லது சீனாவின் தனித்தன்மைகளுக்கேற்ற மார்க்சியம் என்ற மாவோவைப் போல, இந்தியாவுக்கு ஏற்ற மார்க்சியம் - ஞானியைப் பொறுத்து அது தமிழ்நிலத்துக்கு ஏற்ற மார்க்சியம் - என்ற பார்வையை ஏற்றவர்கள் இவர்கள்.

இந்தப் போக்கில் முக்கியமானவர்கள் மூவர். முதலாமவர் எஸ்.என்.நாகராசன். பிறகு ஞானி மற்றும் எஸ்.வி.ராஜதுரை. நாகராசன் அந்நியமாதல் கோட்பாட்டின் வழி மனிதவிமோசனத்தை விளக்கியவர். ஞானியையும் எஸ்.வி.ராஜதுரையையும் இணைக்கும் புள்ளி இது. நாகராசன் இலக்கியம் குறித்து அதிகம் எழுதியவர் இல்லை. ராஜதுரையும் ஞானியின் அளவு இலக்கியம் குறித்து எழுதியவர் இல்லை. அதுபோன்று ஞானி ராஜதுரையின் அளவு நடைமுறை அரசியல் குறித்து எழுதியவர் இல்லை. நடைமுறை அரசியலில் ஈடுபட்டவரும் இல்லை. ராஜதுரையையும் ஞானியையும் இன்று வித்தியாசப்படுத்தும் பகுதி இருவரதும் பெரியார் பற்றிய புரிதலும், தமிழ்தேசியம் புற்றிய புரிதலும் என்று நிச்சயமாகச் சொல்லலாம். ஞானியினது செவ்விலக்கியம் பற்றிய, மதம் குறித்த பார்வையை ராஜதுரையின் பெரியாரியம்

ஏற்க முடியாது. ஞானியின் முழுமையான பண்பாட்டுத் தமிழ் தேசியத்தையும் சர்வதேசியவாதியான ராஜதுரையால் ஏற்கமுடியாது. ஞானியினது பங்களிப்பு என்பது, நடைமுறை அரசியல் சார்ந்தது என்பதனைவிடவும், தமிழ்மொழியின் மீதான அவரது நேசத்தை அடிப்படையாகக் கொண்ட தமிழ் தேசியக் கலாச்சார அரசியல் சார்ந்தது எனவே இன்று வரையறை செய்ய முடியும்.

2008 ஆம் ஆண்டு மே மாதம் எனது தந்தையார் மரணமுறுவதற்கு முன்னால் அவரது கடைசிநேர ஆசைகள் என்னவாக இருக்கும் என நான் யோசித்தேன். அவரது நண்பர்களைப் பார்ப்பது அவருக்கு மகிழ்ச்சியளிக்கும் என நினைத்து எஸ்என்.நாகராசனை அழைத்து வந்து காண்பிப்பது என முடிவு செய்தேன். அதனை எனது தந்தையாரிடம் நான் முன்பே சொல்லவில்லை. அவருக்கு எதிர்பாராத சந்தோஷத்தை அளிக்க விரும்பினேன். கோணங்கள் திரைப்பட இயக்க நண்பர் சந்திரன் மூலம் எஸ்.என்.நாகராசனைத் தொடர்பு கொள்ள, சந்திரன் நாகராசனை எமது வீட்டுக்கு அழைத்து வந்தார்.

எலும்புக் கூடாக மெலிந்து போயிருந்த எனது தந்தை ஒருக்களித்து சுவற்றைப் பார்த்துப் படுத்திருந்தார். அவர் மூச்சுவிடப் படும்பாடு அவரது நெஞ்சுக் கூட்டில் தெரிந்தது. மல்லாந்து படுத்தால் இருமலில் அவர் உயிரே போய்விடுவது போல எனக்குத் தோன்றும். நாகராசன் மெதுவாகத் தனது மெலிந்த கைகளை எனது தந்தையின் தோளின் மீது வைத்தார். மெதுவாகத் திரும்பி உலர்ந்த உதடுகளை ஈரப்படுத்திக் கொண்டு நாகராசனைப் பார்த்தார். புன்முறுவலுடன் நாகராசன் என்றார். பிரகாசமும் அன்பும் சந்தோஷமும் முகத்தில் தெரிந்தது. நாகராசன் கஸ்தூரி என்றபடி தனது பிடியை மெல்ல இறுக்கினார். எனக்கு அழுகை வந்தது. அம்மா வந்து அருகில் நின்று, நாகராசன் வந்திருக்குது, சந்தோஷமா? என்று அப்பாவைப் பார்த்துக் கேட்டார். 2010 ஆம் ஆண்டு ஜனவரியில் மரணமுற்ற எனது அம்மா நாகராசனைக் கண்டவுடன் அடையாளம் சொன்னார். அப்பா புன்முறுவலுடன் தலையசைத்தார். ஒரு மணி நேரம் வரை அப்பாவின்மீது கைவைத்த படி நாகராசன் பேசிக்கொண்டேயிருந்தார். நாங்கள் அனைவரும் கேட்டுக்கொண்டிருந்தோம்.

கரைபுரண்டோடும் வெள்ளமென நாகராசன் பேசிக் கொண்டேயிருப்பார். அதுதான் அவரது இயல்பு. நாகராசன்

யாரையும் பேசவிட மாட்டான் என்பார் அப்பா. நள்ளிரவு தாண்டி நாகராசன் எமது உப்பிலிபாளையும் வீட்டுக்கு வந்த பொழுதுகள், எனது தந்தையும் அவரும் பத்திரகாளியம்மன் கோவில் மேடையில் அமர்ந்து அதிகாலைவரை சதா சலசலவென பேசிக் கொண்டிருந்த, நான் தூக்கக் கலக்கத்தில் அவர்களை ஆச்சர்யத்துடன் பார்த்துக்கொண்டிருந்த எனது சிறுபிராய நினைவுகள் ஞாபகம் வந்தன. நாகராசன் இப்போதும் பேசிக் கொண்டுதான இருந்தார். இப்போது எந்தவிதச் சலனமும் இல்லாமல் நாகராசன் பேசுவதை எனது தந்தையார் கேட்டுக் கொண்டிருந்தார். நான் நண்பர்கள் இருவரையும் முழுமையாக ஒளிப்பதிவு செய்துகொண்டிருந்தேன்.

நான் இங்கிலாந்து வந்துசேர்ந்த ஒரு மாதத்தின்பின் என் தந்தையார் மரணமுற்றார். கோவை பாப்பநாயக்கன்பாளையும் மின் மயானத்தில் அவர் எரியூட்டப்பட்டுச் சாம்பலானார். மதம் சார்ந்து அல்லது மதம்மீறி என அவருக்கு இறுதி ஆசைகள் ஏதும் இருக்கவில்லை. எனது தாயின் விருப்பத்தின்படி அவரது சாம்பல் பேரூரின் சன்னமான நதிநீரில் கரைக்கப்பட்டது. அவரது உடல் எரிக்கப்படும் முன்னர் என் தந்தையின் உடலைப் பார்க்க வெகுதொலைவிலிருந்து எஸ்.என். நாகராசனும் ஞானியும் வந்து கொண்டிருந்தார்கள். அவர்கள் வந்து சேரும் முன் அவரது உடல் எரிக்கப்பட நேர்ந்ததால், அவர்களது முதுமையும் ஞானியினது அலைச்சலும் கருதி அவர்களைப் பாதிவழியில் திரும்பிச் செல்லும்படி எனது அன்பு நண்பன் விசுவநாதன் கேட்டுக் கொண்டான்.

எனக்கு மகிழ்ச்சியாக இருந்தது. அப்பாவைப் பார்க்க அவரது நண்பன் வந்திருக்கிறார். ஞானி எனது தந்தைக்கு நண்பரும் இல்லை. கட்சி சார்ந்த நடவடிக்கையாளராக அவரை ஞானி பொருட்படுத்தி அறிந்திருக்கவும் வாய்ப்பில்லை. ஞானியை அவருக்குத் தெரியும். முறைப்படி ஆரம்பக் கல்விகூட படிக்காத கிராமத்து மனிதரான அவர் ஒரு தொழிலாளியாக ஞானியைப் படித்திருக்கிறார். தனது அரசியல் வாழ்வில் அவர் வாழ்காலத்திலேயே எல்.அப்பு போன்ற அவரது தோழர்கள் காணாமல் போனார்கள். பிற்பாடு கர்னாடகாவில் அவர் கொல்லப்பட்டார் என எஸ்.என்.நாகராஜன் பகிர்ந்து கொண்டார். எனது தந்தையின் பல தோழர்கள் கொல்லப்பட்டார்கள். பலரது வாழ்வு நிலை குனிந்து போனது. தனது மகனாக என் மீது கொண்ட அன்பிலும் எனது பாதுகாப்பிலும் அக்கறை கொண்டு, இருபது ஆண்டுகளின் முன் ஞானியின் அரசியல் குறித்து

என்னிடம் அவர் எச்சரித்திருக்கிறார். உயிரற்ற உடலாக என் தந்தையைக் காணவந்த, என்மீது கொண்ட அன்புக்கு ஞானிக்கு நன்றி எனச் சொல்லிக் கொள்கிறேன். ஞானி என்ற அன்புகொண்ட மனிதர் இன்னும் பல்லாண்டு பெருவாழ்வு வாழ்க என எனக்குள் சொல்லிக் கொள்கிறேன்.

2001 ஆம் ஆண்டிலிருந்து சில ஆண்டுகள் நீங்கலாக ஆண்டு தோறும் நான் இந்தியா செல்லும் வேளையில் ஞானியைச் சந்தித்து வருகிறேன். இப்போதும் எமது தலைமுறையினர் ஞானியோடு அன்பு கொண்டு அவரைச் சுற்றியிருந்தது போல் முத்துக்குமார், செந்தில் போன்ற இளம் நண்பர்கள் புத்தகக் குவியலினுள் அவருடன் இருக்கிறார்கள். அறிவன் இப்போதும் ஞானியின் அருகாமையில் இருக்கிறார்.

வாசிப்பதில் அவரது ஆர்வம் குறையவில்லை. கடந்த பத்தாண்டுகளுக்கும் மேலாக வாசிப்பு இயக்கத்தில் இன்று ஏற்பட்டிருக்கும் ஒரு மிகப்பெரும் பாய்ச்சலுக்கு அவரால் இயல்பாகவே ஈடுகொடுக்க முடியாது எனும் உண்மையை அவர் அறிந்திருக்கிறார். அந்தப் பாய்ச்சல் இணையவெளி எழுத்துக்கள். தமிழின் சிறு மற்றும் நடுவாந்திரப் பத்திரிக்கைகள் முதல், இன்று எழுதவரும் எழுத்தாளர்கள் ஈறாக, பிரபலமான எழுத்தாளர்கள் தத்தமது தளங்களைக் கொண்டிருக்கிறார்கள். இலக்கிய அரசியல் தத்துவ விவாதங்கள் இன்று இணையவெளியில் நடக்கின்றன. பிரபலமான எழுத்தாளர்கள் தமது அரசியல் கருத்துக்களை அன்றாடம் எழுதுகிறார்கள். இதனைத் தொடர்ந்து செல்லாத ஒருவரால் குறிப்பிட்ட எழுத்தாளர்கள் குறித்து கருத்துக்களைக் கொண்டிருப்பது என்பது சாத்தியமில்லை. ஞானி இந்த இடைவெளியை நிரவ முடிந்தவரை முனைகிறார்.

குறிப்பாக ஒரு சம்பவத்தை நான் சொல்ல வேண்டும்: கோணங்கள் திரைப்பட இயக்கத்திற்காக ஸ்பானியத் திரைப்பட விழாவொன்றினை நான் நெறிப்படுத்தினேன். ஸ்பானிய இலத்தீனமெரிக்கப் புரட்சியாளர்கள் மரணமுற்று ஆவிகளாக எதிரிகளைப் பழிவாங்க அலைவது எனும் கருத்தாக்கத்தின் அடிப்படையில் ஆவிகளின் நிறம் சிவப்பு எனும் தலைப்பில் திரையிடலை நான் நெறிப்படுத்தினேன். திரைப்படம் என்பது முற்றிலுமாகப் பார்வை அனுபவம் என்பது ஒரு அடிப்படைப் பாடம். ஞானி தனது உதவியாளருடன் அந்தத் திரைப்பட விழாவுக்கு வந்திருந்து. திரைப்படத்தின் ஒலியைச் செவிமடுத்து, அவரது உதவியாளர் படக் காட்சிகளை அவ்வப்போது அவருக்கு விளக்கிச் சொல்ல, விக்டர் எரிஸின் அமர

காவியமான தி ஸ்பிரிட் ஆப் த பீஹைவ் எனும் படத்தை முழுமையாக இறுதிவரையிலும் இருந்து அனுபவமாக்கிக் கொள்தலின் வழி, புரிந்து கொள்ள முனைந்தார். அறிதலில் ஞானிக்கு இருந்த இடையறாத வேட்கைக்கு இது ஒரு சான்று.

எழுத்தாளர்களிடமும் வாசிப்பவர்களிடமும் வேறுபட்ட அனுபவங்கள் கொண்டவர்களிடமும் நிறையப் பேசி, அதனைப் பதிவு செய்து வைத்துக் கொண்டு மறுமுறையும் ஞானி அதனைக் கேட்கிறார். உதவியாளர்களை வைத்துக் கொண்டு வாசிக்கவும் தொடர்ந்து எழுதவும் செய்கிறார். இலக்கியக் கூட்டங்களுக்கும் கருத்தரங்குகளுக்கும் சென்று வருகிறார். தமிழ்நேயத்தைத் தொடர்ந்து கொண்டே வருகிறார். 2010 ஜூன் மாத கோவை செம்மொழி மாநாட்டுக் கொண்டாட்டங்களுக்கு மாற்றாக, விமர்சன நோக்கில் உலகெங்கிலும் வாழும் தமிழ் படைப்பாளிகளிடம் கேட்டு வாங்கி 420 பக்கத்தில் பெரிய அளவில் தமிழ் இலக்கிய ஆய்வுத் தொகுப்பொன்றினை மே மாதத்தின் இறுதிலேயே கொண்டு வருகிறார். அவரது முன்னைய இடையறாத தன்வயமான வாசிப்புச் செயல்பாட்டில் ஏற்பட்டிருக்கும் இடைவெளியை பிற செயல்பாடுகளின் வழி அவர் கடந்துசென்று கொண்டிருக்கிறார்.

என்னோடும், எனது நண்பர்களோடும் அவர் மதுவிடுதிக்கு வந்து தண்ணியடிக்கவும் செய்தார். பாலுறவுத் தோய்வை எப்போதும் போல அப்போதும் அழகான மொழியில் நாம் பேசிக் களித்தோம். காந்திபுரம் தெருவிலுள்ள கையேந்தி பவனில் நள்ளிரவு கழிந்த நேரத்தில் எங்களோடு நின்றபடி மல்லிகைப் பூ இட்டிலியும் முறுகல் தோசையும் சாப்பிட்டார். வயதை ஞானி அப்படித்தான் கடந்து கொண்டிருக்கிறார். கோவையில் நாங்கள் கழித்த இருபது ஆண்டுகளின் முன்பான எமது வாலிப நாட்களையும் எமது குழந்தைமையையும் இப்படித்தான் அவருடன் நாங்களும் மீட்டுக் கொண்டிருக்கிறோம்.

பின் குறிப்புகள்:

1. இக்காலகட்டம் பற்றிய ஒரு அரசியல் சித்திரத்தைத் தரும் ஒரு அற்புதமான நூல் காலஞ் சென்ற என்.கண்ணாக்குட்டி அவர்களால் எழுதப்பட்ட போராட்டம் என் வாழ்க்கை (1982). ஒன்றுபட்ட கம்யூனிஸ்ட் கட்சியிலிருந்து நக்சலிச அரசியல் காலம் வரையிலான தனது பயணத்தைத் தனது

தோழர்களினுடனான தனது அனுபவங்களின் வழி விளக்கும் நூல் இது. கம்யூனிஸ்ட் கட்சி மீதான கொடிய அடக்குமுறைக் காலங்களில் தனிமனிதராக மிகப்பெரும் தியாகங்களைப் புரிந்த தோழர். கண்ணாக்குட்டி தனது இறுதிக் காலத்தில் திமுகவில் சேர்ந்தார். இந்த அரிய வரலாற்று நூலை எனக்குப் படியெடுத்துக் கொடுத்த நண்பர் செந்தலை. கவுதமன் அவர்களை நான் இப்போது நெகிழ்வுடன் நன்றியுடன் நினைவு கூர்கிறேன். தோழர். அப்பு குறித்தும் இவ்வாறான ஒரு குறுநூல் வெளியாகியிருப்பதாகக் கேள்வியுற்றபோதும் இன்று வரையிலும் அந்த நூலை என்னால் பெற இயலவில்லை எனும் துயரத்திலும் ஆழந்திருக் கிறேன். இந்த அனுபவங்களுடன் இன்றும் எம்மிடையில் இருக்கிற தோழர். எல்.ஜி.கீதானந்தன் தமது அனுபவங்களை எமக்குத் தரவேண்டும் என எதிர்பார்க்கிற மனிதர்களில் நானும் ஒருவன். ஞானியும் இந்த அனுபவங்களை எழுத வேண்டும் என விரும்புகிறேன். தோழர். கண்ணாக்குட்டி சொல்லச் சொல்ல எழுதப்பட்ட அவரது நூல் நிறையப் பிழைகளை - வாக்கியம், சொல், எழுதுமுறை எனக் கொண்டிருந்தாலும் - புரட்சியாளன் ஒருவனது ஆத்மதரிசனமும் துயரும் தொனிக்கும் ஒரு இருத்தலியல் பதட்டம் மிக்க சுயவரலாறு என்பதனை மறுபடி படிக்கவும் என்னால் உணரமுடிகிறது. இந்த நூலைப் படிக்க எனக்குத் தோன்றிய மிக முக்கியமான கேள்விகளில் ஒன்று இன்றைய சூழலில் மிகமுக்கியமானது: பிரதியின்பம் என்பதும் செய்நேர்த்தி என்பதும் ஒரு படைப்பில் பெரும் முக்கியத்துவம்தான் என்ன?

2. எஸ்.என்.நாகராசனின் முழு எழுத்துக்களும் கீழை மார்க்சியம்: வரலாறு - அரசியல் - மெய்யியல் (காவ்யா: 2008) என ஞானியின் முன்னுரையுடன் தொகுக்கப்பட்டிருக்கிறது. தமது தனித்துவம் எனும் அளவில் அடையாளம், வித்தியாசம், கீழைக் கலாச்சாரம் போன்ற கோருதல்கள் பிரபஞ்சமயமான மனித உரிமைகள் எனும் நிலைபாட்டுக்குச் சவாலாகத் தோன்றியிருக்கும் இன்றைய சூழலில் வைத்து எஸ்.என். நாகராசனின் கீழை மார்க்சியம் எனும் கருத்தமைவை வாசிக்கத் தோன்றுகிறது. மார்க்சியர்களும் மனித உரிமைகளும் குறித்த விவாதத்தில் மட்டுமல்ல, தேசியக் கலாச்சாரங்களும் மனித உரிமைகளும்

எனும் விவாதங்களிலும் கூட, தமது கலாச்சாரத்திற்கு மேற்கத்தியக் கருத்தாக்கங்கள் ஒவ்வாதவை என தேசியத் தலைவர்கள் கூறி வருகிறார்கள். தியானன்மென் சதுக்கப் படுகொலைகளையும், ஈழத் தமிழர் படுகொலைகளையும் இப்படித்தான் தேசியத் தனித்துவத்தின் பெயரில் இந்நாடுகளின் தலைவர்கள் நியாயப்படுத்தி வருகிறார்கள். அதீதமான நிலைகளில் நின்று கிழக்கு மேற்கு எனும் பிரிவினையைப் பேசுபவர்களுக்கு மாற்றான கருத்துக் களை இன்று முன்வைத்து வருபவர் நோபல் பரிசுபெற்ற பொருளியலாளரான அமர்த்யா சென். அன்பு - அறம் - அதிகாரம் - ஊழியம் என கீழைநாடுகளுக்கு உரியதென நாகராசன் பேசிவரும் நிலைபாடுகளை மேற்கின் மார்க்சியர்கள் தொடர்ந்து பேசி வந்திருக்கிறார்கள். ஒற்றைக் கட்சி அதிகாரம் - ஸ்டாலினியம் - மனித முகத்துடன் சோசலிசம் - மூன்றாம் வர்க்கம் - மார்க்சியத்தினுள் ஆணாதிக்கம் - மனித உரிமை - ஜனநாயகம் எனும் பிரச்சினைகளில் மேற்கின் விமரிசன மார்க்சியர்கள் இதனைத்தான் பேசி வந்திருக்கிறார் கள். மேற்கத்திய மார்க்சிய விவாதங்களை ஊன்றிக் கவனிப்பவர்கள் இதனை உணரமுடியும். நாகராசனின் பார்வையில் என்னளவில் தேர்ந்துகொள்ள ஏதேனும் இன்று இருக்கு மானால் அது இதுதான்: எமது பண்பாட்டு வேர்களி லிருந்து, எமது வெகுமக்களின் மொழியின் வழி எத்தனை பெரிய கோட்பாடுகளாயினும் பேசப்பட வேண்டும். இது ஒரு தொடர்பாடல் கருவி அல்லது பிரக்ஞைபூர்வமான தந்திரோபாயத் தேர்வாக மட்டுமே இடம்பெறும் என நினைக்கிறேன். இந்நூலில் இடம்பெறும் பிடல் காஸ்ட்ரோ பற்றிய ஒரு கட்டுரை, நாகராசனின் சமகால அரசியல் பிரக்ஞைக்கு ஒரு சான்று. பிடல் காஸ்ட்ரோ ஸ்டாலினை விமர்சித்த அதே பொழுதில் தியானன்மென் படுகொலையை ஆதரிக்கிறார். மாறுபட்ட கருத்துள்ள கலைஞர்கள் பால் அவரது அரசு அன்பைக் கைக்கொள்ளவில்லை. ஈழப் பிரச்சினையில் அவரது அரசு இனக்கொலையை ஆதரித்து நிற்கிறது. இன்று நிலவும் சோசலிச அரசுகளை நடத்திச் செல்வது கருத்தியலுக்கு மாறாக தேசியநலன்கள் என்பது ஒரு மகத்தான சோகம். நாகராசனின் மார்க்சியம், நடைமுறை அனுபவங்களைக் கணக்கில் எடுத்துக் கொள்ளாத கோட்பாட்டு மார்க்சியம் மட்டுமே என்பதனையே உலக அனுபவங்கள் நிரூபிக்கிறது.

3. இருபதாம் நூற்றாண்டின் தொடக்கத்தில் சில ஐரோப்பியச் சிந்தனையாளர்கள் பண்பாடு என்பது வெறுமே பொருளியல் செயல்பாடுகளின் நுரை மட்டுமல்ல என்று சொல்ல முனைந்தார்கள். அவர்களில் முக்கியமானவர் அண்டோனியோ கிராம்ஷி. இவர் இத்தாலிய சிந்தனையாளர். இவரது சிந்தனைகள் எழுபதுகளில்தான் ஐரோப்பிய மொழிகளில் பரவலாகப் பேசப்பட்டன. இந்தியாவில் எண்பதுகளில் பேசு பொருளாயின. நாகராஜனும் ஞானியும் சமகாலத்திலேயே அவற்றை முன்வைத்தவர்கள். அவ்வகையில் கிராம்ஷியை ஒரு தீவிர உரையாடலுக்குக் கொண்டுவந்த ஆரம்பகட்ட இந்திய மார்க்ஸியர்கள் இவர்களே. (ஞானிக்கு இயல் விருது: ஜெய மோகன்: ஜெயமோகனது வலைத்தளம்: ஜனவரி 3: 2010) என்கிறார் ஜெயமோகன். அந்தோனியா கிராம்சி குறித்து அந்தோனியோ கிராம்ஸி: வாழ்வும் சிந்தனையும் எனும் முழுமையானதொரு நூலை தமிழ்ச் சூழலில் எஸ்.வி.ராஜதுரை எழுதியிருக்கிறார். எழுபதுகளில் இந்தியக் கம்யூனிஸ்ட் கட்சி யினால் வெளியிடப்பெற்ற மார்க்சிஸ்ட் மிசலினி இதழில் இந்தியக் கம்யூனிஸ்ட் கட்சியின் கோட்பாட்டாளரான காலம் சென்ற மொகித்சென் அந்தோனியோ கிராம்ஸி குறித்து எழுதியிருக்கிறார. ஆல்பர்ட் ஐன்ஸ்டீன், ஸ்டாலின் பிரச்சினை போன்றவை குறித்த சிறப்பிதழ்களையும் எழுபதுகளிலேயே இவ்விதழ் வெளியிட்டிருக்கிறது. இந்தியாவில் கிராம்சிய சிந்தனைகளின் பரவலாக்கம் அறுபதுகளிலேயே வங்காளத்தில் துவங்கிவிட்டது எனத் தரவுகள் வந்துள்ள இன்றைய சூழலில், ஞானியைக் குறித்த இவ்வகையிலான மிகையான கோருதல்கள் அவரை வெட்கமடையச் செய்யும் எனவே நான் கருதுகிறேன்

4. அந்நியமாதல் என்ற கருத்தாக்கத்தையும் முன்வைத்தார். மார்க்சின் கருத்துப்படி மனித உழைப்பு ஒரு படைப்புச் செயல். அது அவனை மகிழ்ச்சியாகவைத்திருப்பது. அந்த உழைப்பு அவனுக்குப் பயனையோ மகிழ்ச்சியையோ அளிக்காத நிலையை முதலாளியம் உருவாக்குகிறது. உழைப்பை மட்டும் வழங்குகிற அவன் அதன் பலனிலிருந்து விலக்கப்படுகிறான். அந்நியப்படுத்தப்படுகிறான். மார்க்சிய ஆய்வுகளிலிருந்து லூயி அல்தூசர் பகுத்தெடுத்த இந்தச் சிந்தனையை ஞானியும் அவரது சகாவான

எஸ்.என். நாகராசனும் பரவலான சிந்தனைக்கு விட்டார்கள். அந்நியமாதலின் துக்கத்தையும் அதற்கு எதிரான தனிமனித சமூகக் குறுக்கீடுகளையும் ஆய்வதையே தனது இலக்கியக் கோட்பாடாக ஞானி வகுத்துக் கொண்டார் (ஞானியுடன் நடந்த தூரம்: சுகுமாரன்: காலச்சுவடு 123: மார்ச் 2010). என்கிறார் சுகுமாரன். அந்நியமாதலை முன்நிறுத்தி மனிதாபிமானம் பேசிய இளைய மார்க்ஸ், பிற்பாடு கறாரான விஞ்ஞானமாக மார்க்சி யத்தை வளர்த்தெடுத்து முதிய மார்க்ஸ் என மார்க்ஸைப் பிரித்துப் பார்த்த அல்தூசரின் எதிர்மனிதாபிமான மார்க்சி யத்தை மறுத்து - இக்காரணத்தினால் அல்தூசர் ஒரு ஸ்டாலினிஸ்ட் எனவும் விமர்சிக்கப்படுகிறார் - மனிதாபிமான மார்க்சிய நிலைபாடு எடுக்கும் ஞானியினது தத்துவார்த்த நிலைபாட்டை அல்தூசரின் அமைப்பியல் மார்க்சியத்துடன் இணக்கப்படுத்துவது அவருக்கு நியாயம் செய்கிற பார்வையாக இருக்காது. அல்தூசர் கோட்பாட்டுச் செயல்பாட்டையும், மேல்கட்டுமானத்தின் முக்கியத்துவத்தையும் வலியுறுத்தியவர் எனினும், அவர் வந்து சேர்ந்த எல்லைகள் நிச்சயமாக ஞானிக்கு எதிர்திசையிலானது. அல்தூஸரின் மார்க்சியம் குறித்து, அதிலிருந்து தான் விலகும் புள்ளி குறித்து, ஞானி தனது மார்க்சியத்திற்கு அழிவில்லை (புதுப்புனல்: 2001) நூலில் விரிவாகப் பதிவு செய்திருக்கிறார். க்ரியா பதிப்பகம் வெளியிட்ட எஸ்.வி.ராஜதுரையின அந்நியமாதல் (1979) எனும் முழுமையான நூல் இங்கு கவனத்திற்கு உரியது. எதிர்மனிதாபிமானம், மனிதாபிமானம் மற்றும் அல்தூசர் குறித்து தனது நூலின் முன்னுரையில் எஸ்.வி. ராஜதுரை குறிப்பிடுகிறார்.

2

கா. சிவத்தம்பி: சமூகத்தில் கோட்பாட்டாளரின் வகிபாகத்தை எவ்வாறு மதிப்பிடுவது?

பேராசிரியர் கா.சிவத்தம்பியை நான் மூன்று முறை நேரில் சந்தித்திருக்கிறேன். எண்ணற்ற முறைகள் தொலைபேசியில் பேசியிருக்கிறேன். முதல் சந்திப்பு மிகவும் நெகிழ்ச்சியானது. அது அவரே என்னைத்தேடி வந்ததாக அமைந்தது. எனக்கு மிகுந்த சந்தோஷத்தையும் நெகிழ்ச்சியையும் தந்த அனுபவம் அது. சமகால மார்க்சியம் தொடர்பாக மேற்கில் வந்த நூல்கள் தொடர்பாக என்னிடம் பேசுவதற்காகவே அன்று அவர் வருகை தந்தார். சோவியத் யூனியன் வீழ்ந்து உலக மார்க்சியர்களிடம் ஒரு மனச் சோர்வு ஏற்பட்டிருந்த நேரம் அது. நாற்காலி மேசை கூட இல்லாத, புத்தகங்களும் உலகத் திரைப்பட ஒளி நாடாக்களும் இறைந்து கிடந்த, ஒரு சிறிய தொலைக் காட்சிப் பெட்டியோடு தனியனாக சிறிய வாடகை அறையில் நான் வாழ்ந்து வந்த நாட்கள் அது. எனது படுக்கையில் அமர்ந்தபடி அவர் என்னுடன் பேசிக் கொண்டிருந்தார். எனது அறைக்கு வருகிற குறுகலான மாடிப் படிகளை அவர் மூச்சுவாங்கிய நிலையில் கைத்தடியூன்றி ஏறி வந்தபோது கைத்தாங்கலாக அவருடன் வந்த இளைஞரும் நானும் அவரை எனது அறைக்குக் கூட்டிச் சென்றது இப்போதும் எனது ஞாபகத்தில் நிழலாடுகிறது.

பிற இருமுறையும் நேர்காணலுக்காக அவரைச் சந்தித்தேன். பின் சோவியத் மார்க்சியம் தொடர்பாக ஒருமுறையும் ஈழப் போராட்ட இலக்கியம் தொடர்பாகப் பிறதொருமுறையும் அவரை நான் சந்தித்தேன். அவரோடு உரையாடலில்

ஈடுபட்ட அளவிலும் அவர் பற்றி நினைக்கும்போது எனக்கு உடனடியாக ஞாபகம் வருபவை அவரது பல்துறை சார்ந்த ஈடுபாடுதான். நெறிசார்ந்த கல்வியியாளர் எனும் அளவில் நாடகமும் இலக்கியமும் பயின்ற அவர் பல்கலைக் கழகத்திலும் அதனையே தனது மாணவர்களுக்குக் கற்பித்த போதிலும், இயல்பில் அவர் ஈழ அரசியல் கலாச்சார வெளியில் ஒரு நடவடிக்கையாளராகவே இருந்திருக்கிறார் எனில் அதில் மிகையில்லை. மார்க்சிய இலக்கிய விமர்சனத்தில் அவர் ஈடுபாடு காட்டியது போலவே காலமாற்றத்தில் தேசிய இலக்கிய விமர்சனத்திலும் அவர் ஈடுபாடு காட்டினார். அவரளவில் அவர் தேசியத்திற்கும் மார்க்சியத்திற்கும் இடையில் இணக்கம் காணமுடியும் என நினைத்தார். இலக்கியம் அரசியல், போன்றவற்றில் இருந்த அதே ஈடுபாடு அவருக்கு நிகழ்கலைகளான நாடகத்தின் மீதும் காட்சிரூபக் கலையான சினிமாவின்மீதும் இருந்திருக்கிறது. எம்.ஜி.ராமச்சந்திரன் குறித்து அவர் எழுதிய குறுநூல் சினிமாவின் மாபெரும் சக்திபற்றி இடதுசாரிகள் அக்கறை காட்டாத ஒரு சூழலில், அந்த ஊடகத்தின் முக்கியத்துவத்தை அவர்களுக்கு அறிவுறுத்திக் காட்டிய மிக முக்கியமான நூலாக இருந்தது.

சிவத்தம்பியுடனான எனது இரு நேர்காணல்களும் முறையே பிரான்ஸ் உயிர்நிழல், இங்கிலாந்து குளோபல் தமிழ்நியூஸ் போன்றவற்றில் வெளியான நிலையில், சிவத்தம்பியின் கோட்பாட்டு எழுத்தது கள் குறித்து விரிவாக எழுதநினைப்பதால் அதனை நான் இங்கு தவிர்க்கிறேன். அவர் மீது இருதரப்பு அரசியல் நம்பிக்கையாளர்கள் கொண்டிருக்கும் விமர்சனங்கள் குறித்து மட்டும் சில விஷயங்களைப் பகிர்ந்துகொள்ளலாம் என நினைக்கிறேன். சிவத்தம்பி விடுதலைப் புலிகள் ஆதிக்கம் செலுத்திய காலத்தில் விடுதலைப் புலிகளது சார்பாளராகவே இருந்தார். விடுதலைப் புலிகள் வீழ்ச்சியின் பின், பெரும்பாலும் அரசு சார்பாளர்கள் கலந்துகொண்ட கொழும்பு சர்வதேசத்தமிழ் எழுத்தாளர்கள் மாநாட்டில் கலந்து கொண்டு அவர் ஆசிவழங்கினார். மேலாக, முதலில் நான் ஒரு இலங்கையன் என்றும், பிற்பாடு தான் ஒரு தமிழன் என்றும் பிரகடனப்படுத்தினார்.

ஈழத்தமிழர் பிரச்சினையில் அன்றைய தமிழக முதல்வர் கலைஞர் கருணாநிதி, நடைபெற்ற படுகொலையை

அவமானகரமான சாட்சியமாக நின்று வேடிக்கை பார்த்துக் கொண்டிருந்தது தெரிந்தும், கலைஞர் கருணாநிதியை அவர் உலகத் தமிழர்களின் தலைவர் என உலகத் தமிழ் செம்மொழி மாநாட்டு மேடையில் விளித்துக் கலைஞரைக் குளிர்வித்தார். ஈழத் தமிழர் பிரச்சினையைப் பொறுத்து சிவத்தம்பி அவர்களிடம் நேர்ந்த இந்த அரசியல் மாற்றம் என்பது தலைகீழான மாற்றமாக இருந்தது. அதுவும் விடுதலைப் புலிகள் இருந்தவரையிலும் தமிழ்தேசியத்தை ஆதரித்தவராக இருந்துவிட்டு, விடுதலைப் புலிகளின் அழிவின் பின் அவர் முதன்மையாக இலங்கை தேசியராகத் தம்மை முன்னிறுத்தியது அவரது ஆளுமையின் வீழ்ச்சியாகவே கருதப்பட வேண்டும்.

விடுதலைப் புலிகளின் காலத்தில் அவர் யாழ் பல்கலைக் கழகத்தில் பணியாற்றிக் கொண்டிருந்தார். இன்னும் விடுதலைப் புலிகளிடம் மரியாதை பெற்றவராகவும் அவர்களிடம் உரையாடக் கூடியவராகவும் அவர் இருந்தார். விடுதலைப் புலிகளால் கடத்திக் கொல்லப்பட்டவராக இருந்த, தமது மாணவியாகவும் இருந்து தன்னிடம் நாடகம் பயின்ற செல்வியின் சார்பாக இவர் தலையிட வேண்டுவது என்பது மாணவர் சமூகத்தினால் எதிர்பார்க்கப்பட்டது. யாழ் பல்கலைக் கழக மாணவர் தலைவர் விஜிதரன், யாழ் பல்கலைக் கழக உடற்கூற்றுப் பேராசிரியர் ரஜினி திரணகாமா போன்றவர்கள் கொல்லப்பட்டபோதும் ஒரு கல்வியாளராக அவர் வெளிப்படையாக மாணவர்களுக்கும், கல்வியாளர்களுக்கும் குரல் தந்திருக்க வேண்டும் என்பதனை மார்க்சியர்களும், மாணவர் சமூகமும், அறிவுச் சமூகமும் எதிர்பார்ப்பது என்பது இயல்பானது. இந்தப் படுகொலைகள் தொடர்பாக அவர் மௌனம் காத்தார் என்பது அவர் மீதான சிந்திப்பவர்களது குற்றச்சாட்டாக இருந்தது.

தம் மீதான இந்த விமர்சனத்தைப் பற்றி அவர் அவர் அறிந்தேயிருந்தார். பின், சோவியத் மார்க்சியம் தொடர்பான உரையாடல் வேளையில், செல்வி பிரச்சினையில், தனது மாணவியான செல்வியைக் காப்பாற்ற அவர் ஏன் விடுதலைப் புலிகளிடம் உரையாடவில்லை என்பதை நான் கேட்டபோது, அவர் தான் விடுதலைப் புலிகளிடம் இது பற்றி உரையாடிக் கொண்டிருந்தவேளையிலேயே, வெளிப்படையாக இது அரசியல் பிரச்சினையாக ஆகியதால், விடுதலைப் புலிகள் இறுக்கமான நிலைபாட்டை மேற் கொண்டபோது, தன்னால் ஏதும் செய்யமுடியாமல் போனது என்பதாகச் சொன்னார்.

விடுதலைப் புலிகள் தம் மீதான அனைத்து விதமான விமர்சனங்களுக்கும் படுகொலை ஒன்றுதான் பதில் எனும் நிலைமையில் இயங்கிக் கொண்டிருந்த வேளையில் சிவத்தம்பி என்ன செய்திருக்கமுடியும் என்பதனோடு சேர்த்துத்தான் இப்பிரச்சினை பார்க்கப்பட வேண்டும் எனவே நான் இன்று நினைக்கிறேன்.

இந்த இடத்தில் ஒரு தரவைப் பகிர்ந்து கொள்ள விழை கிறேன். கவிஞர் செல்வியின் பிரச்சினை என்பது, எழுத்தாளர் சுதந்திரத்திற்கான நோர்வே பென் அமைப்பின் விருது செல்விக்கு வழங்கப்பட்டதனையடுத்து, அது சர்வதேசப் பிரச்சினையாகவும் ஆகியது. என்னளவில் எனது தோழனும் நண்பனுமாகிய அசோக் யோகனது எதிர்கால வாழ்வின் பிரச்சினை சார்ந்து, இது ஒரு கொடும் இருத்தலியல் அவலமாகவும் இருந்தது. செல்வி அசோக்கை நேசித்தவர். அசோக் மட்டுமல்ல, செல்வியின் குடும்பத்தவரும் கூட கவிஞர் செல்வியின் மரணத்தை உறுதிப்படுத்திக்கொள்ள முடியாத நிலையில் செல்வியின் வருகைக்காக இவர்கள் முடிவற்ற காத்திருத்தலொடு இருந்தார்கள் எனவே சொல்ல வேண்டும். செல்வி மரணமுற்றார் என உறுதிப்படுத்திக் கொள்வது கூட அவர்களுக்கு ஆறதலாகவே இருந்திருக்க முடியும்.

இச்சூழலில், இலண்டன் வந்திருந்த தமிழகத்தின் மிக முக்கியமான மார்க்சியக் கோட்பாட்டாளரும், மனித உரிமை யாளரும் (அவரது ஒப்புதலில்லாமல் அவரது பெயரை நான் உப யோகிக்க விரும்பவில்லை) நானும் அம்னஷ்டி இன்டர்நேசனல் அமைப்புக்கு அவரது நண்பரொருவரைப் பார்க்கச் செல்ல வேண்டியிருந்தது. அத்தருணத்தில் இலங்கை விவகாரங்களுக்குப் பொறுப்பானவரிடம் செல்வியைப் பற்றிக் கேட்டபோது, வாய் மொழியில் அவர் கொலைசெய்யப்பட்டதனை உறுதிப்படுத்திய விடுதலைப் புலிகள் தரப்பினர், அதனை ஆவணமாகப் பதிவு செய்ய விரும்பவில்லை எனத் தெரிவித்தார். இந்த விவரத்தை நான் அசோக்குக்கு அறிவித்தேன். இதுபோலவே இன்றளவிலும் எவ்வாறு நிகழ்ந்தது எனத் தடம் காணப்படமுடியாத மரணங்களாக கோவிந்தனதும் ரஜினிதிரணகாமாவினதும் மரணங்கள் இருந்து கொண்டிருக்கின்றன. இந்த வலி சுமந்தவர்கள் சிவத்தம்பியின் மீதான தமது விமர்சனங்களையும் கோபத்தையும் கொண்டிருப்பது தவிர்க்கவியலாதது. இத்தகைய வலிகளை விடுதலையின் பெயரில் ஆயுதப் போராட்டம் நடத்திய அனைத்து இயக்கங்களும் அனாதர வான மனிதர்கள் மீது சுமத்தியே வந்திருக்கின்றன.

புகாரின்மீதான விசாரணைகளை, டிராட்ஸ்கியின் படுகொலைகளை அறிந்தவர்கள் கூட இன்று ஸ்டாலினை ஆதரிப்பது உண்டு. கலாச்சாரப் புரட்சி அறிவாளிகளின் மீதும் கலைஞர்கள்மீதும் சுமத்திய வன்கொடுமைகளை விமர்சித்துக் கொண்டே மாவோவை ஆதரிப்பவர்கள் உண்டு. சீனாவுக்கும் அவரது மக்களுக்கும் அவர சோசலிசத்தைக் கொணர முயன்றார் என்ற காரணத்துக்காக சிலே நாட்டின் கம்யூனிச விரோதியின் கொலைகளை மாவோ ஆதரித்ததை மறப்போரும் உண்டு. இடதுசாரி மரபென்பதும் புரட்சிகர மரபென்பதும் இப்படித்தான் இருந்து வந்திருக்கிறது. சிவத்தம்பியும் இந்த மரபில் வந்தவர்தான்.

சிவத்தம்பியை அவரது அரசியல் தவறுகளுக்காக, அவரது தலைகீழ் மாற்றத்துக்காக நாம் புறக்கணிக்க முடியுமானால், என்னளவில் ஒரு காலத்தில் தலித் விடுதலையும் மனித உரிமையும் பேசிய, இன்று இலங்கையில் இணக்க அரசியல்தான் தேவை என்று பேசுகிற, கொல்லப்பட்ட 40,000 தமிழ் வெகுமக்கள் தொடர்பாக மனித உரிமை அரசியலை முன்னெடுக்காத அ.மார்க்ஸை புறக்கணிக்க வேண்டியிருக்கும். ஈழம் குறித்த தனது ஆரம்ப எழுத்துக்களில் தனிநாட்டுக்காகப் பேசுகிற தொனியையும், விடுதலைப் புலிகள் ஆதரவு நிலைபாட்டையும் கொண்டிருந்து, இன்று இலங்கை அரச ஆதரவாளர்களின் மேடையைப் பகிர்ந்து கொள்கிற, 40,000 வெகுமக்கள் கொல்லப்பட்டதிற்கு எதிரான தமிழகத்தின் மிகப்பெரும் எழுச்சியின்போது மனித உரிமை அரசியல் பேசாது மௌனம் காக்கிற எஸ்.வி.ராஜதுரை போன்றோரின் எழுத்துக்களையும் முற்றிலும் புறக்கணிக்க வேண்டியிருக்கும். இப்படி நாம் புறக்கணித்துக் கொண்டு போனால் நாம் தேர்ந்து கொள்ளக் கூடிய கோட்பாட்டாளர்கள் மிகச் சொற்பமாகவே எஞ்சி நிற்பார்கள். எனில், பொதுவாகக் கோட்பாட்டாளர்களை, குறிப்பாகக் கோட்பாட்டாளர் எனும் அளவில் சிவத்தம்பியை எவ்வாறு மதிப்பிடுதல் சாத்தியம்?

கோட்பாட்டாளர்களிடம் இருவிதமான பண்புகள் செயல்படுகிறது. முதலாவதாக அவர்கள் படிப்பாளிகள். தேடித்தேடி சுயமான மதிப்பீடுகளை உருவாக்கிக் கொள்ளப் படித்தவர்கள். மனித குலத்திற்கும், அவர்கள் வாழ நேர்ந்த சமூகத்துக்கும் உரிய பிரச்சினைகள் தொடர்பான நுட்பமான சிடுக்குகளை அடையாளம் கண்டவர்கள். அதிலிருந்து மீள்வது குறித்தும் சிந்தித்தவர்கள். நாசிக் கட்சி உறுப்பினராகவும் ஒரு

போது இருந்தார் என விமர்சிக்கப்படும் ஹைடேக்கரின் இருத்தலியல் கேள்விகளை எவரும் மறுதலித்து விட முடியாது. நீட்சேயிடம் அது கிறித்தவ மதநிறுவனத்தின் அழுத்தும் அடிமைத்தனத்திலிருந்து மீட்டுக் கொள்ளும் மனிதனது எத்தனமாக வெளிப்படுகிறது. தமிழ்ச்சூழலில் மிகப்பெரிய அறிவுத்துறை விவாதங்களைத் தூண்டியவர்களாக, அன்றைய சமூகத்தின் நெருக்கடிகளைப் புரிந்து கொள்ள ஒளி பாய்ச்சியவர் களாக இருந்தவர்கள் என நாம் எஸ்.என்.நாகராசன், கோவை ஞானி, எஸ்.வி.ராஜதுரை, தமிழவன், அ.மார்க்ஸ் எனச் சொல்லிக் கொண்டு போக முடியும். அதே வகையில் ஈழ நிலைமையில் கைலாசபதி, சிவத்தம்பி, தளையசிங்கம் போன்றவர்களைக் குறிப்பிட முடியும். கல்வித்துறைசார் சமூகத்தினுள் மார்க்சிய ஆய்வுகளின் முன்னோடிகளாக, இறுகிப்போன யாழ்ப்பாண சாதிய சமூகத்தில் உடைப்பினை ஏற்படுத்திய ஆய்வுகளை மேற்கொண்டவர்களாக, மரபான தமிழ் இலக்கியத்தை கலாச்சாரப் பொருள்முதல்வாதப் பார்வையில் பார்த்தவர்களாக, அன்றன்றைய அறிவுப்புல வளர்ச்சி குறித்து எமக்கு அறிவித்தவர்களாக என மிகப்பெரும் பாத்திரத்தினை இவர்கள் வகித்திருக்கிறார்கள். இதுவே எந்த சமூகமும் தொடர்ந்து முன்னோக்கிச் செல்வதற்கான அடிப்படைகள். அந்தப் பங்களிப்பை அவர்கள் செய்திருக்கிறார்கள் என்பதை வரலாறு முழுக்கவும் நாம் ஏற்றுக் கொண்டுதான் வந்திருக்கிறோம்.

சமூகத்தில் இவர்கள் வகிக்கும் இந்த வகிபாகத்தை ஏற்றுக் கொண்டு, அரசியல் தவறுகள் என்பது எமது எல்லோருக்கும் நேர்வதுதான் எனும் புரிதலோடு, அது குறித்த விமர்சனங் களோடு, இவர்களது அரசியல் தவறுகளைக் கடந்து போவதற்கு இவர்களிடமிருந்தே கற்றுக் கொள்வோம். எதிர்மறை அனுபவங்களிலிருந்தும் கற்றுக் கொள்வதற்கான வாய்ப்பை அவர்கள் நமக்கு அளித்திருக்கிறார்கள் என்ற வகையில் நாம் அதனைக் கடந்து செல்ல முயலுவோம். இதுவே பேராசிரியர் சிவத்தம்பி போன்றவர்களை மதிப்பிடுவதற்கான மிகச் சிறந்த வழிமுறையாக இருக்கும் என நினைக்கிறேன்.

3

ருஸ்டிக்கும் ராய்க்கும் இடையில் தள்ளாடும் நிஜம்

மும்பைப் படுகொலைகள் குறித்து உலகப் புகழ்பெற்ற ஆசிய எழுத்தாளர்களான ஸல்மான் ருஸ்டியும் அருந்ததி ராயும் இருவேறு துருவங்களில் நின்று கருத்துத் தெரிவித்திருக்கிறார்கள். ஸல்மான் ருஸ்டி எழுத்தாளராக இஸ்லாமிய அடிப்படைவாதிகளின் அச்சுறுத்தலுக்கு ஆளாகியிருப்பவர். அவரளவில், பயங்கரவாதம் என்பதனை 'வேறு வேறு கருத்தியல்கள்தான் வழிநடத்துகின்றன'. பயங்கரவாதம் எனும் நிகழ்வுகளின் பின்னுள்ள 'அரசியல் வேர்களை' அவர் கவனம் கொள்வதில்லை. அருந்ததிராய் இந்துத்துவ அடிப்படைவாதிகளின் அவமானகரமான செயல்களின் அனுபவத்திலிருந்து தனது வாதங்களை முன்வைக்கிறார். 'மும்பைத்ஸ

தாக்குதல்கள், இந்திய இஸ்லாமிய மக்களுக்கு எதிரான இந்துத்துவவாதிகளின் பாப்ரிமஜீத், குஜராத், காஷ்மீர் தாக்குதல்களுக்கான எதிர்வினையாகவே நேர்ந்தது' என்கிறார்.

அரசியலையும் தாண்டிய 'அருவக் கருத்தியலாக', பயங்கரவாதம் பரிமாணம் பெற்றிருப்பதனை அவர் கவனம் கொள்வதில்லை. பயங்கரவாதம் அரசியலாக ஆவதற்கான பொருண்மையான சர்வதேச நிகழ்வுகள் நிச்சயமாக இருக்கின்றன. பின்லாடன் இஸ்லாமியர்களின் புனிதத்தலமான 'மக்கா' அமைந்திருக்கும் சவூதி அரேபிய மண்ணிலிருந்து அமெரிக்கப் படைகள் வெளியேற வேண்டும் என்பதனை செப்டம்பர் தாக்குதலுக்குப் பின்னான அரசியல் முகாந்திரமாக முன்வைத்தார். பாலஸ்தீனப் பிரச்சினையை,

சோவியத் யூனியனுக்கு எதிரான ஆப்கான் பிரச்சினையை, செச்சினியப் பிரச்சினையை அவர் காலப் போக்கில் அதனுடன் இணைத்துக் கொண்டார். அவருடைய அரசியல் 'தேச எல்லைகள் கடந்த கருத்தியலாக' இன்று உலகின் சகல கண்டங்களிலும் பரவியிருக்கிறது.

ஒரு முழுமையான இஸ்லாமிய உலக முறைமையில் மட்டுமே அவரது உலகக் கனவு நிறைவுறுவதாக இருக்கிறது. அதற்காகவே அவர் சூடானுக்கும் போகிறார். இந்தக் கருத்தியலுக்கு, அவரது இலக்கை எய்துவதற்கு, தேசம், அரசு, உலகில் நிலவும் அமைப்புகள் மற்றும் நிறுவனங்கள் போன்றவை உள்ளிட்ட எந்த அரசியல் நடைமுறை தந்திரோபாயமும் அவர்களிடம் இல்லை. அவர்களது கருத்தியலின் செலுத்து கருவிதான் பயங்கரவாதம். அவரது முதலும் முடிவுமான ஆயுதம் படுகொலைகள் அன்றி வேறு இல்லை.

உலக அளவில் பாலஸ்தீனம் மற்றும் ஆப்கானியப் பிரச்சினைகள் போலவே, சமவேளையில் இந்தியாவில் பாப்ரிமஜீத், குஜராத்,காஷ்மீர் பிரச்சினைகள் இருக்கின்றன. இந்துத்துவாதிகளின் திட்டமிட்ட இந்துமதவெறிப் படுகொலை அரசியலுக்கான எதிர்வினையாக இஸ்லாமிய மக்களும் சிற்சில எதிர்த் தாக்குதலில் ஈடுபடவே செய்கிறார்கள். அவை தற்காப்புக்கான நடவடிக்கைகள் தானேயொழிய. திட்டமிட்டபடியிலான படுகொலைத் தாக்குதல்களை இந்திய இஸ்லாமிய மக்கள் மேற்கொள்வதில்லை.

இத்தகையதொரு சர்வதேசிய, இந்திய அரசியல் சூழ்நிலைமையில் தான் பின்லேடனை அடியொற்றிய கருத்தியலாளர்களின் இடையீடு உலகெங்கிலும் வருகிறது. மும்பை தாக்குதலில் ஈடுபட்டவர்கள் இந்திய இஸ்லாமிய மக்கள் இல்லை. இஸ்லாமிய உலகமுறைமை எனும், உலக இஸ்லாமியக் குடியரசு எனும் கருத்தியலின்பால் உந்தப்பட்டவர்கள்தான் ஒரே சமயத்தில் செச்சினியா விற்கும், ஆப்கானிஸ்தானுக்கும், காஷ்மீருக்கும் சென்று பயங்கரவாத நடவடிக்கைகளில் ஈடுபடுகிறார்கள்.

அதாவது, ஆப்கானிலும் செச்சினியாவிலும் காஷ்மீரிலும் ஸ்தூலமாகவும் பொருண்மையாகவும் இருக்கிற அரசியல் பிரச்சினைகளைத் தமக்குச் சாதகமாக ஆக்கிக் கொண்டு, அழிவுகரமான ஒரு சமூகத்தைக் கனவு காண்கிற கருத்தியலாளர்கள்தான் இத்தகைய தாக்குதல்களை மேற்கொள்கிறார்கள். இவர்களில் எவரும் பாலஸ்தீனம்

சென்று, பாலஸ்தீன விடுதலைக்காக அரசியல் ரீதியில் போராடுவது இல்லை என்பதையும் இங்கு ஞாபகம் வைத்துக்கொள்ள வேண்டும்.

அருந்ததி ராயின் விவாதத்திற்கு ஒரே ஒரு முக்கியத்துவம்தான் உண்டு. இத்தகைய தாக்குதல்களுக்கு பொருண்மையான அரசியல் பின்னணி இருக்கிறது என அவர் வலியுறுத்துவதுதான் அந்த முக்கியத்துவம். அவர் பேசுகிற நிஜம் பகுதி நிஜம்தான். பாப்ரிமஜீத், குஜராத், காஷ்மீர், பாலஸ்தீனம் போன்ற பிரச்சினைகளை அரசியல் ரீதியாகத் தடுத்து நிறுத்த முடியும் என்றால்கூட, பயங்கரவாதிகளின் தாக்குதல்கள் நிச்சயமாக நிற்கப்போவதில்லை.

தேசிய எல்லைகளுக்குள் அரசியல் பிரச்சினைகள் தீர்க்கப்படுவது இல்லை இவர்களது நோக்கம். உலக இஸ்லாமிய முறைமையே இந்தக் கருத்தியலாளர்களின் செயல்களுக்கான அடிப்படை. இதனாலேயே தற்கொலைக்கு சொர்க்கத்தினை எய்துவது தொடர்பான ஒரு இறையியல் விளக்கத்தினை அவர்கள் வழங்குகிறார்கள். தற்கொலையாளிகளின் தாக்குதலுக்கு முன்பான அவர்களது ஒளிப்பதிவுகளே இதற்கான சான்றாக இருக்கிறது. அரசியல் பிரச்சினைகள் பொருண்மையாக இருப்பதனால், இத்தகையவர்கள் தாக்குதல் தொடுக்கிறபோது பாதிக்கப்பட்டவர்களாக இஸ்லாமிய வெகுமக்கள் பல நாடுகளில் இத்தகையை செயல்களை ஆதரிக்கிறார்கள்.

இந்தியாவில் இந்துத்துவவாதிகளின் குஜராத்,பாப்ரி மஜீத் படுகொலைகளுக்கு எதிராகப் பலம்வாய்ந்த இந்திய இடதுசாரிகள் மற்றும் தாராளவாதிகளின் அரசியல்ரீதியிலான எதிர்ப்பு நடவடிக்கைகள் இருக்கிறது. மும்பைத் தாக்குதலை பாப்ரிமஜீத், குஜராத் சம்பவங்களுக்கான எதிர்வினை என எந்த இந்திய இஸ்லாமிய அமைப்புகளும் சொல்லவில்லை. இந்தத் தருணத்தில் இந்தியாவுக்கு வெளியிலிருந்து இஸ்லாமிய உலக முறைமை எனும் கருத்தியலினால் வழிநடத்தப்படுபவர்களால் நடத்தப்படும் பயங்கரவாதத் தாக்குதலை 'எதிர்வினைச் செயல்' என முற்றிலுமாக ராய் குறிப்பிடுவது யதார்த்தமானது இல்லை. இத்தகைய விவாதமுனைகள் இந்திய இஸ்லாமிய மக்களை மிகுந்த சங்கடத்திலும் சிக்கலிலும் ஆழத்திவிடக் கூடியவை என்பதிலும் சந்தேகமில்லை.

காஷ்மீர் பிரச்சினையை பாப்ரி மஜீத், குஜராத் பிரச்சினைகளுடன் ஒப்பிட்டுப் பேசுவது என்பது சரியான

அரசியல் புரிதலாக இருக்காது. குஜராத், பாப்ரிமஜூத் பிரச்சினைகள் முற்றமுழுமையாக இஸ்லாமிய மக்களின் மீதான இந்துத்துவ அரசியல்வாதிகளின் திட்டமிட்ட தாக்குதல். காஷ்மீர் இந்திய அரசுக்கும் அந்தப் பிரதேசத்தின் மக்களுக்குமான பிரச்சினை. இந்திய அரசினை எவர் ஏற்றாலும், காங்கிரஸ்,பிஜேபி, இடதுசாரிகள் மற்றும் தாராளவாதிகள் என எவர் ஏற்றாலும், இப்பிரச்சினையை காஷ்மீர் - இந்தியஅரசு - பாகிஸ்தான் அரசு எனும் மட்டத்தில்தான் அணுக வேண்டும்.

காஷ்மீர் பிரச்சினையை இந்து - முஸ்லீம் பிரச்சினையாக அணுகுவது ஒரு தவறான முறைமையாகவே இருக்கும். அது ஒரு தேசிய இனப் பிரச்சினை. இதனை பாகிஸ்தானிய ஆதரவாளர்கள் இஸ்லாம் மீதான இந்துத்துவவாதிகளின் பிரச்சினை என்பதாகவும், பிஜேபி ரக இந்துதேசபக்தர்கள் இந்துக்களின் மீதான இஸ்லாமியர்களின் தாக்குதல் பிரச்சினையாகவும் பாரக்கிறார்கள். காஷ்மீர் பிரச்சினை தேசிய இன மற்றும் மனித உரிமை மீறல் தொடர்பான பிரச்சினையே அல்லாது இந்து - முஸ்லீம் பிரச்சினை இல்லை. இவ்வகையில் இப்பிரச்சினையை அணுகுவது மத அடிப்படைவாதிகளின் பார்வையாகவே இருக்க முடியும்.

சில சிக்கலான பிரச்சினைகளை அணுகும்போது நீருக்குப் பதில் பெட்ரோலை வார்க்கிற வேலையை எழுத்தாளர்கள் செய்துவிடக் கூடாது. அதனை அருந்ததிராயும் ஸல்மான்ருஸ்டியும் வேறு வேறு விதங்களில் செய்கிறார்கள் என்பதுதான் நிஜம். ஸல்மான் ருஸ்டி பாகிஸ்தான் பயங்கரவாதிகளின் பாசறை என்கிறார். அது அந்த நாட்டுக்கே கேடு என்கிறார். ஜார்ஜ் புஷ் பயங்கரவாதத்தை ஒடுக்குவதற்காகக் கொடுத்த பெரிய தொகையினை முஸாரப் அதற்குத்தான் பாவித்தாரா என்பதனை ஜார்ஜ் புஷ் கண்காணித்திருக்க வேண்டும் என்கிறார். பயங்கரவாதம் வெறுமனே வேறு வேறு கருத்தியல்களினால் உந்தப்படுவது என்கிறார்.

கருத்தியலின் உருவாக்கத்தின் பின்னிருக்கும் பொருண்மையான அரசியல் நிஜங்களையும், அதில் அமெரிக்க ஏகாதிபத்தியத்தினதும் ஐரோப்பிய நாடுகளின் பங்கையும் அவர் அதிகம் பேசுவதில்லை. ருஸ்டியின் புரிதலிலும் பகுதி உண்மையே இருக்கிறது. இஸ்லாமிய உலக முறைமை எனும் கனவுதான் பயங்கரவாதத்தின் உந்துவிசையாகவும்

கருத்தியலாகவும்; இருக்கிறது. இந்தக் கருத்தியல் கொண்டவர்கள் ஸ்தூலமாகவும் பொருண்மையாகவும் இருக்கிற அரசியல் காரணங்களையும் வெகுமக்களின் துயர்களையும் தமது செயல்களுக்காகப் பாவிக்கிறார்கள். இந்தத் துயருக்கு ஆட்பட்ட இளைஞர்களையும் இவர்கள் தமக்கு உள்ளே ஈர்க்கிறார்கள்.

ராய் அரசியல் பொருண்மைகளைத் தமது நோக்குக்காகப் பாவிக்கும் திசைதவறிய கருத்தியலின் தன்மையை இனம் காணத் தவறுகிறார். ஆப்கானிஸ்தானின் தலிபான் எடுத்துக்காட்டு ஒன்றுமட்டும் போதும். அவர்கள் உருவாக்க விரும்பும் இலட்சிய சமூகம் அதுதான். ராய் இதுபற்றிய எச்சரிக்கையுடன்தான் பிரச்சினைகளைப் பேசியிருக்க வேண்டும். ருஸ்டி கருத்தியலாளர்களால் பாவிக்கப்படும் பொருண்மையான அரசியல் காரணங்களையும், அந்தக் காரணங்களையும் துயர்களையும் உருவாக்கிக் காக்கிற அமெரிக்க இஸ்ரேலிய ஐரோப்பிய அரசுகளின் அரசியலையும் கேள்விக்கு உட்படுத்தியிருக்க வேண்டும். அதில் அவர் தவறி விடுகிறார்.

இந்த விவாதங்களின் இடையில் ஒரு அழுத்தமான அரசியல் நிஜம் அல்லது வெகுமக்கள் எதிர்கொள்ளும் துயர் காணாமல் போய்விடுகிற ஆபத்தும் இருக்கிறது. நடந்த சம்பவங்களின் அரசியல் மற்றும் கருத்தியல் போன்ற விவாதங்களுக்கு முன்பாக, நடந்திருக்கும் நிகழ்வுகள் நியாயப்படுத்தக் கூடியவைதானா என்பதனையும் அதனது அறமுறையையும்தான் ஒருவர் முதலாகப் பேசவேண்டும்.

அமெரிக்க அரசுக்குச் சிம்மசொப்பனமாக இருக்கும் ஃபிடல் காஸ்ட்ரோவும் சரி, பாலஸ்தீன மக்களின் மனசாட்சியாக வாழ்ந்து மறைந்த கலைஞன் மஹ்முத் தார்வீசும் சரி, செப்டம்பர் தாக்குதலை 'முதலில் அது பயங்கரவாத நடவடிக்கை' எனத் திட்டவட்டமாகச் சொன்னார்கள். பிற்பாடுதான் அவர்கள் அரசியல் பேசினார்கள். இது போல மும்பையில் நடந்திருப்பது பயங்கரவாத நடவடிக்கை என்பதைத்தான் எழுத்தாளர்களும் சரி; மனசாட்சியுள்ள மனிதர்களும் சரி, முதலும் முடிவுமாக வலியுறுத்திச் சொல்ல வேண்டும். அரசியல் விவாதங்களை நாம் காலம் முழுக்கச் செய்யலாம். அதன் பொருட்டு, மனித உயிர்களை நாம் பிணையாக ஒரு போதும் வைக்க முடியாது.

4

அருந்ததி ராய் எனும் ஆளுமை

ஸல்மான் ருஸ்டியின் இந்திய சுதந்திரத்தை மையமாகக் கொண்ட மிட்நைட் சில்ட்ரன் *1981* ஆம் ஆண்டு புக்கர் பரிசு பெற்றதின் பதின்மூன்று ஆண்டுகளின் பின், *1993* ஆம் ஆண்டு மறுபடியும் அது புக்கர் ஆப் புக்கர் பரிசையும் பெற்றது. கடந்த முப்பது ஆண்டுகளாக தொடர்ந்து வாசிக்கப்பெறும், இந்தியா குறித்த முக்கியமான நாவலாக அது கொண்டாடப்பட்டு வருகிறது. அதே ருஸ்டி *1995* ஆம் ஆண்டு மும்பையையும் கொச்சினையும் கதைக் களனாகக் கொண்டு மூர்ஸ் லாஸ்ட் ஷை நாவலையும் எழுதுகிறார். அருந்ததி ராயின் காட் ஆப் ஸ்மால் திங்க்ஸ் *1997* ஆம் ஆண்டு வெளியாகி புக்கர் பரிசைப் பெறுகிறது. நமது இந்திய ஒருமைப்பாட்டு இலக்கியமேதை ஜெயமோகன் எழுதுகிறார்:

மேல்நாட்டு வாசகர்கள் முன் இத்தனை தீவிரமான பிரச்சாரத்துடன் எந்த இந்திய நாவலும் முன்வைக்கப்பட்டதில்லை. அவர்கள் கவனத்துக்கு வந்த முதல் இந்திய நாவல். அவர்கள் அறியாத இந்திய அன்றாட வாழ்க்கையின் சித்திரம் அதில் இருந்தது. ஆகவே நாவல் அங்கே ஒரு பெரிய வணிக வெற்றியாக அமைந்தது.

இதைவிடவும் முட்டாள்தனமாக கூற்றை எவரும் எழுதமுடியாது. அருந்ததிராயின் நாவல் மேற்கில் வெற்றிபெற்றதற்கான கலாச்சாரம் - அரசியல் - வணிகம் - கல்விப் புலம் சார்ந்தது என நிறையக் காரணங்கள் இருக்கின்றன. இதுவன்றி அந்த நாவல் கொண்டாடப்

பட்டதற்கான இலக்கிய மற்றும் கருத்தியல் காரணங்களும் இருக்கின்றன.

அருந்ததிராயின் நாவல் மேற்கில் வெளியாவதற்கு முன்பாக ஆங்கிலத்தில் மிகச் சிறப்பாக எழுதுகிற ஆசிய வம்சாவழி எழுத்தாளர்களான நைபால், ருஸ்டி, மைக்கேல் ஒன்டாஜி, அனிதா தேசாய், அமிதவ் கோஷ், ராஜாராவ், குஷ்வந்த சிங் போன்றவர்கள் மேறகத்திய வாசகர்களிடம் கொடிகட்டிப் பறந்தவர்களாக இருந்தார்கள். காலனியாதிக்க நினைவுகளின் தொடர்ச்சியாக இ.எம்.போஸ்ட்டர், ருட்யார்ட் கிளிப்பிங் போன்றோரின் தி பாசேஜ் டு இன்டியா மற்றும் ஜங்கிள் புக் என ஆங்கில மொழிக்கும் இந்திய நிலத்துக்கும் இடையறாத தொடர்ச்சி ஒன்றும் இருந்து வருகிறது.

இலக்கியத்தில் ஆங்கில மொழி சார்ந்து வந்த இந்தத் தொடர்ச்சி எண்பதுகளில் பின்காலனிய இலக்கிய விமர்சனம், தென் ஆசிய இலக்கிய ஆய்வுகள் என்பதாக மேற்கின் - அமெரிக்காவின் கல்விப் புலத்தில் முக்கியமான படிப்பாகப் பரிமாணம் பெற்றது. பொது வாசகனது இலக்கிய வாசிப்பு, கல்விப்புலம் சார்ந்த ஆய்வு வாசிப்பு என தெற்காசிய இலக்கியப் பதிப்புகள் இலாபம் மிக்க வணிக சாத்தியமாக ஆகின காலமும் இதுதான்.

எண்பதுகளில் தென் ஆசியாவில் பின்காலனிய ஆய்வுக்குரிய விடயங்களாக, இந்து முஸ்லீம் மதமுரண், இனமுரண், சாதிய ஆதிக்கம், அரசியல் வன்முறை. பெண்ணொடுக்குமுறை போன்றன அமைந்தன. ருஸ்டி, ஒன்டாஜி, அனிதா தேசாய்,ஷியாம் செல்வதுரை, பங்கஜ் மிஸ்ரா, அருந்ததிராய், அரவிந்த அடிகா போன்றவர்களின் படைப்புக்கள் இந்தியாவையும் இலங்கையையும் மையம் கொண்டு இந்தப் பிரச்சினைகளைத்தான் பேசின. இவர்களது நாவல்களின் வெளிப்பாட்டு முறையிலும் சார்புநிலைகளிலும் இருக்கும் வித்தியாசங்களையும் கவனம் கொண்டே நாம் இந்த வரையறையைச் செய்ய முடியும்.

இந்தப் பின்னணியில் இருந்தே அருந்ததி ராயின் த காட் ஆப் ஸ்மால் திங்க்ஸ் பெற்ற வாசக வரவேற்பையும் வணிக வெற்றியையும் நாம் புரிந்து கொள்ள முடியும். ருஸ்டியை விடவும், வி.எஸ்.நைபாலை விடவும், ஒன்டாஜியை விடவும், மேற்கிலும் அமெரிக்காவிலும் அருந்ததி ராய் புகழ் பெற என்ன காரணம்? இலக்கியக் காரணங்கள் தவிர, கடந்த பதினைந்து

ஆண்டுகளின் அரசியல் காரணங்களும் இதற்கான அடிப்படைகளாக அமைகின்றன. ருஸ்டி ஒரு நடவடிக்கையாளர் அல்ல. மேலாக அவர் மேற்கிலும் அமெரிக்காவிலும் இருந்துகொண்டு இஸ்லாமை விமர்சிக்கிறவராக இருக்கிறாரேயல்லாது, மேற்கினதும் அமெரிக்கா வினதும் உலகத் தலையீடுகளையும் அவர்கள் உலகெங்கிலும் புரியும் காட்டுமிராண்டித்தனங்களையும் விமர்சிக்கிற எழுத்தாளர் இல்லை. வி.எஸ்.நைபாலினது வலதுசாரி அரசியல். ஓன்டாஜி அரசியல் சார்பற்ற எழுத்தாளர். மாறாக, அருந்ததிராய் கடந்த பதினைந்து ஆண்டுகளின் மிகப்பெரும் உலக நிகழ்வுகளில் உலகின் பகாசுர அதிகாரங்களுக்கு எதிராக ஒடுக்கப்பட்ட மக்களின் சார்பாக நிற்கிற தெளிவான அரசியல் கடப்பாடு கொண்ட எழுத்தாளராகவும் நடவடிக்கையாளராகவும் இருக்கிறார். அவரது ஒரேயொரு நாவலான த காட் ஆப் ஸ்மால் திங்க்ஸிலும் சரி, அவரது புனை வல்லாத அரசியல் விமர்சனங்களிலும் சரி, அவர் ஒரு கடப்பாடு கொண்ட எழுத்தாளராக இருக்கிறார்.

அருந்ததி ராயின் நாவல் பெற்ற இலக்கிய வரவேற்புக்கு முன்னால் அவரது அரசியல் மேற்கிலும் அமெரிக்காவிலும் பேசப்பட என்ன காரணம்? ஈராக் மீதான, ஆப்கான் மீதான அமெரிக்காவின் ஆக்கிரமிப்பு யுத்தத்தை அவர் கடுமையாக விமர்சிக்கிறார். பயங்கரவாதத்திற்கு எதிரான யுத்தத்தின் இலட்சணத்தைத் தோலுரிக்கிறார். பாலஸ்தீன மக்களின் விடுதலைக்கு ஆதரவாக இஸ்ரேலைக் கடுமையாகச் சாடுகிறார். முதலாளித்துவ எதிர்ப்பு இயக்கங்களின் தோழமையாக இருக்கிறார். அந்தோனியோ நெக்ரியின் எம்பயர் நூலினது முக்கியத்துவம் அறிந்தவர்க்கு, அதே எம்பயர் குறித்த ராயின் எழுத்துக்கள் மேற்கில் பெறும் வரவேற்பினைப் புரிந்து கொள்ள முடியும்.

நோம் சாம்ஸ்க்கி, ஜான் பில்ஜர், சார்த்தர் போன்ற மேற்கின் வெகுமக்கள் அறிவுஜீவிகள் மரபில் வைத்துப் பேசப்படுகிற ஆளுமை கொண்டவராக இருப்பதால்தான் அருந்ததிராய் மேற்கின் இடதுசாரிகளாலும் நவதாராளவாதிகளாலும் கொண்டாடப்படுகிறவராக இருக்கிறார். அவரது ஒரேயொரு நாவல் தவிரவும் அவரது புனைவல்லாத இருபது நூல்கள் மேற்கில் வெளிவரவும், அவர் மிகப்பெரும் வாசகர் பரப்பை எட்டவும் இதுவே காரணம். அவர் எவற்றுக்காகவெல்லாம் போராடுகிறாரோ அவையெல்லாம் எய்தப்படும்

என்பதனால்தான் சிட்னி அமைதிப் பரிசு அவருக்கு வழங்கப்பட்டது. அரசுகளுக்கும் பன்னாட்டு நிறுவனங்களுக்கும் எதிராகப் போராடும் சமூகச் செயல்பாட்டுக்காகவே அமெரிக்காவின் லென்னான் பவுண்டேஷன் விருது ராய்க்கு வழங்கப்பட்டது. இந்த விருதை ராய்க்கு முன்னதாகப் பெற்ற இருவர், பாலஸ்தீனக் கவிஞன் மஹ்முத் தர்வீஷ் மற்றும் ஈராக்கியக் கவி ஷா அதி யூசுப் என்பவர்கள் என்பதனையும் இங்கு நாம் ஞாபகம் கொள்வோம்.

அருந்ததியின் **காட் ஆப் ஸ்மால் திங்க்ஸ்** நாவல் மேற்கிலும் அமெரிக்காவிலும் அந்தச் சமூகத்தவர்களால் சுவீகரித்துக் கொள்ளப்பட, கொண்டாடப்பட என்ன காரணம்? மேற்கத்திய சமூகம் நிறவெறிச் சமூகம். கணவனைப் பிரிந்து தனித்து வாழும் பெண்களை உதாசீனப்படுத்தும் சமூகம். தனித்து வாழும் பெண்களதும் அவர்தம் குழந்தைகளின் உளவியல் குறித்த அக்கறை இங்கு ஒரு முக்கியமான பிரச்சினை. குழந்தைகளின் மீதான பாலுறவுச் சுரண்டல் முக்கியமான பிரச்சினை. நிறவெறி என்பது தீண்டாமையோடு மிகுந்த ஒப்புமை கொண்ட ஒரு பிரச்சினை. நாவல் பின்சோவியத் அனுபவங்ககளையும், நடைமுறைக் கம்யூனிசம் குறித்த அமைப்புசார் விமர்சனங்களையும் கொண்டிருந்தது. அனைத்துக்கும் மேலாக இந்த நாவல் இரட்டைக் குழந்தைகளின் பார்வையில், அவர்களது மொழி விளையாட்டின் பகுதியாகவே விரிவுபட்டிருந்தது. இந்த இருபெரும் கருத்தியல், மொழிவழிப்பாட்டுக் காரணங்களால்தான், பெண்ணிலைவாதம் ஒரு வாழ்முறையாக ஆகிவிட்டிருந்த மேற்கிலும் அமெரிக்காவிலும், அதனைத் தாண்டி கிழக்கு ஐரோப்பாவிலும், பழைய சோவியத் யூனியன் நாடுகளிலும். அதனையும் தாண்டி ஆப்ரிக்கா, தென் அமெரிக்கா என மூன்றாம் உலக நாடுகளிலும் பெரும் வரவேற்பைப் பெற்றது நாவல். இந்தியாவின் குறிப்பான யதார்த்தத்தையும் மீறிய பிரபஞ்ச யதார்த்தத்தையும் அது கதைகூறுமுறையிலும், கருத்தியல் மட்டத்திலும் கொண்டிருந்ததால்தான் அது உலக மொழிகள் அனைத்திலும் மொழியாக்கம் பெற்றது.

அருந்ததியின் நாவல் மேற்கில் வெற்றி பெற்றதற்கான காரணங்களாக ஜெயமோகன் கற்பித்துக் கொள்ளும் காரணங்கள் மேற்கத்திய ஊடகங்கள், சமூகம், அதனது முரண்கள், அதில் பொதிந்திருக்கும் வித்தியாசங்கள் என எதனையும் கணக்கில் எடுத்துக் கொள்ளாத பேத்தல்களாக இருக்கின்றன:

நியூயார்க் டைம்ஸ், கார்டியன் முதலிய அமெரிக்க ஊடகங்கள் அந்நாவலை ஒரு இந்திய கிளாசிக் என்று சொல்லிப் பிரச்சாரம் செய்தன. அதை இந்தியாவின் இலக்கிய அடையாளமாக முன்வைத்தன. அந்நாவல் எந்த அலையையும் இங்கே உருவாக்காத நிலையில் அந்நாவலுக்கு 1996 ஆம் வருடத்துக்கான புக்கர் விருது வழங்கப்பட்டது. அச்செய்தி மூலம் உடனடியாக அந்நாவல் மீண்டும் இந்திய ஊடகங்களில் தூக்கிப் பிடிக்கப்பட்டது.

அவரது நிலைப்பாடுகள், வாதங்களை ஒட்டுமொத்தமாகப் பார்க்கையில் அவர் ஒரு கலகக்காரர், புரட்சிக்காரர் என்ற சித்திரமே உருவாகிறது. இதை நம்பும் இடதுசாரிகள், அவர் முதலாளித்துவ ஊடகங்களின் சிருஷ்டி என்பதை வசதியாக மறந்துவிடுகிறார்கள். அவரை இன்று வரை தூக்கி நிறுத்தி இருப்பது அவருக்கு இருக்கும் 'உலகப்புகழ்' என்ற மாயை. அந்த மாயையை உருவாக்கியவை மேலை ஊடகங்கள்.

அமெரிக்க மேற்கத்திய ஊடகங்களைப் பொத்தாம் பொதுவாக முதலாளித்துவ ஊடகங்கள் என்கிறார் உலக இலக்கிய மேதை ஜெயமோகன். அதற்கான ஆதரமாக கார்டியன், நியூயார்க் டைம்ஸ் போன்ற பத்திரிக்கைகளை முன்நிறுத்துகிறார். தலையில் அடித்துக் கொள்ள வேண்டும் போல் இருக்கிறது. முதலாவதாக கார்டியன் அமெரிக்கப் பத்திரிக்கை இல்லை என்பதை ஜெயமோகன் அறியட்டும். மேலாக இங்கிலாந்தின் த டெய்லி டெலிகிராப், த டைம்ஸ், த இன்டிபென்டன்ட் போன்ற பத்திரிக்கைகளுக்கும், த கார்டியன் பத்திரிக்கையின் நிலைபாட்டுக்கும் மிகப் பெரும் வித்தியாசம் இருக்கிறது. முதலிரண்டும் முழுக்கவும் வலதுசாரிப் பத்திரிக்கைகள், இன்டிபென்டன்ட் நடுவாந்தர இதழ், கார்டியன் தாராளவாத இடது சாரி நிலைபாடுகளை வைக்கும் இதழ். அமெரிக்காவில் நியூயார்க் டைம்சையும், பிரான்சில் லமேன்டாவையும் நாம் இவ்வாறு வகைப்படுத்தலாம். இந்த இதழ்களுக்குத்தான் ஜூலியன் அசாஞ்சே தனது விக்கிலீக்சின் ஆவணங்களை வெளியிடுகிற அதிகாரபூர்வ உரிமையைக் கொடுத்திருக்கிறார். மேலாக கார்டியன் பத்திரிக்கை எந்த ஊடகப் பெருமுதலாளியாலும் நடத்தப்படாத, அதனது ஊழியர்களின் கூட்டுறவு அமைப்பாக இயங்கும் இதழ். அருந்ததி ராயின் இந்திய மாவோயிஸ்ட்டுகள் பற்றிய கட்டுரையையும் கார்டியன் பத்திரிக்கைதான் வெளியிட்டது.

ஜெயமோகனது பார்வையில் மேற்கத்திய, பத்திரிக்கைககள் அனைத்தும் முதலாளித்துவப் பத்திரிக்கைகள், மேற்கிலும் அமெரிக்காவிலும் வாழ்வோர் அனைவரும் முதலாளித்துவவாதிகள். இதுதான் 'ஆர்.எஸ்.எஸ்.மார்க்சிசம்' என்று ஜெயமோகன் சொல்லாமலேயே நமக்குப் புரிகிறது.

த காட் ஆப் ஸ்மால் திங்க்ஸ் வெளியானதையொட்டி இ.எம்.எஸ். போன்றோர் உள்படப் பங்கெடுத்துக் கொண்ட விவாதம் இந்தியாவெங்கிலும் நடந்தது. தலித் அரசியலும் நிலவிய மார்க்சிய அரசியலும் குறித்ததாகவும் அந்த விவாதம் ஆனது. என்றாலும் அந்த நாவல் இந்தியாவில் எந்த அலையையும் உருவாக்கத் தவறிய நிலையில் அதற்கு புக்கர் விருது வழங்கப்பட்டது என அங்கலாய்க்கும் ஜெயமோகன், பொய்களாலும் புனைசுருட்டுக்களாலும் நிரம்பி வழிகிற ஒரு கருத்துக் குப்பைத் தொட்டி என்பதற்கான ஆதாரம், பின்வருகிற அவரது கூற்று:

அத்தனை பேசப்பட்டும்கூட அருந்ததி ராயின் நாவல் முக்கியத்துவம் பெறவில்லை. அதன் இந்திய மொழி மொழியாக்கங்கள் கடுமையான ஏளனத்தைப் பெற்றுத்தந்தன. ஆகவே அருந்ததி மேற்கொண்டு இந்திய மொழிகளில் இந்நாவல் மொழியாக்கம் செய்யப்பட வேண்டியதில்லை என்றே முடிவெடுத்தார். தமிழில் குப்புசாமி மொழியாக்கம் செய்த முழுமையான கைப்பிரதி அருந்ததி ராய் அனுமதியளிக்காததனால் அப்படியே இன்னும் இருக்கிறது.

கொடுமையே, இது குறித்து அறிந்தவர்கள் தமிழில் அந்த நாவலின் மொழிபெயர்ப்போடு சம்பந்தப்பட்டவர்கள் நிறைய இருக்கிறார்களே என்கிற அச்சம் சிறிதுமின்றி இந்தப் பொய்யை அவிழ்த்துவிடுகிறார் ஜெயமோகன். மொழிபெயர்ப்பு இந்தியாவில் ஏளனத்தைப் பெற்றுத் தந்ததனால் தமிழில் இந்த நாவல் வெளியாக வேண்டியதில்லை என அருந்ததி கருதியதால் தமிழில் மொழி யாக்கம் வெளியாகவில்லை என்கிறார் ஜெயமோகன். இது பற்றி தமிழ்ச்சூழலில் வெளியாகியிருக்கும் தரவுகளையே வைத்து ஜெய மோகனுக்கு நாம் திருப்பிக் கொடுத்துவிட முடியும்.

உயிர்மை பதிப்பகம் தான் தமிழில் த காட் ஆப் ஸ்மால் திங்க்ஸ் நாவலை வெளியிடும் உரிமையைப் பெற்றது. அமெரிக்காவில் வாழும் நாவலாசிரியரான காஞ்சனா

தாமோதரன் மூலம் இலண்டனிலுள்ள ராயின் இலக்கியப் பிரதிநிதியைத் தொடர்பு கொண்டு ஐம்பதனாயிரம் முன்பணம் செலுத்தி தமிழ் உரிமை பெறப்பட்டது. பி.குப்புசாமி அதனை மொழிபெயர்த்து ராய்க்கு ஒரு பிரதியும், அவரது பிரதிநிதிக்கு பிறிதொரு பிரதியும் அனுப்பப்பட்டது. தமிழகத்திலுள்ள ராயின் நண்பரொருவர் உயிர்மை பதிப்பகம் குறித்துச் சொன்ன எதிர்மறையிலான அபிப்பிராயத்தினால், ராயினால் அப்புத்தகம் தாமதிக்கப்பட்டது. மொழிபெயர்ப்பு தபாலில் சரியான அல்லது ஒப்புக் கொள்ளப்பட்ட காலத்தினுள் வரவில்லை என்கிற காரணம் சொல்லப்பட்டு, கொடுக்கப்பட்ட முன்பணம் அப்படியே இருக்க, மொழிபெயர்ப்புப் பிரதியும் இருக்க, அந்தரத்தில் பிரச்சினை அப்படியே நின்று கொண்டிருக்கிறது. புத்தகம் திட்டமிட்டபடி உயிர்மையினால் கொண்டு வர முடியவில்லை.

இந்தச் சூழலில் அருந்ததிராயைச் சந்தித்த இரண்டு தமிழ் எழுத்தாளர்களின் எழுத்துக்கள் நமக்குக் கூடுதலாகச் சில உண்மைகளைத் தந்திருக்கிறது. அருந்ததிராய் குறித்து வெளியான காலச்சுவடு சிறப்பிதழில் (காலச்சவடு: டிசம்பர் 2010), 2006 ஆம் ஆண்டு பிப்ரவரியில் புதுதில்லியில் தானும் பிரேமும் ராயைச் சந்தித்துப் பேசிக் கொண்டிருந்ததைக் குறிப்பிட்டு மாலதி மைத்ரி இவ்வாறு எழுதுகிறார்:

தமிழில் அவரது நாவல் வெளியாகுமென அறிவிக்கப்பட்ட நிலையில் ஏன் வெளிவரவில்லையென விசாரித்தேன். ‘என் தமிழக நண்பர் அந்தப் பதிப்பாளர் மாற்று அரசியல் சார்பானவர் அல்ல எனச் சொன்னார், அதனால் நிறுத்தி விட்டேன்’ என்றார். அருந்ததியின் காட் ஆப் ஸ்மால் திங்க்ஸ் நாவல் தமிழைத் தவிர இதுவரை 40க்கும் மேற்பட்ட மொழிகளில் வெளிவந்திருப்பதாகவும் குறிப்பிட்டார்.

அருந்ததியிடம் செல்வாக்குச் செலுத்தக் கூடிய, அவருக்கு நெருங்கிய தமிழக நண்பர், உயிர்மை பதிப்பாளர் மாற்று அரசியல் சார்பானவர் அல்ல எனச் சொல்லியிருக்கக் கூடியவர் யார் எனக் எமக்குள் கேட்டுக் கொண்டபோது, தவிர்க்கவியலாமல் அவரது மிக நெருங்கிய தமிழக நண்பரான ரவிக்குமார் அருந்ததிராயுடனான தனது ஆழமான நட்பு குறித்து அதே டிசம்பர் மாத உயிர்மையில் எழுதியிருக்கிறார் என்பது ஞாபகம் வருகிறது.

பதிப்பாளராகவும், எழுத்தாளராகவும், நடவடிக்கையாள ராகவும், தலித்திய மாற்றுஅரசியல் செயல்பாட்டாளராகவும்

அறிப்பட்டிருக்கும் ரவிக்குமார், அதனோடு மாலதி மைத்ரி வாழும் புதுச்சேரியை உறைவிடமாக் கொண்ட ரவிக்குமார், நிச்சயமாக இது குறித்துத் திட்டவட்டமாகச் சொல்ல முடியும் என கருதுகிறேன். எவ்வாறாயினும், அருந்ததியின் நாவல் தமிழ் மொழிபெயர்ப்பு வெளி வராததற்கான காரணம் ஜெயமோகன் சொல்வது போல இந்திய மொழிகளில் அந்நாவல் ஏளனப்படுத்தபட்டதால் அல்ல, மாறாக, வேறு உள்வேலைகள்தான் என்பது மட்டும் நமக்குத் துலக்கமாகத் தெரிகிறது. இந்த இலட்சணத்தில் இருக்கிறது ஜெயமோகனது இலக்கிய மதிப்பீடுகள்!

ஜெயமோகனது அடுத்த அடி, அகண்ட பாரதத்தின் பூர்வீக மொழிகளில் எழுதப்படும் இலக்கியத்துக்கும், அதற்கு வெளியில் இந்தியா குறித்து ஆங்கிலத்தில் எழுதப்படும் இலக்கியத்துக்கும் இடையிலான தேசபக்த முரண் குறித்ததாக இருக்கிறது. இந்தப் பிரச்சினையிலும் இந்தியா குறித்து ஆங்கிலத்தில் வெளியாகும் அல்லது எழுதப்படும் அனைத்தையம் ஒன்றாகக் கடாசி ஒற்றை மதிப்பீட்டை ஜெயமோகன் முன்வைக்கிறார். அவரைப் பொறுத்து அரவிந்த அடிகாவும் அருந்ததிராயும் ஓரே மாதிரியானவர்கள். ருஸ்டியும் நைபாலும் ஒரே மாதியானவர்கள், ஒன்டாஜியும் அ.சிவானந்தனும் ஒரே மாதிரியானவர்கள். இவர்கள் எல்லோரும் முதலாளித்துவத்தினால் உருவாக்கப்படும் மாயைகள். ஜெயமோகன் சம்பந்தா சம்பந்தமில்லாமல் எழுதுவதைப் பாருங்கள்:

நம்முடைய இலக்கிய ரசனையை நாமே தீர்மானித்துக் கொள்ளக்கூடாதா என்ன? ஐந்தாயிரம் வருட இலக்கிய மரபுள்ள ஒரு தேசத்தின் இலக்கியக்குரல் எது என தீர்மானிக்க அதற்கு உரிமை இல்லையா என்ன? அதை மேலைநாட்டு ஊடகங்களும், இலக்கிய வணிகர்களும் தீர்மானித்து நம் மீது சுமத்த வேண்டுமா என்ன? நம்முடைய இலக்கியப் படைப்பை நாம் வாசித்து விவாதித்து ரசித்து முடிவெடுத்தபின்னர் அதை அல்லவா நம் இலக்கியமாக அன்னியர் வாசிக்க வேண்டும்?

அருந்ததிராயின் நாவலை யார் இந்திய இலக்கியம் என்று சொன்னார்கள்? அல்லது ருஸ்டியினதையோ அல்லது நைபாலுடையதையோ எவராவது இந்திய இலக்கியம் எனச் சொல்கிறார்களா? அல்லது ஒன்டாஜியினுடையதையோ அல்லது ஷியாம் செல்வதுரையினுடையதையோ எவராவது இலங்கை இலக்கியம் என்கிறார்களா? இவை எவையும் தென்

ஆசிய பிராந்திய மொழிகளில் எழுதப்பட்ட புனைவுகள் இல்லை. ஆங்கிலம் அறிந்த உலக வாசகர்களையும், சமவேளையில் ஆங்கிலம் அறிந்த இந்திய வாசகர்களையும் கவனம் கொண்டு எழுதப்பட்டவை இந்த நாவல்கள்.

ஆங்கில மொழியின் இலக்கிய மரபின் பகுதியாகவே இது மதிப்பிடப்பட வேண்டும். இதனை ஆங்கிலமொழி தென்னாசிய இலக்கியம் என வகைப்படுத்த வேண்டும். இந்தப் புனைவுகள் உலகப்பார்வையும் இந்தியப் பார்வையையும் ஊடுருவி வெளியான புதியதொரு வகை இலக்கியம். பிரச்சினை எங்கு வருகிறது எனில், இந்த வகை இலக்கியம்தான் பூர்வீக மொழி இலக்கியத்தை விடவும் மேன்மையானது என்றோ, அவைகளை விடவும் இவை இந்திய சமூகத்தை நுட்பமாக முன்வைக்கிறது என்றோ சொல்லும்போதுதான் உருவாகிறது. ருஸ்டி அப்படிச் சொன்னார். அது பெரும் விவாதமாகவும் மூண்டது. இந்த விவாதத்தைக் கூட இந்திய இடதுசாரிகளும் இந்துத்துவவாதிகளும் வேறுவேறு விதமாகத்தான் அணுகுவார்கள். மொட்டையாக இந்தியப் பண்பாட்டைக் கொச்சையாக விமர்சித்துவிட்டார்கள், காட்டிவிட்டார்கள் என இடதுசாரிகள் கூச்சலிடமாட்டார்கள்.

இந்த விவாதத்தில் ஜெயமோகனது பார்வை ஒரு காலனியாதிக்க எதிர்ப்பு சாவர்க்கரியப் பார்வையாகவே இருக்கிறது:

யார் அதைச் செய்தார்கள்? எதற்காக? இந்தியாவின் இலக்கியங்களாக மேலைநாடுகள் எந்தெந்த நூல்களை அங்கீகரித்துள்ளன என்று பார்த்தாலே ஒரு பொதுவான சித்திரம் எளிதில் கிடைக்கும். அருந்ததிராய் முதல் அரவிந்த் அடிகா வரை அந்த பொதுத் தன்மையைப் பார்க்கலாம். அவை இந்தியப் பண்பாட்டின் மீது அழுத்தமான கறை ஒன்றைப் பூசக்கூடியவை. இந்தியாவின் இன்றைய நிலையை விமர்சிப்பதைச் சொல்லவில்லை. இந்திய அமைப்பை எதிர்ப்பதையும் சொல்லவில்லை.. இந்தியாவை மனிதப்பண்பில்லாத காட்டுமிராண்டிகளின் தேசமாக நெடுங்காலம் முன்வைத்து ஐரோப்பாவில் பிரச்சாரம் செய்தன கிறித்தவ அமைப்புகள். மதமாற்றத்துக்கான நிதியைப் பெறுவதே நோக்கம். இன்று அந்தப் பிரச்சாரம் செல்லுபடியாகாது. ஆகவேதான் சுவைட்சரின் நிலைபாட்டை எடுக்கின்றன.

அருந்ததி ராய் மட்டுமல்ல, அனேகமாக மேல்நாட்டில் வணிகவெற்றி பெறும் நாவல்கள் அனைத்துமே இந்த சாராம்சம் கொண்டவை. பல நாவல்களில் இந்த விஷயம் பூடகமாக இருக்கும். இந்தியப் பண்பாடு சார்ந்த பற்றுள்ள, வேருள்ள ஒரு கதாபாத்திரம் பலவிதமான அறச்சிக்கல்களை அடையும். தன்னை அவற்றில் இருந்து விடுவித்துக்கொள்வதற்காக இந்தியப்பண்பாடு சார்ந்த கட்டுகளை கைவிட்டு 'சுதந்திரமான' மனிதனாக பரிணாமம் கொள்ளும். இதை மேற்குக்கும் கிழக்குக்குமான போராட்டம் என்பது போன்ற பல பாவலாக்கள் வழியாக அந்நாவல்கள் சொல்லும். அருந்ததி ராய் இந்தவகையான பூடகப்படுத்தல் கூட செய்யவில்லை. அந்நாவல் நேரடியாகவே இந்தியப் பண்பாடு மீதான நுண் தாக்குதல்களினால் ஆனது. இந்தியப்பண்பாடு ஒட்டு மொத்தமாகவே மனித சமத்துவம் அற்றது, ஆகவே அறமற்றது என அந்நாவல் மீண்டும் மீண்டும் பேசுகிறது. மேலைநாட்டுப் பண்பாட்டுக்கு தன்னை மாற்றிக் கொள்ளும் மையக் கதாபாத்திரம் இந்தியப் பண்பாட்டின் 'அழுக்கி'ல் இருந்து மீறி மானுட சமத்துவம் நோக்கிச் செல்கிறது.

ஜெயமோகனின் இந்த அபத்தக் குற்றச்சாட்டை நாம் அருந்ததி யின் நாவலினது கதைக் களத்தை வைத்து ஸ்தூலமாகவே அணுக வேண்டும். பார்ப்பனர்கள் போலவே தூய்மையை வலியுறுத்தும் கேரளத்தின் சிரியன் கிறித்தவ சமூகத்தினுள் புரையோடிப் போயிருக்கும் சாதிய வெறியை அருந்தியின் நாவல் சித்தரிக்கிறது. தலித் ஒருவரோடு உறவு கொண்டிருக்கும் சிரியன் கிறித்தவப் பெண்ணைச் சித்தரிக்கிறது. கேரள கம்யூனிஸ்ட்டுக்களிடம் - குறிப்பாக மார்க்சிஸ்ட் கம்யூனிஸ்ட் அமைப்பில் - புரையோடியிருக்கும் சாதியத்தை அது விமர்சிக்கிறது. சாதிய வெறுப்பு எவ்வாறு நக்சலிச முரணாக ஆக்கப்பட்டு, தலித் மனிதன் வேட்டையாடப்படுகிறான் என்பதனை நாவல் விவரிக்கிறது.

அருந்ததியின் நாவல் தலித் துயரையும் அவர்கள் பாலான சார்பு நிலையையும் மேற்கொள்கிறது. அரவிந்த் அடிகாவின் நாவல் தலித் மனிதன் குறித்த நக்கலை மேற்கொள்கிறது. இங்கே அருந்ததி ராய் மேற்கொள்ளும் தாக்குதல் இந்தியப் பண்பாட்டின் மீதான தாக்குதல் என ஜெயமோகன் சொல்வாரானால், இது நடந்தே தீர வேண்டிய தாக்குதல் என்பதும், இந்தப் பண்பாடு தகர்க்கப்பட வேண்டும் என்பதும்தான் அருந்ததியின் நிலைபாடாக இருக்கிறது.

இதுதான் இந்தியப் பண்பாடு என்றால் இந்தக் கட்டுக்களைத் தகர்க்க வேண்டியது மனசாட்சியுள்ள ஒரு இந்தியப் படைப்பாளியின் கடமை எனவே நாம் சொல்கிறோம்.

என்ன கொடுமை பாருங்கள்! தான் சார்ந்த சிறியன் கிறித்தவத்தைத் தனது படைப்பில் தகர்த்து நொறுக்கியிருக்கிறார் ராய். ஜெயமோகன் கயமைத்தனமாக ராயை முதலாளித்துவத்திற்கும் கிறித்தவ அடிப்படைவாதத்திற்கும் முடிச்சுப்போட்டு எழுதுகிறார். எவன் அனைத்தையும் படித்துவிட்டு எழுதப் போகிறான் என்கிற தெனாவட்டுத்தான் இவ்வளவு பொய்களையும் ஜெயமோகனைக் கைகூசாமல் எழுத வைத்துக் கொண்டிருக்கிறது.

அருந்ததிராயின் இலக்கியத் தகுதியைத் தகர்த்துவிட வேண்டும் என இத்தனை மூர்க்கமாக ஜெயமோகனை உந்துகிற, அவரது ஆக்ரோஷத்திற்கு அல்லது வக்கிரத்திற்குப் பின்னிருக்கும் முகாந்திரம் என்ன? அவரது அரசியல் நிலைபாடுகள்தான் காரணம். அவரது நோக்கம் அப்பட்டமாக, முத்தாய்ப்பாக அவர் கட்டுரையை முடிக்கிற போது இளித்துக் கொண்ட வந்து நிற்கிறது:

அருந்ததி ராயின் நிலைப்பாடுகளில் எப்போதும் மாறாமல் இருக்கும் இரு அம்சங்கள் உண்டு. இந்தியாவின் ஒருமைப்பாட்டை சீர்குலைக்கும் எல்லா நடவடிக்கைகளுக்கும் அவரது ஆதரவு உண்டு. ஏன்? இந்திய ஒருமைப்பாட்டை முதல் எதிரியாகக் கொள்ளும் இரு சக்திகள் ஒன்று சீனா, இன்னொன்று கிறித்தவ மதமாற்ற அமைப்புகள். அருந்ததி எந்நிலையிலும் சீனாவுக்கோ மிஷனரிகளுக்கோ எதிரான எதையும் சொல்வதில்லை. இவ்விரு சக்திகளும் வடகிழக்கில் இணைந்து செயல்பட்டு வருகின்றன. இன்று இந்த ஒத்துழைப்பு இந்தியாவின் பல பகுதிகளில் பரவி இடதுசாரி தீவிரவாதமாக மாறியிருக்கிறது. அருந்ததி இந்த இரு சக்திகளின் ஊடகமுகம்.

ஆம், அருந்ததியை முதலில் ‘உலகப்புகழ்’ பெறச்செய்து, பின் நம் மீது சுமத்தி, நம் சிந்தனையை ஊடுருவியிருப்பது இந்தியாவை சிதிலப்படுத்த விரும்பும் மேல்நாட்டுச்சக்திகளே என்று பொதுப்பார்வையில் உணரமுடியும். அருந்ததி போராளி அல்ல. வெறும் ஊடகப்பிரமை மட்டுமே. அவர் இந்திய சமூகத்தின் மாற்றத்துக்காகவோ இந்திய மக்களின் முன்னேற்றத்துக்காகவோ போராடுபவர் அல்ல. அவரது நோக்கம் இந்தியாவின் அழிவு, இச்சமூகத்தின் சிதைவு.

அதன் மூலம் உருவாகும் மாபெரும் அராஜகத்தில் இருந்து லாபம்பெறக் காத்திருக்கும் அதிகார சக்திகளின் ஐந்தாம்படை அவர்.

திராவிட மரபும், இந்திய மார்க்சிய மரபும் கண்டடைந் திருக்கிற எல்லா விமோசன மரபுகளுக்கும் எதிராக நிற்கிற, தனது இந்துத்துவ அடிப்படை உளவியலாக்கத்தை விட்டுவிட மறுக்கிற - வேண்டுமானால் அவரை நாம் ஆர்.எஸ்.எஸ். மார்க்சிஸ்ட் எனவோ அல்லது நவதாராளவாத இந்துத்துவ வாதி எனவோ அடையாளப்படுத்திக் கொள்ளலாம் - ஒரு கலாச்சார அரசியல்வாதி ஜெயமோகன்.

உலக அளவிலான கடப்பாடுடைய இடதுசாரி அரசியல் செயல்பாட்டாளராக இருக்கிற அருந்ததிராய் இந்தியாவில் செயல்படுகிற வெளிகள் என்ன? பூலான்தேவிக்குச் சார்பாக அவர் பேசினார். நாவல் எழுதுவதற்கு முன்பாகவே அவர் திரைக்கதையாசிரியராக இருந்தவர். நர்மதாநதிப்பள்ளத்தாக்கு வெகுமக்கள் பிரச்சினை, பழங்குடியின மக்கள், மாவோயிஸ்ட்டுகளின் எழுச்சி போன்றவற்றை ஆதரிக்கிறவர் அவர். குஜராத் படுகொலைகளுக்கு எதிரானவர். காஷ்மீரில் இந்திய ராணுவத்தின் வன்முறைகளுக்கு எதிரானவர். இலங்கையின் மகிந்த ராஜபக்சேவின் தமிழின அழிப்புக்கு எதிரானவர், பார்ப்பனீயத்திற்கு எதிரானவர். இந்த அரசியல் அனைத்துமே ஜெயமோகனின் இந்துத்துவப் பண்பாட்டுவெறி அரசியலுக்கு எதிரான நிலைபாடுகள். இதனைத் தகர்ப்பதற்காகவே அருந்ததிராயை ஒரு இலக்கிய ஆளுமையாகவும், அறிவு ஆளுமையாகவும் அருவறுப்பான முறையில் அவமானப்படுத்த முனைகிறார். அந்த வகையிலேயே அருந்ததிராய் பற்றிய கட்டுரையை அவர் ஐஸ்வர்யா ராயுடன் அருந்ததி ராயினை ஒப்பிடுவதுடன் துவங்குகிறார்.

அந்தக் கட்டுரைக்கு அவர் போட்டிருக்கும் படங்கள் அவரது பொறுக்கிமனத்தின் உச்சம். ஐஸ்வர்யா ராய்க்கு தோள் சருமம் தெரிய மார்புக் கச்சையுடனான படம். அருந்ததிராய்க்கு தோள் தெரிய, அதற்குக் கீழும் சருமம் தெரிய, அதற்குக் கீழ் ஆடையேதுமற்றது போலத் தோன்றும் படம். இவையிரண்டுக்கும் மாறாக மரியாதை தோற்றுவிக்கும் மஹாஸ்வேதா தேவியின் முதுமைத் தோற்றம். ஐஸ்வர்யா ராயுடன் ஒப்பிட்டு அருந்ததியைக் கொச்சைப்படுத்தும் ஜெயமோகன், மஹாஸ்வேதா தேவியை மேன்மைப்படுத்தி மீளவும் அருந்ததியைக் கொச்சைப்படுத்துகிறார்.

மாவோயிஸ்ட்டுகள் பிரச்சினையிலும் இந்து, முஸ்லீம் பிரச்சினையிலும் அருந்ததியும், மஹா ஸ்வேதாதேவியும் ஒரே நிலைபாடு கொண்டவர்கள் மட்டுமல்ல, அதற்காகக் குரல் தரும் ஒத்த கருத்துடைய நடவடிக்கையுளர்கள் அவர்கள் என்பதையும், அந்த மாவோயிஸ்ட்டுகளை படுகேவலமாக விமர்சிக்கிற வக்கிரன் தான் என்பதையும் ஜெயமோகன் கபடத்தனமாகக் கடந்து போகும் இடங்கள் இந்த விமர்சனத் தருணங்கள்.

ஜெயமோகன் எழுதியிருக்கிற 'ஐஸ்வர்யா ராயும் அருந்ததி ராயும்' என்கிற கட்டுரை அறுதியாக என்ன சொல்கிறது? மேற்கத்திய சந்தை மதிப்பீடுகளும் முதலாளித்துவ மதிப்பீடுகளும் ஐஸ்வர்யராய் எனும் 'அழகு' பிம்பத்தையும், அருந்ததிராய் எனும் 'இலக்கிய' பிம்பத்தையும் திட்டமிட்டு முதலில் உருவாக்குகிறது. பிற்பாடு அதனை எம்மீது சுமத்துகிறது. ஐஸ்வர்யாராய் எப்படி 'அழகின் குறியீடாக' எம்மீது சுமத்தப்படுகிறாரோ அவ்வாறாகவே அருந்ததிராயும் 'இலக்கிய மற்றும் அறிவுஜீவிதக் குறியீடாக' எம்மீது சுமத்தப்படுகிறார். உண்மையில் அதற்கான தகுதிகள் ஐஸ்வர்யா ராய்க்கும் அருந்ததிராய்க்கும் இல்லை என்கிறார் ஜெயமோகன்.

அழகுசாதனப்பொருள் சந்தை, மேற்கத்திய பகாசுரக் கம்பெனிகளின் நோய் குறித்த கட்டமைக்கப்படும் மதிப்பீடுகள், அதனைத் தொடரும் அவர்களது அழகு சாதன மற்றும் மருந்துகள் பெயரிலான இலாபவேட்டை போன்றவற்றைத் தெரிந்த சாதாரண பொதுமகன் சொல்கிற உண்மைகள்தான் ஐஸ்வர்யா ராய் பற்றிய ஜெயமோகனின் உண்மைகள். இதற்கு பெரிய ஆய்வுமூளை எல்லாம் தேவையே இல்லை. அருந்ததிராயும் அப்படித்தான் என சல்மான் ருஸ்டி முதல் நைபால் ஈராக் சரமாகோ வரையிலான, கடந்த அரை நூற்றாண்டு உலக இலக்கிய நாவலாசியர்கள் குறித்து எந்த வாசிப்பும் இல்லாத ஒரு நபரான ஜெயமோகன் சொல்கிறார்.

மார்க்சியம் மதங்கள் போன்று புனித நூல்களின் பனுவல் ஆதாரத்தை முதன்மையாக வைத்துக் கட்டப்பட்டது இல்லை. நடைமுறைச் சிக்கல்களுக்கு கோட்பாட்டு அடிப்படைகளை வழங்குவதோடு, அந்தக் கோட்பாடுகளை குறிப்பிட்ட அரசியல் நிலைமைகளில் பொருத்திப் பார்ப்பதற்கான பார்வையையும் மார்க்சியம் வழங்குகிறது. இலக்கியத்திற்கும் பொருளாதாரத்திற்கும் அரசியலுக்கும் சமூக வாழ்வுக்கும், பிற அறிவுத்துறைகளுக்கும் இருக்கும் உறவு நேரடியிலானது

இல்லை என்பது ஒரு பாலபாடம். இதனது அர்த்தம் குறிப்பிட்ட துறைகள் சுயாதீனமான பண்பைக் கொண்டிருக்கின்றன என்பது ஒன்று, அதனோடு அறுதிப் பகுப்பாய் வில் அவை சமூக உறவுகளின் பகுதியாகவும் இருக்கிறது என்பது பிறிதொன்று.

இலக்கியம், நேரடியிலான மனிதர்கள், இயற்கை, மனித சமூக உறவுகள் என்பதனோடு உடனடியானதும் அன்றாடத்திற்கு உரியதுமான உறவு கொண்டிருப்பதால், பிற அறிவுத்துறைகளின் அதிகாரப் படிநிலைகளிலிருந்து வேறுபட்டதான அதிகாரப்படி நிலையையும் சுயாதீனமான பண்பையும், மனிதர்களது வாழ்வோடு மிக நெருங்கிய உறவையும் கொண்டிருக்கிறது. மனிதர்களின் அந்தரங்கத்தோடு உறவு கொணடதால், அவர்களைப் பாதிக்கும் அரசியல் பொருளியல் போன்றவற்றை விடவும் அவர்களது உளவியலில் பாரிய அளவில் தாக்கம் தாக்கும் செலுத்தும் சுயாதீன அதிகாரமாக இலக்கியம் இருக்கிறது. இவ்வகையில் அரசியல் பொருளியல், மதம், விஞ்ஞானம் போன்ற அதிகாரப் படிநிலைகளுக்குச் சவாலாகவும், தன்னளவில் தனித்த அதிகாரம் கொண்டதாகவும் இலக்கியம் இருக்கிறது.

அரசியலுக்கு அப்பாலும் இலக்கியம் முக்கியத்துவம் பெறவும், அரசியலின் பிடியிலிருந்து இலக்கியம் நழுவிச்செல்லவும் இதுவே காரணம். இக்காரணத்தினாலேயே வலது - இடது, பாசிசம் - சோசலிசம் என்பதற்கு அப்பாலும் அடிப்படையில் ஒரு படைப்பு கலைத்தன்மை கொண்டிருக்கிறதா எனும் அடிப்படையில் ஒரு படைப்பை அணுகுகிறோம். நாசிசத்தைப் போற்றிய எஸ்ரா பவுண்ட், பாலஸ்தீன நிலத்தை தனதாகக் கொண்டாடும் எகுதி அமிச்சாய், பிஜேபியை ஆதரிக்கும் வி.எச்.நைபால் போன்றவர்களையும் இந்த அடிப்படையில்தான் நாம் அணுகுகிறோம். ரிச்சர்ட் வாக்னரையும், நீட்ஷேவையும் இவ்வாறுதான் பாசிஸ்ட்டுகளின் பிடியிலிருந்து விடுவிக்கத் தொடர்ந்து கலைஞர்கள் யத்தனம் மேற்கொள்கிறார்கள்.

வெங்கட் சாமிநாதனின் விமர்சனக் கோட்பாடுகளையும், ஜெயமோகனின் புனைவுசார் எழுத்துக்களையும் நாம் இத்தகைய புரிதலுடன்தான் அணுக வேண்டியிருக்கிறது. அவர்களது எழுத்துக்களில் பொதிந்திருக்கும் இந்துத்துவத்தையும், பார்ப்பனீயத்தையும் நாம் சுட்டிக்காட்டுவதன் வழி அவர்களது கலையையும், நாம் அதனது மனித விரோதத்திலிருந்து விடுவிக்க முயல்கிறோம். துரதிருஷ்டவசமாக வெங்கட்சாமிநாதனும் சரி,

ஜெயமோகனும் சரி, தமக்குச் சமயம்வாய்க்கும்போதெல்லாம் தமது இந்துத்துவச் சார்பையும் பார்ப்பனீய சார்புகளையும் தமது புனைவல்லா எழுத்துக்களில், விமர்சனங்களில் உரையிடையிட்ட கருத்துக்களாக முன் வைக்கிறார்கள்.

வெங்கட் சாமிநாதன் ஒரு போதும் ஒரு அரசியல்வாதியின் புண்புகளுடன் செயல்களை மேற்கொண்டவரில்லை. அவரது இயக்கம் ஒரு தனிநபர் இலட்சியவாதியினுடையது. அவரது கலைத்தேடல் குறித்த மரியாதையுடனேயே அவரது சார்புகளை நாம் கருத்தளவில் எதிர்கொள்ள முடியும். ஜெயமோகனது செயல்பாடுகள் ஒரு தேர்ந்த அரசியல்வாதியின் திட்டமிட்ட பண்புகள் கொண்டது. ஜெயமோகன் தனது சமூக அரசியல் தத்துவக் கருத்துக்களின் தொடர்ச்சியாகவே தனது படைப்பு நடவடிக்கைகளை மேற்கொள்வதாக அவர் பல தருணங்களில் பதிவு செய்திருக்கிறார்.

ஜெயமோகனுக்கென இலட்சிய சமூகம் இருக்கிறது. ஒரு வகையில் இலக்கியச் செயல்பாட்டின் வழி தமது உருவக சமூகத்தை அவர் தமது படைப்புக்களில் முன்வைக்கிறார். அவருடைய படைப்புக்களில் பிரக்ஞைபூர்வமாக அவரது உருவக சமூகத்திற்கும் அவரது படைப்புக்களுக்கும் உறவு இருக்கிறது. பின்தொடரும் நிழலின் குரல், விஷ்ணுபுரம் போன்றன இந்த உருவக சமூகம் நோக்கிய செயல்பாடுதான்.

இலக்கியத்தின் படைப்புசார்ந்த, அழகியல் சார்ந்த பிரச்சினைகளை எந்த அளவு தீவிரமாகத் தான் முன்வைப்பதாகக் கருதுகிறாரோ, அதே அளவிலான தீவிரத்துடன்தான் அவர் மார்க்ஸ், கிராம்ஸி, அம்பேத்கர், பெரியார் குறித்து அணுகுவதாக அவர் கோரிக் கொள்கிறார். அதாவது கருத்து ரீதியிலான, அதனைத் தொடரும் அரசியல் ரீதியிலான அவரது இடையீடுகளுக்கும் அவரது உருவக சமூகத்தின் வடிவமாக அவர் படைக்கும் இலக்கியத்திற்குமான நேரடியிலான உறவை அவர் மறுப்பதில்லை. இதன்படி இலக்கியத்தை சமூகப்படிநிலைகளில் செயல்படும் ஒரு நுண்மையான அதிகாரமாக நாம் கொள்வோமானால், இந்த இலக்கிய நுண் அதிகாரத்தின் வழியில் அவர் உருவாக்க விரும்புவது ஒரு கருத்தியல் அதிகாரம் மற்றும் அரசியல் அதிகாரம் நோக்கிய செயல்பாடுதான்.

அருந்ததி ராயின் பழங்குடியின மக்கள் ஆதரவு எனும் அரசியலை மறுக்கவும், வைக்கம் போராட்டத்தில் பெரியாரது

பங்களிப்பை மறுக்கவும் எவ்வாறு வக்கிரமாக அவர் வாதிடுகிறார் என்பது அவரது அரசியல் அதிகாரம் நோக்கிய செயல்பாட்டுக்கான சான்றுகள் என நாம் கருத வேண்டியிருக்கிறது. சமூகத்தின் பிற அதிகாரப் படிநிலைகளுக்குச் சவாலாகவும் சுயாதீனமாகவும், நேரடியிலான உறவு காணப்பட முடியாமல் நழுவிச் செல்லும் பண்புகொண்ட இலக்கியம், ஜெயமோகனிடம் அதனது அனைத்து பாசாங்குகளையும் உதறிவிட்டு பிரச்சாரமாக ஆகிவிடுவதை அவரது அரசியல் மற்றும் கருத்தியல் சார்ந்த கட்டுரைகளில் பார்க்கிறோம்.

ஜெயமோகன் இன்றைய நிலையில் ஒரு தனிநபராக இயங்கவில்லை என்பதுவும், அவர் தனது இலக்கிய அரசியல் கருத்துருவ உருவக உலகை ஒரு இயக்கமாகவும் முன்னெடுத்துச் செல்கிறார் என்பதுவும் வெளிப்படையாக இருக்கிறது. அதனது நடைமுறை வடிவமாகவே விஷ்ணுபுரம் இலக்கிய வட்டத்தின் செயல்பாடுகள் பார்க்கப்படவேண்டும். விஷ்ணுபுரம் என்பது ஒரு இலக்கியக் குறியீடு மட்டும் இல்லை. இன்று அது ஒரு சமூக இயக்கச் செயல்பாடு. இலக்கியத்திற்கும் அரசியலுக்கும் நேரடியிலான உறவு இல்லை எனும் மார்க்சியத்தின் செழுமையான பார்வையை முன்வைத்து, இலக்கியம் - கருத்தியல் - அரசியல் என்பதற்கு இடையில் இடையறாத தொடர்பை வலியுறுத்தும் ஒருவரது சமூகச் செயல்பாட்டை விமர்சனமின்றிக் கொண்டாடிக் கொண்டிருக்க முடியாது.

இளையராஜா இலக்கிய விருது மாதிரியானதோ அல்லது விளக்கு அல்லது இயல்விருது மாதிரியிலானதோ அல்ல விஷ்ணுபுரத்தின் இலக்கிய வட்டத்தின் செயல்பாடுகள். அதற்குப் பின்னால் ஜெயமோகனின் ஒரு உருவக சமூகம் இருக்கிறது. அந்த உருவக சமூகம் தமிழகத்தின் திராவிட மற்றும் இடதுசாரி மரபின் எல்லா விதமான ஆக்கக் கூறுகளையும் கேவலமாக மதிப்பிடுபவை, அவமானப்படுத்துபவை, விகாரமாக வக்கிரத்துடன் எள்ளி நகையாடுபவை. இந்தக் காரணங்களாலேயே ஜெயமோகனது அரசியல் - கருத்தியல் செயல்பாடென்பது நுட்பமாக எதிர் கொள்ளப்படவேண்டும் என நாம் கருதுகிறோம்.

5

எம்.எப். குசேன் எனும் நாடு நீங்கிய கலைஞன்

1975 ஆம் ஆண்டு ஜூன் 25 ஆம் திகதி இந்திரா காந்தி அவசரநிலைக் காலத்தை அறிவித்தபோது வானம்பாடி கவிதா இயக்கத்தில் இருந்த ஒரு சிலர் அவசரநிலைக் காலத்தை ஆதரித்தனர். அதற்கான காரணமாக அவர்களோடு இணக்கம் கொண்டிருந்த இந்தியக் கம்யூனிஸ்ட் கட்சி அவசரநிலைப் பிரகடனத்தை ஆதரித்தது என்பதாக இருந்தது. எனது தந்தையை அடியொற்றிய இளைஞனாக அப்போது நான் இந்தியக் கம்யூனிஸ்ட் கட்சியில்தான் இருந்தேன். பிற்பாடு இந்தியக் கம்யூனிஸ்ட் கட்சி அவசரநிலைக் காலத்தை ஆதரித்ததற்காக பகிரங்கமாகத் தனது அரசியல் தவற்றுக்காக சுய விமர்சனத்துக்கு உள்ளாக்கிக் கொண்டது என்பது இடதுசாரி அரசியல் வரலாறு.

1915 ஆம் ஆண்டு செபட்ம்பர் மாதம் 17 ஆம் திகதி பிறந்த எம்.எப்.குசேனுக்கு அப்போது 60 வயதுகள் ஆகியிருந்தது. அவசரநிலைக் காலத்தை வாழ்த்தி வரவேற்றவராக மட்டுமல்ல இந்திரா காந்தியை துர்க்கையுடன் ஒப்பிட்டு, அரக்கர்களுக்கு எதிரான இந்திராகாந்தியின் ரௌத்ரத்தைச் சித்திரித்து ஒரு தொகுதி ஓவியங்களையும் வரைந்திருந்தார் எம்.எப்.குசேன். அந்த ஓவியங்களில் ஒன்றுதான் அன்று வானம்பாடிகளில் ஒரு பிரிவினர் கொணர்ந்த தமிழ் - ஆங்கிலம் என இரு மொழி நூலான இந்திரா - இந்தியா எனும் தொகுப்பு நூலின் அட்டைப்படமாக இருந்தது. இப்படித்தான் முதன்முதலாக எனக்கு எம்.எப்.குசேனது அறிமுகம் அமைந்தது.

அந்த ஓவியத்தின் அரசியலுக்கு அப்பால் அவரது ஓவியங்களில் இருந்த அழுத்தமான அடர்ந்த நிறங்களும் தேர்ச்சியும் முதிர்ச்சியும் கொண்ட அவரது அனாயாசமான கோடுகளின் வீச்சும் எனக்குப் பிடித்துத்தான் இருந்தது.

இலக்கியத்திலும் திரைப்படத்திலும் அரசியலிலும் இருந்த ஆர்வம் ஓவியத்தில் இல்லாததால் பிற்பாடு அவரைத் தொடர்ந்து செல்ல எனக்கு வாய்த்திருக்கவில்லை. மாதுரி தீட்சித்தையும் தபுவையும் கண்டு கிறங்கிக் கிடக்கிற இந்தியத் திரைப்பட ஆர்வலனாகத்தான் அதன்பின் குசேனை மறுபடியும் என்னால் கண்டடைய முடிந்தது. மாதுரி தீட்சித் கதாநாயகியாக நடித்த அவரது கஜ காமினி (2004) மற்றும் தபு கதாநாயகியாக நடித்த அவரது மீனாக்சி: மூன்று நகரங்களின் கதை (2004) என இரண்டு திரைப்படங்களையும் அவைகளது காட்சியமைப்புக்களுக்காகவும் அதனது கலைச் சோடனைகளுக்காகவும் திரும்பத் திரும்பவும் என்னால் பார்க்க முடிந்தது.

தொடர்ந்து, 2006 ஆம் ஆண்டு மே மாதம் 22 ஆம் திகதி இலண்டன் ஆசியா ஹவுஸில் நடைபெற்றுக் கொண்டிருந்த குசேன் 1950 - 70 எனும் ஓவியக் கண்காட்சி இந்து மனித உரிமை அமைப்பைச் சேர்ந்த இந்துத்துவக் குண்டர்களால் தாக்குதலுக்கு உள்ளானது. அங்கு காட்சிக்கு வைக்கப்பட்டிருந்த துர்க்கா மற்றும் திரௌபதை எனும் இரண்டு ஓவியங்கள் நாசமாக்கப்பட்டன. அதனையடுத்து கண்காட்சி ஏற்பாட்டாளர்கள் அந்தக் கண்காட்சியை தவிரக்கவியலாமல் மூடவேண்டி வந்தது.

இந்துத்துவவாதிகளின் இந்தத் தாக்குதலைக் கண்டித்து இலண்டன் ஸ்கூல் ஆப் எகானாமிக்ஸ் பேராசிரியர் மேகனாத் தேசாய் மற்றும் சேத்தன் பட் போன்ற கல்வியாளர்கள் இணைந்து ஒரு கூட்டறிக்கையினை வெளியிட்டார்கள். இந்துத்துவ அடிப்படைவாதிகளால் இந்தியாவிலிருந்து துரத்தப்பட்டு, இங்கிலாந்திலுள்ள இந்துத்துவவாதிகளால் வேட்டையாடப்பட்ட, 2011 ஆம் ஆண்டு ஜூன் மாதம் 9ஆம் திகதி இலண்டன் மருத்துவமனையில் இரண்டாவது மாரடைப்பினால் மரணமுற்ற குசேனது உடல், இலண்டன் ஸர்ரே பகுதியிலுள்ள ஐரோப்பாவின் மிகப்பெரும் மயானங்களில் ஒன்றான புரூக்லேன்ட் கல்லறையில் ஜூன் 10 ஆம் திகதி அவரது குடும்பத்தினரதும் நண்பர்களதும் முன் அடக்கம் செய்யப்பட்டது.

என்னளவில் மறுபடியும் குசேனைத் தேடிச்சென்று அறிய நேர்ந்த தருணமாக இது அமைந்தது.

1992 ஆம் ஆண்டு டிசம்பர் மாதம் 6 ஆம் திகதி அத்வானியின் தலைமையில் இந்துத்துவ வானரப்படைகளால் பாப்ரி மஜீத் இடிக்கப்பட்டது. அன்று முதல் ஆர்.எஸ்.எஸ்.,விசுவ ஹிந்து பரிஷத், பஜ்ரங்தள், சிவசேனா, இந்துமுன்னணி போன்ற இந்துமதவெறி அமைப்புக்கள் இந்திய நாடெங்கிலும் இஸ்லாமிய மக்களின் மீதான தாக்குதல்களைக் கட்டவிழ்த்துவிட்டன. மும்பைத் தாக்குதலில் துவங்கி 2002 குஜராத் இஸ்லாமிய மக்கள் மீதான படுகொலைகளாக அது தொடர்ந்தது. கலை இலக்கியம் போன்றவற்றிலும் இந்த இந்துத்துவ அரசியல் ஒரு விமர்சன அணுகுமுறையாக, அறிவார்ந்த வேஷத்தில் நுழைந்தது.

எழுபதுகளில் குசேன் தீட்டிய இந்துக் காப்பியங்களான மகாபாரதம், இராமாயணம் போன்றவற்றால் ஆதர்ஷம் பெற்ற ஓவியத் தொகுதிகள், இருபத்தி ஐந்து ஆண்டுகளின் பின் 1996 ஆம் ஆண்டு ஆர்.எஸ்.எஸ். பஜ்ரங்தள், விசுவ ஹிந்து பரிஷத், சிவசேனா போன்ற அமைப்புக்களால் அரசியல் பிரச்சினையாக ஆக்கப்பட்டது. இந்த ஓவியங்களில் இராமாயணம் குறித்த ஓவியங்களை சோசலிஸ்ட் கட்சித் தலைவர் ராம் மனோகர் லோகியாவின் வேண்டுகோளுக்கு இணங்கவே குசேன் தீட்டினார்.

இந்துத்துவ அரசியல் என்பது இந்திய மத்தியதர வர்க்கத்தின் மத்தியில் ஒரு அறிவுத்துறைப் போக்காக வளர்ந்தபோது, 1996 ஆம் ஆண்டு முதல் குசேன்மீது இந்துத்துவவாதிகளால் எண்ணற்ற வழக்குகள் தொடுக்கப்பட்டன. அவரது ஓவியக் கண்காட்சிகள் அனைத்தும் அடித்து நொறுக்கப்பட்டன. அவரது ஓவியங்கள் இந்துத்துவத்தின் மீதான வெறுப்பிலிருந்து எழுந்த ஒரு அடிப்படைவாத இஸ்லாமியரது தாக்குதல்களாக, அவமானப் படுத்தலாக அடையாளம் காணப்பட்டது.

அவரது உயிருக்கு அச்சுறுத்தல் விடப்பட்டது. அவர் மரணமுற்ற பின்னாலும், அவரது உடலை இந்தியாவுக்குக் கொண்டுவரக்கூடாது என்றது பஜ்ரங்தள். பின்லாடனுக்கு துப்பாக்கி, குசேனுக்குத் தூரிகை என்றது விசுவ ஹிந்து பரிஷத்.

இந்தியாவின் புகழ்மிக்க ஓவியரான சதீஸ் குஜ்ரால் போன்ற தாராளவாதிகளும் கூட இந்துத்துவவாதிகளின் குரலுக்குச் சாதகமாகப் பேசநேர்ந்த அவலமும் கூட நடந்தது. இந்துக்

கடவுள்களை நிர்வாணமாக வரைகிற குசேன் இஸ்லாம் குறித்து அப்படிச் செய்யமுடியுமா எனக் கேட்டார் சதீஸ் குஜ்ரால். குசேனது மரணத்தின் பின்பான அவரது இரங்கலில் முன்னைய தமது நிலைபாட்டுக்காக அவர் வருத்தம் தெரிவித்தும் இருக்கிறார்.

எமக்கிடையிலான தவறான புரிதலால் எமக்கிடையிலான பிரிவை நினைக்க இப்போது அது அர்த்தமற்றதாகத் தோன்றுகிறது எனக் குறிப்பிடுகிறார் குஜ்ரால். அவரது நாடுநீங்கல் இந்தியாவுக்கு ஒரு அவமானம் எனும் குஜ்ரால் தனது முகத்தில் படிந்த இந்தக்கறையை இந்தியா இனி எந்தக் காலத்திலும் துடைத்துக்கொள்ள முடியாது என்கிறார். குசேனின் காலத்தில் அவரைத் துன்புறுத்திய விஷ விதைகள்தான் இன்று வளர்ந்து எம்மைப் பிடித்துத் துன்புறுத்திக் கொண்டிருக்கிறது என்கிறார் குஜ்ரால்.

எம்.எப்.குசேனது ஓவியங்களின்மீதான இந்துத்துவ அடிப் படைவாதிகளின் குரலைக் கொஞ்சம் அறிவார்ந்த தளத்தில் நிதான மான முன்வைத்தார்கள் இங்கிலாந்தின் இந்து மனித உரிமை அமைப்பினர். அவர்கள் மாதந்தோறும் வெளியிடுகிற இந்துக் குரல் எனும் மாத இதழில் இந்துத்துவவாதிகளின் மேற்குலகக் கோட் பாட்டாளரான கொன்ராட் எல்ஸ்ட் 2009 ஆம் ஆண்டு ஜூலை மாதம் இது குறித்து ஒரு கட்டுரை எழுதினார் (ஹிந்து வாய்ஸ்: இங்கிலாந்து: ஜூலை 2009). ஒருவகையில் உலக - இந்திய - தமிழக இந்துத்துவக் கலை இலக்கியவாதிகளும் கோட்பாட்டாளர்களினதும் கடவுள் என நாம் கொன்ராட் எல்ஸ்ட்டைக் குறிப்பிடலாம்.

பெல்ஜியம் நாட்டைச் சேர்ந்த இந்துத்துவ வலதுசாரியான கொன்ராட் எல்ஸ்டடின் மேற்கோள்களை தமிழ் அறிவுத்தளத்தில் இயங்கும் இந்துத்துவர்களான அரவிந்தன் நீலகண்டன், நேசகுமார் மற்றும் வெங்கட் சாமிநாதன் தொடர்ந்து இலக்கிய விமர்சனங்கள் எழுதுகிற தமிழ் ஹிந்து வலைத்தள எழுத்தாளர்களின் கட்டுரைகளில் நம்மால் அடிக்கடிக் காணமுடியும்.

எழுபதுகளில் தீட்டப்பட்டு இன்றும் பிரச்சினைக்கு உள்ளாக்கப்படும் குசேனின் ஓவியங்கள் எவையெவை? ஏன் அவைகள் பிரச்சினைக்கு உள்ளாக்கப்படுகின்றன?

துர்க்கை, சரஸ்வதி, திரௌபதை, பார்வதி, இந்திய மாதா, ராவணன் - அனுமன் சமரில் சீதை போன்ற இந்துக்

கடவுள்களின் ஓவியங்களை நிர்வாணமாக வரையும் குசேன், அவரது தாய், மகள், ஒரு இஸ்லாமியப் பெண்மணி, அன்னை தெரசா போன்றவர்களை ஆடைகளுடன் வரைந்திருக்கிறார். இதுவன்றி ஒரு படத்தில் ஒரு இஸ்லாமிய அரசனை உடைகளுடனும் அவருடன் இருக்கும் பிராமணரை நிர்வாணமாகவும் வரைந்திருக்கிறார். இந்துக் கடவுளரையும் பிராமணரையும் நிர்வாணமாக வரையும் குசேன் ஏன் இஸ்லாமிய உருவங்களையும் கிறித்தவ உருவங்களையும் மட்டும் நிர்வாணமாக வரையவில்லை?

இந்தக் கேள்வியைக் கேட்டுவிட்டு பதில்களையும் அவர்களே சொல்லிவிடுகிறார்கள். இந்துக்களை வெறுப்பாகப் பார்க்கும் இஸ்லாமியர்களின் நோக்கைத்தான் குசேனும் கொண்டிருக்கிறார் என்பது ஒரு பதில். இன்னொரு பதில் சகிப்புத்தன்மை இருப்பதால் இந்துக்களை அவமானப்படுத்துகிறார், இஸ்லாமியர்களை, கிறித்தவர் களை அவமானப்படுத்தினால் அவர் தாக்கப்படுவார் என்பது குசேனுக்குத் தெரியும். இரண்டு வகைகளிலும் குசேன் ஒரு கபடதாரி என்பது அவர்களது வாதம்.

குசேன் என்ன சொல்கிறார்? இந்துக் கலை மரபில் நிர்வாணம் என்பது தூய்மையையும் புனிதத்தையும் சித்தரிக்கிறது. ஆகவே கடவுள்களை நான் நிர்வாணமாகச் சித்தரிக்கிறேன் என்கிறார் குசேன். அவரது பதில் அவரளவில் நேர்மையாக வெளிப்பட்டிருக்கிறது. இஸ்லாமிய மரபில் அவர்களது மதமரபு சார்ந்து வரிவடிவ ஓவியமான காலியோகிராபிதான் இருக்கிறதேயொழிய மதம் சார்ந்த உருவங்களை ஓவியங்களாக வரைவது அவர்களது மரபில் இல்லை.

குசேனது இந்துமதக் கடவுள் தொடர்பான ஓவியங்களுக்கும், தனிமனிதர்களாக வாழும் அல்லது வாழ்ந்த பெண்கள் தொடர்பான ஓவியங்களுக்கும் மிகப்பெரும் வித்தியாசம் ஒன்று இருக்கிறது. இந்திராகாந்தி எனும் இந்துப்பெண்ணையும், மதர் தெரசா எனும் கிறித்தவப் பெண்ணையும், அவரது தாய் மகள் அதனோடு ஒரு நவீன கால இஸ்லாமியப்பெண் குறித்த அவரது ஓவியங்களும் என அனைத்தும் அம்மணமாக அல்ல ஆடைகளுடன்தான் வரையப்பட்டிருக்கிறது. காவிய மரபிலான கடவுள் பிம்பங்களுக்கு நிர்வாணத்தையும், அன்றாட வாழ்வில் எதிர்கொள்ளும் அடையாளம் கொண்ட நவீனப் பெண்களுக்கு அவர் ஆடைகளையும் வரைந்திருக்கிறார்.

வாழும் பெண்களுக்கு நிர்வாணத்தை அவர் வழங்குவதில்லை. புனிதத்தையும் அவர் வழங்குவதில்லை. தூய்மையையும் அவர் ஏற்றுவதில்லை. இன்னும் இந்துக் கடவுளர்களை நிர்வாணமாக வரைவது என்பது இந்தியக் கலை மரபாகவும் இருக்கிறது. எண்ணற்ற நவீன இந்திய ஓவியர்கள், பிறப்பால் இந்துக்கள் இந்துக்கடவுளர்களை நிர்வாணமாக வரைந்திருக்கிறார்கள். கோயில்களில் இந்துக் கடவுளர்களின் நிர்வாணச் சிற்பங்கள் இருக்கின்றன. லிங்கம் வழிபடப்படுகின்றது. எனில், தனது அன்றாட வாழ்வில் இஸ்லாமியச் சடங்குகளைக் கடைப்பிடிக்காத, தனது மகளின் திருமண அழைப்பிதழில் சிவனின் தொடை மீது பார்வதி அமர்ந்திருக்க, பார்வதியின் முலையொன்றைத் தழுவியபடி சிவனிருக்குமாறான ஓவியத்தை வரைந்த குசேன் மட்டும், இஸ்லாமியர் என்பதால்தான் அவ்வாறு வரைகிறார் என்பதில் என்ன நியாயம் அல்லது தர்க்கம் இருக்க முடியும்?

இந்த வாதங்களில் பொதிந்திருப்பது கலை சார்ந்த அறங்கள் அல்ல, மாறாக அரசியல் வேஷங்கள்.

பிறிதொரு வாதம், டிராட்ஸ்கி, தாஸ்கேபிடலை கையில் வைத்திருக்கும் மாவோ, மகாத்மா காந்தி போன்றவர்கள் ஆடைகளுடன் இருக்க, மண்டையோட்டைக் கையில் பிடித்தபடி அம்மணமாக இருக்கும் இட்லரின் விகாரமான ஓவியம் பற்றி குசேன் சொன்னதை எடுத்துக்காட்டாக முன்வைத்துக் கட்டப்படுகிறது. அந்தப் படத்தில் இட்லரை அவமானப்படுத்துவதற்காகவே நான் அவரை அம்மணமாக வரைந்தேன் என்கிறார் குசேன். இந்தப் படத்துடன் இரண்டு படங்கள் ஒப்பிட்டுச் சொல்லப்படுகிறது. ஒன்று பகடையின் மீதான திரௌபதையின் அலறும் நிர்வாண ஓவியம். மற்றையது ஆடையுடுத்திய வாளேந்திய இஸ்லாமிய அரசனுடன் மௌனமாக, நிர்வாணமாக நிற்கும் பிராமணன் நிற்கும் ஓவியம்.

இட்லரது நிர்வாணம் அவமானப்படுத்தலுக்கு உரியதானால் எவ்வாறு பிராமணனது நிர்வாணமும், திரௌபதையின் நிர்வாணமும் அவமானப்படுத்தல் அல்லாது புனிதமாகும் என்பது இந்துத்துவர்களின் கேள்வி. ஒரு ஓவியம் வெளிப்படும் தருணம், ஓவியத்தின் உள்ளடக்கம் மற்றும் அதனது வெளிப்பாட்டு முறைக்கு உள்ள தர்க்கம் எதனைப் பற்றியும் கவலைப்படாமல், பொதுத்தன்மைகளை வரையறுத்துக் கேள்வி எழுப்புவது அபத்தமன்றி வேறென்ன?

கௌரவர்கள் திரௌபதையின் உடலைவைத்துத்தான் பகடை ஆடினார்கள். ஆடை கலைந்த திரௌபதை அலறலுடன் கூந்தல் பறக்க பகடைகளின் மீது படுத்திருக்கிறாள். இதில் தெரிவது துயரமா அல்லது வக்கிர ரசனையா? டிராட்ஸ்கி காந்தி - மாவோ - இட்லர் படத்தில் விகாரமான தோற்றத்துடன் மண்டையோட்டைக் கையிலேந்தி நிர்வாணமாக நிற்கிறான் இட்லர், இதில் சித்தரிக்கப்படும் நிர்வாணம் படத்தின் இயல்பில் இட்லரைக் காறி உமிழும் சித்தரிப்பு. திரௌபதையின் நிர்வாணம் எழுப்பும் உணர்வு மானுடத்தின் கதறல். நீண்ட வாளுடன் நிற்கும் இஸ்லாமிய அரசன் எழுப்பும் உணர்வு வன்முறை. பிராமணனின் பின்திரும்பிய நிர்வாணம் அந்த ஓவியத்தில் எழுப்பும் உணர்வு சாந்தம்.

எங்கே இந்தப்படத்தில் பிராமணன்மீது அவமானம் சுமத்தப்படுகிறது? குறிப்பிட்ட படங்கள் மேற்கொள்ளும் வேறுவேறு மனநிலைகளைப் புரிந்து கொள்ளாமல், நிர்வாணம் என்பதனை அவமானம் எனும் ஒற்றை அர்த்தத்தில் திணிப்பது கலைப் பார்வை அல்ல, மாறாக அதன் பெயர் அப்பட்டமான மதவெறி அரசியல்.

எம்.எப்.குசேனது படைப்பு ஆதாரங்கள் என்ன? அவனது படைப்புலகு எதனால் ஆகியது? திரைப்படங்களுக்கான பேனர் வரைபவராகத் தனது வாழ்வைத் துவங்கிய குசேன், பொம்மைக் கலைஞனாகி சுயதேடலின் வழி தன்னை உருவாக்கிக்கொண்டவன். மகாபாரதம், இராமாயணம் போன்றவற்றோடு நாட்டுப்புறக் கலைமரபே அவனது படைப்பின் உந்துதுலாகவும் ஆதாரமாகவும் அமைந்தன. இந்தியக் காவியங்கள் அனைத்தையும் ஆழ்ந்து கற்றவர் அவர். அதனால்தான் சிசேன், மட்டீஸ், பிக்காசோ, ஆன்டி வொரால் போன்ற மேற்கத்திய ஓவியக் கலை ஆளுமைகளை அறிந்திருந்தாலும் தனது கலைக்கான ஆதர்ஷம் என்று எவரையும் அவர் குறிப்பிடுவதில்லை.

பிக்காசோவோடு தன்னை ஒப்பிடுவதையும் அவர் மறுத்தார். தனது கலை முழுக்கவும் இந்திய மரபை ஆதாரமாகக் கொண்டது என்பதைத்தான் அவர் திரும்பத் திரும்பக் குறிப்பிடுகிறார். ஓவியப்பாணி எனும் அளவில் வங்காள இந்திய தேசிய மரபைத் தாண்டிய நவீனத்துவத்தின் பொருட்டு, மேற்கத்திய மரபை அவர் தேடிச் சென்றாலும், அதிலும் அவர் தனது பூர்வீக இந்திய வேர்களைத் தேடியவராகத்தான் இருந்தார்.

இன்று திரும்பிப் பார்க்க, அவரது ஓவியங்களிலும் சரி அவரது திரைப்படங்களிலும் சரி! பெண் எனும் பேராற்றல் குறித்த அவரது பிரமிப்பைத்தான் அவர் திரும்பத் திரும்பவும் வேறுவேறு விதங்களில் சொல்கிறார் என்று தோன்றுகிறது.

இந்தியப் பெண்மையின் உருவகம் என்று மாதுரிதீட்சித் குறித்து அவர் உருகுகிறபோது அது நமக்கு அதீதமாகத்தான் தோன்றும். யானை நிகர்த்த நடைகொண்ட பெண் என அர்த்தம் தரும் கஜ காமினி திரைப்படத்தில் வேறுவேறு எதிரெதிர் குணங்கள் கொண்ட காவியப் பாத்திரங்களில் அவர் மாதுரிதீட்சை உருவகிக்கிறபோது அவரது அவஸ்தை மெய்யானது என்பதை நாம் அறிய முடியும்.

கஜ காமினி திரைப்படம் காலமும் இடமும் கடந்து வாழும் பெண்மையின் நிரந்தர ஆன்மாவை முன்வைக்கும் திரைப்படமாக இருக்கிறது. லியனார்டோ டாவின்சியின் படைப்பான மோனோலிசாவாக, கவி காளிதாசனின் படைப்பான சகுந்தலையாக, கலகம் செய்யும் அந்தகப் பெண் சங்கீதாவாக, மோனிகா எனும் நவீனயுகப் பெண்ணாக நான்கு வகையிலான பெண்களாக மாதுரி தீட்சித் வேடமேற்ற திரைப்படம்தான் கஜ காமினி. காமம், காதல், கலகம், கையறுநிலை அரற்றல் எனும் பெரும் ஆற்றல்கள் கொண்ட பெண், அவளை வெற்றிகொள்ள முயலும் ஆண்கள், எல்லாவற்றையும் கடந்து, வரலாறு பல்வேறு விதங்களில் அவள் மீது கலாச்சாரம் ஏற்றிய சுமைகளைச் சுமந்தபடி, அவள் காலம்மீறி இடம்மீறி தனது விடுதலை நாடி நடப்பதைச் சித்திரிக்கும் படம்தான் கஜ காமினி.

கஜ காமினியில் வேறுவேறு நிலப்பரப்புகளில் வேறு வேறு காலங்களில் வாழும் பெண்மையை உருவகிக்கிற மாதிரித்தான் மீனாக்சி படத்திலும் வேறுவேறு இடங்களில் வாழும் பெண்ணாக மீனாக்சியை உருவகிக்கிறார் குசேன். ஒரு எழுத்தாளனின் மாறுபட்ட பாத்திரங்களாக வாழும் மூன்று பெண்களாக ஒரு பெண் ஆகிறாள். ஹைதராபாத் நகரின் வாசனைத் திரவிய விற்பனைப் பெண்மனி, ராஜஸ்தானத்து ஜெய்ஸால்மர் பாலைநிலத்து நாடோடிப் பெண், செக்கோஸ்லாவாக்கியத் தலைநகரான பிராக் நகரத்தின் அனாதைப்பெண் என மூன்று பாத்திரங்களை ஏற்கிறார் நடிகை தபு.

ஒரு கலைஞனாக தனது ஆதர்ஷங்களை மாதுரி தீட்சித் எனும் பெண்ணில் தேடிய தனது அவஸ்தையை, தனது

அடையாளத்தை, பெண் எனும் பேராற்றல் இன்றித் தான் இழந்துவிடுவோம் எனப் பதட்டப்படும் படைப்பு ஆதாரத்தை, அது குறித்த விமர்சனங்களை இந்த்திரைப்பாடத்தில் குசேன் மேற்கொள்கிறார் என்றும் நாம் பார்க்க முடியும்.

அவரது இரண்டு திரைப்படங்களும் அவரது அடர்ந்த நிறங் களிலான ஓவியங்களின் பினனணியிலும், அதியற்புதமான நடனக் கோர்வைகளாலும், ஏ.ஆர.ரஹ்மானின் தேர்ந்த இசையினாலும், அவரது கனவு மயமான உருவகங்களாலும் உருவாகியிருக்கின்றன. இரண்டு திரைப்படங்களுமே ஒரே பார்வையில் புரிந்துகொள்ளக் கூடிய வழமையான நேர்கோட்டுத் திரைக்கதையமைப்பை அல்லது நடைமுறை வாழ்வைக் கொண்டன இல்லை. கஜ காமினியில ஷாருக்கான், மாதுரி தீட்சித், நஸ்ருதின் ஷா, ஷில்பா ஷிரோத்கர், ஷபானா ஆஸ்மி, பரீதா ஜலால் போன்றவர்களையும், மீனாக்சியில் தபு போன்ற பிரபல நடிகர் நடிகையரையும் கொண்டிருந்தாலும் இரண்டு விதங்களிலேயே இந்தப படங்களை நாம அனுபவம் கொள்ள முடியும்.

வேகமான காட்சியமைப்புக்களையும், அடர்ந்த வண்ணங்க ளாலும், வண்ணமயமான அரங்க அமைப்புக்களாலும் ஆகிய, லயம் மிக்க நடனக் கோர்வைகளையும், தாளமிடும் பாடல்களையும் இசையையும் கொண்டது இப்படங்கள் எனும் அளவில் இவைகள் சொல்லும் கதை என்பதனையும் மறந்த நிலையிலான அல்லது மறுத்த நிலையிலான கனவு மயமான காட்சி அனுபவங்களை இப்படங்கள் நமக்குத் தரும். குசேன் எழுப்ப விரும்பும் பெண்மையும் வாழ்வும் குறித்த அர்த்த தரிசனங்களை நாம் மறுபடி மறுபடி பார்ப்பதன் மூலமே நிறைத்துப் பார்த்துக் கொள்ளமுடியும்.

இந்துத்துவவாதிகளைப் போலவே மீனாக்சி படத்தில் வரும் ஒரு கவாலிப் பாடலில் இடம்பெறும் ஒரு வரிக்காக இஸ்லாமிய அடிப்படைவாதிகள் மீனாக்சி படத்தினைத் தடைசெய்யக்கோரி ஆர்ப்பாட்டம் செய்தார்கள். ஒளியே மிகு ஒளியே எனும் அந்த வரி குரானிலிருந்து எடுத்தாளப்பட்டிருப்பதாகவும் அது இஸ்லாமிய நிந்தனை எனவும் இஸ்லாமிய அடிப்படைவாதிகள் சொன்னார்கள். அது படத்தில் இடம்பெறும் பெண்மையின் அழகை மகிமைப்படுத்தக் கையாளப்பட்ட வரிகள் என குசேனின் மகன் விளக்கம் சொல்லிப் பார்த்தார். இஸ்லாமியவாதிகள் ஒப்புக்கொள்ளவில்லை. அதனைத் தொடர்ந்து அந்தப்

படத்தினைத் திரையிடுவதிலிருந்து விலக்கிக் கொள்வதாக அறிவித்தார் எம்.எப். குசேன்.

இரண்டு விதமான அடிப்படைவாதிகளதும் எதிர்ப்பினை எதிர்கொண்டு வாழந்து மறைந்திருக்கிறான் அமரக் கலைஞன் எம்.எப்.குசேன்

பிக்காஸோவின் ஓவியங்களைத் தேடிச்சென்று பார்த்தவன் எனும் அளவில், அவரது வாழ்வைத் திரும்பத் திரும்பவும் படித்தவன் எனும் அளவில், அவரது அரசியல் வாழ்வைத் தொடர்ந்து கற்றவன் எனும் அளவில், இந்தியாவின் பிக்காஸோ எம்.எப்.குசேன் என்று குறிப்பிடுவதற்கான பொறுத்தங்களை என்னால் புரிந்துகொள்ள முடியவில்லை.

முதன் முதலாக எவர் இந்த ஒப்பீட்டைச் செய்தார்கள் என்றும் தெரியவில்லை.

பிக்காசோவிற்கும் குசேனுக்கும் இருக்கிற முதல் ஒற்றுமை பிராங்கோவின் சர்வாதிகாரத்திலிருந்து வெளியேறி பிரான்சுக்குச் சென்று வாழ்ந்தவர் பிக்காஸோ. இந்திய இந்துத்துவவாதிகளின் தாக்குதல்களையடுத்து இந்திய அரசின்மீது நம்பிக்கையிழந்து தானே நாட்டைவிட்டு வெளியேறி பிரிட்டன் வந்தவர் குசேன். பிக்காஸோ சுயவிளம்பரத்திலும், தனது ஓவியங்களை விற்கிற சாதுர்யத்திலும் விற்பன்னர். குசைனும் சுயவிளம்பரத்திலும் தனது ஓவியங்களை விற்பதிலும் விற்பன்னர்.

இருவருக்கும் உள்ள பிறிதொரு ஒற்றுமை, மிகப்பெரும் செல்வங்களைக் குவித்தாலும் இருவரும் வறிய மனிதர்களின் மாதிரியிலான வாழ்முறையைத் தேர்ந்து கொண்டவர்கள். தொள தொளவென்ற கால்சட்டையும் கசங்கிய மேல்சட்டையும் அணிந்த மனிதர் பிக்காஸோ, கோட்டுசூட்டு போட்டாலும் வெற்றுக் கால்களுடனும் நடந்தவர் குசேன்.

பெண்கள் விஷயத்தில் பிக்காஸோ ஒரு அரசனைப் போல வாழ்ந்த, அவ்வப்போது தனது ஓவியங்களில் பெண்களின் மீது வன்முறையும் வெறுப்பையும் செலுத்திய மன்மதன். மாதுரி தீட்சித், தபு, கரீனா, கடைசியாக வித்யா பாலன் என பாலிவுட் திரைப் பெண்களை அதீதமாக விதந்தோதியவரேயொழிய பிக்காஸோவின் காமசரச சாகசம் அல்லது ஓவியங்களில் வாழ்வனுபவம் சார்ந்த பெண்வெறுப்பு என்பது குசேனிடம் இல்லை.

ஓவிய பாணி எனும் அளவில் உருவச் சிதைப்பு என்பதும், அழிவும் - குறிப்பாக குவர்னிகா அவரது சாதனை - வலிமையின், அழிவின் பெருமிதத்தின் குறியீடாக எருது மற்றும் குதிரைக் குறியீடு என்பதும் பிக்காஸோவின் முக்கியமான பாணி. ஆப்ரிக்க முகமூடிகள் மற்றும் சிற்பங்களின் பாதிப்பில் அவர் உருவாக்கிக்கொண்ட கியூபிசப்பாணி உலக ஓவியக் கலைக்கு அவரது குறிப்பான பங்களிப்பு. ஓவிய பாணி எனும் அளவில் பிக்காசோவுடனான ஒப்பீட்டை குசேனின் ஓவியங்களில் அதிகமும் சித்தரிக்கப்படும் குதிரைக் குறியீட்டை வைத்து மட்டுமே நாம் சொல்ல முடியும். பிக்காஸோ போலவே அழிவு, பெருமிதம், பேராற்றல் எனும் அர்த்தத்தில் குதிரை குசைனின் ஓவியங்களில் இடம்பெறுகிறது.

பிக்காஸோவின் புகழ்பெற்ற ஓவியங்கள் பெரும்பாலுமானவை உருவச்சிதைப்பு ஓவியங்கள். குசேனது ஓவியங்கள் உருவங்களை ஸால்வடார் டாலி போல துல்லியமாகவும் நுண்விவரங்களோடும் பதிவதில்லை. பிக்காஸோ போலவும் உணர்ச்சிகளைச் சித்தரிக்கிற விதமாகவும் இல்லை. அனேகமாக முகங்கள் அற்றவையாக, அருவமானவையாக குசேனின் உருவங்கள் அமைகிறது. அன்னை தெரசா பற்றியதும் பெண்கடவுளர்கள் பற்றியதுமான ஓவியங்கள் இதற்குச் சான்றாக அமைகின்றன.

பிக்காஸோ பிரெஞ்சுக் கம்யூனிஸ்ட் கட்சியில் உறுப்பினராக இருந்தவர். பாசிச எதிர்ப்பில் நடவடிக்கையாளராக இருந்து தெருப் போராட்டங்களில் பங்குபற்றினார். இந்திய நிலைமையிலும்கூட எம்.எப். குசேனை இந்திய தேசிய காங்கிரஸ் அரசியலுடன் நெருக்கமாக இருந்தார் என்றுதான் நாம் சொல்ல முடியும். இந்திரா காந்தியை துர்க்கையாகச் சித்தரித்த அவர் அவசரநிலைக் காலத்தைத் தான் ஆதரித்ததற்காகச் சுயவிமர்சனம் செய்துகொண்டார் என்பதற்கான சான்றுகள் இல்லை. மேற்கத்திய அரசியல் சொல்லணிகளுடன் சொல்வதானால் அவர் தாராளவாத மனிதாபிமானியாக இருந்தார்.

எல்லாவற்றையும் விட பிக்காசோவின் கடப்பாடுடைய இடதுசாரி அரசியலோடும், உலகை மாற்றிய அரசியல் நிகழ்வுகளில் அவரது நேரடியிலான செயல்பாட்டோடும் எம்.எப்.குசேனை ஒப்பிடுதல் என்பது சாத்தியமே இல்லை.

இந்தியாவிலிருந்து நீங்குவதற்கு ஒருபோதும் குசேன் விரும்பி யிருக்கவில்லை. அவர் இந்தியக் குடியுரிமையை விடவும்

இல்லை, கத்தார் குடியுரிமைக்காக அவர் விண்ணப்பிக்கவும் இல்லை. இந்தியாவில் இந்துத்துவாதிகளால் அவரது உயிருக்கு அச்சுறுத்தல் விடப்பட்டது. இஸ்லாமிய அடிப்படைவாதிகளின் அச்சுறுத்தலுக்குப் பணிந்து தஸ்லீமாவைக் கைவிட்டது போலவே இந்துத்துவ அடிப்படைவாதிகளுக்குப் பணிந்து இந்திய அரசு குசேனையும் கைவிட்டது.

கத்தார் அரசு தானாகவே முன்வந்து குசேனுக்குக் குடியுரிமையை அளித்தது. இரட்டைக் குடியுரிமை முறை என்பது இன்னும் நடைமுறைச் சாத்தியம் அற்றதால் குசேன் இந்தியக் குடியுரிமையை இழந்தார். மற்ற நாட்களில் கத்தாரிலும் குவைத்திலும் கழித்த அவர் கோடைக் காலங்களில் மிதமான வெயில் கொண்ட இலண்டனில் வாழ்ந்தார். தான் கடைசியில் எந்த நாட்டில் இருக்கிறேனோ அல்லது இறக்கிறேனோ அந்த நாட்டிலேயே தான் புதைக்கப்படவேண்டும் என்பது அவரது இறுதி விருப்பமாக இருந்தது.

மரணத்தின் பின்பும் அவரது உடலை இந்தியாவுக்குள் கொண்டு வர விடமாட்டோம் என வெறுப்பை உமிழ்ந்தன இந்து வெறி அமைப்புக்கள். அவர் நேசித்த இந்திய நாட்டிலிருந்து நாடு கடந்தவராகவே அவர் வாழந்து மறைந்தார். அவரது நண்பரும் ஓவியருமான சதீஸ் குஜ்ரால் அவரது இரங்கல் செய்தியில் குறிப்பிட்டது போல, குசேனின் நாடுநீங்கல் இந்தியாவுக்கு ஒரு அவமானம்தான். தனது முகத்தில் படிந்த இந்தக்கறையை இந்தியா இனி எந்தக் காலத்திலும் துடைத்துக்கொள்ள முடியவே முடியாது.

6
சத்திய சோதனையின் மீதான வல்லுறவு

ஜெயமோகன் மீது 'குறிப்பிட்ட' ஈழத்தமிழர்களுக்கு எப்போதுமே ஒரு பிரேமை உண்டு. ஜெயமோகன் இலக்கியக் கூட்டணியினை உருவாக்குகிற அதேயளவு அரசியல் கூட்டணிகளையும் உருவாக்குவதில் வல்லவர். அவருக்கு யாரோடு உறவாட வேண்டும், யாரைத் தடவ வேண்டும் என்பதெல்லாம் சாதுரியமாகத் தெரியும். அதே அளவு யாரை வெறுக்க வேண்டும், யாரைச் சபிக்க வேண்டும், யாரை நிராகரிக்க வேண்டும் என்பதும் தெரியும்.

கற்பழித்ததா இந்திய ராணுவம்? (ஜெயமோகனின் இணைய தளம்: 16.05.2012) எனும் சவடால் தலைப்புடன் ஒரு பதிவு போட்டிருக்கிறார் ஜெயமோகன். அதுவும் எப்போது அதனைப் போட்டிருக்கிறார்? முள்ளிவாய்க்கால் பேரழிவு நிகழ்ந்த நினைவு நாட்களான மே 17, 18 திகதிகளுக்கு முன்பாக, மே 16 ஆம் திகதி அந்தப் பதிவைப் போடுகிறார்.

தனது மதிப்புக்கும் நம்பிக்கைக்கும் உரிய இந்திய ராணுவவீரர் ஒருவரது கடிதத்தை நான்கு மாதம் வைத்திருந்து, அதனைப் பதிவு செய்ய ஜெயமோகன் தேர்ந்து கொண்ட திகதி மே 16 ஆம் திகதி. எவ்வளவு மோசமான பொய்யர் ஜெயமோகன் என்பது அந்தப் பதிவினையும், அந்தப் பதிவுக்கு எதிர்வினையாக திருமாவளவன் அதே தளத்தில் (17.05.2012) பதிந்திருக்கிற கருத்துக்குப் பதிலாக ஜெயமோகன் முத்தாய்ப்பாக முடித்திருக்கிற பதிவினையும் படிக்கிற எவரும் உணரமுடியும்:

...புலிகளின் இந்தப் பிரச்சாரத்தை தமிழகத்தில் முன்னெடுத்தவர்கள் தமிழ்த்தேசியம் பேசும் பாசிஸ்டுகள். அவர்களுக்கு நிதியுதவி அளிக்கும் இந்தியவிரோத அன்னிய அமைப்புகள். இந்த உச்ச கட்ட பிரச்சாரத்தை இந்திய ராணுவமோ இந்திய அரசோ எதிர் கொள்ளவே இல்லை. ஆனால் அவர்கள் தாங்களே மிகையாக நாடகத்தனமாகப் பேசி அவற்றை சாயம் வெளுக்கச் செய்தனர். இந்தப் பிரச்சாரத்தின் முக்கியமான எதிர்விளைவு என்பது உண்மையிலேயே தமிழர்களுக்குப் பேரழிவு வந்து அதைத் தமிழ் ஊடகங்கள் உலகம் முன் கூவிச்சொன்னபோது அதையும் வழக்கமான மிகை, பொய்ப்பிரச்சாரம் என்றே அனைவரும் எடுத்துக்கொண்டார்கள் என்பதே. இந்திய அமைதிப்படைக்கு எதிராக நிகழ்த்தப்பட்ட உக்கிரமான பொய்ப்பிரச்சாரம் பற்றிய கசப்புதான் பின்னர் பேரழிவின் கடைசிக்கணங்களில் இந்தியா தலையிடவேண்டும் என்ற கோரிக்கை எழுந்தபோது அதை ராணுவமோ இந்திய ஊடகமோ பொதுமக்களோ ஆதரிக்காமலானதற்குக் காரணம். வரலாற்றின் கசப்பான பழிவாங்கல்.

இது ஜெயமோகனின் 16.05.2012 ஆம் திகதி பதிவு. திருமாவளவன், ஷோபா சக்தி, தமிழ்நதி போன்றவர்கள் இதனை மறுத்து எழுதுகிறார்கள்.

திருமாவளவன் இப்படிச் சொல்கிறார்: .... இந்திய ராணுவம் வந்த ஓரிரு மாதங்களுக்குள்ளேயே ஈழமக்களின் முழு எதிர்ப்பும் இந்திய ராணுவத்திற்குக் கிட்டியதற்கு முக்கிய காரணம் இந்திய ராணுவத்தின் பாலியல் வதைகள்தான். உங்களுக்கு நிறையவே ஈழத்து நண்பர்கள் உண்டு. நிச்சயமாக உங்களுக்கு உண்மையும் தெரியும். இதற்கு மேல் மழுப்பல் தேவையில்லை என்றே நினைக்கிறேன்.

இது ஷோபா சக்தி: ...இந்திய அமைதிப்படையினர் பொது மக்கள் மீது நடத்திய கொலைகளுக்கும் சித்திரவதைகளுக்கும் நான் நேரடிச் சாட்சி. ஒவ்வொரு நாளும் பாலியல் வன்புணர்வுக்குச் சம்பவங்கள் நடைபெற்றன. 10 வயதுச் சிறுமியிலிருந்து 80 வயது மூதாட்டிவரை வன்புணர்வுக்கு உட்படுத்தப்பட்டார்கள். சிறுவர் களும் தப்பவில்லை. இவையெல்லாம் ஆதாரபூர்வமாகப் பல இடங்களில் தொகுக்கப்பட்டிருந்தாலும் அவற்றில் முதன்மையான ஆவணம் யாழ் பல்கலைக் கழக ஆசிரியர்கள் சங்கத்தால் வெளியிடப்பட்ட முறிந்த பனை ஆகும்

இது தமிழ்நதியின் பதிவு: .... நாங்கள் வாழ்ந்திருந்த தெருவே வெறிச்சிட்டிருந்தது. அயலவர்களில் பலர் எங்கேயென்றே தெரியாதபடி காணாமல் போயிருந்தார்கள். பக்கத்து வீடு இந்திய அமைதிப் படையின் இருப்பிடமாகியிருந்தது. ஒரு இரவுகூட அங்கு நிம்மதியாக உறங்க முடியுமென்று தோன்றவில்லை. பாலைவனத்தில் தன்னந்தனியாக மாட்டிக்கொண்டதாக உணர்ந்தோம். இவை போதாதென்று பக்கத்து வீட்டிலிருந்து அடிக்கடி எழுந்த அழு குரல்கள் எங்களை நிலைகுலைய வைத்தன. “ஐயோ... ஐயோ” என்று பெண்கள் அலறியழும் ஓசைகளைக் கேட்டோம். “என்னை ஒன்றும் செய்யாதையுங்கோ...” என்று மன்றாடும் குரல்களைச் செவியுற்றோம். பாலியல் வதைகூடமொன்றின் அருகில் நாங்கள் இருந்துகொண்டிருக்கிறோம் என்ற நினைவு பதைபதைக்கச் செய்தது. என் தாயின் முகம் பித்துப் பிடித்தாற்போல மாறியிருக்கக் கண்டேன். தந்தையோ இறுகிய முகத்தோடு அமர்ந்திருந்தார். அந்த இரவு முழுவதும் உறங்காமல் விழித்திருந்தோம். அதிகாலையில் பேருந்து நிலையத்தில் இருந்தோம். எங்கள் குடும்பம் வவுனியாவை நோக்கிப் பயணப்பட்டது. அங்கு எனது அண்ணா இருந்தார். யாழ்ப்பாணத்தோடு ஒப்பிடும்போது வவுனியாவில் நிலைமை சகித்துக்கொள்ளத்தக்கதாக இருந்தது. அதன் பிறகு எங்கள் உடமைகளை எடுத்துக் கொள்வதற்காகக் கூட நாங்கள் யாழ்ப்பாண வீட்டிற்குத் திரும்பிச் செல்லவில்லை.

இந்த மூன்று பதிவுகளுக்கும் பிறகு, திருமாவளவன், ஷோபா சக்தியின் நேர்மையை ‘மட்டும்’ பாராட்டிவிட்டு ஜெயமோகன் அவர்கள் இருவருக்குமான தனது பதிலை மே 17 ஆம் திகதி இவ்வாறு எழுதுகிறார்:

....ஒரு சாமானிய இந்தியனின் நிலையில் முற்றிலும் குழம்பியவனாக சொல்ல ஏதுமற்றவனாக உணர்கிறேன். ஒரு இந்தியனாக ஒரு மௌனமான ஒரு மன்னிப்புக் கோரலையே சொல்லமுடியும். ஜாஸ் டயஸ் அவர்களையும் உங்கள் கடிதம் இப்படித்தான் உணரச்செய்யும் என நினைக்கிறேன். மனிதனைப் பற்றி, இன்றைய இந்தியாவைப் பற்றி மேலும் சங்கடமும் அவமானமும் கொள்பவனாக ஆக்குகிறது உங்கள் கடிதம். ஆனாலும் இலங்கைத் தமிழர்கள் இந்தியாவை நெருங்கிவரவேண்டும் என்றே சொல்வேன். அத்தனை ரத்தத்தையும் மறந்து மெல்லமெல்ல அவர்கள் இந்தியாவை மன்னிக்கக் கற்றுக் கொள்ளவேண்டும். ஏனென்றால்

இனிமேலும் வரலாற்றில் வேறு வழியே இல்லை. இந்தியாவின் அதிகாரபீடமோ ராணுவமோ அல்ல இந்தியா. 'இந்திய அமைதிப்படைக்கு எதிராக நிகழ்த்தப்பட்ட உக்கிரமான பொய்ப்பிரச்சாரம் பற்றிய கசப்புதான் பின்னர் பேரழிவின் கடைசிக்கணங்களில் இந்தியா தலையிடவேண்டும் என்ற கோரிக்கை எழுந்தபோது அதை ராணுவமோ இந்திய ஊடகமோ பொதுமக்களோ ஆதரிக்காமலானதற்குக் காரணம். வரலாற்றின் கசப்பான பழிவாங்கல்' என்று எழுதுகிறார் ஜெயமோகன்.

ஜெயமோகன் உண்மையில் ஈழ அரசியல் அரிச்சுவடி தெரியாத குழந்தையாக இருக்க வேண்டும் அல்லது திட்டமிட்டு எழுதுகிற பொய்யராக இருக்க வேண்டும். இந்திய ராணுவத்திலிருந்து டயஸ் எழுதியதை அப்படியே ஏற்று, இந்திய அமைதிப்படைக்கு எதிராக நிகழ்த்தப்பட்ட உக்கிரமான பொய்ப்பிரச்சாரம் என்று அழுத்தம் திருத்தமாகச் சொல்லிவிட்டு, மூன்று பதிவுகளில் 'தனது அரசியல் பேசுவதற்கு உகந்த' இரு கடிதங்களை வாசித்த அதே நிமிடத்தில், ஷோபா சக்தி தனது தளத்தில் எழுதியதற்கு தொடுப்பும் கொடுத்து, இந்து ஞான உள்ளொளி பெற்று ஒரு சாமானிய இந்தியனின் நிலையில் முற்றிலும் குழம்பியவனாக சொல்ல ஏதுமற்றவனாக உணர்கிறேன். ஒரு இந்தியனாக ஒரு மௌனமான ஒரு மன்னிப்புக் கோரலையே சொல்லமுடியும். ஜாஸ் டயஸ் அவர்களையும் உங்கள் கடிதம் இப்படித்தான் உணரச்செய்யும் என நினைக்கிறேன். மனிதனைப் பற்றி இன்றைய இந்தியாவைப் பற்றி மேலும் சங்கடமும் அவமானமும் கொள்பவனாக ஆக்குகிறது உங்கள் கடிதம் என்று முன்பு சொன்னதை மறுத்து அந்தர்பல்டி அடிக்கிறார்.

ஜெயமோகன், ஒரு எழுத்தாளனாக ஒரு விஷயத்தை எழுதுவதற்கு முன்னால் வேறுபட்ட தரவுகளைக் கொண்டு; எழுதுகிற விஷயத்தைச் சரிபார்க்க வேண்டும் எனும் அடிப்படை ஒழுக்கம் கூட இல்லாத நீங்களெல்லாம் எதற்கு அறம், மண்ணாங்கட்டி என்றெல்லாம் எழுதிக் கொண்டிருக்கிறீர்கள்? ராஜீவ்காந்தி படுகொலை குறித்து வந்து புத்தகம் முதல் இறுதி யுத்தம் வரை கிழக்கு பதிப்பகம் போட்ட புத்தகங்கள் குறித்து விரிவாக அறிமுகம் எழுதுகிற உங்களுக்கு, ஈழத் தமிழர்கள் பற்பலரோடு 'நெருங்கிய' உறவு கொண்ட உங்களுக்கு, ஈழப் போராட்டப் பின்னணியில் 'லூசுத்தனமாக' உலோகம் என நாவல் எழுதுகிற உங்களுக்கு,

யமுனா ராஜேந்திரன் ■ 77

இதற்கெல்லாம் 'ஆராய்ச்சி' செய்கிற உங்களுக்கு, இந்திய ராணுவத்தின் பாலியல் வல்லுறவு குறித்த ஆவணங்கள் குறித்துத் தெரியவில்லையா? வேளச்சேரி என்கவுண்டர் பற்றி எழுதும் போது 'பன்முக' ஆய்வெல்லாம் செய்து எழுதுகிற உங்களுக்கு இப்பிரச்சினை குறித்து அப்படியான 'பன்முக' ஆய்வெல்லாம் செய்து எழுதவேண்டும் என ஏன் தோன்றாமல் போனது? இந்திய ராணுவ வீரன் டயஸின் கடிதத்தை அப்படியே ஏற்று எழுதும்போது உங்களது சொந்தப் புத்தி எங்கே போயிருந்தது?

ஜெயமோகன், ஈழச் சூழலில் உங்களது இலக்கியக் கூட்டணி இப்போது அரசியல் கூட்டணியாகவும் பரிமாணம் பெறத் துவங்கியிருக்கிறது. என்னிடம் முக்கியமான கேள்வியொன்று எஞ்சியிருக்கிறது. இது உங்களுக்கும் உங்களது கூட்டணிக்கும் உரியது. நீங்களே பதில் சொன்னாலும் சரி, ஒரு கூட்டறிக்கையாக வெளியிட்டாலும் சரி.

இலங்கை ராணுவம் 40,000 வெகுமக்களைக் கொன்றிருக்கிறது என்கிறது ஐக்கிய நாடுகள் சபை அறிக்கையும் சர்வதேசீய மன்னிப்புச் சபை அறிக்கையும். விடுதலைப் புலிகள் மட்டும் இதனைச் சொல்லவில்லை. இலங்கை ராணுவம், கைதுசெய்த போர்க் குற்றவாளிகளை எரித்துக் கொன்றிருக்கிறது. பெண் போராளிகளை பாலியல் வல்லுறவுக்கு உட்படுத்திக் கொன்றிருக்கிறது என்கிறது சேனல் நான்கு ஆவணப்படம். விடுதலைப் புலிகள் மட்டும் இதனைச் சொல்ல வில்லை. வெகுமக்களுக்கு மருந்து தராமல் பட்டினி போட்டு இலங்கை ராணுவம் கொலை செய்திருக்கிறது என்கிறார்கள் ஐநா சபை ஊழியர்கள். போர்முனையில் கொத்துக்குண்டுகள் போட்டு வெகுமக்கள் கொல்லப்பட்டிருக்கிறார்கள் என்று செய்தி வருகின்றன. விடுதலைப் புலிகள் மட்டும் இதனைச் சொல்லவில்லை. இதுபற்றியெல்லாம் நீங்களும் உங்களது கூட்டணிக்காரர்களும் ஏதாவது பதிவு செய்திருக்கிறீர்களா?

மன்னிப்புக் கேட்டது உங்களது தந்திரம். அல்லவெனில் உங்களது புகலிட சுத்த சுயம்பிரகாச இலக்கிய ஆதரவாளர்கள் அம்மணமாக ஓடவேண்டியிருந்திருக்கும். 'டேக்டிகல் மிஸ்டேக்கை டேக்டிக்கலாக ஸால்வ் செய்ய' அவர்கள்தான் உங்களுக்கு அட்வைஸ் கொடுத்திருப்பார்கள் என்பது எனது எண்ணம்.

முடிவாக, ஒரு படைப்பாளியாக தனிப்பட்ட முறையில்

உங்களுக்கு இந்தக் கேள்வி. படைப்பாளி என்பவன் எப்போதுமே ஒதுக்கப்பட்ட, நிராகரிக்கபட்ட, கண்டு கொள்ளப்படாத மனிதர்கள் பால் பரிவுணர்வு கொண்டவன். நான் மார்க்சிஸ்ட்டாக இருந்தாலும், ராணுவத்தின் தன்மை பற்றி எழுதும்போது செஞ்சேனையும் இரண்டாம் உலகப் போரில் பாலியல் வல்லுறவு புரிந்தது, ஆனால் அதற்கு செஞ்சேனை கடும் தண்டனைச் சட்டங்களையும் கொண்டிருந்தது என எழுதினேன். பிற ராணுவங்கள் குறித்து அறம், தார்மீகம் எல்லாம் தோன்ற எழுதுகிற நீங்கள், இந்திய ராணுவ வீரன் எழுதிய கடிதத்தை வாசித்தவுடன், அதனை அப்படியே ஏற்று, கற்பழித்ததா இந்திய ராணுவம்? என சவடால் தலைப்புடன் எழுதியதற்குப் பின்னிருந்த அறம், படைப்பெழுச்சி போன்றவை குறித்து நெஞ்சில் கைவைத்து உங்களால் இப்போதாவது பதில் சொல்ல முடியுமா?

7

ஒலிம்பிக் – பாசிசம் – தேசபக்தி

நிறநிறமான வாணவெடிகள் சிதறும் கோலாகலமான கொண்டாட்டங்கள் முடிந்து உலக நாடுகள் பதக்கங்களை எண்ணத் தொடங்கிவிட்டன. பதக்கங்களைக் குவிப்பதில் சீனா முதலாவதாகவும் அமெரிக்கா இரண்டாவதாகவும் இருக்கிறது. மூன்றாவது இடத்திற்கு பிரான்சும் தென்கொரியாவும் மாறிமாறி வந்து கொண்டிருக்கின்றன. கவர்ச்சிகரமான பெண்களின் கடற்கரைக் கைப்பந்தாட்டத்திற்கு நுழைவுச்சீட்டுக்கள் விற்றுத்தீர்ந்திருப்பதாகவும், வேறு பல விளையாட்டுக்களுக்குப் பார்வையாளர் இருக்கைகள் காலியாக இருப்பதாகவும் செய்திகள் வருகின்றன.

துவக்க நாள் நிகழ்ச்சியில் பல இருக்கைகள் காலியாக இருந்ததற்கு, நிகழ்ச்சிக்குப் ஸ்பான்சர் செய்த கார்ப்பரேட் நிறுவனங்களுக்கு ஒதுக்கப்பட்ட இடங்களை அவை சரியாக நிரப்பவில்லை எனும் விமர்சனங்களும் வந்து கொண்டிருக்கிறது. விளையாட்டுப் போட்டிகள் முழுமையாகத் தனியார் நிறுவன ஸ்பான்ஸர்களால் நடத்தப்பட, ஒலிம்பிக் கிராமம் உள்ளிட்ட கட்டுமானப் பணிகளுக்கு மட்டுமே பிரித்தானிய அரசு நிதி வழங்கியிருக்கிறது. அமெரிக்காவில் ஒலிம்பிக் போட்டிகள் நடைபெற்றபோதுதான் ஒலிம்பிக் விளையாட்டுக்கள் முழுமையாகத் தனியார் வியாபாரமயப்படுத்தப்பட்டது எனும் விமர்சனமும் இருந்து வருகிறது.

2008 ஆம் ஆண்டு நிகழ்ந்த சீன ஒலிம்பிக் விளையாட்டுப் போட்டியின் ஆரம்பநாள் நிகழ்வுக்கான செலவு 65 மில்லியன்

பவுண்ட்களாக இருக்க, இலண்டன் ஒலிம்பிக் துவக்க நாள் நிகழ்வுக்கான செலவு 27 மில்லியன் பவுண்ட்களாக இருக்கிறது. சீனா செலவளித்த தொகையின் பாதியைக் கூட இலண்டன் செலவளிக்கவில்லை. சீனாவின் ஆரம்ப ஒலிம்பிக் நிகழ்வை அந் நாட்டின் புகழ்பெற்ற திரைப்பட இயக்குனரான ஷாங் இமு அமைத்திருக்க, இலண்டன் ஆரம்ப நிகழ்வை இங்கிலாந்தின் புகழ் பெற்ற இயக்குனரான டேனி போயில் அமைத்திருக்கிறார்.

தைவானிய இயக்குனரான ஆங் லீயின் குரோச்சிங் டைகர்ஸ் படத்திலிருந்து ஷாங் இமுவின் ஹீரோ வரையிலான பிரம்மாண்டமான வண்ணமயமான திரைப்படங்களைப் பார்த்திருப்பவர்களுக்கு, ஏன் சீன ஒலிம்பிக் ஆரம்ப நிகழ்வுகளை நெறிப்படுத்தும் பொறுப்பு ஷாங் இமுவுக்கும் ஆங் லீக்கும் வழங்கப்பட்டது என்பதனைச் சாதாரணமாகப் புரிந்து கொள்ள முடியும். ஷாங் இமு ஒலிம்பிக் ஆரம்பவிழா நிகழ்ச்சி அமைப்பாளராகச் செயலாற்ற ஹாலிவுட் பிரம்மாண்டத் திரைப்பட இயக்குனர் ஸ்டீபன் ஸ்பீல்பர்க்கையும் அழைத்தார். ஒப்புக் கொண்ட ஸ்பீல்பர்க் பிற்பாடு தென் சூடான் பிரச்சினையில் சீனாவின் அரசியல் நிலைபாட்டுக்கு எதிராக ஒலிம்பிக் குழுவிலிருந்து வெளியேறினார்.

தமிழக இசையமைப்பாளரான ஏ.ஆர்.ரஹ்மான் வழி இயக்குனர் டேனி போயில் திரைப்படப் பார்வையாளர்களான தமிழர்களுக்கும் மிகவும் பரிச்சயமானவர். ஏ.ஆர். ரஹ்மான் இசையமைப்புக்காக ஆஸ்கார் விருதுபெற்ற திரைப்படமான ஸ்லம்டாக் மில்லியனர் படத்தின் இயக்குனர் அவர். உலக அளவில் போயில் ஸ்லம்டாக் மில்லியனர் படத்தினால் புகழ்பெற்றது போலவே இங்கிலாந்தில் தனது டிரெயின்ஸ்போட்டிங் படத்தின் மூலம் புகழ்பெற்றவர். போதைமருந்துக்கு ஆட்பட்ட, வறுமைக்கு ஆட்பட்ட எடின்பர்க் நகரத்தின் எண்பதுகளின் தலைமுறை பற்றிய திரைப்படம் டிரெயின்ஸ்போட்டிங். இர்விங் வெல்ஸ் எழுதிய நாவலின் அடிப்படையில் அத்திரைப்படம் உருவானது. தாராளவாத இடதுசாரி மரபின் திரைப்பட இயக்குனராக அவரைக் கருதலாம்.

ஷாங் இமு தனது ரெய்சிங் த ரேட் லேன்டன் மற்றும் டு லிவ் போன்ற சீனாவில் தடைசெய்யப்பட்ட திரைப்படங்களின் மூலம் உலகுக்கு அறிமுகமானவர். கலாச்சாரப் புரட்சிக்கால

அத்துமீறல்கள் பற்றிய திரைப்படங்களுக்காக அதிகமும் பேசப்பட்டவர் ஷாங் இமு. சீன அரசிற்கு நெருக்கமாக ஆனபோது அவரது திரைப்படங்கள் ஒன்றிணைந்த சீனா எனும் பெருந்தேசியக் கனவுகளை முன்வைக்கும் திரைப்படங்களைச் சொல்பவராக அவர் ஆனார். டு லிவ் போன்ற எளிமையான படங்களிலிருந்து பிரம்மாண்டமான திரைப்பட உருவாக்கத்தை நோக்கி அவர் நகர்ந்தார். சீன ஒற்றுமைக்காக விட்டுக் கொடுக்கும் கலகக்காரர்களையும், சீன ஒற்றுமைக்காகக் கலகக்காரர்களைக் கொல்லும் பழஞ் சீனப் பேரரசனையும் சித்தரித்த அவரது ஹீரோ படம் இதற்கொரு சான்று.

சீன ஒலிம்பிக் ஆரம்ப நிகழ்வு உலக ஒலிம்பிக் ஆரம்ப நிகழ்வுகளின் உச்சக்காட்சி, அதனை எவரும் கடந்து போக முடியாது என அறிவித்த டோனி போயில் தான் பிரித்தானியாவின் கலை, இலக்கிய, அரசியல் வரலாற்றைத் தனது நிகழ்வில் அமைத்துக் கொண்டார்.

சீனாவின் ஒலிம்பிக் ஆரம்ப நிகழ்வு என்பது தமது பிரம் மாண்டத்தையும், வரலாற்றுச் சாதனைகளையும் மட்டுமே முன்வைத்த நிகழ்ச்சியாக இருந்தது. காகிதம், வாணவேடிக்கை வெடிமருந்து கண்டுபிடித்தமை, விண்வெளிக்குச் சென்றது போன்ற சாதனைகளை அது முன்வைத்தது. இராணுவ ஒழுங்குகளுடன் நெறிப்படுத்தபட்ட பிரம்மாண்டமான மக்கள் கூட்டங்கள் நிறைந்த முரசொலி, நடன நிகழ்வுகளால் அமைந்தது அந்நிகழ்வு. ஐம்பதுக்கும் மேற்பட்ட தேசிய இனங்களைப் பிரதிபலிக்கும் உடைகள் அணிந்த மக்களைப் பிரதிபலிக்கும் நிகழ்வில் அந்தந்த மக்களுக்கு மாறாக பெரும்பான்மையினமான ஹான் இனத்தவர்களால் அந்நிகழ்வு நிகழ்த்தப்பட்டது எனும் விமர்சனம் பிற்பாடு வெளியானது.

சீன நிகழ்வுகளோடு ஒப்பிட, ஒரு பிரித்தானிய பழமைவாதக் கட்சியின் நிறவெறிப் பாராளுமன்ற உறுப்பினர் குறிப்பிட்டதுபோல, டேனி போயிலின் ஒலிம்பிக் ஆரம்ப நிகழ்வு பிரித்தானியாவின் தாராளவாத இடதுசாரி பல்கலாச்சார மரபை முன்வைப்பதாகவே இருந்தது. அறுவடை நடந்து கொண்டிருக்கிற கிராமப்புறத்தில் நடந்துகொண்டிருக்கும் கிரிக்கெட் மற்றும் கால்பந்து விளையாட்டு, தொழிற்புரட்சியில் தொழிலாளர்களின் பாத்திரம், தமது உரிமைகளுக்காகப் போராடிய பெண்கள் மேற்கொள்ளும் ஆர்ப்பாட்ட ஊர்வலம், பிரபுக்கள், தொழிலாளர்கள், விவசாயிகள் என இவர்களுக்

கிடையிலான உறவும் முரணும், தொழிற்துறை வளர்ச்சியும் சூழலியல் பின்னடைவும் என பிரித்தானியாவின் முரண்பட்ட சமூக சித்திரம் அவரது நிகழவில் இருந்தன. இன்றைய கன்சர்வேடிவ் அரசினால் நெருக்கடிக்கு உள்ளாக்கப்படும் தேசிய மருத்துவ சேவையின் ஊழியர்களாலும் மருத்துவத் தாதிகளாலும் குழந்தைகளாலும் முன்னெடுக்கப்பட்ட நடன நிகழ்வு, ஹாரிபட்டர் தொன்மம் உள்ளிட்ட நிகழ்வு ஒரு அற்புதம் என்றே சொல்ல வேண்டும். இன்னொரு அற்புதம், தொழிலாளர்களின் கடும் உழைப்பினால் உருவான உருக்கினால் ஆன ஒலிம்பிக் சின்னம் வானில் எழுந்த அக்காட்சி.

வெகுமக்கள் இசை என்பதும், அதனது பல்கலாச்சாரத் தன்மை என்பதும் அமெரிக்க - பிரித்தானிய இசையின் ஒரு அங்கம். வெள்ளை - கறுப்பினக் கலப்பினப் பெண் ஒருவருக்கும் ஒரு கறுப்பின வாலிபருக்கும் இடையிலான காதலின் பின்னணியில் அறுபதுகள் முதல் இன்றுவரையிலான வெகுமக்கள் இசைப்பாடல்கள் ஒரு தொகுப்பாக முன்வைக்கப்பட்டது. உலக அளவில் அறியப்பட்ட நகைச்சுவையாளரான ரோவன் அட்கின்சன், இடதுமரபின் மாபெரும் கலைஞனான கென் லோச்சின் கெஸ் திரைப்படம், ஆஸ்கார் விருதுபெற்ற **சேரியட் ஆப் பயர்** திரைப்படம் என பிரித் தானியாவின் கூட்டுநினைவில் பதிந்த கலாச்சாரப் பிம்பங்களை டோனி போயில் தொகுத்தளித்தார்.

டோனி போயிலின் **குறும்பு** வெளிப்பட்ட ஒரு அம்சம் இன்றைய ஜேம்ஸ்பான்ட் ஆன டேனியல் கிரைக்கும் பிரித்தானிய மகாராணியாரும் சம்பந்தப்பட்ட ஒலிம்பிக் விழா ஸ்டேடியத்தின் மீதான ஒரு பாராசூட் குதிப்புக் காட்சி. மகாராணியாரின் செல்ல நாய்க்குட்டிகளின் ‘குத்தாட்டத்துடன்’ சுவாரசியமான நிகழ்வுப் பகுதியாக அக்காட்சி இருந்தது.

ஜேம்ஸ்பான்ட வெகுஜனப் பார்வையாளனுக்கு பிடிப்பதற்கான காரணங்கள் அரசியலுக்கு அப்பாற்பட்டது. வேகமான கார்கள், வித விதமான மதுவகைகள், பல்கலாச்சாரப் பெண்களின் உடலுறவுகள், டிப்டாப்பான உடைமோஸ்தர்கள் என வாழ்கிற ஜேம்ஸ்பான்ட் ஒரு கனவு மனிதன். பிறிதொரு வகையில் அவன் கெடுபிடிப் போர்க்காலத்தின் உருவாக்கம். உலக அரசியல் சூதாட்டத்தினுள் பிரித்தானிய அரசின் தேசபக்தன் அவன். அவன் பல சமயங்களில்

உளவுத்துறைச் சட்டதிட்டங்களுக்குள் அடங்குவதில்லை. கெடு பிடிப்போருக்குப் பின்னான ஜேம்ஸ்பான்ட் படங்களில் அவன் தனது தேசபக்திக்காக அமெரிக்காவையும் பிரான்ஸ் ஜெர்மனியையும் கூட நக்கலடிக்கிறான்.

ஜேம்ஸ்பான்ட் குறித்த அரசியல் விமர்சனங்கள் எத்தகைய தாயினும், அவன் பிரித்தானிய வெகுமக்களின் அரசியல், இலக்கியக் கூட்டு நினைவுகளின் பகுதியாக வாழ்கிறான் என்பதை எவரும் மறுக்கவியலாது. கென்லோச் எவ்வாறு பிரித்தானியக் கலாச் சாரத்தின் பகுதியோ அதனைப் போன்ற கலாச்சாரப் பகுதிதான் ஜேம்ஸ்பான்ட். அவ்வகையில் மாறுபட்ட அரசியல், கலை இலக்கிய மரபுகள், சாதாரண உடையணிந்த எளிமையான மனிதர்களின் வாழ்வு, எதிர்மறையில் பிரித்தானிய அரசாட்சியின் பகட்டு என அனைத்தினதும் பிரதியாக டோனி போயலின் நிகழ்ச்சி அமைந்திருந்தது. துரதிருஷ்டவசமாக சீன ஒலிம்பிக் ஆரம்ப நிகழ்வு தன்னிலைகள் அல்லாத பிரம்மாண்டமான மக்கள் கூட்டங்களால் ஆன பல்மரபுகள் தவிர்ந்த ஒற்றைப்பட்டையான சீன மகோன்னத மரபைக் கொண்டாடுவதாக அமைந்திருந்தது

பிரித்தானியாவின் பல்கலாச்சார மரபையும் வேறுபட்ட மரபுகளையும் அரசியலையும் எளிமையாகச் சித்தரித்த காரணத்திற்காகத் தனிப்பட்ட முறையில், ஒப்பீட்டு ரீதியில், ஷாங் இமுவின் சீனப் பிரம்மாண்டத்தைவிட எனக்கு டோனி போயிலின் நிகழ்ச்சியே பிடித்திருந்தது.

ஒலிம்பிக் விளையாட்டுப் போட்டிகளின் நிறைவுநாள் நிகழ்வு களை மூன்றரை மணி நேரம் விழித்திருந்து பார்த்தவர்களுக்கு அதன் உணர்ச்சிகரமான பரவசத்திலிருந்து மீள்வதற்குக் குறைந்தபட்சம் இருபத்து நான்கு மணிநேரங்களாவது தேவையாக இருந்திருக்கும். ஜான் லென்னான், பாப் மார்லி, பிரெடி மெர்க்குரி போன்ற மகத்தான கலைஞர்களின் குரல்கள் பாடல்களாக ஒலித்த தருணங்கள் அவை. பேக் ஸ்டீரீட் பாய்ஸ் முதல் ஸ்பைஸ் கேர்ல்ஸ் வரையிலான வேறுவேறு தலைமுறை சார்ந்த பிரித்தானியக் கலைஞர்களின் இசைக் கோர்வைகளால் நிலைத்த பொழுதுகள் அவை. ஜான் லென்னானது புகழ்பெற்ற பாடலான இமேஜின் மூன்று முறை திரும்பத் திரும்பப் பாடப்பெற்றது.

ஐரோப்பிய, வெள்ளையின ஆண்களினதாக மட்டுமேயிருந்த ஒலிம்பிக் நிகழ்வுகள் மெல்ல மெல்லப் பெண்களுக்கும்

வேற்றின மக்களுக்கும் உரியதாகவும் ஆகிவந்திருக்கிறது என்பதற்குச் சாட்சியமாக விளையாட்டு வீரர்கள் - வீராங்கனைகளது அணிவகுப்பு இருந்தது. ஒலிம்பிக் இறுதி நிகழ்வின் சடங்காக நடைபெற்ற விருது வழங்கு விழாவில், விருதுபெற்ற மூன்று ஆப்ரிக்க வீரர்களின் முக மலர்ச்சியைப் பார்த்தபோது உடலுக்குள் சிலிர்ப்பு ஓடி மறைந்தது. ஜான் லென்னான் கற்பனை செய்த அந்த ஒருலகு வந்துவிட்டது போன்ற ஒரு பிரமையையும் ஒலிம்பிக் நிகழ்வுகளின் ஒலிபரப்பு ஏற்படுத்தவே செய்தன.

பாடல்கள் அனைத்துமே இரண்டு தீம்களையே இசைத்தன. ஒருலகு, ஓரினம் உருவாகிவிட்டது என அவைகள் சொல்லின. வலது பக்கம், இடதுபக்கம் இரண்டையும் விட்டுவிட்டு உலக மக்களே உங்கள் வாழ்க்கைக்கு கொஞ்சம் ருசி சேர்த்துக் கொள்ளுங்கள் என்றனர் சில பாடகர்கள். எப்போதும் வலதுபக்கமே பாருங்கள், வாழ்வில் நல்லதையே நினையுங்கள், வெற்றியை நோக்கிச் செயல்படுங்கள் என்றனர் சில பாடகர்கள். ஒரு வகையில் பாப் மார்லியின் வார்த்தையில் இந்தப் பாடகர்களின் சொற்கள் மாயாஜாலம் போலவே தோன்றியது.

அமெரிக்கா, இத்தாலி, ஸ்பெயின், கிரீஸைத் தொடர்ந்து பிரித்தானியாவிலும் அதிகரித்து வரும் பொருளாதாரப் பின்னடைவு, சென்ற ஆண்டு இலண்டனில் பற்றியெறிந்த வெள்ளை - கறுப்பின இளைஞர்களின் கலகம், கல்லூரிக் கட்டண உயர்வுக்கு எதிராக பிரித்தானியாவெங்கிலும் மாணவர்கள் நடத்திய போராட்டங்கள், 2014 ஆம் ஆண்டு தேர்தலில் ஸ்காட்லாந்து முன்வைக்கவிருக்கும் பிரிவினைக் கோரிக்கை, வறிய மக்களின்மீது சுமத்தப்படும் பொருளாதார வெட்டுக்கள், அதிகரித்து வரும் வேலையின்மை என அனைத்துப் பிரச்சினைகளையும் பின்தள்ளி ஒலிம்பிக் விளையாட்டுப் போட்டிகள் பின் - ஏகாதிபத்திய தேசபக்தியொன்றினை பிரித்தானிய மக்களிடம் தோற்றுவித்திருப்பதாக இங்கிலாந்தின் புகழ்பெற்ற தாராளவாத - இடதுசாரி இதழான தி நியூ ஸ்டேட்ஸ்மன் எழுதுகிறது என்பதுகூடக் கொஞ்ச நேரம் மறந்துதான் போய்விட்டது.

பிறிதொரு புறம், சீனா போன்ற நாடுகளின் வீரர்கள் பதக்கம் பெறுகிறபோது, அவர்கள் போதை மருந்து உட்கொண்டார்கள் என அவர்களது திறன்களை சந்தேகக் கண்கொண்டு பார்க்கவைக்கும் அபிப்பிராயங்களை பிரித்தானிய ஊடகங்கள் வெளியிட்டன. பிரித்தானியப் போட்டியாளர்கள் வெற்றி

பெறும்போது எழுப்பப்படும் வெறித்தனமான சப்தங்களும், யூனியன் ஜாக் கொடியை அசைத்தபடி சன்னதம் கொண்ட வெகுமக்களின் அருகாமைக் காட்சிகளும், நாடெங்கிலும் ஒலிம்பிக் தொடரரோட்டம் மூலம் கொண்டுவரப்பட்ட பந்தமும், இட்லரது நாசிக் கட்சியின் பிரச்சாரத்தை ஒத்ததாக இருப்பதாக மோர்சி போன்ற வெகுஜனப் பாடகர்கள் விமர்சித்தார்கள்.

ஆதாரமான ஒலிம்பிக் தொடக்கம் என்பது மிக எளிமையானது எனச் சுட்டிக் காட்டும் இவர்கள், நாடெங்கிலும் திரட்டிக் கொண்டு வரப்படும் பிரம்மாண்டமான தீப்பந்தத் தொடரோட்டமும், மகோன்னதமான துவக்கவிழாக் காட்சிகளும் 1934 ஆம் ஆண்டு ஜெர்மன் பெர்லின் ஒலிம்பிக்கில் இட்லரால் துவக்கிவைக்கப்பட்டது எனவும் குறிப்பிட்டுக் காட்டுகிறார்கள்.

2012 ஆகஸ்ட் இலண்டன் ஒலிம்பிக்கை ஒட்டி முன்னதாக கிரீஸ் ஒலிம்பியாவில் 2012 மே மாதத்தில் ஒலிம்பிக் ஜோதி ஏற்றி வைக்கப்பட்டது. ஒன்றரை மணிநேரம் நிகழ்ந்த அந்த நிகழ்வு மிக எளிமையானது. சூரியனிடமிருந்து பெற்ற ஒளியில் ஏற்றப்பட்ட ஒலிம்பிக் தீப்பந்தம் ஒலிம்பிக் வீரனிடம் கையளிக்கப்படும் நிகழ்வு அது. இதனுடன் ஒப்பிட 1936 பெர்லின் ஒலிம்பிக், 2008 பெய்ஜிங் ஒலிம்பிக், 2012 இலண்டன் ஒலிம்பிக் என இவை அனைத்திற்கும் ஒற்றுமைகள் இருக்கின்றன. இட்லரால் துவங்கிவைக்கப்பட்ட, நாடெங்கிலும் தேசபக்தியைக் கிளப்பி ஒன்றிணைத்த ஒலிம்பிக் தீப்பந்த ஓட்டச் சடங்கு இந்த மூன்று ஒலிம்பிக் நிகழ்வுகளினதும் ஒற்றுமை. பெர்லின் ஒலிம்பிக் பற்றிய லெனி ரீப்சிந்தாலின் ஒலிம்பியா விவரணப் படத்தினையும், சீன, பிரித்தானிய ஒலிம்பிக் தொடர்பான விவரணப்படங்களையும் ஒருவர் இதற்கென ஒப்பிட்டுப் பார்த்துக்கொள்ள முடியும்.

தேசபக்த அரசியலையும் விளையாட்டையும் தனது நாசி அரசியல் பிரச்சாரத்திற்காகக் கச்சிதமாக இணைத்தவர் இட்லர். 1936 முதல் அது உலக ஒலிம்பிக்குகள் அனைத்திலும் அந்தந்த நாடு களின் தேசபக்தியைக் கிளர்த்த உபயோகப்பட்டு வருகிறது. நாடு முழுமையையும் ஓட்டத்திற்கு மாற்றாக வேறுபட்ட நிலப்பரப்புகளின் மூலமும் தேசியக் கொடி ஏந்தி வெகுமக்கள் அணிவகுப்பதன் மூலமும் இந்திய தேசபக்தியை அடித்தொண்டையில் முன்னெடுத்த ஏ.ஆர்.ரகுமானது வந்தே மாதரம் பாடலின் ஒளிப்பதிவையும் ஒருவர் இந்தக் கிளர்ச்சிப் பிரச்சாரங்களுடன் ஒப்பிட்டுப் பார்த்துக்கொள்ள முடியும்.

3000 ஆண்டு பழமை கொண்ட ஒலிம்பிக் நிகழ்வின் நவீனயுகம் 1896 ஏதென்ஸ் நகர ஒலிம்பிக் நிகழ்வுகளில் இருந்து தோற்றம் பெறுகிறது. ஒலிம்பிக் நிகழ்வுகளின் போது உள்நாட்டு வெளிநாட்டுப் போர்களை நிறுத்தி வைக்க வேண்டும் எனும் மரபு இருந்தது. அந்த மரபு இயல்பாகவே தேய்ந்து அழிந்து, மீளவும் அப்படியான அரசியல் கடந்ததாக ஒலிம்பிக் ஆக வேண்டும் என அனைத்து நாடுகளும் சொல்லி வந்தாலும், அது நடைமுறையில் சாத்தியமாயிருக்கவில்லை.

1936 பெர்லின் ஒலிம்பிக் இட்லரின் வழிகாட்டுதலில் நடை பெற்றது. நாசிக் கட்சிப் பிரச்சாரத்தின் பகுதியாகவே பிரம்மாண்டமான நிகழ்வுகள் நடந்து முடிந்தன. இரண்டாம் உலகப் போரையடுத்து 1948 ஆம் ஆண்டு இலண்டனில் நிகழ்ந்த ஒலிம்பிக்கில் இரண்டாம் உலகப் போரில் அவை வகித்த பாத்திரத்திற்காக ஜெர்மனி மற்றும் ஜப்பான் போட்டிகளில் இருந்து விலக்கப்பட்டன. தொடர்ந்து கெடுபிடிப் போர், நிறவெறி, காலனியாதிக்க எதிர்ப்பு போன்றன ஒலிம்பிக் நிகழ்வுகளில் தீர்மானமான அரசியல் பாத்திரம் வகித்தன.

1960 ரோம் நகரில் நடைபெற்ற ஒலிம்பிக்கில் அதனது நிறவாத நடவடிக்கைக்காக தென் ஆப்ரிக்கா விலக்கம் செய்யப்பட்டது. 1972 மியூனிக் ஒலிம்பிக்கில் இஸ்ரேலிய ஒலிம்பிக் ஆட்டக்காரர்களை பாலஸ்தீன விடுதலைப் போராளிகள் படுகொலை செய்தனர். 1976 ஆம் ஆண்டு 20 ஆப்ரிக்க நாடுகள் தென் ஆப்ரிக்கா ரக்பி விளையாட்டுக்கு அனுமதிக்கப்பட்டதனை எதிர்த்து ஒலிம்பிக் போட்டிகளை நிராகரித்தன. ஆப்கானிஸ்தான் மீதான ரஸ்ய யுத்தத்தையடுத்து 1980 மாஸ்க்கோ ஒலிம்பிக்கை அமெரிக்கா உட்பட்ட நாடுகள் புறக் கணித்தன. பதிலடியாக 1984 லாஸ் ஏஞ் ஜெல்ஸ் ஒலிம்பிக்கை 14 சோசலிச நாடுகள் புறக்கணித்தன. 2008 சீன ஒலிம்பிக்கை தைவான் - சீனா என இரண்டும் ஆதரித்தன. தைவான் மீதான சீனாவின் ஆக்கிரமிப்பை அது மட்டுப்படுத்தியது. தென் சூடான் மற்றும் ஜியார்ஜியப் பிரச்சினையில் சீனாவின் நிலைப்பாட்டைக் கண்டித்து பெய்ஜிங் ஒலம்பிக்கில் அமெரிக்கக் கொடியை தென் சூடான் மற்றும் ஜியார்ஜியத் தடகளவீரர்கள் ஏந்தினர்.

2012 இலண்டன் ஒலிம்பிற்கு வந்த கெமருன் விளையாட்டு வீரர்கள் தாம் தோல்வியுற்றதால் பழிவாங்கப்படுவோம் எனக் காரணம் கூறி பிரித்தானியாவில் அடைக்கலம் கோரவிருக்கிறார்கள். கடந்த நூற்றாண்டினதும் இந்த

நூற்றாண்டின் ஆரம்ப ஆண்டுகளினதும் ஒலிம்பிக் நிகழ்வுகளை எடுத்துப் பார்க்கும்போது, உலக அரசியலின் அதிர்வுகள் நேரடியாகவே ஒலிம்பிக் நிகழ்வுகளில் பிரதி பலித்திருப்பதை நம்மால் காணவியலும்.

இன்று உலகம் அமெரிக்காவினாலும் சீனாவினாலும்தான் பிரதானமாகக் கூறுபோடப்பட்டுக் கொண்டிருக்கிறது. 2008 - இல் பதக்கங்கள் அதிகமும் சீனாவிடம். 2012 இல் பதக்கங்கள் அனைத்தும் அமெரிக்காவிடம். இந்த இரண்டு ஒலிம்பிக்கிலும் முதல், இரண்டாம் இடங்கள் அவர்களுக்கே உரியது. மூன்றாம் இடம் ஐரோப்பிய நாடுகளுக்கு உரியது. அடுத்த அடுக்குகளில் இவர்களைச் சுற்றிய கிரகங்களான நாடுகள் இருக்கின்றன. அமெரிக்கா தாராளவாத முதலாளித்துவம் என்றால், சீனா எதேச்சாதிகார முதலாளித்துவம். இன்னும் பல பத்தாண்டுகளுக்கு உலகமும் ஒலிம்பிக்கும் இவர்களது ஆதிக்கத்தில்தான இருக்கும்.

அரபுப் புரட்சி, ஆப்கான், ஈராக்கில் அமெரிக்கப் படைகள், ஆப்ரிக்காவில் சீனாவின் காட்டுமிராண்டித்தனமான சுரண்டல் என இதனது விளைவான உபரிமதிப்புத்தான் அமெரிக்காவினதும் சீனாவினதும் பதக்கங்களுக்கான செலவினத்தை வழங்குகின்றன. கால்பந்து, கிரிக்கெட் என்பன இன்று தேசபக்தியின் பந்தய மைதானங்கள். ஒலிம்பிக் என்னதான் தாராளவாத மரபையும் அரசியல் நீக்கத்தையும் கொண்டிருப்பதாகக் கோரிக் கொண்டாலும், பாசிசம் முதல் நவகாலனியம் வரையிலான அதனது அரசியல் தாக்கம் இருந்து கொண்டேதான் இருக்கின்றன.

நமக்கு மேலே சொர்க்கமும் இல்லை. கீழே நரகமும் இல்லை. நாடுகள் இல்லை. மதங்கள் இல்லை. உடைமைகள் இல்லை. கொல்லவோ மரணமுறவோ காரணங்கள் இல்லை. அனைத்து மக்களுக்கும் சமாதானம். பேராசையோ அல்லது பசியோ இல்லை. சகோதரத்துவம் உண்டு. உலகை அனவரும் பகிர்ந்து கொளவோம். நான் கனவு காண்பவன் இல்லை. ஒருநாள் என்னோடு நீங்களும் இணந்து கொள்வீர்கள். அப்போது உலகம் ஒருலகாக இருக்கும் எனக் கனவு கண்டார் ஜான் லென்னான். கொண்டாட்டங்கள் முடிந்துவிட்டன. மகத்தான யுத்த எதிர்ப்புக் கலைஞனான ஜான் லென்னானின் கனவு இன்னும் கனவாகத்தான் இருக்கிறது. மறுமுறையும் அடுத்த ஒலிம்பிக்கிலும் நாம் ஜான் லென்னானை நினவுகூரத்தான் வேண்டியிருக்கும்.

8

சார்லி ஹெப்டோ: இஸ்லாமிய வெறுப்பும் ஐரோப்பிய இடதுசாரிகளும்

சார்லி ஹெப்டோ படுகொலைப் பிரச்சினை தற்காலிகமாக முடிவுக்கு வந்திருப்பது போலத் தோன்றுவது வெறுமனே வெளித்தோற்றம் மட்டும்தான். மூன்று இஸ்லாமிய அடிப்படைவாத ஆயுததாரிகளால் மொத்தமாக 17 பேர் படுகொலை செய்யப்பட்டுள்ளார்கள். சார்லி ஹெப்டோவின் 4 கார்ட்டுனிஸ்ட்டுகளும் சார்ப்போ சேபர்னியர் எனும் அதனது ஆசிரியரும் சுட்டுக் கொல்லப்பட்டிருக்கிறார்கள். இதுவன்றி இரு இஸ்லாமியர்களான ஒரு காவல்துறை அதிகாரியும், சார்லி ஹெப்டோ ஊழியர் ஒருவரும் சுட்டுக் கொல்லப்பட்டுள்ளார்கள். சார்லி ஹெப்டோ அலுவலகத் தளத்தில் மட்டும் மொத்தமாகப் 12 பேர் கொல்லப்பட்டுள்ளார்கள். இதனோடு ஒரு பெண் காவல் துறை அதிகாரியும் சுட்டுக் கொல்லப்பட்டுள்ளார். யூத பலசரக்குக் கடையில் நடந்த பிணைக்கைதிகள் பிரச்சினையில் இஸ்லாமிய அடிப்படைவாத ஆயுததாரியால் 4 யூதர்கள் சுட்டுக் கொல்லப்பட்டுள்ளார்கள்.

படுகொலையாளர்களான சைத் குவாச்சி மற்றும் ஷெரீப் குவாச்சி என இரு சகோதரர்கள், ஹமதி கலிபோலி என மொத்தமாக மூன்று தாக்குதலாளர்கள் பிரெஞ்சுக் காவல்துறையினரால் சுட்டுக் கொல்லப்பட்டுள்ளார்கள். ஹமதி கலிபோலியின் மனைவியான ஹையத் மோமடின் என்பவர் ஆயுதந் தாங்கியவர் மற்றும் ஆபத்தானவர் என அறிவித்து பிரெஞ்சு அரசு அவரை வேட்டையாடிக் கொண்டிருக்கிறது. சைத் குவாச்சி, ஷெரீப் குவாச்சி

போன்ற இருவரே சார்லி ஹெப்டோ படுகொலைக்குப் பொறுப்பான சந்தேகநபர்கள் என முதலில் அறிவித்தது பிரெஞ்சு அரசு. சகோதரர்கள் இருவரிடமும் மௌரத்திடமும் பிரெஞ்சுத் தொலைக்காட்சிகளால் மேற்கொள்ளப்பட்ட கைபேசி உரையாடல்கள் கார்டியன் பத்திரிக்கையில் வெளியானதையடுத்தும் லிபரேஷன் பத்திரிக்கையில் வெளியான ஹையத் போமடின் ஆயுதப் பயிற்சி பெறும் புகைப்படங்களை ஒட்டிய செய்தியை அடுத்தும் படுகொலை யாளர்களான மூவருக்கும் இவருக்கும் ஆண்டுக்கணக்கான நெருக்கமான உறவு ஆவணப்படுத்தப்பட்டுவிட்டது. சார்லி ஹெப்டே தாக்குதலும் யூத பலசரக்குக் கடைத் தாக்குதலும் என இரு தாக்குதல்களும் ஒருங்கிணைக்கப்பட்ட தாக்குதல் என ஹமதி கலிபோலி அறிவித்திருக்கிறார். இதனோடு ஈராக்கில் இயங்கும் இஸ்லாமிக் ஸ்டேட் - ஐஎஸ்ஐஎஸ் சார்பாகத் தான் தாக்குதலில் இறங்கியதாகவும் அவர் தெரிவித்திருக்கிறார். பாலஸ்தீனத்தில் இஸ்ரேலியர் செய்து வருவதற்கான எதிர்வினையே இது எனவும் அவர் தெரிவித்திருக்கிறார்.

குவாச்சி சகோதரர்கள் தமது தாக்குதல் தீர்க்கதரிசியை அவமானப்படுத்தியதற்கான தமது பழிவாங்கல் எனத் தெவித்திருக்கிறார்கள். அதனோடு மேற்கத்தியர்கள் - அமெரிக்கர்கள் போலத் தாம் பெண்களைக் கொல்லவில்லை எனவும் தெவித்திருக்கிறார்கள். எம்மிடம் அறவழிகாட்டல் நெறிகள் இருக்கின்றன எனவும் தெரிவித்திருக்கிறார்கள். சார்லி ஹெப்டே தாக்குதலின் போது ஆசிரியர் குழுவைச் சேர்ந்த ஒரு பெண் ஊழியரிடம் 'நீங்கள் பெண்ணாக இருப்பதால் உங்களை நாங்கள் கொல்லாமல் விடுகிறோம்' எனச் சொல்லி அவரைச் சுடாமல் விடுவித்திருக்கிறார்கள் எனும் தகவலை யும் எவரும் இதனுடன் வைத்துப் பார்த்துக் கொள்ள முடியும்.

குவாச்சி சகோதரர்கள் இருவரும் திருட்டுக் குற்றச்சாட்டுக் களுக்காக முன்னர் சிறைத்தண்டனை பெற்றவர்கள் எனவும், அவர்கள் ஈராக், ஏமன், சிரியா போன்ற நாடுகளில் பயிற்சி பெற்றவர்கள் எனவும் பிரெஞ்சுச் சிறையில் அடைபட்டிருக்கும் ஒரு அடிப்படைவாதியை விடுதலை செய்ய முயன்றார்கள் எனவும் லிபரேஷன் பத்திரிக்கை செய்தி வெளியிட்டிருக்கிறது. தாம் சிரியாவில் பயிற்சி பெற்றதாகவும் ஏமான் அல் குவைதா வழிகாட்டலில் செயல்படுதாகவும் தமது கைபேசி உரையாடலில் அவர்கள் தெரிவித்திருக்கிறார்கள். இந்தப் படுகொலைத் தாக்குதல்கள் ஐஎஸ்ஐஎஸ், அல்குவைதா போன்ற அடிப்படைவாதிகளால் ஒருங்கிணைக்கப்பட்டது

எனவும், ஈராக், பாலஸ்தீனம், சிரியா, ஆப்கான் போன்ற நாடுகளில் மேற்கத்திய - இஸ்ரேலியத் தலையீடுகளுக்கு எதிரான விளைவு எனவும், சார்லி ஹெப்டோ இதழ்களில் வெளியான தீர்க்கதரிசி முகமது பற்றிய கேலிச் சித்திரங்களுக்கு எதிரான பழிவாங்கல் எனவும், மிக அண்மையில் சார்லி ஹெப்டோ டிவீட் செய்த ஐஎஸ்ஐஎஸ்யின் கோடீஸ்வரத் தலைவருக்கு எதிரான நக்கல் செய்திக்கு எதிரானது எனவும் முடிவுக்கு - அரசியல் முடிவுக்கு - எவரும் வர முடியும்.

இந்தத் தாக்குதலின் விளைவாக நான்கு உலக அரசியல் நகர்வுகள் நிகழ்ந்திருக்கின்றன. பயங்கரவாதம் தொடர்பான கொள்கைகளையும் செயல்பாடுகளையும் ஒருங்கிணைக்கவும், தமக்கிடையில் புதிய ஒத்துவீழைப்பை உருவாக்கவும் பிரெஞ்சு ஜனாதிபதி இங்கிலாந்து, ஜெர்மனி உள்ளிட்ட ஐரோப்பிய நாடுகளின் தலைவர்களுக்கும் அமெரிக்க ஜனாதிபதிக்கும் அழைப்பு விடுத்திருக்கிறார். யூத பலசரக்குக்கடை தாக்கப்பட்டு 4 யூதர்கள் கொல்லப்பட்ட பின்னால், இஸ்ரேலுக்கும் பிரான்சுக்கும் இடையில் தமது யூத இன மற்றும் இஸ்ரேல் நாட்டு மக்களைப் பாதுகாப்பது தொடர்பான ஒப்பந்தம் உருவாகப் போகிறது. ஐரோப்பிய நாடுகளில் பயங்கரவாத ஒழிப்புச் சட்டங்கள் இன்னும் இறுக்கமாக்கப்பட வேண்டும் எனும் கோரிக்கை பாதுகாப்பு அமைப்புகள் மட்டத்திலும் அது குறித்த தனிமனித சுதந்திரத்திற்கான அசசுறுத்தல் குறித்த அவதானங்கள் மனித உரிமைகள் அமைப்புகள் மட்டத்திலும் உருவாகி இருக்கின்றன. இதுவன்றி இஸ்லாமியர் உள்படச் சிறுபான்மையின மக்களின் மீதான துவேஷ உணர்வு ஐரோப்பா வெங்கிலும் அதிகரிக்கும் ஆபத்தும் உருவாகியிருக்கிறது. பிரான்சில் மசூதிகள் மீதான தாக்குதல்களும் இஸ்லாமிய உணவகங்கள் மீதான தாக்குதல்களும் இந்த ஆபத்துக்களுக்கான சான்றுகளாக ஏற்கனவே துவங்கிவிட்டன.

பாலஸ்தீனத்திலும் மத்தியக் கிழக்குநாடுகளிலும் அமெரிக்க - இஸ்ரேலிய - ஐரோப்பிய வெளிநாட்டுக் கொள்கைகளும் ராணுவத் தலையீடுகளும் உலகெங்கிலுமுள்ள இஸ்லாமிய வெகுமக்களின் மத்தியில் அமெரிக்க - ஐரோப்பிய - இஸ்ரேலிய எதிர்ப்பை அதிகரித்திருக்கிறது. இதனால் ஆவேசம் கொண்ட ஒரு தலைமுறை இஸ்லாமிய நாடுகளில் அல்லது இஸ்லாமைப் பின் பற்றுபவர்களிடம் தோன்றியுள்ளது. இந்தத் தலைமுறையை தமது மததியகால இஸ்லாமிய தண்டனைச் சட்டங்கள், பெண்வெறுப்பு, மேற்கத்திய மற்றும் கம்யூனிச எதிர்ப்பு அரசியல் திட்டமாகக் கொண்ட அடிப்படைவாத இஸ்லாமிய

இயக்கம் தனது இலக்குகளை அடையப் பாவிக்கிறது. தலிபான், அல்குவைதா, ஐஎஸ்ஐஎஸ் போன்றனவே இந்த இறையியல் இயக்கத்தை வழிநடத்துகிறது. இந்தச் சிந்தனைப் பள்ளியே செப்டம்பர் தாக்குதலை நிகழ்த்தியது. இந்தச் சிந்தனைப் பள்ளியின் அரசியல் மையம் சவுதி அரேபியா எனும் நாடும் அதனது ஆதரமான வகாபிய சிந்தனையும்தான். செப்டம்பர் 11 தாக்குதலின் பின் அமெரிக்காவிலும் ஐரோப்பாவிலும் இஸ்லாமியத் துவேஷ உணர்வு அதிகரித்துவருகிறது. இதனது விளைவே பயங்கரவாதத்திற்கு எதிரான யுத்தம் மற்றும் ஐரோப்பாவிலும் உலகெங்கிலும் அதிகாரித்துவரும் இஸ்லாமிய அடிப்படைவாதிகளின் படுகொலைத் தாக்குதல்.

இஸ்லாமிய அடிப்படைவாதிகளின் படுகொலைத் தாக்குதல்களை வெறுமனே ஐரோப்பிய - அமெரிக்க - இஸ்ரேலியக் கொள்கைகளின் எதிர்விளைவு என்று மட்டுமே பார்க்க முடியாது. அது பிரச்சினையை மிகக் குறுக்கிப் பார்ப்பதாகவே முடியும். அதில் இரண்டு பரிமாணங்கள் உண்டு. இந்தக் கொள்கையினால் அதிருப்தி கொண்ட மனநிலைக் முழு இஸ்லாமியர்களிடமும் உண்டு. அது நியாயமானது. தலிபான், ஐஎஸ்ஐஎஸ், அல்குவைதா போன்றவர்களின் சமூகத்திட்டம் அதற்கான தீர்வாக முடியாது. அது அடிப்படைவாதம். பெண் வெறுப்பும், மத்தியகாலக் காட்டுமிராண்டிச் சட்டங்களும் கொண்ட ஒரு இலட்சிய சமூகம் அவர்களது இலட்சிய சமூகம். முதலாளித்துவத்துக்கும் சோசலிசத்துக்கும் மாற்று என இஸ்லாமிய அடிப்படைவாதிகளால் முன்வைக்கப்படும் ஒரு சமூகத்திட்டம் அது. இந்தச் சமூகத்திட்டத்தை மனுக்குல மேன்மையில் அக்கறை கொண்ட அனைவருமே நிராகரிக்க வேண்டும். இவர்களே உலகெங்கிலும் இன்று பயங்கரவாத நடவடிக்கைகளை மேற்கொள்கிறவர்கள். இது குறித்த புரிதலுடன்தான் எவரும் சார்லி ஹெப்டோ பிரச்சினையை அணுக வேண்டும்.

பிரச்சினையைப் புரிந்து கொள்வதற்கு சார்லி ஹெப்டோ வார இதழ் குறித்த ஒரு மதிப்பீடு இங்கு அடிப்படையானதாகும். ஏன் சார்லி ஹெப்டோ மீது படுகொலைத் தாக்குதல் நிகழ்த்தப்பட்டது? சார்லி ஹெப்டோ வார இதழ் பலரால் குற்றம் சாட்டப்படுவதுபோல வெள்ளை இனவாத மற்றும் நிறவாதப் பத்திரிக்கையா? அல்லது முகமதுவை, இஸ்லாமை மட்டுமே அது கேலிச்சித்திரமாக்கி தனிமைப்படுத்திப்

திட்டமிட்ட வகையில் விமர்சிக்கிறதா? இரண்டுக்குமே இல்லை என்பதுதான் பதில்.

சார்லி ஹெப்டொவின்மீதான தாக்குதலை இஸ்லாமிய அடிப்படைவாதிகளின் பாசிசத் தாக்குதல் என எந்தவிதமானத் தயக்கமும் இன்றிச் சொல்ல முடியும். ஐரோப்பிய நிறவாதம், இஸ்லாமியோ போபியா, கீழைத்தேயவாதம் என்கிற எந்தவிதமான அடிப்படைகளையும் சார்லி ஹெப்டோ பிரச்சினையில் பொருத்த முடியாது. சார்லி ஹெப்டோ ஒரு இடதுசாரி, மதவாத எதிர்ப்பு, தீவிரவாத எதிர்ப்பு, நிறவாத எதிர்ப்பு, நிலவும் அமைப்பு எதிர்ப்பு இதழ். பிரெஞ்சுப் புரட்சியின் நல்மரபான மதத்திலிருந்து அரசு எனும் நிறுவனத்தையும், சிவில் சமூக நிறுவனங்களையும், நீதி அமைப்பையும், தனிமனித சுதந்திரத்தையும் தூரப்படுத்திக் கொள்ள வேண்டும் என்பது அவர்களது பார்வை.

அறுபதுகளின் இறுதியில் தோன்றிய இந்தக் கார்ட்டூன் இதழ் இத்தகைய அதிகாரங்களைக் கோபமூட்டுவது அல்லது எரிச்சலூட்டுவது என்பதைத் தனது இதழியல் அறமாகக் கொண்டுள்ளது. இது அராஜகவாதம் என அழைக்கப்படும் ஒரு தத்துவார்த்த நிலைபாடு. புருதோன் முதல் சோம்ஸ்க்கி வரையிலுமான சிந்தனை யாளர்களை இவ்வாறு வகைமைப்படுத்துவதும் மேற்கில் ஒரு ஒப்புக் கொள்ளப்பட்ட அறிவார்ந்த நிலைபாடும் இது. சார்லி ஹெப்டோ மீது வெறுப்புக் கொண்டவர்களில் பிரெஞ்சு ஜனாதிபதி டீ கால் முதல், பிரெஞ்சு வலதுசாரி நிறவாதியான லீ பென், வாத்திகன் அடிப்படைவாதிகள், யூத, இஸ்லாமிய அடிப்படைவாதிகள் என அந்தப் பட்டியல் மிக நீண்டது. இவர்களிடம் இவர்களை விமர்சிப்பதில் நொய்மையும் சகிப்புத்தன்மையும் காட்டவேண்டும் என்று கோருகிறவர் ஏதோ ஒரு விதத்தில் அடிப்படைவாதியாகத்தான் இருக்க முடியும்.

இந்த வகையில் முழுமையாக சார்லி ஹெப்டோவின் இதழியல் அறத்தைக் காத்து நிற்கவேண்டும் என்பதில் மாற்றுக் கருத்து இருக்க முடியாது. பிரெஞ்சு இடதுசாரித் தராராளவாத இதழ்களான லிபரேஷன், லெ மான்டோ டிப்ளமேடிக், கார்டியன் போன்ற இடதுசாரி தாராளவாத நாளிதழ்கள் கூட இத்தாக்குதல் ஜனநாயகத்தின் மீதான தாக்குதல் எனவே எழுதின. போப், முகமது, இயேசு, லீ பென், யூத அடிப்படைவாதம், இஸ்லாமிய அடிப்படைவாதம்,

வெள்ளை நிறவெறி என இவை அனைத்தும் குறித்து இதனது அட்டைப்படக் கட்டுரைகள் இருக்கின்றன. சார்லி ஹெப்டோ குறித்து தேடிப்பார்க்கிற எவருக்கும் இவைகள் கிடைக்கின்றன.

உலக அளவில் திரட்டிக் கொண்ட வடிவியல் கருத்தியல் அடிப்படையில்,மதத்தின் பெயரால் அதிகமும் நடந்த அண்மைக் கால வெகுமக்கள் கொலைகளில் பெரும்பாலுமானவை இஸ்லாமிய அடிப்படைவாதிகளால் நிகழ்த்தப்பட்டவைதான். ஆப்கானிஸ் தானிலும் பாகிஸ்தானிலும் தலிபான்கள், ஈராக்கில் ஐஎஸ்ஐஎஸ் அமைப்பினர், உலகெங்கிலும் அல்குவைதாவினர் அறிவித்துவிட்டே இதனைச் செய்கிறார்கள். சமவேளையில் சவுதி அரேபிய, ஈரானிய தண்டனைச் சட்டங்கள் மத்தியக் காலத் தண்டனைச் சட்டங் களாக இருக்கின்றன என்பதற்கான ஆதாரங்கள் இந்தத் தகவல் தொழில்நுட்பச் சாதனங்களில் குவிந்து கிடக்கின்றன.

தலிபான், ஐஎஸ்ஐஎஸ், சவுதி அரேபியா, ஈரானிய தண்டனைச் சட்டங்கள், சகோதரத்துவ அரசியல் இஸ்லாமின் அடிப்படைவாத நிலைபாடுகள் போன்றவற்றை இடதுசாரி மற்றும் தாராளவாத ஜனநாயக நிலைபாட்டிலிருந்து விமர்சிக்கும் இஸ்லாமியச் சிந்தனை யாளர்கள் இன்று அரபு நாடுகளிலும் மேற்கு நாடுகளிலும் அதிகரித்து வருகிறார்கள். இடதுசாரிப் பார்வைக்கு தாரிக் அலியையும் சமிர் அமினையும் குறிப்பிட இயலுமானால் தாராளவாத இஸ்லாமியப் பார்வைக்கு தாரிக் ரமடானையும் ஹமித் தபாசியையும் நாம் குறிப்பிட முடியும்.

தமிழக, இலங்கை சமூக வலைத்தளங்களை எடுத்துக் கொண்டாலும் இந்தப் பார்வைகளைப் பகிர்ந்து கொள்கிற இஸ்லாமிய இளைஞர்களையும் எழுத்தாளர்களையும் பெண் எழுத்தாளர்களையும் தொகையாக நம்மால் காணமுடியும். இந்தத் தலைமுறை தலிபான், அல்குவைதா, ஐஎஸ்ஐஎஸ், ஈரான், சவுதி அரேபியா தண்டனைச் சட்டங்கள் போன்றவற்றை நிராகரிக்கிறவர்கள். சார்லி ஹெப்டோ மீதான தாக்குதலையும் படுகொலைகளையும் இவர்கள் நிராகரிப்பார்கள் என்றே நம்புகிறேன்.

கார்ட்டூன்களில் இயேசுவையோ அல்லது பிற மத தீர்க்கதரிசிகளையோ சித்தரிக்கக் கூடாது எனும் நிலைபாடு ஒன்று. ஒருவரைச் சித்தரிக்கலாம் எங்களுடைய மதத்தீர்க்கதரிசியை மட்டும் சித்திரிக்கக் கூடாது என்று தமது தனித்துவத்தை வலியுறுத்துவது பிறிதொன்று. உலகவயமான

சூழலில், கருத்துரிமையும், மத அடிப்படைவாதமும் உலகவயமானவையாக ஆகியிருக்கும் சூழலில், மத அடிப்படைவாதம் என்பது மதங்களுக்கு இடையிலான வித்தியாசமின்றி எல்லா நாடுகளிலும் பெண்களுக்கும் தனிமனித சுதந்திரத்திற்கும் அச்சுறுத்தலாக உள்ள சூழலில், எந்த மதப் பிரதிமையை முன்வைத்து அடிப்படைவாதம் உருவாகிறதோ அந்தப் பிரதிமையைப் பற்றிய புனிதபிம்பத் தகர்ப்பைச் செய்யக் கூடாது என்பதை, மதம் வேறுபட்ட பார்வை கொண்டவர்களின் மீது வரலாறு முழுவதும் இழைத்த தீமையை விமர்சிப்பவர்கள் கடைப் பிடிக்க வேண்டும் எனச் சொல்ல முடியாது.

உலகவயமாதலும் இடப்பெயர்வும் நாடுகளின் எல்லையை மட்டுமல்ல, தத்தமது கலாச்சாரத்தின் எல்லைகளையும் கூட உடைத்து வருகிறது. இதை அங்கீகரிப்பவர்மட்டுமே இன்று உலகக் குடிமக்களாக இருக்க முடியும். இதில் தனித்துவத்தையும் தமக்கு மட்டுமே விலக்கைக் கோருவதும் நடைமுறைச் சாத்தியமும் இல்லை. இதில் இந்து, கிறித்துவம், யூதம், இஸ்லாம் என்றெல்லாம் வித்தியாசமில்லை. சார்லி ஹெப்டோ தனியொரு மதத்தை மட்டும் விமர்சிக்கவில்லை. எவருக்கும் சிறப்புத் தகுதிகளையும் அது வழங்கவில்லை. அடிப்படைவாதத்தின் ஊற்றுக் கண்ணாக இருப்பதாலேயே அது சகல மதங்களையும் தலைகீழாகக் கவிழ்க்கிறது.

சார்லிஹெப்டோவின் கேலிச் சித்திரங்கள் இன்று பரவலாகக் கிடைக்கின்றன. அனைத்து வலதுசாரிகளையும், அடிப்படை வாதிகளையும், அடிப்படைவாத நிலைபாடுகளையும் அது விமர்சித்திருக்கிறது. இடதுசாரிப் பன்முகத்துவம் என்பதையே அது தனது கொள்கையாக அறிவித்திருக்கிறது. நிலவும் நிறுவன எதிர்ப்பு, அடிப்படைவாத மத எதிர்ப்பு, நிறவெறி எதிர்ப்பு போன்றவற்றையே இன்றுவரை அது பேணிவருகிறது. கடந்த காலங்களில் கம்யூனிசக் குப்பை என வலதுசாரிகள் அதனை விமர்சித்து வந்திருக்கிறார்கள். யூதமதவாதிகளும், இஸ்லாமிய அடிப்படைவாதிகளும், கத்தோலிக்க அடிப்படைவாதிகளும் அதனை விமர்சித்து வந்திருக்கிறார்கள். அடிப்படைவாத இஸ்லாமை மட்டுமே அவர்கள் விமர்சிக்கிறார்கள் என்பது யதார்த்தத்தில் வேர்கொள்ளாத பார்வை. ஐரோப்பாவில் நிகழ்ந்த பெருமளவிலான அரசியல் படுகொலைகளுக்கு அடிப்படைவாத இஸ்லாமே காரணமாக இருப்பதனால் அதற்கான எதிர்வினைகளும் அதிகமாக இருக்கிறது. முகமதுவை அடிப்படைவாதிகளும் பயங்கரவாதிகளும்

கடத்திவிட்டார்கள் எனப் பொருள் கொண்ட நிறைய கேலிச் சித்திரங்கள் அவ்விதழில் வெளியாகியிக்கின்றன. அனைத்து அடிப்படைவாதங்களையும் குறித்து கேலிச் சித்திரம் வரைகிற ஒரு இதழை ஒரு குறிப்பிட்ட அடிப்படைவாதம் குறித்து மட்டும் கேலிச் சித்திரம் வரையக்கூடாது எனக் கோருவது சமநிலைப் பார்வையாக இருக்க முடியாது.

சார்லி ஹெப்டோ பிரச்சினை தொடர்பான கருத்து விவாதங்களில் இடதுசாரிச் சிந்தனையாளரான தாரிக் அலி, மேற்குலக இஸ்லாமியத் தாராளவாதியான தாரிக் ரமடான் என இருவரது கருத்துக்களை மட்டுமே நான் இங்கு எடுத்துக் கொள்கிறேன். தாரிக் அலி இதில் இரு பரிமாணங்கள் இருக்கிறது என்கிறார். முதலாவதாக, மத அடிப்படைவாதிகள் ஒரு புறமும், மதநீக்க அடிப் படைவாதிகள் - செக்யூலர் பன்டமென்டலிஸ்ட்ஸ் - ஒரு புறமும் இயங்குகிறார்கள், இதனது அரசியல் அடிப்படையை நாம் பார்க்க வேண்டும் என்கிறார் அவர். இரண்டாவதாக, முகமதுவைக் கேலியாக விமர்சித்த டென்மார்க் இதழ் ஜிலான்ட் போஸ்ட், மோசஸ் பற்றிக் கேலிச் சித்திரம் போட மாட்டோம் எனச் சொன்னதைச் சுட்டி, இது மேற்கத்திய கருத்துச் சுதந்திரத்தின் இரட்டை நிலைபாட்டைச் சுட்டுகிறது என்கிறார்.

ஆக்ஸ்போர்ட் பல்கலைக் கழக இஸ்லாமிய ஆய்வியல் பேராசிரியரான தாரிக் ரமடான், அதிகமும் மேற்கத்திய முஸ்லீம்கள் ஐரோப்பிய தாராளவாத மதிப்பீடுகளுக்குள் இணங்கி வாழ்வது குறித்து அக்கறைப்படுகிறவர். கோட்பாட்டளவில்தான் தணிக்கையற்ற கருத்துச் சுதந்திரத்தை ஆதரிக்கிறேன் என அவர் திரும்பத் திரும்ப வலியுறுத்துகிறார். தான் செல்ல நேரும் இஸ்லாமிய நாடுகளின் தலைவர்களிடம் தணிக்கையற்ற கருத்துச் சுதந்திரத்தைப் பேண வேண்டும் எனக் கோரிவருவதாகவும் அவர் சொல்கிறார். சமவேளையில் மேற்கத்திய நாடுகள் கருத்துச் சுதந்திரம் எனும் நிலைபாட்டில் இரட்டை நிலைபாடுகள் கொண்டிருப்பதாகவும் அவர் சொல்கிறார். தாரிக் அலி குறிப்பிடுவது போலவே, இஸ்லாமை விமர்சிக்கிற மாதிரி யூதமதத்தை இவர்களால் விமர்சிக்க முடியுமா எனவும் அவர் கேட்கிறார். மேற்கில் நடக்கும் இத்தகைய தாக்குதல்களை விமர்சிக்கும் இவர்கள், அரபு சர்வாதிகாரிகளை ஆதரிக்கும், அரபுநாடுகளில் தலையிட்டுக் கொலை புரியும், 'நாங்கள் இறந்தவர்களின் எண்ணிக்கையைக் கணக்கிடுவதில்லை' எனும் அவர்களது கூற்றை, அவர்களது பாலஸ்தீனம் தொடர்பான நிலைபாட்டை

இதே வகையில் விமர்சிக்கிறதா எனக் கேட்கிறார். இதே போல, பயந்துபோயிருக்கிற, அதிகாரமற்ற, ஒடுக்குமறைக்கு உள்ளாகிற ஐரோப்பிய முஸ்லீம்களிடம் கேலிச்சித்திரங்களைப் பார்த்துச் சிரிக்கிற மனநிலையிலும் அவர்கள் இல்லை என்கிறார். விமர்சனத்துடன் பொறுப்பும் வேண்டும் எனவும் அவர் கோருகிறார்.

இவ்வாறு சொல்கிற தாரிக் அலியும் தாரிக் ரமடானும் சார்லி ஹெப்டோ படுகொலையை நிபந்தனையற்றுக் கண்டிப்பதாகவும் சொல்கிறார்கள். கேலிச் சித்திரத்திற்கு எதிர் இன்னொரு கேலிச் சித்திரம், விமர்சனத்திற்கு எதிர் மற்றொரு விமர்சனம்தான் பதிலாக இருக்க முடியுமேயொழிய படுகொலை பதிலாக இருக்க முடியாது எனவும் தாரிக் அலி குறிப்பிடுகிறார்.

குறிப்பாக, சார்லி ஹெப்டோ மீதான தாரிக் அலியின் விமர்சனமாக அவ்விதழ் மதநீக்க அடிப்படைவாதத்தைப் பேசும் இதழ் என்பதாக நாம் புரிந்து கொள்ளலாம். தாரிக் ரமடானின் விமர்சனமாக அதிகாரமற்ற, சிரிக்கிற மனநிலை கொண்டிராத மக்களை நோக்கிய கேலிச்சித்திரங்கள் சார்லி ஹெப்டோவின் விமர்சனங்கள் என நாம் புரிந்து கொள்னலாம். இன்னும் சார்லி ஹெப்டோ ஆசிரியர் சார்ப்போ சேபர்னியருடனான தனது இரண்டு தொலைக்காட்சி விவாதங்களையும் தாரிக் ரமடான் நினைவுகூர்கிறார். தாரிக் அலியோ, தாரிக் ரமடானோ சார்லி ஹெப்டோவை வெள்ளை நிறவாத இதழ் எனக் குறிப்பிடுவதில்லை. இஸ்லாமை மட்டும் அது குறிவைக்கிறது எனவும் குறிப்பிடவில்லை. இன்னும் சார்லி ஹெப்டோ கருத்துச் சுதந்திரத்தில் இரட்டை நிலைபாட்டைக் கடைப்பிடிக்கிறது எனவும் ரமடானால் சொல்ல முடியவில்லை. சார்லி ஹெப்டோ இஸ்லாமிய மக்களின் உணர்வுகளைக் கணக்கிலெடுக்காமல் இஸ்லாமிய அடிப்படைவாதிகளினது உணர்வுகளாக மட்டுமே இதனை முன்னிறுத்தி எதிர்வினை செய்கிறது. இது மதநீக்க அடிப் படைவாதம் என்கிறார் தாரிக் அலி.

சார்லி ஹெப்டோ குறித்த உரையாடல்களில் இருவருமே தவறவிடுகிற பிரச்சினையொன்று இருக்கிறது. இஸ்லாமிய அடிப்படைவாதிகளின் தாக்குதல்களை இவர்கள் அமெரிக்க - இஸ்ரேலிய - ஐரோப்பியக் கொள்கைகளின் எதிர்விளைவான அரசியலாக மட்டுமே பார்க்கிறார்கள். அதனையே திரும்பத் திரும்பத் வலியுறுத்துகிறார்கள். இது இத்தகைய தாக்குதல்

பின்னணிகளில் ஒரு பரிமாணம் மட்டும்தான். இன்னொரு முக்கியமான பரிமாணம் உண்டு. இத்தகைய தாக்குதல்களை ஒரு சீரழிவுச் சமூகத் திட்டத்தை இலக்காகக் கொண்ட, அதற்கு இறையியல் பரிமாணத்தையும் வழங்குகிற அடிப்படைவாதச் சிந்தனைப் பள்ளியைச் சேர்ந்தவர்கள் உலக அளவில் ஒருங்கிணைக்கிறார்கள் என்பதுதான் அது. இதனை தாரிக் அலியோ, தாரிக் ரமடானோ அழுத்தமாக முன்வைப்பதில்லை.

ஸல்மான் ருஸ்டி பிரச்சினையில் பதிப்பாளர்களும் மொழிபெயர்ப்பாளர்களும் கொல்லப்பட்டது, பணிதல் எனும் திரைப்படத்தினை எடுத்ததற்காகக் ஹாலந்து இயக்குனர் தியோ வான்கோ கொல்லப்பட்டது, டென்மார்க் ஜிலான்ட் போஸ்டின் கார்ட்டூன் பிரச்சினையை அடுத்து உலகெங்கிலும் நிகழ்ந்த வன்முறையில் கொல்லப்பட்டவர்கள், இன்னசென்ஸ் ஆப் முகமது திரைப்படத்தினை அடுத்து எழுந்த வன்முறைகள் என்பதனையடுத்து நிகழ்ந்திருக்கிற, உலக அளவில் தாக்கங்களை உருவாக்கியிருக்கும், ஐரோப்பாவில் இன்றும் இனிவரும் காலங்களிலும் மிகப்பெரும் விளைவுகளையும் உருவாக்கப் போகும் பிரச்சினைதான் சார்லி ஹெப்டோ படுகொலைப் பிரச்சினை.

கருத்துச் சுதந்திரம் என்பது பொறுப்புணர்வுடனும் சமூகநீதியுடனும் பிணைக்கப்பட்டிருக்கிறது எனும் பார்வையுடன், ஒரு விமர் சனத்துக்கான அல்லது படைப்புக்கான, கேலிச் சித்திரத்திற்கான எதிர்வினை என்பது மறுவிமர்சனம், இன்னொரு படைப்பு, மாற்றுக் கேலிச்சித்திரம்தான் எனும் பார்வை வலுவடைந்து வருகிறது. கோட்பாட்டளவில் தணிக்கையற்ற கருத்துச் சுதந்திரத்தைத் தான் ஆதரிக்கிறேன் என்றுதான் தாரிக் ரமடானால் சொல்ல முடிகிறது. இஸ்லாமிய அடிப்படைவாதத்தையம் அதனது படுகொலைக் கருத்தியலையும் நாம் அனைவருமே நிராகரிக்க வேண்டும். அமெரிக்க - இஸ்ரேலிய - ஐரோப்பிய வெளிநாட்டுக் கொள்கைகளுக்கு எதிரான அரசியல் போராட்டம் இந்த வகையிலேயே தார்மீக அரசியலாக முடியும்.

கலை இலக்கியம், தத்துவம், நடைமுறை என இன்றைய உலகம் எதிர்கொள்ளும் பிரச்சினைகளுக்கான தீர்வு என்பது, மத்தியகாலத் தண்டனைச் சட்டங்களிலும் பெண்வெறுப்பிலும் இஸ்லாமிய அடிப்படைவாதமான தலிபான் - அல்குவைதா - ஐஎஸ்ஐஎஸ் முன்வைக்கும் சமூகத்திட்டத்திலும் இருக்க முடியாது. சார்லி ஹெப்டோ பிரச்சினை குறித்த விவாதம்

இத்தகைய திசை நோக்கி நகர்வதே எதிர்கால உலகுக்கு நன்மை பயப்பதாக இருக்கும்.

படுகொலையின் பின்னான சார்லி ஹெப்டோவின் முதல் இதழ் தீர்க்கதரிசி முகமதுவை அட்டைப்படமாகக் கொண்டு வெளியாகிவிட்டது. சார்லி ஹெப்டோ பிரச்சினையை முன்வைத்து ஜெர்மனியில் பெருமளவிலும் பிற ஐரோப்பிய நாடுகளில் சிறுசிறு அளவிலும் ஏலவே செயல்பட்டு வரும் இஸ்லாமிய வெறுப்பு அரசியல் கட்சிகள் தமது நாடுகளில் குடிவரவுக் கட்டுப்பாட்டுச் சட்டங்களை இறுக்க வேண்டும் எனக்கோரி ஆர்ப்பாட்டங்களைத் தமது தலைநகர்களில் நடத்தியிருக்கின்றன.

பிரித்தானியாவில் பயங்கரவாத எதிர்ப்புச் சட்டங்களுக்குள் இணையக் கண்காணிப்பும் கொண்டுவரப்பட வேண்டும் என முன்மொழிவுகள் எழுந்திருக்கின்றன. பிரான்சில் யூதர்களின் வழி பாட்டிடங்களையும், அவர்தம் கல்விச் சாலைகளையும் பாதுகாப்ப தற்கெனவே 5,000 படையினர் கடமையில் ஈடுபடுத்தப் பட்டுள்ளனர். மேலதிகமாகக் கொந்தளிப்பான இடங்களில் 5,000 படையினரும் 4,500 காவல்துறையினரும் பணியில் ஈடுபடுத்தப்பட்டுள்ளனர். 25 - க்கும் மேற்பட்ட இஸ்லாமிய வழிபாட்டிடங்கள் தாக்கப்பட்டுள்ளன. 50 பேர் வரை பயங்கரவாதத்தை ஆதரித்தார்கள் எனும் குற்றச் சாட்டில் கைது செய்யப்பட்டுள்ளார்கள். யூத விரோத கேலிச் சித்திரக்காரர் என அறியப்பட்ட தியோபான்டிஸ் சார்லி எனும் சொல்லையும் கொலையாளிகளில் ஒருவரான காலிபோலி பெயரையும் இணைத்து அது போல் நான் உணர்கிறேன் எனச் சொன்னதற்காகக் கைது செய்யப்பட்டிருக்கிறார். பாரிஸ் உள்பட மேற்கத்திய நகர்களில் நிறவாதத்திற்கும் இஸ்லாமிய வெறுப்புக்கும் எதிரான ஆர்ப்பாட்டங்களும் எழுந்திருக்கின்றன.

சார்லி ஹெப்டோ பிரச்சினையை இன்றைய சார்லி ஹெப்டோ தாக்குதலும் அதையொட்டி எழுந்திருக்கிற சர்ச்சைகளையும் ஒட்டி மட்டுமே நாம் புரிந்து கொள்ள முடியாது. இதற்கென நாம் வரலாற்றில் முன்னும் பின்னுமென ஒரு பயணத்தை மேற்கொள்ள வேண்டியிருக்கிறது.

பிரான்சில் 50 இலட்சம் இஸ்லாமியர்கள் வாழ்கிறார்கள். வட ஆப்ரிக்க நாடுகளில் பிரெஞ்சுக் காலனியாதிக்கத்தின் உடன் விளைவாக எழுந்ததே இஸ்லாமியர்களின் பிரெஞ்சுக் குடியேற்றம். அரை நூற்றாண்டின் முன்பான

முதல் குடியேறிகளின் மூன்றாம் தலைமுறையினர் தற்போது உருவாகிவிட்டார்கள். என்றாலும் பிரெஞ்சுப் பெரும்பான்மைச் சமூகத்தினால் உள்வாங்கப்படாதவர்களாகவே அவர்கள் வாழ்கிறார்கள். நகரங்களில் இருந்து ஒதுக்கப்பட்டவர்களாக, குடியிருப்பு வசதிகள் அற்றவர்களாக, வேலையின்மையினிடையிலும் வறுமையிலும் வாழ்கிறவர்களாகவே அவர்களில் பெரும்பான்மையினர் இருக்கிறார்கள்.

மதங்களுக்கிடையிலான ஒப்பீட்டளவிலான சுதந்திரம் எனும் அளவில் அவர்களுக்கு இரண்டு பின்னடைவுகள் இருக்கின்றன. பிரான்ஸ், பிரித்தானியா உள்பட பெரும்பான்மையான ஐரோப்பிய நாடுகளில் கிறித்தவ மதத்திற்கெதிரான மதநிந்தனைகளைத் - பிளாஸ்பெமஸ் - தடுக்க சட்டங்கள் இருக்கின்றன. சல்மான் ருஸ்டி பிரச்சினையை அடுத்து இஸ்லாமையும் அந்தச் சட்டத்தினுள் கொண்டு வர பிரித்தானியாவில் இஸ்லாமிய அமைப்புகள் கோரின. அது நடைமுறைக்கு வரவில்லை. ஐரோப்பிய நாடுகளிலும் இந்த முயற்சிகள் வெற்றியளிக்கவில்லை.

இரண்டாம் உலகப் போரையடுத்து யூதமதத்திற்கும் இத்தகையதொரு பாதுகாப்பு ஐரோப்பிய நாடுகளில் உருவானது. யூதவெறுப்பு - ஏன்டிசெமைட் - சட்டவிரோதமாக்கப்பட்டது. இதன் அடிப்படையில் ஹாலோகாஸ்ட் டினையல் அல்லது யூதப்படுகொலை மறுப்பு என்பதும் சட்டவிரோதமாக்கப்பட்டது. நடைமுறையில் இஸ்ரேல் எனும் நாடு பாலஸ்தீனத்திலும் மத்தியக்கிழக்கிலும் நிகழ்த்தும் படுகொலைகள் பற்றிய விமர்சனங்களை யூதவிரோதமாக நிரல்படுத்தும் ஒரு போக்கும் ஊடகங்களில் தோன்றியது.

பாலஸ்தீனப் பிரச்சினையும் ஐரோப்பிய பிரெஞ்சு இடது சாரிகளது பார்வைகளும் எவ்வாறு இருந்து வந்திருக்கிறது என்பது குறித்தும் சில அனுபவங்கள் இருக்கிறது. கான்டிநென்டல் தியரி - இருத்தலியல் - அமைப்பியல் - பின் அமைப்பியல் - பின் நவீனத் துவச் சிந்தனையாளர்களில் பெரும்பாலுமானவர்கள் யூதர்கள் எனக் கொண்டால் பாலஸ்தீனம் - இஸ்ரேல் இடையிலான பிரச்சினை குறித்த அவர்களது பார்வை எல்லா நிலைகளிலும் பாலஸ்தீன ஆதரவுக் கண்ணோட்டம் கொண்டிருந்தது எனச் சொல்ல முடியாது.

பாலஸ்தீனர்களின் மியூனிக் தாக்குதலை ஆதரித்த சார்த்தர் சமவேளையில் அதன்பின்பு நாடுநாடாக பாலஸ்தீனர்களைத் தேடிக் கொன்ற கோல்டா மேயரின் நடவடிக்கைகளையும் ஆதரித்தார். இரண்டும் தவிர்க்க முடியாது எனவும் அவர் கருதினார். பாலஸ்தீனர்களுக்கு ஆதரவாக பிரெஞ்சு அறிவுஜீவிகளது ஆதரவைத் திரட்ட முயன்ற எட்வர்ட் சைத், சார்த்தர், பூக்கோ, சிமோன் தி பூவா போன்றவர்களிடம் இருந்து ஏமாற்றத்தையே பெற்றதாக அவர் பதிவு செய்திருக்கிறார். பாலஸ்தீன - இஸ்ரேல் பிரச்சினையில் தெளிவாக பாலஸ்தீனத்தின் பால் ஆதரவு நிலைபாடு எடுப்பது என்பதல்லாமல் இரண்டுக்கும் இடையில் சமதூரத்தைக் கடைப்பிடிப்பது என்பதாகவே அவர்களது பார்வைகள் இருந்தன.

பிரான்சின் புகழ்வாய்ந்த இடதுசாரி இதழ்களில் ஒன்றான லிபரேஷன். 1970 ஆம் ஆண்டு சார்த்தரால் நிறுவப்பெற்றது. அதே காலத்தில்தான் லெமான்டே டிப்ளமேடிக் இதழும் சார்லி ஹெப்டோ இதழும் துவக்கப்பட்டது. இந்தப் பத்திரிக்கைகளில் 1968 எழுச்சியின் துவக்கத்தில் இருந்த இலட்சிய வேட்கை மெல்ல மெல்லத் தேய்ந்து வந்தது. அதற்கான காரணங்களை சோசலிசத்தின் பின்னடைவிலும் நாம் காண முடியும். இப்பத்திரிக்கைகளில் நிறைய ஆசிரியர் குழு மாற்றங்கள் நடந்தன. ஊழியர்கள் வேலை நிறுத்தத்தில் ஈடுபட்டார்கள். இவைகளது விற்பனை எண்ணிக்கை வீழ்ந்துவந்தன. ஆட்குறைப்புகள் நடந்தன. சார்த்தரின் மரணத்தின் பின் லிபரேஷன் பத்திரிக்கையில் வெளியார் மூலதனம் என்பதோடு அரசியலும் நுழைந்தது. ஆசிரியர் குழுவினுள் கருத்துப் போராட்டங்களும் நடந்தபடி இருந்தன. சார்லி ஹெப்டோ இதழிலும் இந்த மாற்றங்கள் அனைத்தும் நிகழ்ந்தன.

சார்லி ஹெப்டோ இதழ் துவக்கம் முதலே லிபரட்டேரியன் கருத்து வெளிப்பாட்டு முறையையும், பிரெஞ்சுக் குடியரசின் முழக்கமான சுதந்திரம், சகோதரத்துவம, சமத்துவம் என்பதனையும் தனது கொள்கையாகக் கொண்டிருந்தது. லிபர்ட்டேரியன் கருத்து வெளிப்பாட்டு முறை என்பது மூர்க்கமானதும், தெருமனிதனின் மொழியையும், பாலியல் கொச்சைகளையும் கொண்டதாகும். பிரெஞ்சுப் புரட்சியின் கொலைகளை மறுத்தவர் என்றும், நவீனத்துவத்தின் இருண்மையை முன்வைத்தவர் என்றும் சொல்லப்படும் மார்கிஸ்

டீ சேடின் வெளிப்பாட்டு முறையை லிபரட்டேரியன் கருத்து வெளிப்பாட்டு முறைக்கான மிகச்சிறந்த எடுத்துக்காட்டாக நாம் குறிப்பிடலாம்.

சார்லி ஹெப்டோவின் மீதான விமர்சனங்களையும் வழக்குகளையும் நாம் இருவிதமாக வகைப்படுத்தலாம். கிறித்தவம், இஸ்லாம், யூதம் என மூன்று மதங்களையும் அது விமர்சித்ததால், மூன்று மதம் சார்ந்தவர்களும் அதன் மீது வழக்குத் தொடுத்தார்கள். நிறவாதக் கட்சியான நேஷனல் பிரன்டின் தலைவர்களை, பிரெஞ்சு அரசுத் தலைவர்களை விமர்சித்ததால் அவர்களது வழக்குகளையும் எதிர் கொண்டார்கள். அறுபதுகள் எழுபதுகளில் எண்பதுகளில் இருந்த சார்லி ஹெப்டோவின் நிலை இதுதான்.

தொண்ணூறுகளில் சார்லி ஹெப்டோவில் நடந்த ஒரு முக்கியமான மூலதனம் மற்றும் ஆசியர் குழு மாற்றத்தையடுத்து பிலிப் வேல்(1992 - 2009) என்பவர் ஆசிரியர் பொறுப்புக்கு வருகிறார். இவரது காலத்தில் சார்கோசியின் மகனது யூதப் பெண்ணுடனான திருமணம் குறித்து எழுதப்பட்ட கட்டுரையின் ஆசிரியர்மீது யூத விரோதக் கட்டுரையை என வழக்குத் தொடுக்கப்பட்டதையடுத்து பிலிப் வேல் அந்தக் கட்டுரையாசிரியரை பதவிநீக்கம் செய்கிறார். கட்டுரையாசிரியர் தனது வேலை நீக்கத்தை எதிர்த்துத் தொடுத்த வழக்கில் அவர் வெற்றிபெறுகிறார். நஷ்டஈடும் பெறுகிறார். பிலிப் வேல் ‘பாலஸ்தீனர்கள் நாகரீகமற்றவர்கள்’ என எழுதியதையடுத்து ஆசிரியர் குழுவைச்சேர்ந்த மோனா கோலட் என்பவர் ஆட்சேபனை எழுப்பியதையடுத்து பிலிப் வேலினால் அவர் வெளியேற்றப்படுகிறார்.

2001 ஆம் ஆண்டு நிறவாதம் அல்லது இனவாதம் எனும் குற்றச் சாட்டுக்கு சார்லி ஹெப்டோ ஆளாகப்போகிறது எனும் எச்சரிக்கையுடன் ஆலிவர் சரோன் எனும் ஜெர்மானியப் பத்திரிக்கையாளர் சார்லி ஹெப்டோவுடனான தனது உறவை முறித்துக் கொள்கிறார். சார்லி ஹெப்டோவின் தனது நிலைபாட்டிலிருந்து பின்வாங்காத பிடிவாதத்தையடுத்து 2013 ஆம் ஆண்டு சார்லி ஹெப்டோவின் ஆசிரியர் குழுவுக்கு ஒரு திறந்த கடிதத்தை ‘ஆர்ட்டிகல் 11’ எனும் இணையதளத்தில் அவர் வெளியிடுகிறார். அதற்கு இப்போதைய தாக்குலில் மரணமற்ற சேபர்னியர் லெமான்டே டிப்ளமேடிக் இதழில் ஒரு பதிலையும் எழுதுகிறார்.

ஆலிவர் சரோனின் அவதானத்தின்படி, 2001 செப்டம்பர் தாக்குதலின்பின் இஸ்லாம் குறித்த கடுமையான விமர்சனம் கேலி சித்திரம் வரைதலில் சார்லி ஹெப்டோவின் ஆசிரியர் குழுவினரை ஆட்கொள்ளத் துவங்குகிறது என்கிறார். இக்காலகட்டத்தில் சல்மான் ருஸ்டி, தஸ்லீமா நஸ்ரின், ஹிர்ஸி அலி போன்றவர்களுடன் 12 அறிவுஜீவிகள் கையொப்பமிட்ட ஒரு அறிக்கையையும் சார்லி ஹெப்டோ வெளியிடுகிறது. 'இல்லை, நாங்கள் ரேசிஸ்ட்டுகள் இல்லை' என சேபர்னியர் லெ மான்டே டிப்ளமேடிக்கில் பதில் எழுதுகிறார். 1968 தலைமுறை நாங்கள் என எழுதும் சேபர்னியர், நாங்கள் வலதுசாரி எதிர்ப்பாளர்கள், ரேசிஸ்ட் எதிர்ப்பாளர் கள் என்கிறார். சார்லி ஹெப்டோவில் வெளியான பற்பல கட்டுரை களை அதற்கு ஆதாரமாக அவர் காட்டுகிறார். கிறித்தவ, யூத, இஸ்லாமிய மதகுருக்களை நாங்கள் விமர்சனம் செய்வோம் என்கிறார். எங்களில் இடதுசாரிகள், தீவிர இடதுசாரிகள. அனார்க்கிஸ்ட்டுகள், சூழலியலாளர்கள் எனும் வேறுபாடு உண்டு என்கிறார். 'சார்க்கோசி தோற்றபோது நாங்கள் அனைவரும் மது அருந்திக் கொண்டாடினோம்' என்கிறார்.

செப்டம்பர் 11 என்பது உலக அரசியலை மாற்றியது மட்டுமல்ல - அது அந்தத் தாக்குதலின் விளைவுகள் குறித்தும் சிந்திக்கத் தூண்டியது. ஒன்று - பயங்கரவாதத்திற்கு எதிரான அமெரிக்க - மேற்கத்திய யுத்தத்தை அது தூண்டியது. தலிபான் துவங்கி அல்குவைதா - ஐஎஸ்ஐஎஸ் வரை வந்திருக்கிற இஸ்லாம் பெயரிலான ஒரு அடிப்படைவாத பாசிசக் கருத்தியலைப் பற்றி உலகு அறிந்துகொண்டது. ரசியா, சீனா. கியூபா முதல் பல அரபு நாடுகளும் உள்பட பயங்கரவாதம் உலகில் இருக்கிறது என்பதனை அந்நிகழ்வு ஒப்புக்கொள்ள வைத்தது.

இஸ்ரேல் - பாலஸ்தீனப் பிரச்சினைக்கான எதிர்வினையாக தலிபான் - அல்குவைதா - ஐஎஸ்ஐஎஸ் அடிப்படைவாதத்தைப் புரிந்துகொள்ள முடியாது. அது தன்னளவிலேயே ஒரு சீரழிவு சமூகத்திட்டம். அமெரிக்க - ஐரோப்பிய அரசுகளும் இஸ்ரேலும் உலகின் பிற நாடுகளும் உலக அரசுகளும் தத்தமது நிலப்பரப்பில் பயங்கரவாதத்திற்கு எதிரான யுத்தம் என்பதை இனவிடுதலைப் போராட்டங்களையும் தேசிய விடுதலைப் போராட்டங்களையும் சிறுபான்மையினர் போராட்டங்களையும் எதிர்க்கப் பயன்படுத்திக் கொண்டது. பாலஸ்தீன மக்களின் விடுதலைப் போராட்டத்தினை

இஸ்ரேல் பயங்கரவாதம் என நிரல்படுத்தியது. இச்சூழலில் ஆயுத விடுதலைப் போராட்ட இயக்கங்கள் ஒரு காலத்தில் நியாயப்படுத்திய கடத்தல்களும் கப்பம் கோருதலும் தற்கொலைத் தாக்குதல்களும் இப்போது பயங்கரவாதமாக அடையாளம் காணப்பட்டு, உலக வெகுஜன அபிப்பிராயமும் அதனை ஏற்றது. விடுதலைப் போராட்ட ஆதரவாளர்களும் விடுதலை இயக்கங்கள் இச்செயல்பாடுகளை விட்டொழிக்க வேண்டும் எனக் கோரினர். ஹமாஸ்,ஹிஸ்புல்லா போன்ற இயக்கங்கள் இவ்வாறான விமர்சனங்களுக்கு உள்ளாகின. பாலஸ்தீனத்தில் ஹமாசின் தாக்குதல் திட்டங்களை இஸ்லாமிய அடிப்படைவாதக் கருத்தியலை எட்வரட் சைத் மற்றும் மஹ்முத் தர்வீஷ் போன்றவர்கள் கண்டித்தனர்.

மீளவும் நாம் ஐரோப்பாவில் வாழும் இஸ்லாமிய மக்களுக்கும் ஐரோப்பிய இடதுசாரிகளுக்கும் வருகிறோம். பிரான்ஸ் உள்பட ஐரோப்பிய இஸ்லாமிய மக்கள் தாம் வாழும் நாடுகளில் விளிம்புநிலையில் வறுமையில் ஒதுக்கப்பட்டு வாழ்பவர்களாக இருந்தார்கள். ஈராக். பாலஸ்தீனம், ஆப்கானிஸ்தான் அழிவுகளைக் கண்டு மேற்கத்திய அரசுகளின்மீது கோபமுற்றவர்களாக இருந்தார்கள். இவர்களினிடையில் அடிப்படைவாத போதனைகள் நிகழ்த்தப்பட்டன. ஜிகாதிகளாக ஆப்கானுக்கும் பாகிஸ்தானுக்கும் சிரியாவுக்கும் ஈராக்குக்கும் யேமானுக்கும் சென்று இவர்கள் பயற்சி பெற்றுத் திரும்பினார்கள்.

ஐரோப்பிய நகர்களில் சுரங்க ரயிலில் வெடிகுண்டுகள் வைத்தார்கள். யூதர்களின் வழிபாட்டிடங்களை, அருங்காட்சியகங்களைக் குறி வைத்துத் தாக்கினார்கள். யூத வெகுமக்களையும் குழந்தைகளையும் அப்பாவி மக்களையும் கொலை செய்தார்கள். மறுதலையில் இஸ்லாமிய வெறுப்புக் கொண்ட வெள்ளையினவாதிகள் முழு இஸ்லாமிய மக்களின் மீதும் துவேஷத்தைப் பரப்பினார்கள். எப்போதுமே குடியேற்றக் கொள்கைகளில் இறுக்கம் வேண்டி இயங்கியவர்கள் நடந்த குண்டுவெடிப்புகளைத் தமது கொள்கை நிலைபாட்டுக்கு ஊதிப்பெருக்கினார்கள்.

பிரான்சை மட்டுமே நாம் எடுத்துக் கொண்டால் 50 இலட்சம் மக்கள் தொகை கொண்ட இஸ்லாமியர்களில் அடிப்படைவாதக் கருத்தியல் போதனையால் பாதிப்புற்ற இளைஞர்கள் 2,000 முதல் 3,000 பேர் வரையிலும் வரையிலும் இருப்பார்கள் என மதிப்பிடுகிறார்கள்.

இவர்களது செயல்பாடுகளால் வரும் விளைவுகளை முழு இஸ்லாமியர்களும் எதிர்கொள்ள வேண்டியிருக்கிறது.

இப்போது நாம் சார்லி ஹெப்டோவின் நிலைப்பாட்டையும் இவர்களல்லாத பிரெஞ்சு இடதுசாரிகள் இடதுசாரி இதழ்களினதும் நிலைபாட்டைப் புரிந்துகொள்ள முயல்வோம். இவர்களுக்கு வெளியிலான ஐரோப்பிய இடதுசாரிகளதும் நிலைபாட்டைப் புரிந்துகொள்ள முயல்வோம்.

செப்டம்பர் 11 என்பது, பல முன்னாள் இடதுசாரிகளை அடிப்படைவாத இஸ்லாமுக்கு எதிரான நிலைபாட்டை எடுக்க வைத்தது. இங்கிலாந்தில் முன்னாள் நியூலெப்ட் இதழின் ஆசியர் குழு உறுப்பினரான பிரெட் ஹாலிடே, பிரான்சில் சார்த்தரது தலைமுறையைச் சேர்ந்த பெர்னார்ட் ஹென்றி லெவி போன்றோர் கடுமையான அடிப்படைவாத இஸ்லாமிய எதிர்ப்பு நிலைபாட்டை எடுத்தார்கள். இவர்கள் இந்நிலைபாடு எடுக்க இன்னுமொரு முக்கியமான காரணம், இஸ்லாமியக் குடியரசுகள் அனைத்துமே மார்க்சியர்களை வேட்டையாடின. இடதுசாரிக் கொன்றன. பெண்களின் மீது மட்டுமீறிய வன்முறையைச் செலுத்தின.

அமெரிக்க ஐரோப்பிய பயங்கரவாத யுத்தத்தைக் கடுமையாக விமர்சிக்கும் தாரிக் அலி கூட சல்மான் ருஸ்டிக்கு ஆதரவாக நாடகம் எழுதி நிகழ்த்தினார். ஐரோப்பிய இடதுசாரிகள் இவ்வகை யில் இருவிதமான நிலைபாடுகள எடுக்க வேண்டியவர்கள் ஆனார்கள். இஸ்லாமிய அடிப்படைவாதத்தை, ஐரோப்பாவில் அவர்கள் நிகழ்த்தும் பயங்கரவாதச் செயல்களை இடதுசாரிகள் எதிர்த் தார்கள். ஏற்கனவே இருக்கும் இஸ்லாமியத் துவேஷம் இதனால் பெருகும்போது அதற்கு எதிராகப் போராட வேண்டியவர்களாகவும் ஆனார்கள்.

சார்லி ஹெப்டோவில் இந்த இரு நிலைபாடுகளும் இருக்கின்றன. நிறவாதிகளான பிரெஞ்சு நேஷனல் பிரண்டுக்கு எதிராக அவர்கள் எழுதிவருகிறார்கள். குர்திஸ் மக்களது போராட்டத்தை ஆதரிக்கிறார்கள். காஸா தாக்குதலைக் கண்டித்திருக்கிறார்கள். அடிப்படைவாதம் என வருகிறபோது அவர்கள் கடுமையான நிலைபாட்டைக் கொண்டிருக்கிறார்கள். கச்சாவான, பாலியல் பண்புகள் கொண்ட கேலிச்சித்திரங்களையும் அவர்கள் பிரசுரித் திருக்கிறார்கள்.

தாரிக் அலியும் ரமடானும் இதுகுறித்த விவாதங்களில் குறிப்பான கச்சாவான, பாலியல் பண்புகொண்ட கேலிச்சித்திரங்கள் குறித்துப் பேசுவதில்லை. மதநீக்க அடிப்படைவாதிகள், கருத்துச் சுதந்திரத்தில் இரட்டை நிலைபாடு கொண்டவர்கள் என சார்லி ஹெப்டோவைக் குறிப்பிடும் அவர்கள், சார்லி ஹெப்டோ மீதான அடிப்படைவாதத் தாக்குதலை உடனடியாகவே கண்டிக்கிறார்கள். ஐரோப்பிய இடதுசாரிகள் இந்த வரையறைக்குள்தான் செயல்பட முடியும்.

சார்லி ஹெப்டோ பற்றிய நோம் சாமஸ்க்கியின் விமர்சனம் அமெரிக்க ஊடகங்களின் இரட்டை நிலைபாடு குறித்ததாக இருக்கிறது. கருத்துச் சுதந்திரம் பேசும் அமெரிக்கா யுகோஸ்லாவிய யுத்தத்தில் தொலைக்காட்சி நிலையத்தைக் குண்டு வீசி அழித்ததையும், ஈராக்கில் மருத்துவமனைகளைக் குண்டுவீசித் தாக்கியதையும் அதனது இரட்டை நிலைபாட்டுக்கு ஆதாரமாகக் காட்டுகிறார் சோம்ஸ்க்கி.

ஜிசாக்கினது பார்வை இவர்களிலிருந்தெல்லாம் வித்தியாச மானது. ஐரோப்பிய தாராளவாதிகளும், இடதுசாரிகளும் தாக்குதலுக்கான காரணம், தாக்குதலுக்கு உள்ளானவரிடமும் இருக்கிறது எனக் குற்றவுணர்வு கொள்கிறார்கள். சல்மான் ருஸ்டிக்கு பத்வா விதித்ததற்கு அவரும் காரணம் என்கிற மாதிரி கருதுவது போன்றது இது. இது சரியான பார்வை அல்ல என்கிறார். தாம் உயர்நிலையில் இருப்பதாகக் கருதுகிற அடிப்படைவாதிகள் முட்டாள்தனமான இந்தக் கேலிச்சித்திரங்களுக்காக ஏன் மனிதர்களைக் கொல்ல வேண்டும் என்கிறார் அவர். ஐரோப்பிய இடதுசாரிகள் ஐரோப்பிய முதலாளித்துவத்தை எதிர்த்துப் போராடுவது போலவே அடிப்படைவாதிகளின் இஸ்லாமோ பாசிசத்ததையும் எதிர்த்துப் போராட வேண்டும் என்கிறார்.

நிகழ்வுகளைத் தொடர்ந்து கவனித்து வருபவனாகச் சில அவதானங்களை என்னால் முன்வைக்க முடியும். லிபரேஷன், லெமான்டே டிப்ளமேடிக் என இரண்டு பாரம்பர்யமான பிரெஞ்சு இடதுசாரி இதழ்களும் சார்லி ஹெப்டோவின் நிலைபாட்டை ஆதரித்து நிறகின்றன. தமது ஆசிரியர் குழுவைச் சேர்ந்த 10 பேர் மரணமுற்ற பின் தமது நிலைபாட்டின் உறுதியைத் தெரிவிக்க முகமதுவின் படத்துடன்தான் இவ்விதழ் வந்திருக்க முடியும் என லெமான்டே டிப்ளமேடிக் இதழின் முன்னாள் ஆசிரியர் சொல்கிறார். இங்கிலாந்து

நாவலாசிரியரான இர்விங் வெல்ஸ் பேசும்போது பரந்துபட்ட அளவில் விஷயங்களை அணுகாமல் இறுகிய நிலையில் நின்று கொண்டு சர்ச்சைகளை உருவாக்குவதை மாற்றுவதற்கு சார்லி ஹெப்டோ சிந்திக்க வேண்டும் என்கிறார். அதே வேளையில் மதநீக்க சமூகத்தின் மதிப்பீடுகளுடன் வாழ ஐரோப்பிய இஸ்லாமியர்கள் முயலவேண்டும் எனவும் அவர் சொல்கிறார்.

சார்லி ஹெப்டோ பிரச்சினையை முழுமையாகக் கருத்துச் சுதந்திரம் குறித்த பிரச்சினையாக முன்வைத்த ஐரோப்பிய அரசுகள் கலாச்சாரங்களுக்கு இடையிலான மோதலாக இதனைச் சித்தரிக்கின்றன. இதனை முன்வைத்து குடியேற்றச் சட்டங்களை இறுக்க முனைகின்றன. இஸ்ரேலுக்கு ஆதரவான நிகழ்ச்சி நிரலாக இதனை மாற்றியிருக்கின்றன. ஐரோப்பாவெங்கிலும் இஸ்லாமிய விரோத உணர்வை வளர்க்க வலதுசாரிகள் இதனைப் பாவிக்கத் துவங்கிவிட்டார்கள்.

இச்சூழலில் ஐரோப்பிய இடதுசாரிகள் இஸ்லாமிய விரோத நிறவெறிக்கு எதிராகப் போராட வேண்டியிருக்கிறது. அரசியல் ரீதியில் பாலஸ்தீன - இஸ்ரேலியப் பிரச்சினையைக் காரணம் காட்டி அடிப்படைவாத இஸ்லாமியச் சீரழிவுத் திட்டம் கொண்டவர்கள் மேற்கத்திய சமூகங்களின் விரக்தியுற்ற இளைஞர்களைத் தமது போதனைகள் மூலம் அவர்களை பலிகடாக்களாக மாற்றிக் கொண்டிருக்கிறார்கள் என்பதைத் தடுத்து நிறுத்தவேண்டிய கடமையும் அவர்கள் முன் இருக்கிறது

சார்லி ஹெப்டோ தாக்குதலையடுத்து பிரெஞ்சு அரசு ஏற்பாடு செய்த பாரிசில் நடந்த பேரணியை அதிகாலை துவங்கி நள்ளிரவுக்குக் கொஞ்சம் முன்பு வரை 16 மணிநேரங்கள் பிபிசி - 24 தொலைக்காட்சி அலைவரிசை ஒளிபரப்பிக் கொண்டிருந்தது. அது ஞாயிற்றுக் கிழமை என்பதால் மூத்திரம் போகிற நேரமும் தொண்டையில் திரளும் சளி துப்பப்போன நேரமும் தவிர 16 மணிநேரமும் ஒரு மிகநீளமான ஆவணப்படத்தைப் பார்க்கிற சிரத்தையுடன் நான் அதனை உட்கார்ந்து பார்த்து முடித்தேன்.

ஆவணப்படத்தின் தொகுப்புநெறி மூன்று சமத்தாரைகளாக இருந்தது. பேரணி வந்து அடையும் இடமான தேசியத் திடலி லிருந்து பேரணிக்கு வந்து கொண்டிருந்த வேறுபட்ட மக்களின் கருத்துக்களை ஒருவர் தொகுத்துக் கொண்டிருந்தார். பேரணிக்கு வரும் உலகநாடுகளின் தலைவர்கள் தங்கியிருந்த இடத்திலிருந்து அவர்கள் குறித்த சித்திரத்தை ஒருவர்

வழங்கிக் கொண்டிருந்தார். இவர்கள் இருவரும் பெண்கள். மூன்றாமவரான ஆண் நடந்து முடிந்த தாக்குதலை பிரான்சின் பல்கலாச்சார சமூகத்தின் இளையதலைமுறை எவ்வாறு பார்க்கிறது, இந்தப் பிரச்சினையில் அரசுக்கு உள்ள பொறுப்பு என்ன என்பது குறித்த நேர்காணலை இளைஞர்களிடமும் யுவதிகளிடமும் நிகழ்த்திக் கொண்டிருந்தார்.

பேரணிக்கு வந்தவர்கள் இரண்டு காரணங்களுக்காகப் பேரணிக்கு வந்ததாகத் தெரிவித்தனர். கருத்துச் சுதந்திரத்தைக் காப்பதற்காகவும் நடந்து முடிந்த தாக்குதலைக் கண்டு தாம் பயந்துவிடவில்லை எனும் செய்தியைத் தெரிவிப்பதற்காகவும் தாம் பேரணிக்கு வந்திருப்பதாக பெரும்பாலுமான ஐரோப்பியர் தெரிவித்தனர். பேரணிக்கு வந்திருந்த கண்ணில் தட்டுப்பட்ட ஓரிரு இஸ்லாமியர் தாக்குதலுக்குக் கண்டனம் தெரிவிக்கத் தாம் வந்திருப்பதாகத் தெரிவித்தார்கள். ஒரேயொரு பெயர் குறிப்பிட விரும்பாத இஸ்லாமியப் பெண், தாக்குதலைத் தான் கண்டிப்பதாகவும் சார்லி ஹெப்டோ தீர்க்கதரிசி முகமது கேலிச்சித்திரத்தை பிரசுரித்ததைத் தான் வெறுப்பதாகவும் தெரிவித்தார்.

உலக நாடுகளின் தலைவர்கள் பற்றி வர்ணனை செய்து கொண்டிருந்தவர் இஸ்ரேலியப் பிரதமர் பெஞ்ஜமின் நதானியேவின் பின்பாகவே அலைந்து கொண்டிருந்தார் என்றுதான் சொல்ல வேண்டும். நதானியேவு யூதஆலயமான சினாகாகுவுக்குச் சென்றதை விஸ்தாரமான செய்தியாகத் தந்தார். நதானியேவு 4 யூதர்கள் கொல்லப்பட்ட யூதபலசரக்குக் கடைக்கு விஜயம் செய்ததைக் காண்பித்தார். சினகாகுவினுள் யுதர்கள் வாழ பாதுகாப்பான இடம் இஸ்ரேல் எனவும், யூதர்களை இஸ்ரேலுக்குத் திரும்பிவருமாறும் நதானியேவு சொன்னதை விஸ்தாரமாகக் காண்பித்தார். மற்ற உலகத் தலைவர்கள் கைகோர்த்துக் கொண்டு சாலையை அடைத்துக் கொண்டு அரைவட்ட வடிவில் நடந்து சென்றதைக் காண்பித்தார். பிரித்தானியப் பிரதமர் பேசியதை ஒளிபரப்பினார். மற்ற நாடுகளின் தலைவர்கள் அனைவரும் பொம்மைகளாக இருந்தார்கள்.

ஆப்ரிக்க நாடான மாலி, அரபு நாடான ஜோர்தான் அரசுத் தலைவர்கள் இவர்களோடு பாலஸ்தீன ஜனாதிபதி மகமது அபாசும் பேரணியில் வந்தார்கள். இவர்கள் அனைவரும் அமெரிக்க - மேற்கத்திய உலகப் பயங்கரவாத

எதிர்ப்புக் கூட்டணியின் உறுப்பு நாடுகள் என்பதை எவரும் அறியவேண்டும். தத்தமது நாடுகளில் கடும் ஒடுக்குமுறையையும், பாலஸ்தீனம் (அபாசின் பொறுப்பிலுள்ள மேற்குக்கரை) தவிர பிறர் அரசு பயங்கரவாதத்தையும் ஏவும் ஆட்சியாளர்கள் என்பதையும் அறிய வேண்டும். இவர்களில் இஸ்ரேலியப் பிரதமரான பெஞ்ஜமின் நதானியேவு யூதவெறி பிடித்த, காஸாவில் பாலஸ்தீனக் குழந்தைகளைக் கொல்கிற அரசு பயங்கரவாதி என்பதையும் அறிய வேண்டும்.

பேரணிக்கு வந்திருந்த மக்கள் கருத்துச் சுதந்திரமும் படு கொலைக்கான எதிர்ப்பும் பேசிக் கொண்டிருக்க, ஐரோப்பிய - இஸ்ரேலிய மற்றும் உலக பயங்கரவாத எதிர்ப்புக் கூட்டணி இந்த மக்கள் எழுச்சியைத் தமது பாரம்பர்ய ஏகாதிபத்திய அரசியல் நிகழ்ச்சி நிரலுடன் இணைத்துக் கொண்டிருந்தது. இதற்கு மாற்றாக இப்பிரச்சினையின் உள்ளார்ந்த, இன்னும் ஆழமான அரசியல் பரிமாணத்தை இளைய தலைமுறையினரிடம் உரையாடிக் கொண்டிருந்தவர் வெளிப்படுத்திக் கொண்டிருந்தார். பிரெஞ்சு அரசாங்கம் இஸ்லாமிய மக்களின் வறுமை, வேலையின்மை, வீட்டுவசதி, கல்வி போன்றவை குறித்த கேள்விகள் கேட்கப்பட்டன. பிரெஞ்சுச் சமூகத்துடன் அவர்களை இணக்கமுற வைக்க அரசு ஏன் போதிய திட்டங்களைக் கொண்டிருக்கவில்லை எனக் கேட்கப்பட்டது. பிரெஞ்சு அரசு சிறுபான்மை இஸ்லாமிய மக்களிடம் பாரபட்சமாக இருக்கிறது எனும் செய்தி இந்த உரையாடல்களில் தெளிவாக வெளிப்பட்டது.

பிபிசி - 24 - ன் இந்த 16 மணிநேர ஆவணப்படத்தில் விவாதிக்கப்படாத விஷயங்களும் இருந்தன. இந்தப் பேரணியில் கலந்துகொள்ள பிரெஞ்சு அரசு, நிறவாதக் கட்சியான நேஷனல் ஃபிரண்டுக்கும் அழைப்பு அனுப்பியிருந்தது என்பது இதிலொன்று. இஸ்லாமிய வெறுப்பு துவேஷக் கட்சி அது. பிறிதொன்று, ஐரோப்பிய இஸ்லாமிய இளைஞர்கள் ஜிகாதிகளாக ஆவதற்கான பகுதி காரணமாக இருக்கிற அரபு நாடுகளிலான அமெரிக்க - ஐரோப்பியக் கொள்கைகளும் ராணுவத் தலையீடுகளும், பாலஸ்தீனத்தில் படுகொலைகளை நிகழ்த்தி வரும் இஸ்ரேலியக் கொள்கைகளும், அரபுநாடுகளின் கொடுங்கோலர்களையும் மன்னர்களையும் ஆதரிக்கும் மேற்கத்தியக் கொள்கைகளும் இந்த ஆவணப்படத்தில் எங்குமே பேசுபொருளாகவில்லை. மட்டுமல்ல, காலனியாதிக்கததின் தொடர்விளைவுகளில் ஒன்றே நடந்த நிகழ்வு என்பதும் எங்கும் பேசுபொருளாகவேயில்லை.

ஓரே வாக்கியத்தில் சொல்வதானால், படுகொலைக்கு எதிரானதும் கருத்துச் சுதந்திரத்திற்கு ஆதரவானதுமான வெகுமக்களின் உணர்வு என்பது, ஏலவே இருந்த குடியேற்றக் கட்டுப்பாடு, சிறுபான்மையினர் வெறுப்புணர்வு, உலக பயங்கரவாத எதிர்ப்புக் கூட்டணி அரசியல், இஸ்ரேலின் பிராந்திய நலன் காத்தல் போன்ற ஐரோப்பிய அரசுகளின் கொள்கைகளின் இறுக்கமான பிடிக்காக மடைமாற்றப்பட்டது. இதனது உடன்விளைவாகவே ஐரோப்பா வெங்கிலும் இஸ்லாமிய வெறுப்புக் பாசிசக் கட்சிகள் புத்தெழுச்சி பெற்றுள்ளன. இதுவே இன்றுள்ள ஐரோப்பிய அரசியல் யதார்த்தம்.

இப்போது நாம் யூத பாசிஸ்ட்டின் பேரனான இந்து பாசிஸ்ட் ஜெயமோகனின் கட்டுரைக்கு வருவோம்.

குடியேற்றக் கொள்கை, சிறுபான்மையினர் ஒதுக்கம், யூத மேலாண்மை, பயங்கரவாத எதிர்ப்புக் கூட்டணி, ஐரோப்பிய பாசிசத்தின் மீளெழுச்சி, 50 இலட்சம் பிரெஞ்சு இஸ்லாமிய மக்களில் சிறு துரும்பான ஜிகாதிகள், கருத்துச் சுதந்திரம், இடதுசாரிகள், அனார்க்கிசம் போன்ற பல்வேறு பரிமாணங்கள் கொண்ட பிரச்சினையை, அனார்க்கிசம் எனும் தத்துவநிலைபாடு தொடர்பான பிரச்சினையாகவும், சகிப்பின்மை - சுதந்திரம் தொடர்பான மேல் - கீழ் கலாச்சாரம் தொடர்பான 'மசிரளவு' பிரச்சினையாகவும் இதனை இந்து பாசிஸ்ட் ஜெயமோகன் குறுக்கி விடுகிறார்.

பிரச்சினையைத் திசை திருப்புவதில் இந்து பாசிஸ்ட்டுகள் எவ்வளவு பெரிய அயோக்கியர்கள் என்பதற்கு ஜெயமோகனின் சார்லி ஹெப்டோ குறித்த கட்டுரை ஒரு சான்று. இந்த மசிரானுக்கு ஐரோப்பா குறித்த கொஞ்ச நஞ்ச அறிவும் இல்லை என்பதற்கும் இக்கட்டுரை ஒரு சான்று.

"எந்தக் கட்டுப்பாடுகளும் எல்லைகளும் இல்லாத எள்ளலே அரசின்மைவாதமாக இருக்கமுடியும். ஏனென்றால், கட்டுப்பாடு என்றாலோ எல்லை என்றாலோ அதை விதிக்கும் ஒரு நெறியோ அமைப்போ அவசியமாகிறது. அதை ஏற்றுக்கொண்டதுமே அரசின்மைவாதம் காலியாகிவிடுகிறது. அந்த உரிமையை முன்னேறிய ஜனநாயக நாடுகள் அனுமதிக்கின்றன. பாதுகாக்கின்றன."

முதலில் இந்தப் பிரச்சினை முழுமையாக அனார்க்கிசம் தொடர்பான பிரச்சினையே அல்ல. அப்படிப் பேசுகிறவர்கள்

ஐரோப்பாவில் இயங்க முடியாத ஒரு சூழலே உள்ளது. சார்லி ஹெப்டோவினுள் இடதுசாரிகள், தீவிர இடதுசாரிகள், அனார்க்கிஸ்ட்டுகள், சூழலியலாளர்கள் என வேறுபட்டவர்கள் உள்ளனர் எனவே மரணமுற்ற அதனது ஆசிரியர் சோபர்னியர் சொல்கிறார். 1992 - 2009 காலகட்டத்தில் அந்த இதழினுள் வலது சாரி சார்பாளர்களும் மூலதனத்துடன் ஊடுருவினார்கள் எனும் விவாதங்களும் உள்ளன. அதில் மட்டுமல்ல லிபரேஷன், லெ மான்டே டிப்ளமேடிக் போன்ற இதழ்களிலும் அதனுள் இப்படியான போராட்டங்கள் நடந்து வந்துள்ளன. சார்லி ஹெப்டோ இதழ் பிரெஞ்சுச் சட்டங்களின்படிதான் இயங்குவதாகச் சொல்கிறது.

பிரான்சில் பிளாஸ்பெமஸ் சட்டங்கள் இருந்தாலும் அவற்றை விமர்சிப்பதைச் சட்டபூர்வமாக அனுமதிக்கிறது. ஐரோப்பா எங்கிலும் நிலைமை இவ்வாறு இல்லை. குறிப்பாக இங்கிலாந்திலும் அயர்லாந்திலும் பிளாஸ்பெமஸ் சட்டங்கள் இருக்கின்றன. அயர்லாந்து ஒரு வகையான கத்தோலிக்க அடிப்படைவாத நாடாகவே இருக்கிறது. இங்கு பிளாஸ்பெமஸ் சட்டங்களையே நீக்கவேண்டும் எனப் போராடுகிறவர்களும் இருக்கிறார்கள். ஜெர்மனியில் அனார்க்கிஸ்ட் மரபாளர்களான ஆட்டனோமிஸ்ட்டுகள் மீது ஜெர்மனிய அரசு கடுமையான அடக்குமுறைச் சட்டங்களை ஏவித்தான் வருகிறது. கைவிடப்பட்ட கட்டிடங்களைக் கைப்பற்றிவாழும் அவர்களைக் காவல்துறையை உபயோகித்து பலவந்தமாக அவ்வரசு வெளியேற்றவும் செய்கிறது.

கருத்துச் சுதந்திரம் என்பதில் பிரெஞ்சு அரசு இரட்டை நிலைபாடு எடுக்கிறது என இரண்டு நாட்களின் முன் அம்னஸ்ட்டி இன்டர்நேசனல் பிரெஞ்சு அரசைக் கண்டனம் செய்திருக்கிறது. தாக்குதலுக்கு உள்ளான சார்லியின் பெயரையும் தாக்குதல் தொடுத்த காலிபோலியின் பெயரையும் இணைத்துச் சொன்னதற்காக பயங்கரவாத தடுப்புச் சட்டத்தில் கைது, செய்யப்பட்ட காமெடியன் தியோபான்டியின் கைது கருத்துச் சுதந்திர மீறல் என அம்னஸ்ட்டி சுட்டிக்காட்டியிருக்கிறது. இரண்டுக்கும் பின்னிருக்கும் அரசியலை இணைத்துக் காணவேண்டும் என்பது அவரது கருத்து வெளிப்பாட்டுச் சுதந்திரம் என்பது இங்கு உள்ளுறையாக இருக்கிறது.

“சார்லி ஹெப்டோ ஓர் அரசின்மைவாத இதழ். அதில் கேலி செய்யப்படாத எதுவுமே இல்லை. இனவாதம் மட்டும்

அல்ல, இனவாதத்துக்கு எதிரான இலட்சியவாதமும் கேலிசெய்யப்படும். வலதுசாரிகளும் இடதுசாரிகளும் கேலிசெய்யப்படுவார்கள். "

ஜெயமோகன் இங்கு சொல்வது முழு கப்ஸா. செப்டம்பர் 11 தாக்குதலை ஒட்டியும், பிலிப் வேலின் ஆசிரியத்துவத்தையும் அவரது மூலதனமான பங்குகளையும் அடுத்து வலதுசாரி சாய்வு சார்லி ஹெப்டோ இதழினுள் நுழைகிறது. அது பிலிப் வேல் வெளியேறும் 2009 வரை தொடர்கிறது. அவரது ஆசிரியத்துவத்தின் கீழ்தான் பாலஸ்தீனர்களை அவர்தான் தனது கட்டுரையில் நக்கலடிக்கிறார். அவர்தான் சார்க்கோசி மகனை விமர்சித்த பத்திரிக்கையாளரை வெளியேற்றி அது சட்டவிரோத நீக்கம் எனும் வழக்கு மன்றத் தீர்ப்பையடுத்து பத்திரிக்கையாளருக்கு நஷ்ட ஈட்டையும் தருகிறார். இந்த விவாதம் முகமது கேலிச்சித்திரம் வரை தொடர்கிறது. ஒரு இதழுக்குள் நேர்ந்த அரசியல் கருத்தியல் நிர்வாக மாற்றங்களைக் கணக்கில் கொள்ளாமல், அவர்கள் இடதுசாரிகளையும் விமர்சித்தார்கள், இனவாதத்திற்கு எதிரான இலட்சியவாதமும் கேலி செய்யப்படும் என்று பொத்தாம் பொதுவாக எழுதுவது நதானியேவு பேரனின் அரசியல் நபும்சகம் அன்றி வேறில்லை.

"சார்லி ஹெப்டோ மீதான தாக்குதல் என்பது, மானுடத்தின் பின்தங்கிய பகுதியில் இருந்து மானுடத்தின் உச்சநிலை நோக்கிச் செய்யப்பட்ட தாக்குதல்."

என்ன மண்ணாங்கட்டி மானுட உச்சநிலை? காலனியாதிக்கம், அடிமை வியாபாரம், நிறவாதம், இனவாதம், மக்கள் படுகொலைகள் இதுவெல்லாம் ஐரோப்பிய வரலாறு. இதற்கெல்லாம் உள்ளாக்கப்பட்ட மக்களிடம் ஐரோப்பா மன்னிப்புக் கேட்டுவிட்டதா? ஜாலியன் வாலாபாக்? லத்தீனமெரிக்க இனப்படுகொலை? அடிமை வியாபாரம்? ஈராக்கில் கொல்லப்பட்ட இலட்சோப இலட்சம் பச்சிளம் குழந்தைகள்? இவையெல்லாவற்றையும் ஹாலோகாஸ்ட் கொலை போலப்பேச முடியுமா? நடந்திருக்கும் நிகழ்வு கூட பகுதியளவு இவர்கள் இன்று வரை மேற்கு ஆதரித்து வரும் அரபு மன்னர்கள் கொடுங்கோலர்கள் பாலான இவர்களது கொள்கையின் விளைவுதான். பெட்ரோல் கொள்கையின் விளைவுதான். ஆப்கானில் தலிபான்களை சுதந்திரப் போராளிகள் என்று அவர்களை ஆயுதபாணிகளாக ஆக்கியது என்ன வகை மானுட உச்சம்? ஐஎஸ்எஸ்யின் கருத்தியல் முகம்

இஸ்லாமிய அடிப்படைவாதம் எனில், அதன் அரசியல் முகம் அமெரிக்க - ஐரோப்பிய வெளிநாட்டுக் கொள்கைதான். இது என்ன மசிருவகை மானுட உச்சம்? இஸ்லாமிய வெறுப்பு இந்துத் துவவாதிகளும் அமெரிக்க - ஐரோப்பிய மேலாண்மை அரசியலும் இணையும் புள்ளி இது.

எவர் மானுடத்தின் பின்தங்கிய பகுதி? இந்து வெறி முட்டாள். கணிதத்திலும் கட்டிடக்கலையிலும் கவிதையிலும் இசையிலும் உணவுவகைகளிலும் ஐரோப்பியக் கலாச்சாரத்தையும் மேன்மையுறச் செய்த மரபு இஸ்லாமிய மரபு. ரூமியின் பேரன்தான் மஹ்முத் தர்வீஷ். சூபியின் மைந்தன்தான் ஏ.ஆர். ரஹ்மான். அதனது இன்றைய இலக்கியச் செல்வத்தைப் புரிந்துகொள்ள 'பானிபால்' ஒரு சில இதழ்களையாவது வாசித்துப் பார், நுனிப்புல் மேய்கிற இந்துத்துவ முட்டாளே, நதானியேவின் பேரனே. எத்தனை இஸ்லாமிய துவேஷம் - எதிர்ப்பு வெறி உனக்குள்? அவர்களைப் பின்தங்கியவர்கள் ஆக்கியவர்களே காலனியாதிக்கவாதிகள்தான். அவர்களை எளியவர்களாக ஆக்கி வைத்திருப்பவர்களே வெள்ளை இனவாதிகள்தான். இதுவே ஐரோப்பிய அரசியல் யதார்த்தம்

"சார்லி ஹெப்டோவுடன் இணைந்துநின்ற ஐரோப்பிய சமூகம் உலகுக்கு ஒரு பெரும் நம்பிக்கையை அளிக்கிறது. பதினேழாம் நூற்றாண்டில் உலகை நோக்கி நவ ஐரோப்பா அளித்த வாக்குறுதிக்கு நிகரான ஒன்று அது."

இந்துத்துவ வெறியின், இஸ்லாமியக் குரோதத்தின் உச்சமான வரிகள் இவை. சார்லி ஹெப்டோவுடன் முழு பிரான்சு கூட இணைந்து நிற்கவில்லை. பிரான்ஸ்24 தொலைக்காட்சிப் புள்ளிவிவரங்களின்படி பிரான்சின் 43 சதவீதமக்கள் முகமது கேலிச் சித்திரங்களை விரும்பவில்லை. விவாதம் வேறுவேறு மட்டங்களில் நிகழ்ந்து வருகிறது. ஜெயமோகனின் விசித்திரமான சமன்பாடு ஒன்றுதான் அவரது வக்கிரமனதிற்குச் சான்று. ஐரோப்பிய மக்களது மனநிலை என்பது அரசுகளின் கொள்கை அல்ல. ஐரோப்பிய மக்களல்ல உலகிலுள்ள எந்த மக்களும், ஏன் பிரெஞ்சு இஸ்லாமிய மக்களே படுகொலைகளை விரும்பவில்லை. அதற்காக அரசின் கொள்கைகளையும் ஹிட்டன் அஜன்டாக்களையும் இஸ்ரேலியப் படுகொலைகளையும் இந்த மக்கள் விரும்புகிறார்கள் எனப் பொருளல்ல.

ஐரோப்பிய சமூகம் என்பது வேறு. ஐரோப்பிய அரசுக் கொள்கைகள் என்பது வேறு. ஐரோப்பிய அரசுக் கொள்கைகள்

என்பது இங்கு வாழும் சிறுபான்மையின மக்களைச் சகல விதங்களிலும் இறுக்கி வருகிறது. குடியேற்றச் சட்டங்களில் மாறுதல் அதன் இலக்கு. அதற்கு சார்லி ஹெப்டோ பிரச்சினை ஒரு சாட்டாக அமைந்துவிட்டிருக்கிறது. ஐரோப்பிய இஸ்லாமிய மக்களை இது அச்சத்தில் ஆழ்த்திவிட்டிருக்கிறது.

காந்தியின் கொலைக்கான பொறுப்பை ஜெயமோகன் உள்ளிட்ட முழு இந்துச் சமூகமும் ஏற்றுக் கொள்ளட்டும். பிற்பாடு சார்லி ஹெப்டோ படுகொலைக்கான பொறுப்பை. 'மானுடத்தின் பின்தங்கிய நிலை' என இந்து வெறியன் ஜெய மோகன் அடையாளப்படுத்தும் முழு இஸ்லாமிய மக்களின் மீது சுமத்தட்டும். சார்லி ஹெப்டோ தாக்குதலின் மீதான எனது தெளிவான நிலைபாடு இதுதான்: தாக்குதலை நிகழ்த்தியவர்கள் இஸ்லாமிய அடிப்படைவாதக் கருத்தியல் கொண்டவர்கள். இதற்கு முழு இஸ்லாமிய மக்களையும் பொறுப்பாக்க முடியாது. இஸ்லாமிய அடிப்படைவாதத்தின் கருத்தியல் ஊற்று மத்தியகால அடிப்படைவாத இறையியல் எனில், அதனது அரசியல் ஊற்று அமெரிக்க - மேற்கத்திய உருவாக்கம் என்பதே எனது நிலைபாடு.

இஸ்லாம் என்பது மானுடத்தின் பின்தங்கிய நிலை என்பது ஒரு இனவாதியின் நிலைபாடு. இந்துவெறியனின் நிலைபாடு. அடிப்படையில் எந்த மதமும் அடிப்படைவாதமில்லை. அதிகாரத்தின் பொருட்டு அதனைத் தமது அரசியல் திட்டங்களுக்குப் பாவிக்க நினைப்பவர்களே அதனை அடிப்படைவாதமாக ஆக்குகிறார்கள். அதன்வழி தம்மைத் தொடர்பவர்களை அவர்களால் உருவாக்க முடிகிறது. அந்த வகையில் இஸ்லாம் அடிப்படையில் வன்முறை மதம் என்பதையும் நான் நிராகரிக்கிறேன்.

9

இலக்கிய இந்துத்துவம்: இடி முழக்கம் மற்றும் கள்ள மௌனம்

'ஸ்டாலின் பற்றி நிறைய விவாதித்தாகி விட்டது, அது சாகாவரம் பெற்ற பிரச்சினைதான். பாசிசம் போலவே சாகா வரம்பெற்ற பிரச்சினை. நீட்ஷேவாதியான ஹைடேக்கரைக் காதலித்த ஸ்டாலினை வெறுத்த அனா அர்ந்த் என்கிற யூதப் பெண் சிந்தனையாளர் இட்லரை ஸ்டாலினோடு ஒப்பிட்டவர். அவரது வரலாற்றுக் குருட்டுத் தனத்தைக் கண்டித்தார் பிரித்தானிய தாராளவாதச் சிந்தனையாளர் ஐசையா பெர்லின். ஸ்டாலினது மேன்மைகள் என்ன கீழ்மைகள் என்ன என்பதை மார்க்சியர்களுக்கு 'அசடர்கள்' சொல்லித் தெரிந்து கொள்ள வேண்டிய தேவைகள் இல்லை. இலக்கியத்துக்காக நோபல் பரிசு பெற்ற போர்த்துக்கீசியக் கம்யூனிஸ்டான ஸரமாகோவை ஸ்டாலினிஸ்ட் என விமர்சித்தது 'நியூயார்க் டைம்ஸ்' பத்திரிக்கை. ஸரமாகோ சொன்ன பதில் இதுதான்: 'கிறித்தவம் செய்யாத அழிவுகள் இல்லை. கொலைகள் இல்லை. ஆனால் இன்னும் அது அன்பு பரப்பும் மதமாகப் பார்க்கப்படுகிறது அல்லவா, அதைப் போலத்தான் மார்க்சியத்திலும் எனது நம்பிக்கை' என்றார் ஸரமாகோ. மனித விரோதமான சாதீயத்தை அழிப்பது சம்பந்தமான விவாத மையங்களைக் கட்டமைக்காமல் மரபைப் பாதுகாப்பது சம்பந்தமாக விவாத மையங்களைக் கட்டமைத்துக் கொண்டிருக்கும் இந்து பாஸிஸ்ட்டுகள் ஸ்டாலினிய நிலைபாடு தொடர்பாக தொடர்ந்து விமர்சனத்துடன் செயல்பட்டு வரும் என்னைச் ஸ்டாலினிஸ்ட் என்று சொல்வதில் எனக்கொன்றும் அவப்பெயர் வந்துவிடப் போவதில்லை. ஸரமாகோ போலவே

இந்த வகையில் நானும் ஒரு ஸ்டாலினிஸ்ட்டுதான்'. (பாம்பின் தடத்தை அறிதல்: பதிவுகள் இதழ் 37 ஜனவரி 2003) என முன்பாக நான் எழுதினேன். இப்போதும் 'இந்த' எனது நிலைபாட்டில் 'எந்த' மாற்றமும் இல்லை.

ஸ்டாலின் தொடர்பாகப் பதிவுகளில் 'அன்று' நடந்த விவாத்தில் பங்கு பெற்றவர்கள் அன்றைய தினம் இன்று 'வார்த்தை'யை பின்னின்று நடத்தும் கோபால் ராஜாராம் என்றும் முன்னின்று நடத்திவரும் 'திண்ணை' வலைத்தளத்தில் 'வெளிப்படையாக' இந்துத்துவத்தை ஆதரித்தும், இஸ்லாம் வன்முறை மதம் எனவும் எழுதி வந்தவர்கள். தமிழ்ச் சிறுபத்திரிக்கைச் சூழலில் இந்துத்துவாதிகள் இதுவரையிலும் 'வெளிப்படையாகத்' தமது கலாச்சார அரசியலை முன்வைத்தது இல்லை. அதற்கான வெளியை தமிழக அறிவுச்சூழல் மறுத்து வந்திருப்பது கலாச்சாரத் தளத்தில் மிகவும் ஆரோக்கியமானது என்பது எனது துணிபு. ஆனால் கடந்த சில ஆண்டுகளாக இணையவெளியில் இந்துத்துவவாதிகள் கணிசமாக அணிதிரளுவதற்கான ஒரு கருத்தியல் பின்னணியையும் விவாதக் கட்டமைப்புகளையும் உரையாடல் வெளியையும் திண்ணை வலைத்தளம் உருவாக்கியே வந்திருக்கிறது. இந்த 'வீரர்கள்' ஏன் அல்லது எதற்காக பெரும்பாலும் புனைபெயரிலேயே எழுதி வந்தார்கள் என்பது சமூகவியல் ஆய்வுக்குரிய ஒரு விஷயம்.

நேசகுமார், ஜடாயு, சூரியா என்கிற சூர்யா, வஜ்ரா சங்கர், மஞ்சளா நவநீதன், சின்னக் கருப்பன் போன்றவர்கள்தான் அந்தப் புனைபெயர் புண்ணியர்கள். இதுவன்றி மிகவெளிப்படையாக தமது ஆர்எஸ்.எஸ்.இயக்க சார்பையும் இந்துத்துவ அரசியலையும் முன் வைத்து எழுதி வருபவர்கள் மலர்மன்னன் மற்றும் அரவிந்தன் நீலகண்டன் போன்றவர்கள். திண்ணை இணையதளத்தில் வந்த மிகமுக்கியமான ஒரு தமிழ் மொழிபெயர்ப்புக் கட்டுரை இஸ்லாமிய பயங்கரவாதம் பற்றிய கொலைகாரன் நரேந்திர மோடியின் கட்டுரை (நரேந்திர மோடி எனது நண்பன் என்கிறார் மலர்மன்னன்). இதில் ஒரு விநோதமான கவனிக்கத் தக்க விவரம் யாதெனில், இந்தக் கட்டுரை மொழிபெயர்ப்பாளரின் பெயரின்றி திண்ணையில் வெளியானது எனபதுதான். இதனை நாம் திண்ணை முன்னோடிகளின் மறைதிட்டப் பிரகடனம் என்று கொள்வதில் சங்கடமிருப்பாக எனக்குத் தெரியவில்லை.

பதிவுகள் வலைத்தளத்தில் என்னோடு விவாதத்தில் ஈடுபட்டவர்கள் மூவர். ஒருவர் மஞ்சுளா நவநீதன்.

இரண்டாமவர் சூரியா என்கிற சூரியா. மூன்றாமவர் சூரியா அல்லது சூரியாவிற்காக வாதிட வந்த எழுத்தாளர் ஜெயமோகன். விசேஷமாக இந்த விவாதத்தில் ஈடுபட்ட சூர்யா அல்லது சூரியா என்பவரைப் பற்றி நான் குறிப்பிட வேண்டும். இவரது அனைத்து எழுத்துக்களும் திண்ணையிலும் பதிவுகள் வலைத்தளத்திலும் ஆவணப்படுத்தப்பட்டிருக்கிறது. அவரது எழுத்தில் எங்கும் விரவி வழியும் விஷயங்கள் மூன்று வகைப்பட்டன: முதலாவதாக, இலக்கிய விவகாரங்களில் ஈழத்தமிழர் பாலான குரோதமான வசைகள் அதில் இருக்கும். இரண்டாவதாக இஸ்லாமிய வெறுப்பும் குரோதமும் அதில் நிரம்பி வழியும். கடைசியாக எழுத்தாளர் ஜெயமோகனது நாவல்களை அல்லது அவரது எழுத்துக்களை எப்படி வாசிக்க வேண்டும் என்பது தொடர்பான விரிவுரைகளாக அவரது கட்டுரைகள் இருக்கும். இஸ்லாம் ஒரு வன்முறை மதம் என 'நிரூபித்து' நேசகுமார் தனது தளத்திலும் திண்ணையிலும் எழுதிய கட்டுரைகள் ஒரு தொகுப்பாக வரவேண்டும் என மிக அக்கறையுடன் எழுதியவர் இருபத்தி ஐந்து ஆண்டுகால தமிழ் சிறுபத்திரிக்கைச் சூழலை அறிந்த தமிழகத்திலிருக்கிற சிறுபத்திரிக்கை வாசகர்கள் எவருக்கும் 'இவர் எவரெனத் தெரியாத' சூரியா அல்லது சூர்யா. இதற்கும் மேலாக அவர் எதனையும் எழுதியவர் இல்லை. நான் அப்படிக் கேள்விப்பட்டதும் இல்லை. இதற்கு அப்பால் அவர் எழுதியது என்றால் அன்றைய 'சொல் புதிது' இணைய இதழில் வெளியான என் சினிமா விமர்சனங்கள் மீதான காட்டமான 'நரகல்' நடைக் கட்டுரை மட்டும்தான் மிஞ்சியிருக்கிறது.

சூரியா அல்லது சூர்யாவின் எழுத்து நடை நேரடியானது. திண்ணையில் சரளமான தத்துவம் தோய்ந்த இலக்கியத் தமிழில் எழுதினார் அவர். பதிவுகள் இணையதளத்தில் மட்டும் நிறைய எழுத்துப் பிழைகளுடன் எழுதுவார். அவர் திருவண்ணாமலைக்குப் போனபோதுதான் 'யமுனா ராஜேந்திரனை அடையாளம் கண்டதாகவும்' எழுதியிருக்கிறார். 'தத்துவம் தொடங்கி இலக்கிய விமர்சனம், ஸ்டாலினியம் ஈறாக வெளுத்துக்கட்டும் ஐயா நீங்கள் ஏன் சொந்தப் பெயருடன் வந்து எழுதக் கூடாது?' என்ற எனது கேள்விக்கு அவர் அளித்த மறுமொழி மிக மிக வேடிக்கையானது. 'இலக்கியம் என்றாலே இளக்காரமாகப் பார்க்கும் சினிமாத் துறை யில், இயக்குனராவதற்கு முயற்சித்துக் கொண்டிருக்கிற உதவி இயக்குனர் நான்' என்று அவர் மறுமொழி எழுதினார். அவர் சினிமாத் துறையில் தன்னுடைய

இலக்கிய அடையாளத்தைக் காண்பித்துவிட்டால், அவரது 'கேரியர்' பிரச்சினையாகி விடும் என அவர் சொல்கிறார். என்ன வேடிக்கையான பதில் பாருங்கள்! இன்றைய தேதியில் சிறுபத்திரிக்கை வாசகர்களில் அநேகமானவர்கள் திரைப்பட உதவி இயக்குனர்களாகத்தான் இருக்கிறார்கள். சொந்தப் பெயரில்தான் நாவலாசிரியர்கள் திரைப்படங்களுக்கு வசனம் எழுதுகிறார்கள். சொந்தப் பெயரில் எழுதுகிற சிறுபத்திரிக்கை எழுத்தாளர்களில் ஒளிப்பதிவாளர்கள் நடிகர்கள் என நிறையப் பேர் இருக்கிறார்கள். சொந்தப் பெயரில் அறியவரப் பெற்ற சிறுபத்திரிக்கை எழுத்தாளர்களான நாடகாசிரியர்கள், கவிஞர்கள் திரைப்படங்களில் நடிக்கிறார்கள். சூரியா அல்லது சூர்யா எனும் 'அனானி' சொந்தப் பெயரில் முன்வந்து அரசியல் பிரகடனங்கள் வெளியிடாததற்குக் காரணம் அவரது 'கேரியர்' பிரச்சினை அல்ல. மாறாக, அவரது மனித வெறுப்பு இந்துத்துவ அரசியலின் 'அவமானகரமான' பக்கம்தான் என்று புரிந்து கொள்வதில் எனக்குப் பிரச்சினையில்லை.

என்னை 'ஸ்டாலினிஸ்ட்டு' என்று முத்திரை குத்தியவர்கள் மூவர். ஒருவர் சூரியா என்கிற சூரியா என்கிற அனானி. பிறிதொருவர் ஜெயமோகன். மூன்றாமவர் கோபால் ராஜாராம். நான் ஸ்டாலினிஸ்ட்டு என்பதற்கான அவர்களுக்கான ஆதாரம் முதல் பத்தியிலுள்ள எனது பதிவுகள் இணைய மேற்கோள் மட்டும்தான். எனது எழுத்துக்களிலிருந்து ஸ்டாலினிய ஆதரவு தொடர்பான எந்தக் கருத்துக்களையும் அவர்களால் தலைகீழாக நின்றாலும் சுட்டிக் காட்ட முடியாது. ஸ்டாலினிஸ்ட்டுகள் குறித்த விமர்சன உணர்வுடன் தொடர்ந்து எழுதிக்கொண்டிருப்பவன் என எனது எழுத்துக்களை முன்வைத்து அவதானித்து எழுதியவர்கள் இருவர். ஒருவர் ஈழக் கவிஞரான வ.ஐ.ச.ஜெயபாலன் (திண்ணை வலைத்தளத்தில் ஜெயமோகனுக்கு மறுப்பு), பிறிதொருவர் மார்க்சியச் சிநதனையாளரான எஸ்.வி.ராஜதுரை (ஸ்டாலினியம் தொடர்பான காலச்சுவடு எதிர்வினை). முற்கண்ட மூவரை விடவும் பின்சொன்ன இருவருடையதும் அபிப்பிராயம்தான் என்னளவில் பொருட்படுத்தத்தக்கது. முன்னவர்களின் முத்திரைகள் எனக்கு ஒரு பொருட்டே இல்லை.

வ.ஐ.ச.ஜெயபாலன் நடைமுறையில் ஈழவிடுதலைப் போராட்டத்தில் அனுபவம் கொண்டவர். தனது மக்களின் விமோசனத்துக்காகப் பேசிக் கொண்டிருப்பவர். எஸ்.வி.ராஜதுரை மார்க்சிய இயக்கங்கள் குறித்தும் தேசிய விடுதலைப் போராட்டம் குறித்தும் ஆழ்ந்த ஞானமும்

நடைமுறை அறிவும் கொண்டவர். பின்நவீனத்துவம், அரசியல் இஸ்லாம், விடுதலைப் போராட்டத்தில் மனித உரிமைமீறல்கள் என எனது எல்லா எழுத்துக்களிலும் விரவியிருக்கும் ஸ்டாலினியம் குறித்த விமர்சனங்கள் எதுவும் அறியாத நிலையில் வெளிப்படும் அரசியல் முதிர்ச்சியற்ற அபத்த முத்திரைகளாகவே நான் முதல் 'மூவருடையதும்' அபிப்பிராயங்களைக் கருதுகிறேன்.

எனது மேற்கோளுக்கு வருகிறேன். தமிழில்தான் எழுதியிருக் கிறேன். திண்ணையின் பிரதான கருத்தாளர் மஞ்சுளா நவநீதனுக்கும் அதே திண்ணையின் ஆஸ்தான இந்துத்துவ எழுத்தாளராக இருந்து தற்போது 'காணாமலே போய்விட்ட' சூரியா என்கிற சூர்யாவிற்கும் தமிழ் புரியவில்லையானால நான் எதுவும் செய்தல் இயலாது. பழமைவாதிகளுக்கும் வலதுசாரிகளுக்கும் அடிப்படைவாதிகளுக்கும் சவாலாகத் தோன்றுகிற அனைத்து மார்க்சியர்களையும், ஸ்டாலினிஸ்ட்டுகள் என முத்திரை குத்துவது ஒரு அகில உலகத் தந்திரம். இப்படி முத்திரை குத்தப்பட்டவர்களில் இத்தாலிய நாடகாசிரியரான டோரியோ போ முதல் ஆஸ்திரிய நாவலாசிரியரான எல்பிரீட் ஜெலினிக் ஈறாக போர்த்துக்கேய நாவலாசிரியரான ஸரமாகோ வரை அடங்குவர். காரணம், இவர்கள் வேறுவேறு காலங்களில் கம்யூனிஸ்ட் கட்சியோடு தம்மைப் பிணைத்துக் கொண்டவர்கள். இவர்களுக்கு இலக்கியத்திற்கான நோபல் பரிசளிக்கப்பட்டபோது வலதுசாரிப் பத்திரிக்கைகளும் பழமைவாதப் பத்திரிக்கைகளும் இவர்கள் ஸ்டாலினிஸ்ட் கம்யூனிஸ்ட் கட்சிகளில் இருந்தவர்கள் எனவும் கடுமையான ஸ்டாலினிஸ்ட்டுகள் எனவும் எழுதின. இத்தகைய விமர்சகர்கள் சௌகரியமாக மறைத்த ஒரு வரலாற்றுண்மை இருக்கிறது. அந்தந்த நாடுகளில் பாஸிஸ்ட்டுகளுக்கு எதிராக இயங்க நேர்ந்த ஸ்டாலினது பாதிப்புப் பெற்ற கம்யூனிஸ்ட் கட்சிகளில் செயல்பட நேர்ந்தவர்கள் இவர்கள். அவ்வகையில் இவர்களது பாசிச எதிர்ப்பே ஸ்டாலினிடம் இவர்களைக் கொண்டு சேர்த்தது. உலகம் முழுவதுமான கம்யூனிஸ்ட் கட்சிகள் அப்படித்தான் இருந்தன.

பெர்டோல்ட் பிரெக்டையும் பாப்லோ பிக்காஸோவையும் பாப்லோ நெருதாவையும் ஜியர்ர்ஜி லுகாக்ஸையும் இப்படித்தான் 'ஸ்டாலினிஸ்ட்டுகள்' என வலதுசாரிகள் வசைபாடுகிறார்கள். ஆனால், மார்க்சியம் அந்த

அவதூறுகளையும் அந்தக் காலகட்டங்களையும் தாண்டி வந்திருக்கிறது. தமிழிலேயே மார்க்சிய இயக்கத்தினுள் நிகழ்ந்த பன்முகப்பட்ட விவாதங்களும் பன்முகப் போக்குகளும் தோழர். எஸ்.வி.ராஜதுரையினால் விரிவாக ஆவணப்படுத்தப்பட்டிருக்கிறது. பாசித்துக்கு எதிரான வெற்றியில் செஞ்சேனை வீரர்களின் ஆதர்ஷமான ஸ்டாலினை நாங்கள் காத்து நிற்போம். ஆனால், வெகுமக்கள் பிரச்சினைகள், கட்சி அமைப்பு சார்ந்த பிரச்சினைகள் என அனைத்தையும் எதேச்சாதிகாரத்தின் வழியிலும், வன்முறையின் வழியிலும் கொண்டு செலுத்திய ஸ்டாலினை நாங்கள் விமர்சிப்போம். விமர்சனத்தினூடாக வரலாற்றின் கொடுமையான பக்கங்களை நாங்கள் தாண்டிச் செல்ல விளைகிறோம்.

மேற்கோளின் முதல் தரவாக ஜோர்ஜ் ஸரமாகோ ‘ஸ்டாலினியத்தில் தனது நம்பிக்கை’ எனச் சொல்லவில்லை, ‘மார்க்சியத்திலும் எனது நம்பிக்கை’ என்றுதான் சொல்கிறார். கிறித்துவத்திற்கு அவமானகரமான பக்கங்கள் உண்டு. ஆனால் அதினின்றுதான் ‘கிறிஸ்து ஒரு புரட்சியாளன்’ எனப் பெருவெடிப்பாக இலத்தீன் அமெரிக்க ‘கிறித்தவ விடுதலை இறையியல்’ தோன்றியது. அதைப் போலத்தான் சோசலிசக் கட்டுமானத்தின் வரலாற்றிலும் ஸ்டாலினிய அவப்பக்கங்கள் உண்டு. அதனையும் தாண்டித்தான் ‘மனித முகத்துடன் சோசலிசம்’ எனப் பேச மார்க்சியர்களால் முடிகிறது. எனது மேற்கோளின் இரண்டாவது தரவாக சாதீயத்தை அழிப்பது சம்பந்தமான விவாத மையங்களைக் கட்டமைக்காமல் மரபைப் பாதுகாப்பது சம்பந்தமாக விவாத மையங்களைக் கட்டமைத்துக் கொண்டிருக்கும் இந்து பாஸிஸ்ட்டுகள் என்று நான் சொல்றேன். இந்து பாசிஸம் (எடுத்துக்காட்டாக இஸ்லாமிய வெகுமக்களின் கொலைகளை நியாயப்படுத்தும் நரேந்திர மோடி வகை அறிவுஜீவி வாதங்கள்) தொடர்பான கேள்விகள் அனைத்தையும் மௌனமாக்கி அதற்கு எதிராகச் செயல்படும் மார்க்சியர்களையே பிரதான இலக்காகக் கொண்டு அவர்களை ‘ஸ்டாலினிஸ்ட்டுகள்’ என விவாத மையங்களைத் திசைதிருப்புவது ஒருவகை ‘தந்திரம்’ என்கிறேன் நான்.

அரவிந்தன் நீலகண்டனதும் கோபால் ராஜாராமினதும் கம்யூனிஸ்ட் கட்சிகளின் மீதான கடுமையான வெறுப்பே இதற்கான சான்றாகிறது. இந்த எனது அவதானம் நான் சுட்டுகிறவர்களது அரசியல் நிலைபாடு

தொடர்பானதேயொழிய எநத விதமான ஆதரமும் அற்ற அவதூறு இல்லை. 'கியூப சமூகம் மாற்றுக் கருத் தாளர்களை அங்கீகரிக்க வேண்டும்' என்கிறார் ஸரமாகோ. அவரைப் பார்த்து 'ஸ்டாலினிஸ்ட்' என எழுதுகிறது நியூயார்க் டைம்ஸ். இப்படியான அர்த்தத்தில் திரும்பத் திரும்ப நீங்கள் எமது விமர்சனபூர்வமான வரலாற்று நிலைபாடுகளையும் மறுத்து ஸ்டாலினிஸ்ட்டு என முத்திரை குத்துவீர்களானால், 'ஸ்டாலினிய நிலைபாடு தொடர்பாக தொடர்ந்து விமர்சனத்துடன் செயல்பட்டு வரும் என்னை ஸ்டாலினிஸ்ட் என்று சொல்வதில் எனக்கொன்றும் அவப்பெயர் வந்துவிடப் போவதில்லை. ஸரமாகோ போலவே இந்த வகையில் நானும் ஒரு ஸ்டாலினிஸ்ட்டுதான்' என்றுதான் நான் எழுதினேன். ஆங்கிலத்தில் 'ஸார்க்காஸ்டிக்காக' எழுதுவது என ஒரு வழமை இருக்கிறது. அப்படித்தான் அந்தச் சொல்லை பாவிக்கிறேன். அது கோபால் ராஜாராமுக்கும் சூரியா என்கிற சூர்யாவுக்கும் ஜெயமோகனுக்கும் புரியவில்லை என்றால் நான் என்ன செய்ய முடியும்? ஒரு போது 'நாங்கள்' எல்லோரும் ஸ்டாலினிஸ்ட்டுகளாகத்தான் இருந்தோம். அந்த வரலாற்றை மறுக்க வேண்டிய அவசியம் எமக்கு இல்லை. நாங்கள் இன்று அதனைக் கடந்து வந்துவிட்டோம். இந்துத்துவவாதிகளே 'இன்று' நீங்கள் பாசிஸ்ட்டுகளாக இருக்கிறீர்கள் என்றுதான் நாங்கள் சொல்கிறோம்.

'மதவாதிகள் மட்டுமல்ல - ஏகாதிபத்தியமும் இனிச் சிற்றிதழ் வரை ஊடுருவும் என்பது சற்றே நடுக்கம் தரத்தான் செய்கிறது' (அலைதலின் தடங்கள்: உயிர்மை: செப்டம்பர் 2008) என தோழர். ச.தமிழ்ச்செல்வன் எதிர்காலத்தில் இவையிரண்டும் 'இனி' நடக்கப் போவதான அச்சத்தில் எழுதுகிறார். ஏற்கனவே அது நடந்து கொண்டிருக்கிறது. கடந்த பல்லாண்டுகளாக அது நடந்து கொண்டிருக்கிறது. தமிழக சிற்றிதழ் எனும் அச்சு ஊடக மட்டத்தில் அல்ல., மாறாக, தமிழ் பேசும் உலகெங்கிலும் செல்லும் இணைய ஊடகத்தின் வழியாக அது பல்லாண்டுகள் நடந்து வருகிறது என்கிற செய்தியை நான் இங்கு சொல்ல வேண்டும். திண்ணையை நிர்வகிக்கிறவர்களில் பிரதானமானவரான கோ.ராஜாராம் சிறு பத்திரிக்கை வட்டத்தைச் சார்ந்தவர். அதில் எழுதுகிற பலர் (எனது அரசியலை, எனது இலக்கியப் பார்வையை, ஸ்டாலினியம் தொடர்பாக இந்துத்துவம் தொடர்பாக நானும் திண்ணையில் நிறைய எதிர்வினைகள் எழுதியிருக்கிறேன்) சிறுபத்திரிக்கை வட்டத்தைச் சார்ந்தவர்கள். பாவண்ணன்,

ஜெயமோகன், சுகுமாரன், அ.முத்துலிங்கம், ஹெச்ஜி. ரசூல் என நிறைய 'சீரியஸ்' இலக்கியவாதிகள் அதில் எழுதியிருக்கிறார்கள். திண்ணையில் எழுதுகிறவர்களை 'இரு வகைகளில்' வித்தியாசப்படுத்திப் பார்க்க வேண்டிய ஒரு அவசியம் இன்று இருக்கிறது. தமிழ் சிறு பத்திரிக்கைச் சூழலில் இதுவரையிலும் 'இல்லாதவொரு' புதிய பரிமாணத்தைத் திண்ணை திட்டவட்டமாகச் செய்திருக்கிறது. ஆர்.எஸ்.எஸ. உறுப்பினர்களான அரவிந்தன் நீலகண்டன், மலர் மன்னன் போன்ற இந்துத்துவ எழுத்தாளர்களுக்கு அது களம் அமைத்துக் கொடுத்திருக்கிறது. இஸ்லாமிய பயங்கரவாதம் கிறித்தவ பயங்கரவாதம் என வெறுப்பு உமிழ்ந்து மலர் மன்னன் கட்டுரைகள் எழுத, மார்க்சியத்தின் மீதான கடுமையான தாக்குதலை அரவிந்தன் நீலகண்டன் செய்துகொண்டிருக்கிறார்.

பிரச்சினைகளை 'மதஅடிப்படைவாதங்களுக்கு இடையிலானது' என்கிற வகையிலான 'விவாதக் கட்டுக்களை' திண்ணை உரு வாக்கியது. இந்துத்துவ அடிப்படைவாதிகளும் இஸ்லாமிய அடிப் படைவாதிகளும் மோதும் களமாக அது தன்னைத் தகவமைத்தது. இந்த வகையில் சிறுபத்திரிக்கைச் சூழலில் இந்துத்துவத்தை ஒரு அறிவார்ந்த போக்காக ஆக்கியதில் திண்ணைக்கு இருக்கும் இடம் மறுக்கமுடியாதது. இந்த விவாதக் கட்டுக்களை அனுமதித்தவர் எனும் அளவில் திண்ணை இணையதளத்தின் முன்னோடியான கோ. ராஜாராம் சிறுபத்திரிக்கைச் சூழலில் இந்துத்துவத்திற்கு ஒரு அறிவார்ந்த தளத்தை உருவாக்கிக் கொடுத்தவராகவே திகழ் கிறார். இப்படிச் சொல்வது முத்திரை குத்துவதும் இல்லை. அவதூறும் இல்லை. பொய்மைகளைப் பரப்புவதும் ஆகாது. இந்துத்துவத்தை இருவகைகளில்தான் எதிர்கொள்ள முடியும். முதலாக அதனை சிறுபத்திரிக்கை உள்பட சகல தளங்களிலும் 'அவதானிப்பது'. 'அவதானிப்பதை' முத்திரை குத்துவது என ராஜாராம் கருதுவாரானால் அது அவர் பிரச்சினை. எனது பிரச்சினை இல்லை. இரண்டாவதாகக் கருத்துரீதியில் அதற்கு எதிர்வினையாற்றுவது. அதனைத் தான் நான் செய்கிறேன். இதனை எடுத்துக் காட்டுக்களுடனும் ஆதாரத்துடனும் செய்கிறேன். இனியும் செய்வேன்.

கடந்த ஆண்டுகளில் உலகினதும் இந்தியாவினதும் பிரச்சின களாக இருந்தவை என்ன? இவைகளை திண்ணை இந்துத்துவ எழுத்தாளர்களும், கோ.ராஜாராமும் எப்படி அணுகினார்கள்? திண்ணை அறிமுகப்படுத்திய 'புனைபெயர் எழுத்தாளர்கள்'

என்ன வகையிலான நிலைபாடு மேற்கொண்டார்கள்? ஈரான், ஈராக் பிரச்சினையில், ஆப்கான் பிரச்சினையில் இவர்களது நிலைபாடு என்ன? குன்டனாமோ பற்றி இவர்கள் என்ன சொன்னார்கள்? பாப்ரிமஜித் அழிவு பற்றி, குஜராத் இனக்கொலை பற்றி, தில்லி சீக்கியப் படுகொலை பற்றி, தலித்திய அரசியல் பற்றி, காஷ்மீர் மனித உரிமை மீறல்கள் பற்றி இவர்கள் என்ன சொன்னார்கள்? பாலஸ்தீன - இஸ்ரேல் பிரச்சினையில் இவர்கள் என்ன நிலைபாடு எடுத்தார்கள்? இலக்கியவாதிகள் என்று சொல்பவர்கள் இலக்கிய அனுபவங்களையும் மனத்தோய்வுகளையும் பற்றி மட்டும்தான் எழுதினார்களா? இவர்கள் இலக்கியவாதிகளே ஆனாலும் அரசியல் பற்றிய இவர்களது அவதானங்களை 'அரசியல் மட்டத்தில்தான்' அணுகமுடியும். இலக்கியத்திற்கும் அரசியலுக்கும் முடிச்சுப்போட்டு 'நான் கலாச்சார அரசியல்தான் பேசுகிறேன்' எனப் பல்டி அடிக்க முடியாது. காஸ்மீர் பண்டிட்களுக்காக மனம் கசிகிற வெ.சா. ஏன் இந்திய அரசின் மனித உரிமை மீறல் பற்றிப் பேசுவதில்லை? சுனாமி பற்றிப் பேசவரும் ஜெயமோகன் மத அமைப்புக்களையும் கம்யூனிஸ்ட் கட்சிகளின் வெகுஜன அமைப்புக்களையும் ஒப்பிட்டு மத அமைப்புகள் நிவாரணப்பணி செய்தன என ஒரு கருத்தியல் அவதானமும் வழங்கிவிட்டு, கம்யூனிஸ்ட் கட்சி அமைப்புகள் சுனாமி நிவாரணப் பணிகளில் ஈடுபடவில்லை எனும் 'பச்சைப் பொய்யை' அவிழ்ப்பதை விமர்சிப்பது எப்படி அவதூறாகும்?

நீங்கள் ஸ்டாலினியம் பற்றிப் பேசுகிறீர்கள். ஸ்டாலினியம் என்பது வெறுமனே இலக்கியப் பிரச்சினை மட்டுமில்லை. அது கருத்தியல், அரசியல், வரலாறு குறித்த பிரச்சினை. ஒரு நாட்டில் சோசலிசக் கட்டுமானம் குறித்த பிரச்சினை. ஸ்டாலினியம் குறித்துப் பேசுகிற பல்வேறு தமிழ் இலக்கியவாதிகளுக்கு வரலாற்று அறிவோ, அரசியல் பிரக்ஞையோ இல்லை என நான் சொல்கிறேன். இது எப்படி அவதூறாகும்? மலையாளக் கவிஞர் சச்சிதானந்தன் பற்றி எஸ்.வி.ராஜதுரை ஒரு முறை குறிப்பிட்டதுதான் தற்போது ஞாபகம் வருகிறது. 'அரசியல் பற்றிப் பேசும்போது சச்சிதானந்தன் கவிதை பற்றிப் பேசுவார். கவிதை பற்றிப் பேசும் போது அவர் அரசியல் பேசுவார்'. அப்படித்தானே தமிழில் பிரதான இலக்கியவாதிகள் என்று அறியப்பட்டவர்கள் செய்து கொண்டிருக்கிறார்கள்? இது பற்றிய கேள்விகளை ஒரு வரலாற்று மாணவனாக, இலக்கிய வாசகனாக எழுப்புகிற உரிமை எனக்கு உண்டு. அதனைத் தான் நான் செய்கிறேன்.

கோ.ராஜாராம் எழுப்பிய பல்வேறு கேள்விகள் மூன்று பிரதான விஷயங்களுக்குள் அடங்கிவிடுகிறது.[1] முதலாவதாக சீனா வின் அரசியல் சரி - பிழைகள் அதனது சோசலிசத் தகைமை பற்றி கேள்வி எழுப்பியிருக்கிறார். கம்யூனிஸ்ட் கட்சிகளின் சரி பிழைகள் அவைகளது அறம் சார் அரசியல் தகுதிகளைப் பற்றி பட்டியலிட்டிருக்கிறார். சகல எதிர்ப்புக்களையும் அடக்குமுறை மூலம் நசுக்கும் வன்முறையாளர்கள் எனும் நிலைக்கு அவர்கள் வந்திருக் கிறார்கள் என்கிறார்.[2] இரண்டாவதாக (வேடிக்கையாகவும் எனக்குத் தோன்றுகிறது) அணுசக்தி விஷயத்தில் அமெரிக்கா எனும் 'ஒற்றை' அதிகாரத்தையும் அது உலகப் 'பாதுகாப்புக்கும்' ஜப்பானுக்கும் சேர்த்துப் பொறுப்பேற்றிருக்கும் அதனது பெருந்தன்மையையும் அவ்வாறே ஏற்று அமெரிக்காவுக்குத் தகத்தான் சீனா, பாகிஸ்தான், இந்தியா உள்பட அனைவரும் நடந்துகொள்ள வேண்டியிருக்கிறது என்பதையும் எந்த விமர்சனமும் அற்ற வகையில் வலியுறுத்துகிறார்.[3] மூன்றாவதாக 'ஜெய ஜெய சங்கர' நாவலையும் ஜெயகாந்தன் ஞானி போன்ற ஆளுமைகளையும் குறிப்பிட்டு எனது 'அறியாமையை'ச் சுட்டிக்காட்டியிருக்கிறார்.

சீனா பற்றிய 'எல்லா'க் கேள்விகளுக்கும் சீனக் கம்யூனிஸ்ட்' கட்சி உறுப்பினரின் நிலைபாட்டில் இருந்தோ அல்லது சீன அரசின் சார்பில் நின்றோ என்னால் பதில் சொல்ல முடியாது. ஜான் கிட்டிங்க்ஸ் என்றொரு புகழ்பெற்ற ஆங்கில எழுத்தாளர் இருக்கிறார். சீனா குறித்து நிறையப் பாராட்டுணர்வுடன் எழுதியிருக்கிறார் அவர். அவர்தான் சீனத்தின் கலாச்சாரப் புரட்சி மனித உரிமை மீறல்கள் தொடர்பாகவும் தியானென்மென் சதுக்க ஒடுக்குமுறை தொடர்பாகவும் எழுதியிருக்கிறார். கலாச்சாரப் புரட்சி குறித்த எனது கருத்துக்களை சீனாவின் விமர்சன ரீதியிலான திரைப்பட இயக்குனர் ஸாங் இமு தொடர்பான எனது அபிப்பிராயங்களில் பதிவு செய்திருக்கிறேன். சீனாவின் சோசலிசக் கட்டுமானம் தொடர்பான விமர்சனங்களையும் நான் பல்வேறு கட்டுரைகளில் பதிவு செய்திருக்கிறேன். சோசலிசத்தின் வீழ்ச்சிக்குப் பின்னான விமர்சன உணர்வுடன் சோசலிசக் கட்டுமானத்தின் எதிர்காலம் குறித்துப் பேசுவதுதான் எனது பார்வை. மாறாக கோ.ராஜாராம் தன்னை எங்கு 'நிலைநிறுத்தி'க் கொண்டிருக்கிறார் எங்கு அவர் தன்னைப் 'பொறுத்தி'க் கொண்டிருக்கிறார் என ஒரு முறை தன்னைப் பரிசீலித்துக் கொள்வது நன்று. விமர்சன

மார்க்சியர்கள் எவரும் கண்மூடித்தனமாக எந்த நாட்டையும் ஆதரிப்பதுமில்லை. போற்றுவதும் இல்லை. அதற்காக அமெரிக்காவின் பக்கம் போய் அதனைக் காத்து நின்று புளகாங்கிதம் அடைகிறவனும் இல்லை அவன். இன்று மனித குலத்தின் மிகப்பெரும் எதிரி அமெரிக்க ஏகாதிபத்தியம் என்பவனே விமர்சன மார்க்சியன். மார்க்சியக் கம்யூனிஸ்ட் கட்சி விமர்சனமற்று சீனாவை ஆதரிக்கிறது என்பதும் கூட பொய்யானது. நக்ஸல்பாரி பிரச்சினையில் சீனத் தலைமையும் மார்க்சிஸ்ட் கம்யூனிஸ்ட் கட்சித் தலைமையும் உடன்பாடான பார்வை கொண்டவைகள் அல்ல என்கிற ஒரு சான்றாதாரமே போதும்.

இந்தியக் கம்யூனிஸ்ட்டுகள் பற்றியும் மார்க்சிஸ்ட் கம்யூனிஸ்ட் கட்சி பற்றியும் சொல்கிறபோது கோ.ராஜாராம் வேற்றுக் கிரகத்திலிருந்து வந்தவர் போலப் பேசுகிறார். கடந்த இருபதாண்டுகளாக இந்திய - தமிழக அரசியல் என்பதும் பொதுவாழ்வு என்பதும் வன்முறை நிறைந்ததாக ஆகிவருகிறது. ஆர்.எஸ்.எஸ். இயக்கம் வன்முறை அரசியலை அரஙகேற்றியிருக்கிறது. நக்ஸல்பாரி அரசியல் என்பது ஆயுத அரசியல்தான். பிஜேபி முதல் திருணமூல் கட்சி துவங்கி தமிழகத்தில் பிரதான திராவிடக் கட்சிகள் வரை வன்முறையை ஒரு அரசியல் வழிமுறையாகத்தான் கொண்டிருக்கின்றன. கம்யூனிஸ்ட் கட்சிகளின் முழுநேர ஊழியர்கள் தமிழகத்திலும் கேரளத்திலும் மேற்கு வங்கத்திலும் கொல்லப்பட்டிருக்கிறார்கள். கம்யூனிஸ்ட்டுகள் அல்லாதவர்கள் உலகிலும் இந்தியாவிலும் ரோஜாப் பூங்கொத்துக்களை ஏந்தித் திரிபவர்கள் போலவும் கம்யூனிட்டுகள் மட்டும்தான் வன்முறையைப் பாவிக்கிறவர்களாக ஆகிவருகிறார்கள் என்பதும் கோ. ராஜாராமின் அப்பட்டமான மனக் காய்ச்சலில் இருந்து வரும் வார்த்தைகள். சீனா பற்றியும் கம்யூனிஸ்ட்டுகள் பற்றியும் பட்டியல் போடுகிற கோ.ராஜாராமும் திண்ணயின் இந்துத்துவ எழுத்தாளர்களும் நரவேட்டைக்காரன் நரேந்திர மோடியினது படுகொலைகள் பற்றியும் மனித குலத்தின் விரோதியாகி ஈராக்கில் இலட்சக் கணக்கான குழந்தைகளையும் பெண்களையும் கொன்று குவித்திருக்கிற ஜார்ஜ் புஸ் பற்றியும் போட்ட பட்டியல்ளை எமக்குக் காட்டுவார்களா?

அமெரிக்கா நினைத்தால் ஒரு தலைப்பட்சமாக ‘எதுவும்’ செய்யும் என்றுதான் நான் சொல்லியிருக்கிறேன். சீனாவுடனான அணுசக்தி ஒப்பந்தத்தை மட்டுமல்ல - ஜியோர்ஜியப் பிரச்சினையை அடுத்து ரஷ்யாவுடனான அணுசக்தி

ஒப்பந்தத்தையும் அமெரிக்கா செல்லத்தகாதாக்கியிருக்கிறது. கோ.ராஜாராம் முக்கியமாகச் சொல்ல வேண்டிய பதில், எனது பிரதான கேள்வி தொடர்பானது. அணு ஆயுதம் பாவிக்கிறது என்றாலும் கூட ஈராக்கினுள் நுழைந்த மாதிரி ஈரானை மிரட்டுவது மாதிரி சீனாவுக்குள்ளோ ரஷ்யாவுக்குள்ளோ அமெரிக்காவோ நேட்டோ நாடுகளோ நுழைய முடியுமா? இந்திய வெளிவிவகார அமைச்சு 'நாங்கள் அணுசோதனை செய்ய மாட்டோம்' எனத் திரும்பத் திரும்ப ஏன் அமெரிக்காவுக்கு உத்திர வாதம் தர வேண்டும்? அணு ஆயுத பரிசோதனை செய்தால் இந்தியாவுக்கான ஒப்பந்தத்தைத் திரும்பப் பெறுவோம் என்கிறார் ஜார்ஜ் புஸ். 'அணு ஆயுதப் பரிசோதனை செய்ய சட்டபூர்வமான உரிமை நமக்கு இருக்கிறது' என்கிறது இந்திய அரசு. ஏன் இரண்டு விதமாகவும் இந்திய அரசு பேசவேண்டும்?

அணு ஆயுதப் பரிசோதனையை இந்தியா மேற்கொள்வதாக ஆகுமானால் அமெரிக்கா ஒப்பந்தத்தைத் திரும்பப் பெறுவதோடு நில்லாது, ஈரான் ஈராக் போல அணுசக்தி முகாமைத்துவத்தை வைத்து இந்தியாவை அமெரிக்காவும் மேற்கத்திய நாடுகளும் மிரட்டாது வேட்டையாடாது என்பதற்கு என்ன உத்தரவாதம் இருக்கிறது என்பதனை கோபால் ராஜாராம் நியாயமாகச் சொல்ல வேண்டும். நான் வெறும் அனுமானங்களை மட்டும் பதியவில்லை. நமது கண்களுக்கு முன்பாக ஈராக், ஈரான் உதாரணங்களாக உள்ளன. சீன ரஷ்ய உதாரணங்களும் உண்டு. ஈராக் மீதான போரை அமெரிக்கா ஐக்கிய நாடுகள் சபையின் ஒப்புதல் இல்லாமல்தான் துவங்கியது. உலகுக்கும் அனைத்து நாடுகளுக்கும் தானாதிபதியாகவும் பாதுகாவலனாகவும் இருக்க அமெரிக்காவுக்கான தகுதி என்ன என நான் கேட்கிறேன். கோபால் ராஜாராம் இது பற்றி மூச்சுக் காட்டுவதில்லை. இதைத்தான் கண்மூடித்தனமான அமெரிக்க ஆதரவு நிலைபாடு என நான் சொல்கிறேன். கெடுபிடி யுத்தம் முடிந்துவிட்டது என்பதை எனக்கு நினைவூட்டுவதை விடவும் ஜியோர்ஜியாவுக்கு அமெரிக்கக் கப்பலை அனுப்பிய ஜோர்ஜ் புஸ்சுக்கும் ரஷ்யாவுடனான அமெரிக்க அணுசக்தி ஒப்பந்தத்தை ரத்துச் செய்திருக்கும் அமெரிக்க அரசு நிர்வாகத்திற்கும் என தனித் தனியே இரண்டு மின்னஞ்சல்களை 'அவசரமாக' அனுப்புமாறு கோபால் ராஜாராமிடம் பணிவாகக் கேட்டுக் கொள்கிறேன்.

இலக்கியம் பற்றியும், ஜெயகாந்தனின் 'ஜெய ஜெய சங்கர' பற்றியும் எழுதியிருப்பதால் கோபால் ராஜாராக்குச் சில

விஷயங்களை நான் நினைவூட்டக் கடமைப்பட்டிருக்கிறேன். 'ஜெய ஜெய சங்கர' நூல் வெளியான போது இந்தியக் கம்யூனிஸட் கட்சியில் இருவேறு பார்வைகள் வெளிப்பட்டன. அந்த நாவல் மதவாத நாவலாகப் பாரக்கப்பட்டதற்கு மாறாக, மதவாத அமைப்பு குறித்த ஒரு விமர்சனமாக, ஒரு மாற்றுக் கற்பனாவாத சாம்ராஜ்யத்தை அந்நாவல் முன்வைப்பதாக அதற்கு ஆதரவாக நின்றவர்கள் இருக்கிறார்கள். அந்த நாவலுக்கு ஆதரவாக தோழர். ஆர். கே.கண்ணன் எழுதிய மிக நீண்ட கட்டுரையொன்றினை குறுநூலாகக் காலஞ் சென்ற தோழர். அறந்தை நாராயணன் வெளியிட்டார். அந்த நூலைப் பெற்று கோவையில் நான் விநியோகித்தேன். ஜெயகாந்த னிடம் மிக அருகாமையுடனும் நேசமுடனும் இருந்த மதுரைத் தோழர்கள் நவபாரதி, பரிணாமன், பொன்மணி போன்றோரின் தொடர்பின் பேரிலிலும், மறைந்த எனது ஆசான் தோழர். க.பழனிச்சாமியின் அனுசரனையில் கோவை ரங்கம்மாள் உயர் நிலைப் பள்ளியில் நடைபெற்ற இலக்கியக் கூட்டத்திற்கு வந்த ஜெயகாந்தனை அவரது தங்குமிடத்திலிருந்து நண்பர்களுடன் நான் இருமுறை நேரில் பார்த்திருக்கிறேன். மதுரையிலும், கோவையிலும் அவரது பிரசன்னத்தையும் பிரசங்கத்தையும் அருகிருந்து அனுபவித்திருக்கிறேன். அவரது தூஷணங்களையும் கேட்டிருக்கிறேன். அவரது ரசிகனாகத் திரிந்த நாட்கள் அவை.

இன்றும் அவரது 'ஒரு வீடு, ஒரு மனிதன், ஒரு உலகம்' ஹென்றியையும் 'விழுதுகள்' ஓங்கூர் சாமிகளையும் நினைக்கும்போது ஜான் லென்னானும், இயேசு கிறிஸ்துவும் எனக்கு ஞாபகம் வருகிறார்கள். ஜெயகாந்தன் என்கிற மகா கலைஞனின் பெயர் சொல்ல இவைகள் போதும் என்பதையும் நான் அறிந்து தான் இருக்கிறேன். அதற்காக அவரது அரசியல் அபத்தங்களை எல்லாம் தலைகுனிந்து ஏற்க வேண்டிய அவசியமில்லை. இந்திய ராணுவம் ஈழத்தில் பாலியல் பலாத்காரம் புரிந்தது எனும் தரவுகள் குறித்து 'முறிந்த பனை' நூலில் சொல்லப்பட்ட ரஜினி திரணகாமா சொல்வதைத்தான் நான் நம்புகிறேன். ஒரு இந்தியப் பெருந்தேசியவாதியாக கர்ஜனையிட்டு அதை மறுக்கிற ஜெயகாந்தனை ஏற்கவேண்டிய அவசியம் எனக்கு இல்லை. அதுபோலத் தான் கனவு கண்ட உலகை அமெரிக்காவில் கண்டேன் என அவர் அபத்தமாகப் பேசுகிறபோது அதனைக் கேட்கிற பைத்திய மனநிலையிலும் நான் இல்லை. இலக்கியத்திற்கும் அரசியலுக்கும் நேரடியான தொடர்பு இல்லை என்கிற அடிப்படை மார்க்சிய

அழகியல் மதிப்பீட்டை நான் கொண்டிருப்பதால்தான் அரசியலையும் இலக்கியத்தையும் நேரடியிலல்லாமல் இரண்டையும் வித்தியாசப்படுத்தி என்னால் பார்க்க முடிகிறது. அமெரிக்காவைப் பற்றிப் புரிந்து கொள்ள எனக்கு ஜெயகாந்தனோ அல்லது கோபால் ராஜாராமோ அவசியமில்லை, நோம் சாம்ஸ்க்கியும் அமெரிக்க மக்கள் வரலாற்றை எழுதிய ஹீவர்ட் ஜின்னும் எனக்கும் போதும். ஆனால், நீங்கள் ஜெயகாந்தனை முன்வைத்து இப்போது செய்து கொண்டிருப்பது 'வலதுசாரி' அரசியல் என்பதைப் புரிந்து கொள்ளும் அளவில் எனக்குத் தெளிவு இருக்கிறது.

கோவை ஞானி பற்றியும் அவரை, 'இந்துத்துவர்' என்று விளித்த கதையையும் எனக்கான எதிர்வினையில் பாவித்திருப்பது கோபால் ராஜாராமின் அறியாமை என்றுதான் சொல்ல வேண்டும். தமிழின் 'சுதந்திர' மார்க்சியர்களாக அறியப்பட்ட கோவை ஞானியுடனும், எஸ்.வி.ராஜதுரையிடமும் பல நாட்களை நான் பேசிக் கழித்திருக்கிறேன். ஞானியிடம் விரிவாக அவரது அரசியல் இலக்கியப் பார்வைகள் பற்றி உரையாடலும் மேற்கொண்டிருக்கிறேன். ராஜாராமினது அமெரிக்க விசுவாசத்தையும் நரேந்திர மோடி மீதான அவரது காதலையும் ஞானி கிஞ்சிற்றும் ஏற்பார் என்கிற நம்பிக்கை எனக்கு இல்லை. இந்து மதம் பற்றிய ஞானியின் பார்வை, மனோரதியமான நிலைபாடு என்பதுதான் எனது மதிப்பீடு. போப்பாண்டவரை கியூபாவுக்கு வரவேற்ற பிடல் காஸ்ட்ரோவின் மதம் பற்றிய பார்வையைத்தான் எனனால் ஏற்க முடியும். 'மதம் ஒடுக்கப்பட்ட மக்களுக்கு ஆதரவாக நிற்கிறதா?' என்கிற உரைகல் மட்டும்தான் மதம் பற்றின இடதுசாரிகளின் பார்வையாக இருக்கமுடியும்.

'இதயமற்ற உலகின் இதயமாகவும், ஆன்மாவற்ற உலகின் ஆன்மாவாகவும் மதம் இருக்கிறது' என்கிற மார்க்சினது அடிப்படை வாசகத்தையும் புரிந்துகொண்டுதான் நான் இப்படிச் சொல்கிறேன். கிறித்துவத்தில் விடுதலை இறையியல் உண்டு. இஸ்லாமில் சூபி கலக மரபு உண்டு. அது வெகுஜன வாழ்முறையாகவும் கலக அரசியலாகவும் ஆகியிருக்கிறது. வைதீகர்களுக்கும் மத அதிகாரத் திற்கும் இப்போக்குகள் சவாலாக இருக்கிறது. சாதிய நீக்கத்தையும் பார்ப்பனிய ஆதிக்க நீக்கத்தையும் இந்து மாதம் சாதிக்காத வரையிலும் அதற்குள் விடுதலை இறையியலுக்கான சாத்தியம் என்பது இல்லை. வியாக்யானங்கள் அல்ல., மாறாக, மாற்றம் தான் இன்று தேவை. இலக்கியத்துக்குள் வியாக்யானங்களுக்குச்

சாத்தியங்கள் உண்டு. அரசியலுக்குள் அது செயல்படாது. அரசியல் கேள்விகளுக்கு இலக்கியம் மாற்றாகவோ பதிலாகவோ முடியாது. இந்த வகையில்தான், எத்தனைதான் கோவை ஞானியும் அவரது சிந்தனைகளை 'எளிமைப்படுத்தி' முன்வைக்கும் ஜெயமோகனும் நல்லெண்ணமும் அன்பும் கொண்டு இந்தியத் தத்துவங்களை விளக்கினாலும் நடைமுறையில் அது சாத்தியமில்லை என நான் நினைக்கிறேன்.

இலக்கியம் என்பது, ஒரு வகையிலான கற்பனா சாம்ராஜ்யம். அது கற்பனா சம்ராஜ்யம் எனும் அளவில் ஒரு கருத்தியலைத் தன்னளவில் முன்வைக்கிறது (literature is itself an utopia and as an utopia it represents and constitutes an ideology). இந்தக் கருத்தியலை நிலவும் கருத்தியல்களோடு இணைத்தோ ஒப்புநோக்கியோ பார்க்கத் தேவையில்லை. ஆனால், வரலாறு, அக்காலத்தின் இலக்கியச் சூழல், இலக்கிய வடிவங்களின் வளர்ச்சி போன்றவை பற்றின அவதானிப்புடன் இலக்கியம் விரிக்கும் கருத்தியலை மார்க்சியர்கள் அவதானிக்கிறார்கள். மார்க்ஸ் முதல் டிராட்ஸ்க்கி வரை இலக்கியத்தில் அழகியலுக்கான முக்கியத்துவத்தை அவர்கள் அங்கீகரிக்கிறார்கள். அதே வேளை, அதனது கருத்தியலையும் அரசியலையும் அவர்கள் அவதானிக்கவே செய்கிறார்கள். ஒருவர் மதமும் பண்பாடும் பற்றிய பார்வையைத்தான் 'நான் இலக்கியத்தில் படைக்கிறேன்' என்று சொல்வதை என்னால் ஏற்க முடியாது. இலக்கியத்தை இலக்கியவாதியின் பிரக்ஞைபூர்வமான பிரகடனங்கள் மட்டும் தீர்மானிப்பதில்லை. அதனைத் தீர்மானிப்பதற்கு வேறுவேறு காரணிகள் இருக்கின்றன என நான் நினைக்கிறேன். இலக்கியம் அரசியலையும் கருத்தியலையும் தாண்டி மனுக்குலத்தைப் பேசுகிறது. இந்த வகையில் அதனை சமூக நோக்குக் கருதி பிற்பாடாக அதனது அரசியலையும் கருத்தியலையும் மானுட உள்ளடக்கத்தையும் அதனது வலதுசாரி - இடதுசாரிப் போக்குகளையும் பிரித்தறிகிறோம். நீட்ஷேவின் 'இப்படிப் பேசினான் ஜராதுஷ்டாவின்' கவித்துவத்தில் தன்னை முற்றிலும் இழந்துவிடுகிறவன் நாசிக் கொலைக் களங்களை மறந்து விடுகிறான். இந்நிலை நோக்கிலிருந்து எந்த இலக்கியவாதி யினதும் கவித்துவத்திலும் மொழியிலும் தோயத் தெரிந்த ஒரு இலக்கிய வாசகன் அதே இலக்கியவாதியின் அபத்த அரசியலையும் மறந்துவிட வேண்டிய அவசியமில்லை என்றே நான் நினைக்கிறேன்.

ஜெயமோகனின் புனைவும் சரி - புனைவல்லா எழுத்துக்களும் சரி; ஆதாரத்தில் கருத்தியல் தன்மையைக் கொண்டிருக்கின்றன.

இன்னும் அவரது அனைத்து நடவடிக்கைளுக்கும் திட்டமிட்ட வகையிலான அரசியல் தன்மை இருக்கிறது. ஜெயலலிதா மதமாற்றத் தடைச்சட்டம், அதனது ஆதரவுக் கட்டுரைகள், அரவிந்தன் நீலகண்டன், சிந்து சரஸ்வதி ஆய்வு, திகசி காழ்ப்புணர்வு, மார்க்சீய எதிர்ப்பு, தலித் இயக்கங்கள் பற்றிய தொடர் என எல்லாவற்றுக்கும் இணைப்புக் கண்ணி இருக்கிறது. ஜெயமோகன் இலக்கிய தளத்திலும், அரவிந்தன் நீலகண்டன் கோட்பாட்டுத் தளத்திலும் அத்வானி அரசியல் தளத்திலும் அருண்செளரி வரலாற்றுத் தளத்திலும் செய்வது ஒரே சமூகத் திட்டத்தின் பகுதிதான் என்று நான் திடமாக நம்புகிறேன். இதில் இருப்பது தர்க்கம்தானேயொழிய அவதூறு அல்ல என்று சொல்லிக் கொண்டிருப்பது கூட அபத்தம் என்று நான் நினைக்கிறேன்.

பெத்தாம் பெரிய மார்க்சியர்கள் என்று சொல்லப்படுகிறவர் களைப் பார்த்து வியந்த காலம் மலையேறிப் போய்விட்டது. இந்தியக் கம்யூனிஸ்ட் கட்சியில் இருந்த ஆ.சீனிவாசன் பிஜேபிக்குப் போனார். டாங்கேவின் மருமகன் பிஜேபிக்குப் போனார். இந்திய வகை மார்க்சியம் பிஜேபியின் அரசியல் என்றனர் இவர்கள். அஜீதாவுடன் நக்சலைட் நடவடிக்கையில் ஈடுபட்டவர்களில் ஒருவர் பிற்பாடு புட்டபர்த்தி ஸாய்பாபா பக்தர் ஆனார். பின் - சோவியத் யுகத்திலும் தேசியக் கலாச்சார முன்வைப்பு யுகத்திலும் பின்காலனிய மதத்தேசியத்திலும் தம்மைத் தொலைத்த மார்க்சியர்கள் நிறைய என்பதை நான் அறிந்துதான் இருக்கிறேன். அதனால், எனக்கு இவர்கள் குறித்து மயக்கங்கள் இல்லை. மார்க்சியச் சொல்லாடல்களை இன்று மதவழித்தேசியம் சுவீகரித்து விட்டது. ஆகவே, சொல்புதிதில் எழுதுகிற மார்க்சியர்களின் பட்டியல் என்னுடைய மதிப்பீடுகளை எந்த வகையிலும் மாற்றி விடவில்லை. மேற்கிலும் பற்பல மூன்றாமுலக நாடுகளிலும் எழுச்சி பெற்று வருகிற விமர்சன மார்க்சியத்தை அறியாதவர்கள் இவர்களில் பெரும்பாலானோர் என நான் நம்புகிறேன். இன்னும் மதவழித் தேசியத்திலிருந்தும் தம்மை மீட்டுக் கொள்ளாத அறிவுஜீவிகள் என்றே இவர்களை நான் கருதுகிறேன்.

தமிழில் இலக்கியவாதிகளிலும், விமர்சகர்களிலும் பலர் இந்த நிஜத்தை ஒப்புக்கொள்ளாமல் தாங்கள் 'புனிதர்கள்' எனக் கண்ணாமூச்சிக் காட்டிக் கொண்டிருக்கிறார்கள். அவர்கள் கண்ணா மூச்சிதான் காட்டுகிறார்கள் என்பதைப் பல சமயங்களில் உரத்துச் சொல்ல வேண்டியிருக்கிறது. 'புலிக் கலைஞனிலும் கரைந்த நிழல்களிலும்' மனம்

பறிகொடுக்கத் தெரிந்திருப்பதால் அசோக மித்திரன் பார்ப்பனிய விமர்சனத்தையும் யூதர்களையும் ஒப்பிட்டுப் பேசுகிற அரசியல் தருணம் பற்றி நாம் கருத்துச் சொல்லாமல் இருக்க வேண்டிய அவசியமில்லை. இப்படித்தான் என்னால் எனது நம்பிக்கைகளுக்குத்தாகவே இருக்க முடியும். இதனை முத்திரை குத்துவதாகவோ அல்லது ஸ்டாலினியமாகவோ கோபால் ராஜாராமும் அவரது திண்ணைப் புனைபெயர் போர்வீரர்களும் கருதுவார்களானால், அது எனது குறைந்த பட்ச அக்கறைக்கும்கூட அருகதையற்ற கூற்றுக்களாகும்.

இறுதியாக கோபால் ராஜாராமும் சரி - இந்துத்துவர்களும் சரி - மார்க்சியர்களையும் இடதுசாரிகளையும் கடுமையாக விமர்சிக்கும்போது 'தாம் எங்கே நிற்கிறோம்' என்பதனைத்தான் அவர்கள் திரும்பத் திரும்பவும் தெளிவுபடுத்துகிறார்கள். மார்க்சியர்கள் பற்றியும், ஸ்டாலின் பற்றியும் இடி முழக்கமெனக் கொட்டி முழக்குகிற இவர்கள் நரேந்திர மோடியின் கொலை அரசியலிலும், பிஜேபியின் இனவெறுப்பு அரசியலிலும் ஜார்ஜ் புஸ்ஸின் ஆதிக்க அரசியலிலும், இஸ்ரேலிய பாசிஸ்ட் அரசியலிலும் எவ்வாறு கள்ள மௌனம் காக்கிறார்கள் என்பதனைத்தான் அவர்கள் வெளிப்படுத்திக் கொள்கிறார்கள். கோபால் ராஜாராமும் ஜெயகாந்தனை முன்னிறுத்தி மார்க்சியர்களை விமர்சிப்பவர்களும் அவர்கள் எங்கே நிற்கிறார்கள் என்பதனையும், அவர்கள் தம்மை எங்கே பொருத்திக் கொண்டிருக்கிறார்கள் என்பதனையும் கொஞ்சம் திரும்பிப் பார்த்துக் கொண்டால் போதும் - முகத்திரைகளும் முத்திரைகளும் தொடர்பான அவர்களது மயக்கங்கள் அப்போது கலைந்து போய்விட அவர்கள் காண்பார்கள்.

10

முற்றுகை

எனது தமிழக நண்பர்களில் சிலர் அழுதுவிடுவார்கள் போல இருந்தது. நமது நினைவு தெரிந்து அன்மைய தமிழக வரலாற்றில் இத்தகைய அமைதியான கட்டுக்கோப்பான மக்கள் எழுச்சியைத் தாம் பார்த்திருக்கவேயில்லை என்றான் ஒரு நண்பன். அந்த மக்கள் தமது உயிர்வாழ்தலுக்காகப் போராடிக் கொண்டிருக்கிறார்கள். கூடங்குளம் அணு உலைகள் இப்போது அவர்களையும் மீறி இயங்கிக் கொண்டிருக்கிறது. அதனைத் தடுத்து நிறுத்துகிற உடல் வலிமை அவர்களிடம் இல்லை என்றார் பிறிதொரு நண்பர். மின்சாரம் அந்த மக்களுக்கு வெட்டப்பட்டுவிட்டது. உணவு, குடிநீர் விநியோகம் போன்றவை அடைக்கப்பட்டவிட்டது. நிலம் ஆகாயம் நீர் என மூன்று முனைகளிலும் காவல்துறையுடன் ஆயுதப் படையினரும் கொண்டு அம்மக்கள் முற்றுகையிடப்பட்டிருக்கிறார்கள். நிஜத்தில் குண்டுவீசப்படாத முள்ளிவாய்க்கால் அமைந்தகரை எனவும், சிறுநிலப்பரப்பில் அம்மக்கள் வெளி உலகிலிருந்து துண்டிக்கப்பட்டிருக்கிறார்கள் எனவும், அவர்களது கைத் தொலைபேசித் தொடர்புக் கோபுரங்கள் செயலிழக்கச் செய்யப்பட்டிருக்கிறது என்றார் ஒரு ஊடகவியல் நண்பர். அவர்கள் தமிழகத்தில் சாதாரணமான வெகுமக்கள். எதற்காக அவர்கள் மீது சமூகவிரோதிகள் போல பயங்கரவாதிகள் போல இவ்வளவு பெரிய ஆயுதப் படைகளை ஏவியிருக்கிறீர்கள் என எனது கவிநண்பர் தொலைக்காட்சியில் கேட்டுக் கொண்டிருப்பதாக அறியவந்தேன்.

ஏன் இவ்வளவும்? சாட்சியற்ற யுத்தத்தையும் அழிவையும் நடத்தி முடிப்பது என்பது இன்று உலகெங்கிலுமுள்ள

எதேச்சாதிகாரிகளின் போர்த்தந்திரமாகிவிட்டது. இந்தப் போர்த்தந்திரத்தை அமெரிக்கா ஈராக்கில் துவங்கிவைத்தது. இலங்கை அதனைக் கச்சிதமாகக் கையாண்டது. பரமக்குடியில், வேளச்சேரியில் அது நமக்குத் தெளிவாகத் தெரிந்தது. கூடங்குளத்திற்கான முன்னெச்சரிக்கையாக ஒத்திகையாக அது நமது உள்மனதுக்குத் தோன்றியது. தனது சொந்த மக்களின் மீதே போர்தொடுத்திருக்கிறது இந்திய, தமிழக அரசுகள் கூடங்குளம் மக்களின்மீது குழந்தைகள் பெண்கள் ஆண்கள் முதியவர்கள் மீது இவர்கள் போர் தொடுத்திருக்கிறார்கள். ஆகவேதான் அந்த மக்களின் தலைவனான டாக்டர். உதயகுமார் இந்திய அரசின் மீது போர்தொடுத்திருக்கும் குற்றவாளி என அவர்கள் வெளிப்படையாகச் சொல்கிறார்கள்.

எனது நண்பர்களில் பெரும்பாலானவர்கள் தமது இளமையை மார்க்சிய இயக்கங்களுக்கு கம்யூனிஸ்ட் கட்சிகளுக்கு ஆத்ம நோக்குடன் கொடுத்தவர்கள். முள்ளிவாய்க்கால், வங்கத்தின் பழங்குடி மக்கள், கூடங்குளம் போன்றவற்றைத் தம் கண்முன்பு பார்த்தபிறகு கம்யூனிஸ்ட் கட்சிகளில் தமது வாழ்வை வீணடித்தோம் தாம் தோற்றுப் போய்விட்டோம் என அவர்கள் அரற்றுகிறார்கள். கூடங்குளம் முற்றுகையும், இப்பிரச்சினையில் அந்தக் கடலோரப் பரதவர்களையும் அவர்களது பயங்களையும் இந்திய அரசு கையாள்கிற விதம் தமது வாசலுக்கு முன்னால்தான் என்பதும், அடுத்த முறை தமது வீடுகளுக்குள்ளும் இது வரும் என்பது கூடவா இந்த மக்களுக்குப் போராடுவதற்குப் பிறந்தவர்கள் என மார்தட்டிக் கொள்ளும் கம்யூனிஸ்ட்டுகளுக்குத் தெரியவில்லை? தோழர்களே, நீங்கள் விஞ்ஞான சோசலிஸ்ட்டுகள் என்பதனை நாங்கள் நம்புகிறோம். அறிவியலின் அடிப்படையில் கூடங்குளத்தை ஆதரிப்பதையும் நாங்கள் ஏற்கிறோம். மின்சாரம் முழுக்கத் தமிழகத்திற்கத்தான் எனத் தோழர். தா.பாண்டியன் கேட்கிறபோது அதிலுள்ள தமிழகப் பற்றும் மெச்சத்தக்கதாகத்தான் இருக்கிறது. மார்க்சிஸ்ட் கம்யூனிஸ்ட் கட்சியிடமிருந்து தமிழகத்தின் சிந்திக்கிற மனிதன் எதனையுமே எதிர்பார்ப்பதில்லை. காங்கிரஸ்காரன் ஐநா தீர்மானத்தை ஆதரித்தாலும், அதனை எதிர்ப்பேன் என்கிற மனிதாபிமானிகள் ச.தமிழ்ச்செல்வனின் படையினர். ஆர்.எஸ்.எஸ்.காரர்கள், சோ.ராமசாமி, இந்து முன்னணி குண்டர்கள் என இந்த மூவரோடு மார்க்சிஸ்ட் கம்யூனிஸ்ட் கட்சிக்கும் ஐநா தீர்மானமும் பிடிக்கவில்லை. கூடங்குளம் வெகுமக்கள் போராட்டமும் பிடிக்கவில்லை. வாழ்க பாரத மணித் திருநாட்டுத் தேசபக்தி!

அந்த மக்கள் பயந்திருக்கிறார்கள். அந்த மக்கள் தமது குழந்தைகளின் எதிர்காலத்திற்காகப் போராடுகிறார்கள். அவர்களது குழந்தைகளின் வாரிசுகள் இரண்டு உதடுகளும் பழுதுபடாது திறந்து வாய்பேச வேண்டும் எனவும், ஐந்து விரல்களும் குவித்து தமது உறவுகளுக்குப் பறக்கும் முத்தம் இடவேண்டும் எனவும் அவர்களது இரு கால்களிலும் நடந்து பள்ளி செல்ல வேண்டும் எனவும் அவர்கள் விரும்புகிறார்கள். அவர்கள் நிலமற்றவர்கள். அவர்கள் ஏழைகள். அவர்கள் அதிகாரம் அற்றவர்கள். அவர்கள் ஏதிலிகள். பட்டாடைகள் அல்ல, பஞ்சாடைகள் உடுக்கும் மக்கள் அவர்கள். இப்போது அவர்கள் ஒடுக்கப்படுகிறார்கள். பயம் கசியும் தமது கண்களைப் பொத்துமாறு அவர்கள் கோரப்படுகிறார்கள். அவர்களது குரல்களின்மீது கத்திமுனை தடவிச் செல்கிறது. அவர்களது கோரிக்கைகள் உங்களுக்கு உடன்பாடாக இல்லாமல் இருக்கலாம். அவர்களது பயங்களும் அவர்களது கையறுநிலையும் கம்யூனிஸ்ட்டுகளுக்கு, ஒடுக்கப்பட்ட மக்களின் தலைவர்கள் என்று கோரிக் கொள்பவர்களுக்கு ஒரு பொருட்டாகவே படவில்லையா?

கூடங்குளம் மக்களின் போராட்டத் தலைவர் டாக்டர். உதயகுமார் தெளிவாகச் சொல்கிறார் கேளுங்கள்:

ஆஸ்திரியா தலைநகர் வியன்னாவில் சர்வதேச அணுசக்தி கழகம் உள்ளது. ஐ.நா. அமைப்பான அந்தக் கழகம் அணுசக்தியை தவறாகப் பயன்படுத்தும் நாடுகளைக் கண்காணித்து நடவடிக்கை எடுக்கும். அணு மின் நிலையங்களை அமைக்கும்போது, அதைச் சுற்றி 30 கிலோமீட்டர தூரத்தில் வசிக்கும் மக்களுக்கு பேரிடர் மேலாண்மை பயிற்சி வழங்க வேண்டும் என்று அது நிபந்தனை விதித்துள்ளது. அதன் நிபந்தனைகளின்படி செயல்பட்டால் தான் அணு உலையில் யுரேனியத்தை நிரப்ப அனுமதியளித்து சான்றிதழ் கொடுக்கும். ஆனால் கூடங்குளம் அணு மின் நிலையம் சார்பாக அப்பகுதி மக்களுக்கு இதுவரை பேரிடர் மேலாண்மை பயிற்சி அளிக்கப்படவில்லை. கூடங்குளம் அணு மின் நிலையம் திறப்பதற்குமுன்பு அதனைச் சுற்றியுள்ள 30 கிமீ தூரத்தில் உள்ள மக்களுக்கு பேரிடர் மேலாண்மைப் பயிற்சி அளிக்கப்பட வேண்டும். ஆனால், பயிற்சி அளிக்கப்படாத நிலையில் அணுஉலையைத் திறந்தால் இந்தியச் சட்டம், சர்வதேசக் கவுன்சில் ஆகியவற்றுக்குப் பதில் சொல்லியாக வேண்டும். பேரிடர் மேலாண்மைப் பயிற்சி அளிக்காமல் அணு

உலைகளில் எரிபொருள் நிரப்பக் கூடாது. இந்தக் குற்றத்தை மத்திய, மாநில அரசுகள் செய்யாது என்று நம்புகிறோம்.

யார் குற்றவாளிகள்? யார் பயங்கரவாதிகள்? யார் தேசத் துரோகம் செய்கிறார்கள்? சர்வதேசச்சட்டங்களையும்மீறி தமது சொந்த மக்களை வாயடைத்து, அவர்களை முற்றுகையிட்டு, அவர்களைப் பட்டிணிபோட்டுப் பணியவைக்க நினைக்கும் இந்திய அரசு குற்றவாளியா அல்லது அம்மக்களின் பயங்களுக்காகவும் பயங்கர நினைவுகளுக்காவும் அதனைக் களைய அவர்களுடன் நின்று போராடும் டாக்டர். உதயகுமார் குற்றவாளியா? தேசத் துரோகக் குற்றம் என்கிறீர்கள்? இந்திய தேசம் என்பது இந்தியப் பெருமுதலாளிகளும் ரஷ்ய அணு ஆயுதக் கம்பெனிகளும் அதனது விஞ்ஞானிகளும் அணுகுண்டு புன்னகை மன்னன் அப்துல்கலாமும் தானா? எவரது அனுமதியுடன் கூடங்குளம் மக்களின் அடிப்படை வாழ்வை வைத்து பேரிடர் நேர்ந்தால் ரஷ்யா பொறுப்பேற்காது என இரகசிய ஒப்பந்தம் போட்டீர்கள்? யார் வெகுமக்களின் உயிர்களைப் பணையம் வைக்கும் அதிகாரத்தை உங்களுக்கு வழங்கியது?

முள்ளிவாய்க்கால் முற்றுகையோடு, எனக்கு பாலஸ்தீன மக்களை இஸ்ரேலிய ராணுவம் மாதக் கணக்கில் முற்றுகை யிட்ட காஸா முற்றுகையும் அது குறித்த பாலஸ்தீனக் கவிஞன் மஹ்முத் தர்வீஸின் நீள்கவிதையும் ஞாபகம் வருகிறது. முற்றுகையைப் போராடும் மக்களின் மனவுறுதியை உடைப்பதற்காகவே அரசுகள் பயன்படுத்துகின்றன. மக்களைப் பட்டினி போடுவது என்பது இதில் யுத்தக்கருவி. இந்த மத்திய கால முறையை அரசு ஈழத் தமிழர்களுக்கு எதிரான இறுதி யுத்தத்தில் பாவித்தது எனப் பதிவு செய்கிறார் மனித உரிமையாளரான சாம் ஜாப்ரி.

கூடங்குளம் மக்களின் தலைவன் டாக்டர். உதயகுமார் மிகச் சரியாகவே கேட்கிறார்:

என்னைக் கைது செய்து சிறையில் அடைத்தாலும் சிறையிலும் உண்ணாவிரதத்தை தொடருவேன். நான் கைது செய்யப்படுவதனைக் கண்டு பயப்படவில்லை. அரசுப் பணத்தை நான் திருடவில்லை. யாருக்கும் எந்தத் தீங்கும் இழைக்கவில்லை. பின்னர் ஏன் நான் பயப்பட வேண்டும்? முள்ளிவாய்க்கால் சம்பவம் போல இடிந்தகரையில் உள்ள தமிழர்களை கொத்துக் கொத்தாக கொலை செய்ய இந்த அரசுகள் முடிவு செய்துள்ளதா?

தமிழகத்தின் கலைஞர்களும் எழுத்தாளர்களும் ஊடகவியலாளர்களும் கொளத்தூர்மணி போன்றவர்களும் மே பதினேழு இயக்கம் போன்ற சிவில் சமூக இளைஞர் இயக்கங்களும் மனித உரிமையாளர்களால் வழிநடத்தப்படும் கூடங்குளம் போராட்ட ஒருங்கிணைப்புக் குழுவும், அப்படி நடக்கவிடமாட்டோம்; மக்கள் இயக்கங்களை உங்களுக்கு ஆதரவாகக் கட்டியெழுப்புவோம் எனச் சொல்லியிருக்கிறார்கள். இந்திய அரசுக்கு எதிராக நீதிமன்ற வழக்குகள் தாக்கல் செய்யப்படப் போகின்றன. தாம் கைது செய்யப்பட்டாலும் போராட்டம் தொடரும் என அறிவித்திருக்கிறார் டாக்டர். உதயகுமார்.

எமது தலைமுறையினரின் நினைவில் தமிழகத்தில் நிகழ்ந்த, நிகழ்ந்து கொண்டிருக்கும், மிக நீண்ட வெகுமக்கள் போராட்டம் இதுதான். அரபுப் புரட்சியின்போதான மக்கள்எழுச்சியை ஒத்தது இந்தப் போராட்டம். போராடும் மக்கள் கூட்டமொன்றின் மன உறுதியைக் குலைக்க மேற்கொள்ளப்படும் முற்றுகை, அதுவே அவர்களது அன்றாட வாழ்வாகிறபோது, இரவுக்கும் விடியலுக்கும் இடையிலான இடைநிலையாக அது நிலைத்துவிடுகிறது. அவர்கள் முற்றுகையினுள் வாழப் பழகிவிடுகிறார்கள். முற்றுகையின் பகுதியாக அவர்கள் ஆகிவிடுகிறார்கள். முற்றுகையை அவர்கள் தமது எதிர்ப்பின் கூர்முனையாக மாற்றிக் காட்டுகிறார்கள். பாலஸ்தீனத்தின் மக்கள் கவிஞன் தனது முற்றுகை எனும் நீள் கவிதையில் சொல்வது போல -

முற்றுகை என்னை உருமாற்றுகிறது
பாடகனிலிருந்து
வயலினின் ஆறாவது தந்தியாக
கவிதையில் நான் என்பது இங்கு நாம்.

11

வன்பாலுறவும் பெண்நிலைவாதமும்

2012 ஆம் ஆண்டு டிசம்பர் மாதம் 16 ஆம் திகதி முன்னிரவில் இந்தியத் தலைநகர் தில்லியில், ஓடும் பேருந்தில் 23 வயதேயான மருத்துவப் படிப்பு மாணவி ஐவர் கும்பலால் வன்பாலுறவுக்கு உள்ளாக்கப்பட்டதனையடுத்து இங்கிலாந்தின் த கார்டியன், அமெரிக்காவின் நியூயார்க் டைம்ஸ், பிரான்சின் லெமான்டே டிப்ளமேடிக் உள்ளிட்ட உலக ஊடகங்கள் அனைத்திலும் அச்செய்தி மிகுந்த முக்கியத்துவம் கொடுக்கப்பட்டுப் பிரசுரமானது. தில்லியில் எழுந்த மக்கள் திரள் போராட்டங்கள் அரபுப் புரட்சியின் மக்கள் திரள் எழுச்சியை ஞாபகப்படுத்தின. மிருகத்தனமான வல்லுறவுக்கு ஆளானதால் உள்ளுறுப்புகள் சிதைந்த நிலையில் இரண்டு வாரங்கள் தனது உயிருக்குப் போராடிய மாணவி சிங்கப்பூர் மருத்துவ மனையில் மரணமுற்றதனையடுத்து ஐக்கியநாடுகள் சபைச் செயலாளர் பான் கீ மூன் தனது அஞ்சலியைத் தெரிவித்துக்கொண்டார்.

இந்தியப் பிரதமர் மன்மோகன் சிங், இந்திரா காங்கிரஸ் தலைவி சோனியா காந்தி, பாரதீய ஜனதாக் கட்சித் தலைவி சுஸ்மா ஸ்வராஜ் போன்றவர்களுக்கு இடையில் இதனை முன்வைத்து அரசியல் உரசல்கள் இடம்பெற்றன. தமிழக முதல்வர் ஜெயலலிதா வன்பாலுறவில் ஈடுபடுபடுபவர்களுக்கு இரசாயனமுறையில் ஆண்மைநீக்கம் செய்யும் தண்டனையைப் பரிந்துரைத்தார். ஆர்ப்பாட்டக்காரர்களில் சிலரும், அரசியல்வாதிகளான பிஜேபியினரும் வன்பாலுறவுக்

குற்றவாளிகளுக்கு மரணதண்டனையைப் பரிந்துரைத்தனர். வன் பாலுறவுக்கு ஆளாகி மரணமுற்ற பெண்ணின் தந்தை, வல்லுறவில் மிக வன்முறையாகவும் வக்கிரமாகவும் ஈடுபட்ட '17 வயது மைனருக்குத்தான் முதலில் மரணதண்டனை வழங்க வேண்டும்' எனக் கோரினார். மத்திய அரசுக்கும், மாநில அரசுகளுக்குமிடையிலான பேச்சுவார்த்தையை அடுத்து தண்டனையின் வயது வரம்பு 17 ஆகக் குறைக்கப்பட்டது.

வன்பாலுறவுக்கு மரணதண்டனை வழங்கும் யோசனையை பெரும்பாலுமான மாநில அரசுகள் நிராகரித்தன.

பாலிவுட் நடிக நடிகையர் கொதித்தெழுந்து, வன்பாலுறவுக்கு எதிராக அறிக்கைகள் வெளியிட்டனர். தமிழகத்தில் நடிகைகள் சுஹாசினி, ரோகினி ஆகியோர் சென்னைக் கடற்கரையில் கண்டனக் கூட்டம் ஒன்றை நடத்தினார்கள். வன்முறைக்கு திரைப்படத்துறையினைக் குற்றம் சாட்டக் கூடாது என்றார் நடிகை குஷ்பு. இது சுஹாசினி - ரோகினி - குஷ்பு வகையிலான பெண்ணிலைவாதம். வன்பாலுறவுக்கு உள்ளான பெண்ணாக நடிக்கத் தனது விருப்பத்தைத் தெரிவித்தார் லக்சுமி ராய். சம்பவம் உடனடியாகப் பாலிவுட் திரைப்படமாகவும் உருவாகிவிட்டது. இது பாலிவுட் சினிமா முன்வைக்கும் பெண்நிலைவாதம்.

வன்பாலுறவு நடைபெற்ற நாள்துவங்கி சம்பந்தப்பட்ட மாணவி சிங்கப்பூர் மருத்துவமனையில் மரணமுற்ற டிசம்பர் 29 வரையிலும் இந்திய ஊடகங்களும் பொதுச் சமூகமும் உச்ச பட்சமான கோபத்திலும் துயரத்திலும் கையறுநிலையிலும் உணர்ச்சிப் பெருக்குடனும் இருந்தன. சம்பவம் நடந்து முடிந்து, உணர்ச்சிவசமான மனநிலை வடிந்து, தில்லி விரைவு நீதிமன்றில் வழக்கு நடந்து கொண்டிருக்கிறது. வன்பாலுறுவில் ஈடுபட்ட சிலர் அரசுசாட்சிகளாக ஆகியிருக்கிறார்கள். சிலர் தாம் குற்றமற்றவர்கள் எனக் கோரிக்கொண்டிருக்கிறார்கள்.

நிகழ்வு நடந்து மாணவி மரணமுறும் வரையிலான காலம் வரையிலும் இரண்டு தரவுகள் உலகமெங்கிலும் இருந்த மக்களுக்குத் தெரியவந்தன. வன்பாலுறவில் ஈடுபட்டவர்கள் பேருந்து ஓட்டுனர்கள், பேருந்து கிளீனர், உடற்பயிற்சி நிலையப் பயிற்சியாளர், பழ வியாபாரி என இவர்களோடு பதினேழு வயது இளைஞர். இவர்கள் அனைவரும் 'உதிரிப் பாட்டாளி' வர்க்கத்தைச் சேர்ந்த குற்றவாளிகள் என்பது தெளிவாக இருந்தது. 'உதிரிப் பாட்டாளி' என்பதனை நாம் இங்கு ஒரு

பாராட்டுச் சொல்லாக அல்லாமல் அதனைச் சமூகவியல் அர்த்தத்திலேயே பாவிக்கிறோம்.

பாதிக்கப்பட்டவர் எனும் வகையில் வன்பாலுறவுக்கு உள்ளாக்கப்பட்ட மாணவி 23 வயதேயுடைய மருத்துவக்கல்லூரி மாணவி (குறிப்பாக பிசியோதெரபி மாணவி) என்பதும் அவரது சக தோழரான மாணவருடன் அவர் வன்முறைக்கு உள்ளாக்கப்பட்டார் என்பதுமே எவருக்கும் முதலாவதாகத் தெரியவந்த தரவாக இருந்தது. மாணவியின் வர்க்கம், சாதி, இனம் போன்ற எந்த அடையாளங்களும் எவருக்கும் தெரியவரவில்லை. காவல்துறை விதிகளின் அடிப்படையில் பாதிக்கப்பட்டவரின் அடையாளங்கள் வெளிப்படுத்தப்படக்கூடாது எனும் அடிப்படையில் இது புரிந்து கொள்ளப்படக் கூடியதுதான்.

அன்றைய நிலையில் மருத்துவப் படிப்பு மாணவியும் அவரது கல்லூரித் தோழரும் 'உதிரிப் பாட்டாளி' சமூக வகுப்பைச் சேர்ந்த சில குற்றவாளிகளால் வன்பாலுறவுக்கு உள்ளாக்கப்பட்டார்கள் எனும் தரவே நிதர்சனமாக ஊடகங்களில் பிரதானமாக முன்வைக்கப் பட்டது.

மருத்துவப் படிப்பு, பொறியியல் படிப்பு, கணினிப் படிப்பு போன்றன எந்த மத, சாதியைச் சார்ந்தவர்களாயினும், அது மத்தியதர வர்க்கத்தினரோடு வைத்துப் பார்க்கத்தக்கதாகத்தான் உலகப் பொதுமனத்தில் பதிந்திருக்கிறது. இந்த ஆர்ப்பாட்டங்களில் கலந்து கொண்டவர்கள், கோபமுற்றவர்கள் பெருநகர்க் கலாச்சாரம் சார்ந்தவர்கள்தான். மக்கள்திரள் ஆர்ப்பாட்டங்களில் கலந்து கொண்டவர்களில் பெரும்பான்மையோர் கல்லூரி மாணவிகளும் அலுவலர்களும் 'மத்தியதர வர்க்க' குடும்பத் தலைவர்களும் தலைவியரும்தான். இங்கு 'மத்தியதர வர்க்கம்' என்பதனை ஒரு இழிசொல்லாகப் பாவிக்கவில்லை. சமூகவியல் அர்த்தத்திலேயே அதனைப் பாவிக்கிறோம்.

'மத்தியதர வர்க்கம்' என்பது, தமது வாழ்வுகுறித்த பிரக்ஞை கொண்ட வர்க்கம். சமூகத்தில் மாணவர்கள் பகுதி என்பது ஒரு உணர்ச்சிவசமான, கோபம் கொண்ட மக்கள் பகுதி. தமது வாழ்வனுபவங்களில் இருந்து தம்மைப் பாதுகாத்துக் கொள்ளும் பிரக்ஞையிலிருந்தே இவர்கள் வன்பாலுறவுக்கு எதிராக உணர்ச்சிவசமாகக் கிளர்ந்தார்கள் என நம்மால் புரிந்து கொள்ள முடியும்.

வன்பாலுறுவு மேற்கொள்ளப்பட்ட முறை, மாணவியின் உடல் அடைந்த வதை, அவரது மரணம் போன்றன இந்திய சமூகத்தையும் உலக சமூகத்தையும் உணர்ச்சிவசமான நிலையில் வைத்திருந்தன. இந்த நிலைமையில்தான் இங்கிலாந்தின் சேனல் நான்கு தொலைக்காட்சித் தொகுப்பாளர் ஜோன் ஸ்நோ இந்திய நாவலாசிரியரும் நடவடிக்கையாளருமான அருந்ததிராயுடன் ஒரு உரையாடலை மேற்கொண்டார்[1]. மூன்று நிமிடங்களே வரும் அந்த உரையாடல் மிகப்பெரும் விவாதங்களை இந்திய ஊடகங்களில் தூண்டிவிட்டது.

அருந்ததி ராய் இந்திய தேசத்தின் விரோதி எனச் சித்தரிக்கப்பட்டார். அருந்ததி ராய் பிரச்சினையை சாதியமயப்படுத்துகிறார் எனவும், அதனை வர்க்கப் பிரச்சினையாக ஆக்கித் திசைதிருப்புகிறார் எனவும், இந்திய ராணுவத்துக்கும், காவல்துறைக்கும் எதிராக அதனைப் பாவிக்கிறார் எனவும், இதன் மூலம் வன்பாலுறவு புரிந்தவர்களுக்கு அனுசரணையான பார்வையை அருந்ததிராய் முன்வைக்கிறார் எனவும் அவர் கடுமையான விமர்சனங்களுக்கு உள்ளாக்கப்பட்டார்.

அருந்ததிராய் என்ன பேசினார் எனப் பார்ப்பதற்கு முன்னால், வன்பாலுறவு மற்றும் உடலுக்கு எதிரான வன்முறை மற்றும் சித்திரவதை தொடர்பாக இந்திய அரசு - காவல்துறை - இராணுவம் என்ன பார்வையையும் நடத்தைகளையும் கொண்டிருக்கிறது என நாம் தரவுகளைத் திரட்டிக் கொள்வோம்.

இதே வன்பாலுறவு, உடலுக்கு எதிரான வன்முறை, சித்திரவதை குறித்து பகாசுர ஊடகங்கள் என்ன பார்வை கொண்டிருக்கின்றன எனப் பார்த்துக் கொள்வோம். இதே வன்பாலுறவு, உடலுக்கு எதிரான வன்முறை, சித்திரவதை தொடர்பாக பாலிவுட், மாலிவுட், கோலிவுட் திரைப்பட நடிக - நடிகையர் - இயக்குனர்கள் என்ன பார்வையைக் கொண்டிருக்கிறார்கள் எனவும் பார்த்துக் கொள்வோம். இதனோடு சாதி, இனம், வர்க்கம் போன்றன வன்பாலுறவு, உடலுக்கு எதிரான வன்முறை, சித்திரவதை போன்றவற்றில் வகிக்கும் பாத்திரத்தினையும் நாம் புரிந்து கொள்ள முயலுவோம்.

கயர்லாஞ்சி தலித் பெண்களின்மீதான வன்பாலுறவு முதல் தமிழகத்தில் நடைபெற்ற பழங்குடியினப் பெண்களின் மீதான

மேல்சாதிய மற்றும் காவல்துறை வன்பாலுறவு தொடர்பான இந்திய அரசு - திரைத்துறை - இந்திய மத்தியதர வர்க்கத்தின் பார்வை என்ன? இந்தச் சம்பங்கள் ஏன் நாடு தழுவிய எழுச்சியை, விவாதங்களை, ஊடகக் கவனத்தை உருவாக்காது போயின? காஷ்மீர், ஈழம் போன்ற நிலப்பரப்புக்களில் இந்திய ராணுவத்தினர் வன்பாலுறவை மேற்கொண்டது குறித்து ஏன் நாடு தழுவிய மக்கள் எழுச்சி, ஊடக விவாதங்கள் தோன்றவில்லை? வன்பாலுறவை, பணிந்துபோகச் செய் வதற்கான ஒரு ஆயுதமாக இந்தியக் காவல்துறையும் இராணுவமும் பாவிப்பது பற்றிய பொதுவிவாதமும் கோபமும் ஏன் இந்திய ஊடகங் களிலும் நடிக - நடிகையரிடமும் தோன்றவில்லை? தோன்றவில்லை எனில், இதில் சாதி, வர்க்கம், மதம், இனம், அரசு, காவல்துறை, இராணுவம் போன்றவற்றுக்குப் பாத்திரம் இல்லை என எவர்தான் மறுக்க முடியும்?

வன்பாலுறவு, இரத்தம் தெறிக்கும் கொலைவெறியாட்டம் என்பதை குத்தாட்டம், டூயட், குரூப் சாங் கொண்டாட்டம் போன்றவற்றை ஒத்ததாக திரைப்படத்தில் சித்தரிக்க திரைப்பட இயக்குனர்களை, தயாரிப்பாளர்களை ஊக்குவித்த மனநிலை என்ன? இந்த மனநிலையைக் கேள்விக்கு உட்படுத்தாமல் அதனது பகுதியாக இருக்கிற நடிக - நடிகையரின் ஆர்ப்பாட்ட அறிக்கைகளில் என்ன தார்மீக அறம் இருக்க முடியும்? பிஜேபியும் இந்திய, தமிழ் சினிமா நடிகர்களும் நடிகையரும் கோருகிற மாதிரி பிரச்சினை வன்பாலுறவுக்கு மரணதண்டனை வழங்குவதா இல்லையா என்பது அல்ல, மாறாக, வேறுபட்ட பாலினங்களுக்கு இடையிலான சம உரிமையை நிலைநாட்டுவதுதான் பிரச்சினை.

பெண்களின் உரிமைக்கு மிகப் பெரிய சவாலாக இங்கு இந்துத் துவமும் பிஜேபியும் ஆர்எஸ்எஸ்சும் இருக்கின்றன. பெங்களூர் வன்முறை அதற்குச் சாட்சி. வன்பாலுறவை அமைப்பாக்கியதாக இந்தியக் காவல்துறையும் இராணுவமும் இருக்கிறது.

பூமிக்குக் கீழிருக்கும் அனைத்தையும் அறத்தின் கீழ் நிரல்படுத்துகிற எழுத்தாளர் ஈழத்தில் இந்திய ராணுவம் பாலியல் வன்பாலுறவு நிகழ்த்தவில்லை என தேசபக்தி தோன்ற உணர்ச்சிவசப்படுகிறார். அரைநூற்றாண்டைத் தாண்டிய ஒரு முதியவருக்கு 13 வயதுப் பெண் பாலுறவு அனுபவத்தைப் போதிக்கும் கதையை இன்னொரு எழுத்

தாளர் எழுதுகிறார். இவற்றுக்குத் தத்துவம் மற்றும் கலை விளக்கம் தர ஒரு கூட்டமும் திரண்டு நிற்கிறது. பள்ளிப் பருவ மாணவ மாணவியர் வீட்டைவிட்டு ஓடிப்போவதையும், 15 வயதுச் சிறுவனும் சிறுமியும் உதட்டு முத்தம் தருவதையும் காதல் காவியம் எனப் பட மெடுக்க இயக்குனர் இமயங்களும் மகா இந்திய இயக்குனர்களும் இருக்கிறார்கள்.

இலங்கைச் சூழலில் ஒரு விவாதம் நடந்தேறியிருக்கிறது. இந்த விவாதத்தில் மாவோயிஸ்ட்டாகத் தம்மைக் கோரிக் கொள்பவரும் பெண்ணிலைவாதியாகத் தம்மை இனங்காட்டிக் கொள்பவரும், கலந்துகொண்டார்கள். இவர்களும் பெண்நிலைவாதம்தான் பேசினார்கள். அருந்ததிராயின் பார்வைக்கு முற்றிலும் எதிர்நிலையில் இவர்கள் வந்து நின்றார்கள்.

இலங்கைச் சூழலில் சில தரவுகளை நாம் தொகுத்துக் கொள்வோம்: விடுதலைப் புலிகளுக்கும் இலங்கை இராணுவத்துக்கும் போர் நடந்து கொண்டிருந்த காலங்களிலும் சரி, போரின் இறுதிக் கட்டத்திலும் சரி, இலங்கை இராணுவம் வன்பாலுறவில் ஈடுபட்டதற்கான சான்றுகள் கிருஷாந்தி, கோணேஸ்வரி. இசைப்பிரியா போன்றோரது மரணங்களை முன்வைத்துப் பதிவு செய்யப்பட்டிருக்கிறது. போர் முடிவுபெற்ற பின்னாட்களிலும் கிறீஸ்பூதம் எனும் பெயரில் பெண்களின்மீதான பாலியல் அத்துமீறல்கள் இலங்கை இராணுவத்தினால் மேற்கொள்ளப்பட்டன. இவ்வாறான 'கீர்த்தி வாய்ந்த' இலங்கை இராணுவம் தமது ஆயுதப் பிரிவுக்கு அல்லாமல் சேவைப் பிரிவுக்கென முறைசாரா முறையில் ஈழத்தமிழ்ப் பெண்களை இராணுவப் பயிற்சிக்கு எடுத்துக் கொண்டது. இலங்கை இராணுவம் இலங்கை அரசின் அரசியல் முடிவுக்குத்தக மேற்கொண்ட ஒரு தந்திரோபாய நிகழ்வு இது.

இதனை தமிழ்தேசியக் கூட்டமைப்பின் நாடாளுமன்ற உறுப்பினரொருருவர் வன்பாலுறவுப் பிரச்சினையாக முன்வைத்தார். தமிழ் உளவியலாளர் ஒருவர் தமது தொழில்சார் அறத்துக்கு அப்பால் சென்று இந்த நியமனத்தின் அரசியல் குறித்தும் அபிப்பிராயம் சொன்னார். தமிழ் அரசியலின் வலதுசாரி சனாதன முகம் இதனை வைதீக மரபுப்படி அணுக, உளவியலாளர் அரச சார்பு அரசியலை முன்வைத்தார். 'பொருளாதார ஆசைகாட்டி இராணுவத்தில் சேர்க்கப்பட்ட பெண்கள் இப்போது விருப்பப்பட்டுத்தான்

இராணுவத்தில் இருக்கிறார்கள்' என அவர் 'அரசியல்' அறிக்கை வெளியிட்டார். உளவியலாளராக அவருக்குக் கொடுக்கப்பட்ட பணி அவர்களுக்கு 'சாமியாட்டம் - சன்னதம்' வந்திருக்கிறதா எனக் கண்டு அதனை அகற்றி நிவர்த்தி செய்வதுதான். இதில் மாற்றுக் கருத்து - மாவோயிசம் - பெண்நிலைவாதம் என அனைத்துத் தரப்பினரும் இலங்கை இராணுவத்தின் அரசியலையும், அதனது கடந்த கால பாலியல் வன்பாலுறவு அவமரபையும் முற்றிலும் காணாததுபோல் மறுதலித்து இதனைக் 'கற்பு' தொடர்பான விவாதமாக மாற்றி, தமிழ்தேசியக் கூட்டமைப்பைக் காயந்து கொண்டிருந்தார்கள்.

முன்பாக ஒரு புகலிடப் பெண்நிலைவாதி சிங்கள ராணுவத்தினரின் வன்பாலுறவைக் குறித்துப் பேசும்போது, அவர்கள் பாலுறவு வறுமையில் இருக்கிறார்கள் என்பதனைப் பரிவுடன் பரிசீலிக்க வேண்டும் எனவும் எழுதினார். சின்மயிக்கு ஆதரவாகக் கிளர்ந்தெழுந்த பெண்ணுரிமை இலக்கியவாதிகள் இதில் கள்ள மௌனம் காத்தார்கள்.

பெண்களின் உதடுகளிலிருந்து வருகிற அனைத்துச் சொற்களும் பெண்விடுதலையை நோக்கம் கொண்ட பெண்ணிலைவாதம் அல்ல எனும் தெளிவு இப்போது பெண்ணிலைவாத விவாதங்களைக் கவனித்து வந்திருப்பவர்களுக்குச் சாதாரணமாகவே புரியவந்திருக்கிறது.

சாதி, வர்க்கம், மதம், இனம், அரசு (காவல்துறை - இராணுவம்) என அனைத்தும் ஊடுருவிச் செல்வதாகத்தான் இன்று பெண்ணிலைவாதம் இருக்கிறது. குமாரி ஜெயவர்த்தனா மூன்றாம் உலகப் பெண்ணிலைவாதம் எனவும், கேட் மில்லட் மற்றும் ஷீலா ரோபாத்தம் போன்றவர்கள் மார்க்சியப் பெண்ணிலைவாதம் எனவும், பாமா மற்றும் மாலதி மைத்ரி போன்றவர்கள் தலித்தியப் பெண்ணிலைவாதம் எனவும் பேசுகிறார்கள். சாதி, வர்க்கம், இனம் போன்றவற்றை முன்வைத்த பெண்நிலைவாதத்திற்கு இருக்கிற முற்போக்குப் பாத்திரம் என்பது, மதத்தை அடிப்படையாக வைத்த பெண்நிலைவாதத்துக்கு இல்லை. ஏனெனில், அனைத்து மதங்களும் அதனது அற அடிப்படைகளையும் பண்பாட்டு அளவுகோல்களையும் பெண்ஒடுக்குமுறையின்மீதுதான் கட்டமைத்திருக்கின்றன. இந்துமதம், இஸ்லாம், கிறித்தவம், யூதமதம் என இவற்றுக்கிடையில் பெண் ஒடுக்குமுறையைப் பொறுத்து பெரிய வித்தியாசங்கள் ஏதும் இல்லை.

மீளவும் நாம் வல்லுறவுக்கு உள்ளாக்கப்பட்ட மாணவி குறித்த தரவுகளுக்கு வருவோம்.

இப்போது அவருடைய பெயரும் குடும்பமும் குறித்த அடையாளங்களை அப்பெண்ணின் தகப்பனார் வெளிப்படுத்தியிருக்கிறார். இங்கிலாந்தின் டெய்லி மிரர் பத்திரிக்கையின் ஞாயிறு பதிப்பான சன்டே மிரர் பத்திரிகைக்கு அவர் அளித்த பிரத்தியேகமான நேர்காணல்[2] ஒன்றில் தமது குடும்ப அடையாளத்தை அவர் தெரிவித்திருக்கிறார். வன்பாலுறவுக்கு ஆளாகி மரணமுற்ற பெண்ணின் பெயர் ஜோதி சிங். குடும்பத்தின் மூத்த பெண். தந்தையின் பெயர் பத்ரி. தாயாரது பெயர் ஆஷா. ஜோதிக்கு இரு சகோதரர்கள் இருக்கிறார்கள். வன்முறைக்கு உள்ளாகி ஜோதியைக் காப்பாற்ற முயன்ற அவரது நண்பரது பெயர் அவிந்த்ரா. ஜோதிக்கும் அவிந்த்ராவுக்கும் நட்பு தவிர எந்தவிதமான உறவும் இல்லை. 'இருவரும் வேறுவேறு சாதி சார்ந்தவர்கள் என்பதால், அவர்களுக்குள் திருமணம் என்ற பேச்சுக்கே இடமில்லை' என்கிறார் மரணமுற்ற பெண்ணின் தந்தையான பத்ரி.

உத்தரப் பிரதேசத்தைச் சேர்ந்த பத்ரி சிறு விவசாயி. எண்பதுகளில் தில்லிக்குப் பெயர்ந்த அவரது மாத வருமானம் 5,700 ரூபாய்கள் மட்டுமே என்கிறார் அவர். உத்தரப்பிரதேசத்திலுள்ள தனக்கு இருந்த நிலத்தை விற்றே தனது மகளைப் படிக்க வைத்ததாகச் சொல்கிறார் அவர். 'எனது மகள் மீது எந்தத் தவறும் இல்லை. அவரது பெயரை வெளியிடவும் எனக்கு ஆட்சேபமில்லை. தன்னைக் காத்துக் கொள்ளப் போராடிய மறப்பெண் அவள்' என்கிறார் பத்ரி.

பத்ரியின் தரவுகளின்படி வன்பாலுறவுக்கு உள்ளான மாணவி மத்தியதரவர்க்கப் பெண் எனச் சொல்ல முடியாது. ஒரு வறிய, எளிய விவசாயியின் மகள் அவள். அந்தக் குடும்பத்தின் வருமானம் ஒரு வறிய குடும்பத்தினுடையதாகவே இருக்கிறது. மிகுந்த சிரமத்தினிடையில் பிசியோதெரபி இறுதியாண்டு படித்துக்கொண்டிருந்த ஜோதி சிங், குடும்ப வருமானத்திற்காக தற்காலிகமாக வேலையும் செய்து கொண்டிருந்தார். முழுமையான மருத்துவராகி வெளிநாடு செல்வதும் ஜோதியின் கனவாக இருந்தது என்கிறார் அவரது தந்தையான பத்ரி.

இந்தத் தரவுகள் அனைத்தும் 2013 ஜனவரி 5 ஆம் நாள் இலண்டன் டெய்லி மிரர் பத்திரிக்கை நேர்முகத்தின் பின்பு வெளியான தரவுகளாகும்.

அருந்ததிராய் தனது சேனல் நான்கு நேர்முகத்தில் (21, டிசம்பர் 2012) அப்படி என்னதான் சொன்னார்? அருந்ததிராயின் நேர் காணலில் அவர் சொன்ன விஷயங்கள் பின்வருவன:

1. இந்தக் குற்றம் மட்டும் ஏன் இவ்வளவு ஆத்திரத்தை உருவாக்கி இருக்கிறது? மத்தியதர வர்க்கப் பெண்ணின் மீதான. ஏழைக்குற்றவாளிகளின் தாக்குதல் எனும் கருத்து நிலையே இவ்வளவு பெரிய கொந்தளிப்புக்குக் காரணமாக இருக்கிறது. இதேவேளை, மேல்சாதியினரதும் காவல்துறை, இராணுவம் போன்றவர்களினதும் வன்பாலுறுவுகள் தண்டிக்கப்படுவது என்பது இல்லை.

2. இந்தப் போராட்டங்கள் மேலதிகமான கண்காணிப்பு கொண்ட சட்டங்களுக்கு வழிவகுக்கலாம்; நான் ஏற்கனவே சொன்னபடி இதுவும் மத்தியதரவர்க்கப் பெண்களின் பாதுகாப்புக்கானதே ஆகும். காவல்துறையினர் கிராமங்களை எரிக்கும்போதும், கும்பலாக வன்பாலுறவில் ஈடுபடும்போதும் சட்டங்கள் ஏதும் செய்வதில்லை. நேரடியாக பெண்களின் வாய்மொழிகளில் இதனை நான் கேட்டிருக்கிறேன். பெண்கள் இத்தகைய வன்முறைகளில் கொல்லப்பட்டும் இருக்கிறார்கள்

3. இந்தியாவை ஊதிப் பெருக்கிக் காட்டும் திரைப்படக்காரர்களும், இசைத் தொழிற்துறை சார்ந்தவர்களும் காண்பிப்பது ஒரு வகையில் நீலப்பட வகை உற்பத்திகளாகும். கொலை வெறித் தாக்குதல்கள், பெண்களின்மீதான வன்முறை, கொண்டாட்டம் போன்ற சேற்றுச் சண்டைகளால் நிறைந்தது இந்தியத் திரைப்படங்கள். ஏழ்மையிலுள்ளவர்கள் குற்றவாளிகள் எனும் கருத்தையே இவர்களும் உருவாக்குகிறார்கள்

4. நிலப்பிரபுத்துவ இந்தியாவானது பெண்களின்மீதான அவமரியாதையும் வன்முறையும் கொண்ட மரபைக் கொண்டது. இப்போது காவல்துறையும் இராணுவமும் சட்டிஸ்கார், மணிப்பூர், காஷ்மீர் போன்ற இடங்களில் வன்பாலுறவை ஒரு ஆயுதமாகக் கைக்கொள்கிறது. இதை இவர்கள் அதிகாரபூர்மாகச் செய்கிறார்கள்.

இவர்களைக் காப்பதற்குச் சட்டங்களும் இருக்கின்றன. ஏழைகளுக்கும் பணக்காரர்களுக்குமான இடைவெளி அதிகரித்து வருகிறது. பெண்களின்மீதான வன்முறை, ஊடகங்கள் உள்பட அதிகரித்து வருகிறது. மத்தியதர வர்க்கத்தவரோ அல்லது விளிம்புநிலையிலுள்ளவர்களோ அனைவரும் பாதிப்புக்கு உள்ளாகிறார்கள். தலித் பெண்களே அதிகமும் பாதிப்புக்கு உள்ளாகிறார்கள். அவர்கள்தான் மிகவும் நிர்க்கதியாக விடப்பட்டிருக்கிறார்கள். அவர்கள் மனத்தளவில் மிகுந்த ஆத்திரம் கொண்டிருக்கிறார்கள்.

அருந்ததிராய் மிக நிதானமாக, உணர்ச்சிவசப்படுதலுக்கு ஆளாகாமல் இந்தப் பிரச்சினையை அணுகியிருக்கிறார். தில்லி வன்பாலுறுவு ஒரு குற்றநடவடிக்கை என வலியுறுத்தியபடியே, இப்பிரச்சினையிலுள்ள தொடர்புபட்ட அம்சங்கள் அனைத்தும் குறித்து அவர் பேசுகிறார். இந்திய பொதுச் சமூகமும் ஊடகங்களும் திரைப்படம் சார்ந்தவர்களும் உருவாக்கும் பெண்களின்மீதான வன்முறை உளவியல் கட்டமைப்பை அவர் பேசுகிறார். வறிய மனிதர்களை இயல்பாகவே குற்றவாளிகள் எனக் கட்டமைப்பது குறித்துச் சுட்டிக் காட்டுகிறார். மத்தியதர வர்க்கப் பெண்கள், விளிம்பு நிலைப் பெண்கள், தலித் பெண்கள் என அனைவரிடமும் உருவாகியிருக்கும் ஆத்திரமும் கோபமும் குறித்துப் பேசுகிறார். வன்பாலுறவு தம்மைச் சுற்றிலும் நிலவும்போது, அது அரசு நிறுவனங்களின் திட்ட மிட்ட ஆயுதமாக இருக்கும்போது, அவைகுறித்துப் பேசாமல், அவை குறித்த விவாதங்களும் கொந்தளிப்புகளும் எழாமல், குறிப் பிட்ட இப்பிரச்சினை மட்டும் நாடுதழுவிய பிரச்சினையாக, உலகு தழுவிய பிரச்சினையாக எவ்வாறு ஆனது, இதனது வர்க்க - சாதிய கருத்துநிலை என்ன என்பது குறித்துத்தான் அருந்ததிராய் பேசுகிறார். அருந்ததிராய் பேசுகிற அனைத்தும் தரவுகளை ஆதார மாகக் கொண்டது. உலக மனித உரிமை அமைப்புக்களான அம்னஸ்டியும், சர்வதேச மனித உரிமை கண்காணிப்புச் சபையும் இவைகளை ஆவணப்படுத்தியிருக்கின்றன. பழங்குடிப் பெண்கள், தலித் பெண்கள், காஷ்மீர் பெண்கள் மீதான காவல்துறை மற்றும் இராணுவ வன்பாலுறவுகள் குறித்த ஆவணப்படங்கள் இருக்கின்றன. தேசபக்த வெறிக் கூச்சல் எழுப்புகிற சிலரைத்தவிர, மனசாட்சியுள்ள எவரும் இதனை ஏற்கவேண்டும்.

அருந்ததிராய், ஜோதி எனும் தனித்த பெண் குறித்ததாக இப்பிரச்சினையை அணுகவில்லை.

ஜோதி பிரச்சினையில் இந்திய அரசினது நடவடிக்கைகள் விதிவிலக்கானது. அவர் சிங்கப்பூருக்குச் சிகிச்சைக்குத் தனி விமானத்தில் கொண்டுசெல்லப்பட்டதும் விதிவிலக்கானது. இந்தியாவுக்கு இந்தச் சம்பவம் உலக அளவில் தேசிய அவமானத்தைக் கொண்டுசேர்த்தது. இந்தியத் தலைநகரின் நிலையே இதுவாயின் குக்கிராமங்களில் பெண்களின் நிலை என்னவாயிருக்கும் எனும் அவமானத்தை இது இந்திய அரசுக்குத் தந்தது.

தில்லி சம்பவத்தின் பின்னான 'தில்லி எழுச்சியின் பின் னிருந்த கருத்துநிலை' என்பது குறித்துத்தான் அருந்ததிராய் பேசு கிறார். அந்தக் கருத்துநிலையின் விடுபட்ட தொடர்கண்ணிகள் குறித்துத்தான் அருந்ததிராய் பேசுகிறார். வன்பாலுறவு குறித்த தேசிய விவாதம், பாலின சமத்துவம் குறித்த தேசியவிவாதம், இந்தியப் பெண்நிலைவாதம் குறித்த தேசிய விவாதம் அருந்ததிராய் முன் வைக்கும் கருத்துநிலையில் இருந்துதான் வளர்ச்சி பெறமுடியும்.

இந்தியப் பெண்நிலைவாதத்தின் மிகச்சரியான அடிப்படைகளே அருந்ததிராயின் சொற்களில் வெளிப்பட்டிருக்கின்றன. உலக அளவில் இதனைக் கொண்டு சேர்த்ததற்காக இந்தியர்கள் எவரும் அருந்ததிராய்க்கு இதற்காக நன்றி சொல்ல வேண்டும்.

ஆதாரங்கள்:

(1). Arundhati Roy speaks out against Indian rape culture: Channel 4 Interview: London: 21 December 2012.

(2). I want the world to know my daughter's name is Jyoti Singh: Sunday Mirror: London: 5 January 2013.

12

ஜி. நாகராஜனும் ழான் ஜெனேவும்

*மு*த்தாய்ப்பு வைத்து முடிவுசொல்ல ஆசிரியர்காட்டும் தயக்கம் அல்லது பரிபூர்ணவிலகல் கலைபூர்வமானது. வாழ்க்கையின் பரப்பையும் விசித்திரங்களையும் சிக்கல்களையும் அனுபவபூர்வமாக மனதில் ஏற்றுக்கொண்டுவிட்ட கலைஞனின் பொறுப்புணர்ச்சி அது (ஜி. நாகராஜனின் உலகம் - சுந்தர ராமசாமி: பக்.365).

சிறந்த எழுத்தாளர்கள் எப்போதுமே சுயமுரண்பாடுகளுக்கு அடிமையானவர்கள். அவர்கள் எப்போதுமே தங்களையோ பிறரையோ நேசிப்பவர்களாகவோ அல்லது எப்போதுமே தங்களையோ பிறரையோ வெறுத்துக்கொள்பவர்களாகவோ இருப்பதில்லை என்பதுதான் என்னுடைய கருத்து *(கடிதம்: ஜி.நாகராஜன்: பக். 348).*

***

காலச்சுவடு பதிப்பகம் தனது மூன்றாவது புத்தகமாக ஜி.நாகராஜனின் படைப்புக்களைக்கொண்டுவந்துள்ளது. நாளை மற்றுமொரு நாளே, குறத்தி முடுக்கு என்னும் இரு நாவல்கள், குறுநாவல்கள், 34 சிறுகதைகள், 10 கட்டுரைகள் அல்லது குறிப்புக்கள். நாகராஜனின் வாழ்வையும் படைப்புலகையையும் குறித்து விபரங்களும் அபிப்பிராயங்களும் தருகிறவையாக நாகராஜனின் வாழ்க்கைக்குறிப்பும், சி. மோகனின் முன்னுரையும் சுந்தர ராமசாமியின் கட்டுரையும் இருக்கிறது.

நாகராஜனின் முழுப்படைப்புகளுடைய தொகுதியை நாம் இன்று பிரித்துப்பார்க்கும் வேளையில், திருடனும்

குற்றவாளியும், நாவலாசிரியனும் சமபாலுறவாளனும் மனிதஉரிமைப் போராளியும் செயல்பாட்டாளனுமான பிரெஞ்சுப்படைப்பாளி ஜெனே நமக்கு முன் இருக்கிறான். பாலுறவும் குற்றச்செயல்களும் அதிகாரமும்பற்றி ஆய்வுசெய்த கோட்பாட்டாளன் சமபாலுறவாளன் மிஷேல் பூக்கோ நமக்கு முன் இருக்கிறான்.

மரணமுற்ற ஜி. நாகராஜனும் ஜெனேவும், பூக்கோவும், சஞ்சரித்த உலகமும், வாழ்ந்து அனுபவம் பெற்றதும் ஒரே உலகுதான். குற்றவாளிகள், ஒழுக்கக்கேடர்கள், சமூகவிரோதிகள் என்று நிராகரிக்கப்பட்டோரின் உலகு. பூக்கோவுக்கு சிறைக்கைதிகள் நடத்தப்படுகின்றவிதம், சிறைவிதிமுறைகள் போன்றன பிரச்சினைக் குரியனவாக இருந்தன. குற்றச்செயல்களை ஆழ்ந்து சென்று வரலாற்றை உடைத்துக்கொண்டுபோன அவர் ஒருபோதும் குற்றவாளிகள் என்று சொல்லப்படுவோருக்கெதிரான சார்புநிலை எடுக்கவில்லை. இன்னும் தனது ஆய்வு நோக்கம் ஒரு படைப்பாளியின் நோக்கம் போன்றதுதான் என்கிறார். தீர்ப்பு சொல்வதோ, சார்புநிலை எடுப்பதோ கலைஞனுக்குத் தேவையில்லை. எனது ஆய்வுக்கும் தேவையில்லை என்கிறார்.

ஜெனே புத்தகங்களைத் திருடினான். நிறவெறிக்காட்பட்ட அராபியர்களுக்காகப் போராடினான். பாலஸ்தீனத்துக்குப் பயணம் மேற்கொண்டு நாவல் எழுதினான். ரெட்பிரிகேட் எனும் ஜெர்மனிய அதிதீவிரவாதிகளின் விடுதலைக்காக சர்வதேசரீதியில் ஆதரவு தேடினான்.

பூக்கோவுக்கும், ஜெனேக்கும், நாகராஜனுக்கும் இருக்கும் மிகப்பெரிய வித்தியாசம் - நாகராஜன் செயற்பாட்டாளர் இல்லை. அநேகமாக எந்தத் தமிழ்ப் படைப்பாளியுமே சீரிய செயற்பாட்டாளராக இல்லாதிருப்பதைக் குறிப்பிடலாம். பூக்கோ அல்ஜீரிய மாணவர் எழுச்சியில் பங்கேற்றவன். ஜெனே பாலஸ்தீன விடுதலை எழுச்சியை கடைசிவரை ஆதரித்து நின்றவன்.

ஜி. நாகராஜன் ஆன்றமைந்த படைப்பாளி என்பதில் எவருக்கும் இரண்டு கருத்துக்களிருக்க நியாயமில்லை. குற்றச்செயல் புரிந்த மனிதர்கள் என்போரின் வாழ்வனுபவத்தை மனித தரிசனத்துடன் சமநிலையுடன் நோக்குவது என்பது வேறு, அவர்களின் வாழ்வை தூரப்படுத்திக்கொண்டு பார்த்து இலட்சியப்படுத்தி பரவசப்படும் மனோநிலை என்பது வேறு.

இலட்சியப்படுத்திக்கொள்ளாதவன் பரவசப்படாதவன். அந்தமனிதர்களின் நியாயங்களுக்காக அமைப்புக்களை நிறுவனங்களை கேள்வி கேட்பான், தகர்ப்பாளன் செயல் பாட்டாளன் ஆவான்.

சி. மோகனின் முன்னுரையிலும் சரி, சுந்தர ராமசாமி யின் பின் இணைப்பிலும் சரி, பின் அட்டையில் போடப் பட்டிருக்கும் ஜி. நாகராஜனின் பரத்தையர் பற்றிய மேற்கோள்தரப்பட்ட தன்மையிலும் சரி, இலட்சியப்படுத்திக் கொள்வதென்பது தென்படுவது மனதுக்குச் சங்கடமளிக்கிறது. குற்றச்செயல் புரியும் மனிதர்களின் உலகு பற்றிய படைப்பில் பங்கேற்போர் படைப்பாளி - குற்றச்செயல் புரியும் சமூகம் - படைப்பாளியின் வர்க்க அபிலாசைகள் மற்றும் வாழ்க்கை நோக்கையொத்த வாசகன் என உண்டு. இந்த மூவரிலும் குற்றச்செயல் புரிந்த மனிதனின் உலகமே எனக்கு முக்கியமானது. படைப்பாளியின்மீதான எனது இலட்சியப்படுத்திக்கொள்தல், பரவசப்பட்டுக்கொள்தல், என்னளவில் சுயபிரதாபத்துக்கும் இரக்கத்துக்கும் ஆட்பட்டு குற்றச்செயல் புரிந்த மனிதக்கூட்டத்தின் வாழ்வு மேம்பாட்டுக்கான நடவடிக்கையில் இருந்து தூரப்படுத்திக் கொள்ளுதல் என்பது ஒப்புதலுடையதன்று.

தன்னிலும் கீழான வாழ்வும் கலாச்சார வாழ்முறையும் கொண்ட மனிதர்களின் வாழ்வை, அதன் வேதனைகள் சமூகக் காரணங்கள் போன்றவற்றிற்கப்பால் இலட்சியப்படுத்திக் கொள்ளும் போக்கு இந்தநூலின் தொகுப்புமுறையில் உள்ளதாக என்னால் உணரமுடிகிறது. காரணம், தமிழ்ப் படைப்பாளிகளின் மனோநிலை இத்தகையதுதான். இந்த மனோநிலை நாகராஜனின் எழுத்துக்களை எவ்வகையிலும் பாதித்துவிடக்கூடாது என்பது மிகமிகமுக்கியமானது. நாகராஜனுக்குள்ளும் இந்தமனோநிலை எங்கேனும் கொஞ் சமாக இருந்ததால்தான் அவர் செயல்பாட்டாளராகாது தவிர்த்தாரோ என்றும் கொள்ள இடமுண்டு. இதுவன்றி, இந்திய மனோவியலில் ஜி. நாகராஜனை மீறியும் செயற்படாதமுடக்கம் சாசுவதம் தானோ என்றும் கொள்ளமுடியும்.

நாகராஜனின் சொந்த வாழ்வுக்கும் எழுத்துக்கும் உள்ள உறவு நாகராஜனின் குடும்பம் மற்றும் குழந்தைகளுக்குமான பொறுப்பு போன்றவற்றையும் விசாரித்தறிவது இனனொன்று. நாகராஜனின் வாழ்வுதான் எழுத்து என்போரும், நாகராஜன் அப்பாவி என சாதீய அறவியல் மனோநிலையுடன்

சொல்வோரும் இன்றும் உளர். நாகராஜனின் எழுத்தும் வாழ்வும் ஒன்றாகியிருப்பது அதன் நீட்சியாக அவர் செயற்பாட்டளராகியும் இருந்திருந்தால் நாகராஜனுக்கு இன்றிருக்கும் பிம்பமும் பிரதிமையும் வழிபாடும் கிடைத்திருக்குமா என்பது சந்தேகம்தான்.

நாகராஜனின் தந்தை வக்கீல் கணேசு அய்யர். பிறந்தது 1929 செப். 1. நாகராஜன் கணிதத்திலும் ஆங்கிலத்திலும் சீரிய புலமை பெற்றவர். கம்யூனிஸ்ட் கட்சியில் தீவிரமாக ஈடுபட்டதால் கல்லூரியிலிருந்து நீக்கப்பட்டவர். கட்சித்தலைவர்களான கே. பாலதண்டாயுதம், ப.மாணிக்கம், ஏ.நல்லசிவம், சி.முருகானந்தம் போன்றோரோடு சேர்ந்து பணியாற்றியவர். சுந்தரராமசாமி, தொ.மு.சி. ரகுநாதன், கிருஷ்ணன் நம்பி, டி. செல்வராஜ், நெல்லை எஸ். வேலாயுதம் போன்ற எழுத்தாளர்களோடு நெருங்கியிருந்தவர். நா. வானமாமலை, சங்கரநாராயணன் போன்ற கட்சியின் கல்வியாளர்களோடு சேர்ந்து பணியாற்றியவர். அறுபதுகளின் துவக்கத்தில் கட்சியில் நம்பிக்கையிழந்தார்.

அரவிந்தர், காந்தியிடம் தீவிர ஈடுபாடு கொண்டார். இருமுறை திருமணம் செய்துகொண்டார். முதல் மனைவி ஆனந்தா. இரண்டாமவர் நாகலட்சுமி. நாகலட்சுமிக்கு இரண்டு குழந்தைகள். மகள் ஆனந்தி. மகன் கண்ணன். எழுத்தில் பதியப்படாததும் வெளிப்படையாகவும் பரவலாகவும் அறியப்பட்ட உண்மைகள் சில: ஜி. நாகராஜன் கஞ்சா குடிப்பார். சதா சாராயம் குடிப்பார். விபச்சாரிகளோடு நிறையப் பழகியவர். இறுதிக் காலத்தில் குடும்பத்துக்கான பொறுப்பை முற்றிலும் நிறைவேற்றியவர் இல்லை. மனைவியின் வெறுப்புக்கு ஆட்பட்ட நிலையிலேயே இறந்தார். டால்ஸ்டாயின் வாழ்வை எத்தனை இயல்பாகவும் தத்துவ நோக்குடனும் அணுகுகிறோமோ அதே இயல்புடனும் வாழ்க்கை பற்றிய தத்துவநோக்குடனும் அணுகப்படவேண்டிய வாழ்க்கைதான் ஜி. நாகராஜனுடைய வாழ்க்கையும் எழுத்தும். நான் சொல்லுகிற விஷயங்கள் எதுவுமே அதிர்ச்சியூட்டவோ விகாரப்படுத்தவோ சொல்லப்பட்டதன்று.

நாகராஜன் வாழ்வின் நெருக்கங்களை அதனது மிகமிக நேர்த்தியாகக் கண்டு படைத்திருக்கிறார். வாழ்க்கையை அவர் இலட்சியப்படுத்தியோ ஆச்சர்யத்துடனோ பரவசத்துடன் தத்துவ மயப்படுத்திக் கொண்டோ பார்க்கவில்லை. அவரது எழுத்துக்கள் தொகுக்கப்பட்டதும், முன்வைக்கப்பட்டதுமான தன்மை நேரெதிராக உள்ளது.

நாகராஜன் வாழ்வை எழுத்திலும் செவிவழியிலும் அறிந்தளவில் விபச்சாரிகளின் குற்றவாளிகளின் உலகை சதா ஊடுருவிப் பார்க்கும் கதாமனிதன், ஆண்மனிதன் அவர்தான். நாகராஜனின் படைப்புலகின் விசேஷம் அல்லது சீரிய தன்மை என்று காணப்படுகிற பிரச்சினைதான் என்ன?

சமூகம் மற்றும் ஒழுக்கம் சார்ந்த தீர்மானங்களும் கட்டுப்பாடுகளும் தனிமனிதவாழ்வின் எழுச்சியையும் வீரியத்தையும் காயடிக்கும் வன்முறையாகிவிட்ட நிலையில், தனிமனிதனின் முழுமையான பூரணத்துவ வாழ்வைக் கோஷிக்கும் குரல் நீட்சேயிடம் இருந்து எழுந்தது. பாலியல் கட்டுப்பாடுகள் மனித மனதில் அரும்பும் மொக்குகளைக் கருக்கும் நிலையில் ஏற்படும் விபரீதங்களை ஃப்ராய்டின் குரல் பொழிந்தது. இலட்சியவாதத்தின் பெயரால் தன்னியல்பான படைப்புரீதியான தனிமனித வாழ்வின் குரல்வளை திருகப்பட்டிருந்தது அறியப்பட்டது. தனிமனிதனின் மெய்யான உணர்வுகளை வசப்படுத்துவன்மூலம் வாழ்வின் உண்மையான அகப்படுத்தும் முனைப்போடு மேலை, இலக்கியப்படைப்பாளிகள் விந்தையான கனவுப்பிரதேசத்துக்குள் பிரவேசிக்கத் தலைப்பட்டனர். காரண காரிய ரீதியிலான தர்க்கங்களின் தளைகளிலிருந்து விடுபட்ட சுதந்திரமான கனவுலகு குறித்தும், மாயப்புதிர் அனுபவஉலகம் குறித்துமான வேட்கை, படைப்பு மனங்களில் உருப்பெற்றது.

தமிழில் இலட்சியவாதத்திற்கு எதிரானதும், தனிமனித இயல்புணர்ச்சிகள் சுயமாக வெளிப்படுவதன்மூலம் வாழ்வின் அழகு பூரணமாக விரிவதைக்கொண்டாடுவதுமான முதல் தீர்க்கமான குரல் நாகராஜனுடையது. இதில் சிறப்பு என்னவென்றால் கனவுலகின் சுதந்திரத்தில் மலரும் தனிமனித இயல்புணர்ச்சிகளை அகப்படுத்துவதன் மூலமே மெய்மையை அறியமுடியுமென்று மேலைக்கலைஞர்கள் பிராயாசைப்பட்டபோது, ஜி. நாகராஜன் வாழ்வின் விளிம்புநிலை மனிதர்களிடம் சுபாவமாக இயல்புணர்வுகள் மொக்கவிழ்வதைக் கண்டதும் அவ்வுலகை, படைப்பித்ததும்தான். விலைப்பெண்கள், அத்தான்கள், உதிரிகள் இவருடைய படைப்புலகை வடிவமைத்தனர் (முன்னுரை: சி. மோகன். (பக். 7 - 8)

மனித சுதந்திரத்துக்கான ஒரே நிபந்தனை, சதா மதிப்பீடு களை மறுமதிப்பீடு செய்வதும், மறுபரிசீலனையூடு புதிய

மதிப்பீடுகளை முன்வைப்பதும்தான். புதிய மதிப்பீடுகளை நிறுவன மயப்பட்டதன்மையில் சாதிப்பவன் இலட்சியவாதி. மதிப்பீடுகளை நிரந்தரமாக எதிர்ப்பவன் அராஜகவாதி. இலட்சியவாதி மனிதமுரண்களை ஒதுக்கிவிட்டு, ஒன்றுபடுத்தும் நோக்கில் சகிப்புத் தன்மையற்ற வன்முறையாளன் ஆகிறான். அராஜகவாதி மதிப்பீடுகளை சதா உடைப்பவனாகி சகமனிதர்களை என்றென்றைக்கும் துன்பத்திற்குள்ளாக்கும் அகங்காரமுள்ளவனாக ஆகிறான்.

கலைஞன் இலட்சியவாதத்திற்கு எதிரானவன் ஆயினும் அவன் அராஜவாதியும் அல்லன். சகமனிதனை நேசிப்பவனும் அவன்தான். வெறுப்பவனும் அவன்தான். தன்னையே நேசிப்பவனும் வெறுத்துக்கொள்பவனும் அவன்தான். கலைஞன் இங்குதான் நிற்கிறான். இலட்சியவாதத்திற்கும் அராஜவாதத்திற்கும் இடையில் தான் கலைஞன் நிற்கிறான். கலைஞனின்று புரட்சியாளன் கிளைத்து செயல்படுகிறவன் ஆகிறான்.

நிறுவனமயப்பட்ட மதத்தின் இலட்சியவாததிற்கு எதிராக நீண்ட பயணம் போனான் நீட்சே. நிறுவனமயப்பட்ட பாலியல் அறங்களுக்கு எதிராக தேடிப்போனான் பிராய்ட். மார்க்ஸ் என்ன ஆனான்? சி. மோகனின் நீண்ட மேற்கோளில் கவனம் செலுத்துகிறவர்கள் ஐரோப்பாவில் தோன்றிய பல்வேறு தத்துவக்கலைக் கோட்பாடுகளை அவர் தமிழ்ப்படுத்திச் சொல்லியிருப்பதை அவதானிக்கமுடியும். மார்க்ஸியம் மேலைக்கலைஞர்களிடம் ஏற்படுத்திய கலை இலக்கியத் தாக்கங்கள் அறவே விடுபட்டுவிட்டன. ஸர்ரியலிஸ்டுக்கள் பிளவுபட்டார்கள். பிக்காஸோ கம்யூனிஸ்ட் கட்சிப் பக்கம் நின்றார். பூக்கோ விளிம்புநிலை மக்களோடு செயற்பட்டார். இயல்புணர்வுகளைக் கொண்டாடினார். ஜி. நாகராஜனின் பயணம் மார்க்ஸ் - இயல் புணர்வுகளைக் கொண்டாடிய மத்தியவர்க்க தனிநபர் பயணம் - அரவிந்தர் காந்தி எனப் போனது - இந்திய மரபுச்சொல்லில் அருணகிரிநாதர் போன்றவர் எனக் குறிப்பிடுகிறார். நாகராஜனின் பயணம் உலக இலக்கியப் படைப்பாளிகளை வைத்து நோக்கும்போது வரலாற்றில் பின்திரும்பிப்போன பயணம்தான்.

சு. ராவுக்கு நாகராஜன் கதைகள் முக்கியமானவைகளாக ஆகக்காரணம் என்ன?

அனுபவங்கள் பற்றிய அக்கறையே நாகராஜனுக்கு பிரதானமாக இருக்கிறது. மகான்களுக்குக் கிடைக்காத

தரிசனங்கள் எல்லாம் கொஞ்சம் இவருக்கு கிடைத்தமாதிரிப் படுகிறது. (பக்.363 - 364) அந்தந்த உலகங்களுக்கு உரித்தான நாதங்களை எழுப்பி, இந்த இரு உலகுகளையும் நாம் அனுபவித்து ரசிக்கும்படியாக எழுதிவிடுவது எல்லாவற்றிகும்மேலாக இவர் கலைஞர் என்பதால்தான் என்பதையும் நாம் உணரவேண்டும். (பக்.365)

எதிர்முரண்களை சமநிலையுடன் பார்க்கும் தர்க்கபூர்வமான படைப்புமனநிலை நாகராஜனுக்கு வாய்த்திருக்கிறது. எழுத்தில் வாழ்வை வெளிப்படுத்துவதில் புறநிலை உள்டக்கம், அகநிலை மனஎழுச்சி, அனுபவம், மொழி என ஜி. என்னின் அபிப்பிராயங்கள் ஜீவராமுவின் சதுரச்சிறகை முன்வைத்து இலக்கிய அனுபவம் கட்டுரைகளிலும், புதுமைப்பித்தன், மௌனி போன்றோரை முன்வைத்து மௌனமும் பித்தமும் கட்டுரையிலும் வெளிப்படுகிறது. தனது கதைகளிலேயே விமர்சனத்தகுதிபெற்ற சிறுகதையாக 'யாரோ முட்டாள் சொன்ன கதையை' தன் கண்டதும் கேட்டதும் சுயவிமர்சனத்தில் குறிப்பிடுகிறார்.

நாகராஜன் சொல்கிறார்: புலன்களின் மூலம்தான் உள்ளத்தை அணுகமுடியும் என்பது கலையின் குணம் என்று ஒத்துக்கொள்ளாவிட்டாலும் அது கலையின் தவிர்க்கமுடியாத குறைபாடு என்றாவது ஒத்துக்கொள்ளவேண்டும்.

நீட்சே, பிராய்ட், மார்க்ஸ் போன்ற கோட்பாட்டாளர்களின் நடைமுறை வெற்றிதோல்விகள், விமர்சனங்களை நாம் இப்போது மதிப்பீட்டுக்கு உள்ளாக்கிப்பார்க்கும்போது சில அவதானங்களுக்கு வரமுடியும். நாம் வாழுங்காலத்தில் விடுதலை இறையியல் இருக்கிறது. மார்க்ஸையும் பிராய்டையும் இணைக்கமுயன்ற எரிக் ப்ராம் இருக்கிறார். மாக்ஸிய உளப்பகுப்பாய்வுமுறை பற்றிய ஆய்வுகள் வெளியாகியிருக்கிறது. இச்சூழலில் தனிமனித இயல்புணர்ச்சிகள் சுயமாகவெளிப்படுவதன் மூலம் வாழ்வின் அழகு பூரணமாக விரிவதைக்கொண்டாடுவது என்பது மிகுந்த சர்ச்சைக்குரிய பிரச்சினையாகிறது. இயல்புணர்வுகள் என்று பாலுணர்வு மட்டுமே இயல்புணர்வு என்றாகிறது. சில கதைகளில் (அப்படி ஒரு காலம் ஒரு பிறவி) வன்முறையும்கூட இயல்புணர்வென்று கொண்டாடும் தன்மை உள்ளது.

இயல்புணர்வான பாலுணர்வு, வன்முறை போன்றவற்றை உண்மையில் விளிம்புநிலை மக்கள் 'சுயமாக வெளிப்படுவதன் மூலம் அழகு பூரணமாக விரிவதை கொண்டாடுகிறார்களா?'

இயல்புணர்வுகளின் சுயமான வெளிப்பாடு அவர்களுக்கு இயல்பாக அமைகிறதா? அவர்களுக்கு வெளியில் திரண்டிருக்கிற ஒழுக்க நியதிகளுக்கு எதிரான அவர்களின் பாலுணர்வுகள் அவர்களுக்கு அழகுதருவதாக, சந்தோசம் தருவதாக, மனநிம்மதி தருவதாக குற்றமற்ற மனநிலை தருவதாக அமைகிறதா? தம்வாழ்வில் இடம் பெறும் வன்முறையை அவர்கள் சந்தோசமாக ஏற்கிறார்களா? வன்முறையைக் கொண்டாடுகிறார்களா?

இந்தக் கொண்டாட்டங்களின் மூலம் சந்தோசம் அடைகிறவர்களும், வாழ்வின் பரிபூரண அழகுவிரிவதாகக் காண்கிறவர்களும் விளிம்புநிலை மக்களின் வாழ்வுக்குள் நுழைகிற அந்நியர்கள்தான். விபச்சாரிகளைப் பற்றிய பாலகுமாரனின், சுப்பிரமணிய ராஜுவின் எழுத்துக்களில் கூட இதைக் காணலாம். சதா விபச்சாரிகளிடம் போன - மனைவி இறந்தபின் கல்யாணம் கட்டிக்கொள்ளாத தனது தந்தையைப் பரிவுடன் பார்க்கும் மகளைக் கூட பாலகுமாரன் சித்தரித்திருக்கிறார்.

பாலகுமாரனின் வாழ்வும் அவர் பெண்களுக்கு வலியுறுத்துகிற மதிப்பீடுகளும் நாம் அறியாததல்ல. ஜி. நாகராஜன் இதில் எங்கே வேறுபடுகிறார்? பாலகுமாரனின் கதையின் மையமானவன் 'அன்னியன்'தான். அவனது மனநிலைதான் மையம். ஜி. நாகராஜனில் விளிம்புநிலை 'மக்கள்'தான் மையமானவர். இங்கு இயல்புணர்வுகளை கொண்டாடுகிறவர் அந்நியன்தானே ஒளிய விளிம்புநிலை மக்கள் அல்ல. விளிம்புநிலை மக்கள்மீது இந்த வாழ்வு சுமத்தப்படுகிறது. இந்த சுமத்தப்பட்ட வாழ்விலும் அன்புடனும் பொறுப்புடனும் தீர்க்க சிந்தனையுடனும் பரிவுடனும் மனிதத் தன்மையுடனும் அவர்கள் நடந்துகொள்கிறார்கள்.

தம்நிலத்தை அவர்கள் பறிகொடுக்கிறார்கள் (அப்படி ஒரு காலம் அப்படி ஒரு பிறவி). ஐந்து வட்டிக்கு கடன் வாங்குகிறார்கள் (சம்பாத்தியம்) தன் கல்யாணத்திற்கு தானே சம்பாதிக்கவேண்டி விபச்சாரியாகிறாள். பிற்பாடு கணவனுக்குத்தெரிய வரக்கூடாதென நினைக்கிறாள் தாய் (பூர்வாசிரமம்). விபச்சாரியென நிலையெண்ணிப் புலம்புகிறாள் பிராமணத்தாய் (எங்களூர்). கணவனை மனைவியிட மிருந்து பிரித்ததற்காக குற்றவுணர்வுகொள்கிறாள் ஒரு விபச்சாரி (குறத்தி முடுக்கு). மீனாவுக்கு நல்ல வாழ்க்கை அமையவேண்டுமெனப் பொறுப்பேற்கிறான் கந்தன் (நாளை மற்றுமொரு நாளே).

யமுனா ராஜேந்திரன் ■ 155

இவ்வாறு நாகராஜனின் விபச்சாரிகளும், அத்தான்களும் உதிரிகளும் மிகுந்த பொறுப்புணர்வு கொண்டவர்களாகவும் அன்பு கொண்டவர்களாகவும் வஞ்சிக்கப்பட்டவர்களாகவும் தனக்கென்று ஒரு மனிதனின் அன்புக்கு ஏங்குபவர்களாகவும் (டெர்லின் சட்டையும் எட்டுமுழ வேட்டியும் அணிந்த மனிதர்) தான் இருக்கிறார்கள்.

நாகராஜன் கணவன் மனைவி உறவைக் கொண்டாடித்தான் இருக்கிறார். (ஜீரம் மற்றும் அணுயுகம் அங்கும் இங்கும் தீராக்குறை, வாழ்வும் எழுத்தும்). ஜி. நா. விளிம்புநிலை மக்களின் வாழ்வை மேம்படுத்துகிறேன் எனக்கொட்டி முழக்கவில்லை. அவர்களுக்கு உபதேசம் செய்யவில்லை. அவர்களது வாழ்வை அந்நியனாக ஒரு சமூகஸ்ததியாக நிரந்தரமானது என்று கருதி அங்கீகரிக்கவில்லை. அவர்களது வாழ்நிலையின் மீது காலாதிகாலமாக சுமத்தப்பட்ட அதிகாரம் - அறம் - ஒழுக்கம் போன்றவை குறித்த அவதூறுகள் மத்தியிலும் மனிதத்தன்மையுடன் அவர்கள் வாழ்கிறார்கள் என்பதைத்தான் ஜி. நாகராஜன் சித்தரிக்கிறார். ஆகவேதான் போலிஸ்காரர்கள், இன்ஸ்பெக்டர்கள், வக்கீல்கள், நீதிபதிகள் பற்றிய நையாண்டியும் கோபமும் பல்வேறு கதைகளில் இருக்கிறது. (வெகுமதி, போலிஸ் உதவி, பச்சைக்குதிரை, நாளை மற்றுமொருநாளே, ஓடியகால்கள்).

நாகராஜன் இங்குதான் ஜெயகாந்தனிடமிருந்து வேறுபடுகிறார். விளிம்புநிலை மக்களை, மத்தியதரவர்க்க இலட்சியவாதத்துடன் இவர் பார்க்கவில்லை. இன்னும் அப்படிப் பார்ப்பதை நையாண்டியும் செய்கிறார்(அக்கினிப்பிரவேசம்).

ஜி. நாகராஜனின் படைப்புலகு ஒருவகையில் ரேயின் படைப் புலகு போன்றதுதான். உடைத்துக்கொண்டு செயற்படும் மனம் அல்ல. விளிம்புநிலை மக்களின் அவலவாழ்விலும் இயல்பையும் அழகையும் அன்பையும் பொறுப்புணர்வையும் காணும் மனம் அவருடையது. நாகராஜனில் எனக்கு இதுதான் முக்கியமாகப்படுகிறது. நாகராஜனது தேடலை இயல்புணர்வின் கொண்டாட்டமாகவோ, அதனில் விரியும் அழகுணர்வாகவோ பார்க்கும் பார்வை தன் அகந்தையை முன்னிறுத்தும் மத்தியதர வர்க்கப்பார்வை, இந்திய வைதீக மனதின் பார்வை. நாகராஜனிடம் இத்தகைய பார்வை கொஞ்சமேனும் இருந் திருக்கக்கூடும். நாகராஜனைக் கொண்டாடுபவர்களின் பார்வை இதுதான் என்பது ஸ்தூலமாக தெரிகிறது. இதற்கு எதிரான பார்வை மட்டுமே

நாகராஜனது அனுபவங்களையும் தாண்டி விளிம்புநிலை மக்கள்மீது அழுத்தப்பட்ட நுகத்தடிகளைத் தகர்க்கும்.

நாகராஜன் கதைகளில் பாலுறவுச் சிக்கல்கள் பற்றிய அறவியல் மதிப்பீடுகளை தீவிரமாகப் பார்த்த கதைகள் என்று மூன்று கதைகளை என்னால் சொல்லமுடியும். அவை முறையே மிஸ்பாக்கியம், இருளிலே, கல்லூரி முதல்வர் மிஸ் நிர்மலா போன்றன. எமது திருமணங்களில் பாலுறவு விதிக்கப்பட்டதாகவும் நியதிப்படியானதாகவும் அமைகிறது. பாலுறவு கொள்தல் என்கிற அனுபவம் சிந்திக்கப்படுவதில்லை. விபச்சாரிகளை நினைத்துக்கொண்டு உபாதை தீர்க்கிற மதனன் இருளிலே கதையில் வருகிறான். மிஸ் பாக்கியம் ஒரு மாபெரும் சோகம். பிரபஞ்சத்தன்மை வாய்ந்த எக்காலத்துக்குமான கதைகளில் ஒன்றாக மிஸ் பாக்கியம் இருக்கும். தனிநபர் பாலுறவு வேட்கைகளைச் சுரண்டிக்கொண்டிருக்கும் சமூகம்தான் எம்முடையது. காதரை நினைத்து மேலாடை திருத்திக்கொள்கிறபோது உள்மனத்தின் எழுச்சி நம்மைப் பற்றுகிறது. சமப்பாலுறவை மிகுந்த புரிதலுடனும் பொறுப்புணர்வுடனும் துயரமாகச் சித்தரித்த கதை மிஸ் பாக்கியம்.

நாகராஜனின் இன்னொரு பரிமானம் வெளிப்படும் கதைகள், இலட்சியம், மனிதம், கிழவனின் வருகைபோன்ற கதைகள். அவரது கட்சியுடனான அனுபவங்கள், அவரது தத்துவக் கேள்விகள், அரசியல் அனுபவங்கள், எதிர்கால சமூகத்துக்கான சாத்தியங்கள் பற்றிய கதைகள் இம்மூன்றும். இலட்சியம் கதையில் வருகிற தேர் கடைசிவரை வருவதும் இல்லை கண்ணுக்குத் தெரிவதும் இல்லை. தத்துவங்களதும் கட்சிகளதும் விமோசனக் கோட்பாடுகளதும் இலக்கும் அப்படித்தான். கும்பலில் தொலைந்துபோவதும் தான் கவனிக்கப்படுவதும்தான் நடக்கும். நாகராஜனுக்கு தேரும் இலட்சிய மும் ஒன்றுதான்.

மனிதம் கதையில் அவன் பயணத்தில் விபச்சாரி, சாவு ஊர்வலம், குஷ்டரோகி, போலீஸ்காரன், சிகரெட் கடைக்காரப்பையன், கல்யாணம், நாய்கள், வேட்டைநாய்கள் வருகின்றன/வருகின்றார்கள். மனிதன் வீழ்கின்றான். வீசப்படுகிறான். காயம்படுகிறான். உடலெல்லாம் காயம். ரத்தம் கசிந்து வெளியேறிக்கொண்டிருக்கிறது. மனிதம் கதையை இலட்சியம் கதையின் நீட்சியாகவே நாம் கொள்ளலாம். கிழவனின் வருகை கதையில் செருப்புத் தைக்கும்

தொழிலாளி, இடம்பெயர்ந்த கோயில், நவீன நகரத்தின் பேராசிரியன், பகுத்தறிவு, பிச்சைக்காரன், குஷ்டரோகி, விபச்சாரி, வேலைநிறுத்தம், பிராய்ட், மார்க்ஸீயம், பசி, காலி பாட்டில்கள் மாமிசங்கள், நரமாமிசம், தாலி அறுப்பு, தேர்தல் தகிடுதத்தங்கள், வோட்டு, பிணங்கள் ஏற்றப்படும் லாரி, உறவுகள் அழிதல், தன்னகங்காரம், அறங்களின் வீழ்ச்சி, கிழவனின் மரணம் என சம்பவங்களும் மனிதர்களும் வருகின்றார்கள்.

இந்த மூன்று கதைகளிலும் மனிதன் இலட்சியம் நோக்கி நடந்துகொண்டுதானிருக்கிறான். கடைசியில் அவன் கண்டடைந்த கிழவனும் செத்துப்போகிறான். ஒருவகையில் இக்கதைகளின் பயணம் நாகராஜனின் பயணம்தான். மார்க்ஸிலிருந்து அரவிந்தர், காந்தி எனத்தேடி நம்பிக்கையிழந்த பயணம். இந்த நம்பிக்கையின்மைதான் சமகாலத்தில் நாகராஜனிடத்தில் வேறுவகைப் பயணத்தைக் கோரியதோ? வாழ்வின் மிகப்பெரிய துக்கமே அதன் குறுகியகாலம்தான். வாழ்வின் மெய்ம்மையை நம் வாழ்காலத்தில் நாம் துளியளவே அறியமுடிகிறது. பாலுறவு வன்முறை பிரபஞ்ச அடிப்படைத் தத்துவம் என ஏதோ ஒன்றில்தான் பயணம் மெற்கொள்ளமுடிகிறது. கலைமுயற்சியும், அதுசார்ந்த தேடலும் அனுபவமும் அத்தகைய ஒரு குறுகிய பயணம்தான். ஒன்றில் ஒருவனின் தீவிரமான பயணத்திலிருந்து நாம் கற்றுக்கொள்ளமுடியும். ஒருவகையில் இது பயணம் மேற்கொண்டவனின் இழப்பு. பெறுகிறவன் அவனது சகமனிதன்.

மகான்களுக்கு இன்னும் கிடைக்காத தரிசனங்கள் எல்லாம் இவருக்கு கொஞ்சம் கிடைத்துவிட்டது மாதிரிப்படுகிறது என்கிறார் சுந்தரராமசாமி.

அத்தகைய மாதிரி தரிசனம் தருகிற இரண்டு கதைகள். என்னளவில் எனக்கு திரும்பத்திரும்ப வாசித்து மனிதரின் துக்கத்துள் மூழ்கிப்போய் மறுபடி மீண்டு மறுபடி அவர்தமைத் தேடிப் புரிந்து கொள்ளவேண்டுமென மன அவஸ்த்தைதந்த கதைகள் அவையிரண்டும் (பிறருக்கு வேறு கதைகள் தேர்வுக்கு அகப்படும்). அப்படி ஒரு காலம் அப்படி ஒரு பிறவியும், யாரோ முட்டாள் சொன்ன கதையுமே அவையிரண்டும்.

கதைகளை ஒருவர் தேர்ந்துகொள்ளவும் விமோசனக் கோட்பாடுகளை ஒருவர் தேர்ந்துகொள்ளவும் நிறைய தனிநபர் காரணங்கள் உண்டு. தனிநபர் அனுபவங்கள் சார்ந்த

மனநிலைகள் உண்டு. நான் எனது சின்னவயதைக் கழித்த உலகில் அருந்ததியர் தெருவொன்றுண்டு. நான் மிக நெருங்கி அறிந்த மல்லன் உண்டு. அவன் கம்யூனிஸ்ட் கட்சியில்தான் இருந்தான். கட்சிக்காக உயிரையும் கொடுப்பான். நிறையத் திருட்டுக்கள் செய்வான். பெண்ணொருத்தியின் கையையும் வாளால் வெட்டினான். சாராயம் விற்பான். கம்யூனிஸ்ட் கட்சிக்கொடியை சாயாது காப்பாற்றியவனும் அவன்தான். அவன் நேசிக்கிறவர்களிடமும் மரியாதை கொள்கிறவர் களிடமும் அன்பாகவும் வாஞ்சையுடனும் இருப்பான். அவனிடம் பயமற்றுப் பேசுகிற பெண்கள் இருந்தனர். அவன் அடிக்கடி சிறைக்குப்போய்விட்டு ஒரு வீரனின் பெருமிதத்துடன் வருவான். பிறர் ஏதோ காரணத்துக்காக அவனை வெட்டிக்கொன்றபோது எனக்குத் துக்கமாகவும், பயமாகவும், கிலியாகவும் இருந்தது. அவன் நல்லமனிதன் அன்பானவன் என்கிற ஞாபகமே இன்னும் எனக்குள் இருக்கிறது.

அப்படி ஒரு காலம், அப்படி ஒரு பிறவி கதையில் வரும் மல்லனைப் போன்ற நிறைய மல்லன்களில் அவனும் ஒரு மல்லன். அவனை ஜி. நா. மறுபடி கண்டுபிடித்துச் சொன்னது எனக்கு ஆறுதலாக இருந்தது.

ஜி. நாகராஜன் சொன்ன யாரோ முட்டாள் சொன்ன கதை லூஸ் மணியும் அப்படித்தான். அவன் ஞானி மாதிரித்தான் எனக்குப்படுகிறான். அளகரும் தெய்வம் மாதிரிப்படுகிறான். பாக்கியத்தின்மீதும் பரமனின்மீதும் கோபப்படவே முடியவில்லை. இல்லாமல்போன காட்டுக்காக மனம் அவஸ்தையுறுகிறது. லூஸ்மணி கொலைசெய்யாதிருக்க முடியும் என்றும் தோன்றவில்லை. அவரவர்க்கென்று அவரவர் செயலுக்கும் மனவளர்ச்சிக்கும் நிறைய சமூகக்காரணங்கள் பின்னணிகள் உள்ளன. யாரைநோவது? கலைஞன் படைப்பில் இதைத்தவிர வேறெதைத்தான் சாதிக்க வேண்டியிருக்கிறது?

.நாகராஜன் கதைகள் இரண்டு விடயங்களுக்காக முக்கியத்துவம் பெறுகிறது. நாகராஜன் தனது படைப்புக்களில் விளிம்புநிலை மக்களின் வாழ்வை மத்தியதரவர்க்கம் சார்ந்த இந்திய வைதீக மனோநிலையினின்று இலட்சியப்படுத்திக்கொள்ளாமல் அவர்தம் வாழ்வின் உன்னதத்தையும் அதனடியில் மறைந்திருக்கும் துக்கத்தையும் வெளிப்படுத்தியுள்ளார். பாலுறவு வன்முறையென்ற இயல்புணர்வுகளையும் அறவியல் ஒழுக்க

மதிப்பீடுகளையும் மீறிநின்று பார்த்து நிலவும் மதிப்பீடுகளை மறுமதிப்பீட்டுக்கள்ளாக்கியிருக்கிறார்.

நாகராஜனின் வாழ்வுக்கும் எழுத்துக்கும் அவரது எழுத்தை முன்வைத்து அவரைமட்டும் கொண்டாடும் இந்திய வைதீக மனோ நிலைக்கும் உள்ள உறவு, வரலாற்றுரீதியில் ஆய்வு செய்யப்பட வேண்டும். தொட்டாற்சுருங்கி மனப்பான்மை 'தனிநபரைப் பார்க்காதே' போன்ற பார்வைகள் இதற்குப் பயன்படாது.

மிகுந்த சர்ச்சைக்குள்ளான மத்தியதரவயது ஆண் - சின்னஞ் சிறு சிறுமிக்கு இடையிலான உறவை மையமாகக்கொண்ட லோலிடா நாவலை எழுதிய விளாதிமிர் நபக்கோவின் வரலாறு எழுதப்பட்டுள்ளது. தனக்கிருந்த எய்ட்ஸ் வியாதியை தன் நண்பர்களுக்குக் கொடுத்ததாகச் சொல்லப்பட்ட பூக்கோவின் வரலாறு எழுதப்பட்டுள்ளது. சமபாலுறவாளரான ஜெனேவுக்கும் அவரது அராபிய காதலருக்கும் இருந்த வரலாறு எழுதப்பட்டுள்ளது. தூக்கத்தில் நடக்கும் வியாதிகொண்டவரும், மனைவியைக் கொன்றதாக குற்றம் சாட்டப்பட்டவருமான மார்க்ஸீய அமைப்பியலாளர் அல்தூசரின் வரலாறு எழுதப்பட்டுள்ளது. மிகச் சங்கடமான விசயங்கள் எனத் தமிழ்ச் சமூகம் கருதும் எழுத்தாளர்பற்றிய பிரச்சினை மேற்கில் வெளிப்படையாக எழுத்தில் முன்வைக்கப்படுகிறது. இதன்மூலம் எழுத்துக்கும் எழுத்தாளனுக்கும் அவன் வாழநேர்ந்த சூழலுக்குமான பல்வேறு உறவுச்சிக்கல்கள் கோட்பாட்டுப் பிரச்சினைகள் துலக்க முற்றிருக்கின்றன.

தமிழில் தயக்கமின்றி அப்படிப்பட்ட காரியங்கள் நடந்தேற வேண்டியிருக்கிறது. புதுமைப்பித்தன், ஜி. நாகராஜன், தர்மோ அரூர்ஜீவராம், ஆத்மாநாம், சிவரமணி போன்றோர் பற்றி அப்படியான வரலாற்று ஆய்வுகள் மேற்கொள்ளப்படவேண்டும். எழுத்தாளனுக்கும் தமிழ்ச்சமூக வாழ்வில் பாலியல், தற்கொலை, வன்முறை, வறுமை போன்றவற்றிற்கும் தொடர்புள்ள அவனது எழுத்துக்குமான இடைவெளிகள் அப்போது துலக்கமுறும். நமது பிரம்மைகளும் சிலவேளை தகர்ந்து போகக்கூடும். புதிய தரிசனங்களும் அப்போது தோன்றலாம். வழிபாடுகளைக் கட்டமைப்பதை விடவும் நம்மை உடைத்துக்கொள்வதுதான் நம்மை சுதந்திரம் நோக்கிய விடுதலை உணர்வுக்கு இட்டுச்செல்லும். நாகராஜனின் படைப்புகள் நமக்கு இறுதியாகச் சொல்வது இதுவாகத்தானிருக்கும்.

13

போர்னோகிராபி இலக்கியம் – பீடபைல்

ஐரோப்பியச் சமூகங்களில் குழந்தைகளுக்கு எதிரான பாலுறவுக் குற்றங்கள் குறித்த விழிப்புணர்வு அதிகரித்து வந்திருக்கிறது. அத்தோடு பீடபைல்கள் பற்றிய விவாதமும் மிக முக்கியமான இடத்தைப் பெற்று வருகிறது. பிரான்ஸில் தமிழ்ப் பெண்குழந்தையன்று இவ்வகையில் கொல்லப்பட்டதன் வேதனை அலைகள் நம் நினைவை விட்டு அகலவில்லை. குழந்தைகளுக்கு எதிரான பாலியல் வன்முறைக் குற்றங்கள் இங்கிலாந்தில் அதிகரித்ததை அடுத்து, ஒரு பெண் பத்திரிகையாளர் மேற்கொண்ட முயற்சியைத் தொடர்ந்து பீடபைல்களுக்குப் பொதுமக்களே தண்டனை வழங்கக்கூடிய அளவுக்கு நிலைமை உருவானது. அவசரத்தில், சந்தேகிக்கப்பட்ட சில அப்பாவிகளும்கூட அடிக்கப்பட்டார்கள். இதனைத் தொடர்ந்து மனித உரிமையாளர்களும் தாராளவாதிகளும் பத்திரிகையாளரின் தன்னிச்சையான நடவடிக்கையைக் கண்டித்தார்கள்.

இந்த விவாதங்களின்போது ஒரு விஷயம் தெளிவாக வலியுறுத்தப்பட்டது - குழந்தைகள்மீது பாலுறவுக் குற்றம் புரிபவர்களை உளவியல் சிகிச்சைக்கு அனுப்ப வேண்டும் என்பதுதான் அது. குழந்தைகள்மீது பாலியல் குற்றம் புரிபவர்களை உளவியல் சமநிலை கொண்டவர்களாக இந்த மனித உரிமையாளர்கள், தாராளவாதிகள் எவரும் ஒப்புக்கொள்ளவில்லை என்பது கவனத்துக்குரியது.

பாலியல்பு குறித்த தீவிரக் கலைக்கும், போர்னோகிராபிக்கும் இடையிலான படைப்பியல் நோக்கிலான எல்லை குறித்த

பிரச்சினை, குழந்தைகள் மீதான பாலியல் வன்முறை குறித்து உலக அளவில் ஏற்பட்டு வரும் விழிப்புணர்வு மற்றும் அந்த வன்முறையாளர்களின் தந்திரோபாயங்கள் குறித்த உளவியல் பகுப்பாய்வு, தேசியம் குறித்த கருத்தியல் மரணம், விமர்சன விழிப்பு அழிந்த நிலை, போர்னோகிராபியில் கரைகிற பரிதாபம் என்ற அவல நாடகம் குறித்த விவாதம்,பாலியல் தொழிலாளர்கள், திருடர்கள், மின்கம்பக் கொலைகள் குறித்து விமர்சனரீதியான, சரக்குவகை வழிபாட்டுக்கு எதிரான அறவியல் விசாரணை, உன்னத சங்கீதம் என்று தன்னைக் கோரிக்கொள்ளும் போர்னோகிராபி எழுத்து பற்றிய, ஒரு பீடபைலின் உளவியலை சரக்கு வழிபாடாக்கும் பிரதி பற்றிய பதிவுகள் என போர்னோகிராபிக்கும் போலித் தலித்தியத்துக்கான அபத்த உரிமைகோரலுக்கும் இடையிலான உறவைக் குறித்து சில அடிப்படைகளை விவாதிப்பது இந்தக் கட்டுரையின் நோக்கம்.

பாலுறவைச் சித்தரித்த இலக்கியங்களில் பெரும் அதிர்ச்சியை உருவாக்கிய இரண்டு நாவல்கள் டி.ஹெச். லாரன்ஸின் லேடி சாட்டர்லிஸ் லவர் மற்றும் விளாதிமிர் நபக்கோவின் லோலிடா. சிந்திப்பவர்களிடையே மிகப்பெரும் சர்ச்சைகளைத் தோற்றுவித்த இரண்டு உலகத் திரைப்படங்களைச் சொல்ல வேண்டுமானால், ஒன்று ஜப்பானிய இயக்குனர் நகிசா ஒஸிமாவின் அய்டோ கோரா, மற்றொன்று, பெர்னார்டோ பெர்ட்டலூசியின் லாஸ்ட் டேங்கோ இன் பாரீஸ்.

1958-ல் வெளியான நபக்கோவின் லோலிடா நாவல், 1962இல் சிறந்த கலைஞனான ஸ்டான்லி குப்ரிக்கால் திரைப்படமாக உருவானது. அதே கதை பேடல் அட்ராக்ஷன் போன்ற கமர்ஷியல் படங்களை எடுத்த அட்ரியன் லினால் 1997-ல் எடுக்கப்பட்டது. லேடி சாட்டர்லிஸ் லவர் நாவல், பிரெஞ்சு ஸாப்ட் போர்னோகிராபி நடிகையும் இம்மானுவெல் என்ற தொடர்நீலப்படங்களின் நாயகியு மான ஸில்வியா கிறிஸ்டல் நடிக்க, 1981-ல் ஜஸ்ட் ஜேக்கினால் திரைப்படமாக எடுக்கப்பட்டது. அதன் இன்னொரு வடிவம் 1993 - ல் ஆங்கில இயக்குனர் கென் ரஸ்ஸலால் எடுக்கப்பட்டது.

லேடி சாட்டர்லிஸ் லவர் நாவல் அதன் அடிப்படையில் மன முதிர்ச்சி பெற்ற ஆண்கள் பெண்களுக்கு இடையில் நடைபெறும் திருமணம் மீறிய பாலுறவை மிக வெளிப்படையாகச் சித்தரித்தது. அன்று நீதித்துறையின் கண்டிப்புக்கும் தணிக்கைக்கும் உள்ளான இந்த நாவல், இன்று

மேற்கத்திய சமூகத்தில் அன்றாடம் நிகழும் பிரச்சினையைச் சித்தரிக்கும் ஒரு சாதாரண நாவலாக ஆகிவிட்டது. அய்டோ கோரா' படம் போர்க்காலங்களின் வன்முறைக்கும் ஜப்பானிய கெய்ஷா விடுதிக் கலாச்சாரத்தின் மட்டுமீறிய பாலுறவு வேட்கைக்கும் இடையிலான சிக்கலை வரலாறு மற்றும் உளவியல் பின்னணியில் ஆய்வு செய்ய முற்பட்டது. அதன் இயக்குனர் ஒஸிமா உலகப் புரட்சிகளை ஆதரித்த மார்க்ஸிஸ்ட் புரட்சியாளராகவும் திகழ்ந்தார். மனமுதிர்ச்சி பெற்ற ஆண்கள் பெண்களுக்கு இடையில் நிகழும் பாலுறவு குறித்த மிக நேரடியான சித்தரிப்புகள் இப்படத்தில் இடம்பெற்றன.

இந்த நாவல்களும் படங்களும் சிந்திப்பவர்களிடம் எழுப்பிய கேள்விகள் சமூக அறவியல் சார்ந்தவை. இவை மனமுதிர்ச்சி பெற்றவர்களின் பாலுறவு வேட்கைகள் மற்றும் பிரச்சினைகள் தொடர்பானவை. லேடி சாட்டர்லிஸ் லவர் நாவலில் சொல்லப்படும் பாலுறவு வேட்கையையும், மீறலையும் வர்க்கக் கண்ணோட்டத்தில் மிக எளிதாக விளங்கிக்கொள்ள முடியும். டி.ஹெச். லாரன்ஸின் தொழிலாளி வர்க்க வாழ்வனுபவத்தையும் அவரது பெற்றோர்க்கிடையிலான உறவுகுறித்த அவரது விமர்சன உணர்வையும், கோபத்தையும் அவரது பாலுறவுச் சித்தரிப்புகளில் காண முடியும். அவரது தாய் மேல்நடுத்தர வர்க்கத்தைச் சேர்ந்தவர். தந்தை தொழிலாளி வர்க்கத்தைச் சேர்ந்தவர். அவரது தாய் தன் கணவரை வாழ்நாள் முழுதும் உதாசீனப்படுத்தி வந்திருக்கிறார். விக்டோரியன் சமூகத்தின் இரட்டைநிலை மதிப்பீடுகள் மீதான மிக மூர்க்கமான தாக்குதலைத்தான் அந்நாவலில் நாம் பார்க்கிறோம். ஐரோப்பியச் சமூகத்தில் மிக அதிகமான போர்னோகிராபி எழுத்துக்கள் விக்டோரியன் மதிப்பீடுகள் நிறைந்த காலத்தில்தான் வந்தன. ஆட்சி செலுத்திய வம்சத்தவரின் பாலுறவு விகாரங்கள் அன்று தலைவிரித்தாடின. அதே வேளையில் மேட்டுக்குடி வர்க்கம், வம்சத்துக்குள்ளாக தூய பாலுறவை வலியுறுத்தியவர்களாகவும் அவர்களே இருந்தார்கள். இந்தப் பின்னணியில்தான் வர்க்க வேறுபாடுகளைக் காறியுமிழ்ந்து, பெருகும் உக்கிரமான உடலுறவையும் அதிலிருந்து விளையும் காதலையும் அழுத்தமாகச் சித்தரித்தார் லாரன்ஸ்.

நபக்கோவின் லோலிடா நாவல் எழுப்பிய பிரச்சினைகள் வித்தியாசமானவை. அதன் முதன்மைப் பாத்திரம் ஐம்பது வயது கடந்த ஓர் ஆண். பெண் பாத்திரம் பதிமூன்று வயதேயான குழந்தை. இவர்களுக்கு இடையில் ஏற்படும்

பாலுறவை ஆண் பார்வையில் இருந்து, கனவானாக வாசகர் மனதில் தோற்றம் தருகிற ஓர் ஆணின் பார்வையில் இருந்து விவரித்தது இந்நாவல். அத்தகைய உறவினால் அந்த ஆணின் மனதில் ஏற்படும் குற்றவுணர்வு, சந்தேகங்கள், தற் சார்பான வாதங்கள், அந்த உறவின் காரணங்களைக் கண்டடைய அவன் மேற்கொள்ளும் முயற்சிகள், சந்தோஷங்கள், துயரங்கள் என அனைத்தையும் ஒரே தளத்தில் சித்தரித்தது என்பது அந்த நாவலின் மிக மிகக் குறிப்பிடத்தக்க அம்சமாகும்.

வேறுபட்ட உணர்வுநிலைகளையும் உளவியல் நெருக்கடி களையும், உளவியல் தன்மையிலான மொழியில் இந்நாவல் விவரித்ததே அல்லாமல், ஆண் பெண் உறுப்புகள்சார்ந்த களியாட்டங்களைக் காட்சிப்படுத்தி விகாரப்படுத்தும் மொழிநடையில் சித்தரிக்கவில்லை. உறுப்புகள் சார்ந்த விஷயங்களைச் சித்தரிப்பதென்பது, வணிகநோக்கம் கொண்ட கிளர்ச்சிநோக்கம் கொண்ட போர்னோகிராபிப் பண்பு என்று இந்நூலின் பின்னுரையில் நபக்கோவும் கூறியிருக்கிறார்.

உடல்சார்ந்த நெருக்கடிகளை உளவியல்மொழியில் வெளிப்படுத்துவது என்பது, இலக்கியத்தின் பண்பாக இருக்க, உறுப்புகள் சார்ந்த களியாட்டங்களை விவரிப்பது போர்னோகிராபியின் பண்பாக இருக்கிறது. பாலுறவு அனுபவத்தை ஒருவர் தனக்குள் செயற்கையாக உருவாக்கிக் கொள்ளத் தேவைப்படும் கிளர்ச்சியை ஊட்டுவதே போர்னோகிராபியின் நோக்கமாக இருக்கிறது. பாலுறவு இங்கே ஓர் இயல்பனுபவமாக ஆவதில்லை, சரக்கைப் போன்ற ஜடத் தன்மையை அது அடைகிறது எனும் நபக்கோவ், இவ்வகையில் தன் எழுத்துக்கும் போர்னோகிராபி எழுத்துக்கும் இடையிலான வேறுபாட்டை மிகத் தெளிவாகக் குறிப்பிடுகிறார். சமூகத்தில் நிகழ்ந்து கொண்டிருக்கும் ஆபத்தானதொரு போக்கை இந்நாவலின் பாத்திரங்கள் சுட்டுகின்றன என்று இந்நாவலுக்கு முன்னுரை எழுதியவரும் நாவலில் ஒரு பாத்திரமாக வருபவருமான ஜான் ரே குறிப்பிடுகிறார்.

சமூகம் பெற்றுக் கொள்வதற்கான ஒரு பொதுப் பாடம் இந்நாவலில் இருக்கிறது சாத்தியமான எதிர்கால பயங்கரம் இந்நாவலில் இருக்கிறது பாதுகாப்பான உலகில் ஒரு நல்ல தலைமுறையை உருவாக்க நம்மைச் சிந்திக்கத் தூண்டுகிறது உளவியல் ஆய்வுக்கு மிக அவசியமானதாக இந்நாவல் இருக்கிறது. கதை நாயகன் ஒரு பாலுறவு

வெறியன் என்பதைக் காட்டி, நாகரிகமான சமூகத்தை உருவாக்கக்கூடிய மதிப்பீடுகளை உருவாக்குவதற்கு இந்நாவல் நமக்கு வழிகாட்டும் என்றும் அவர் கூறுகிறார்.

ஸ்டான்லி குப்ரிக்கின் லோலிடா படத்திலும் பதிமூன்று வயதுப் பெண்குழந்தையின் உடலுறவைச் சித்தரிக்கும் காட்சிகளோ காமிராக் கோணங்களோ இல்லை. அட்ரியன் லினின் லோலிடாவில் அந்தப் பதிமூன்று வயதுக் குழந்தை புஷ்டியான அமெரிக்கக் கிளர்ச்சி கொண்ட இளம் பெண்ணாகிறாள். அவள் உடல் மீதான குளோசப் காட்சிகள் காமிராக் கோணங்கள் ஆகின்றன. ஸில்வியா கிறிஸ்டல் நடித்த லேடி சாட்டர்லிஸ் லவர் போர்னோகிராபிப் படமாகிறது. பெண்கள் பற்றி மிகக் கேவலமான அபிப்பிராயமும் சித்தரிப்பும் கொண்ட கென் ரஸ்ஸலின் படமும் போர்னோகிராபித் தன்மையைத்தான் பெறுகிறது. அதே வேளை, வெளிப்படையாக பாலுறவைச் சித்தரித்தாலும் கூட, உளவியல் அதிர்ச்சிகளைக் கொண்டனவாக பெர்ட்டலூசி மற்றும் ஓஸிமாவின் படங்கள் இருக்கின்றன.

விக்டோரியன் மதிப்பீடுகளுக்கு லேடி சாட்டர்லிஸ் லவர் தந்த அதிர்ச்சி இன்று மறைந்துவிட்டது. திருமணம் மீறிய பாலுறவு, வர்க்கம் கடந்த பாலுறவு என்பதெல்லாம் இன்று சாதாரணமாகிவிட்டது. மேற்கில் அந்நாவலின் சமூகப் பொருத்தப்பாடு என்பது இன்று தேய்ந்து போய்விட்டது. லோலிடா பேசிய விஷயங்கள் இன்றளவும் பிரச்சினைக்குரியனவாகவே இருக்கின்றன் 1997 - ல் கூட அது படமாக்கப்பட்டிருக்கிறது. குழந்தைகள் மீதான பாலுறவுக் குற்றங்கள் பெருகிவிட்ட இன்றைய சூழலில் லோலிடா மிகவும் பொருத்தப்பாடு கொண்டதாகவே இருக்கிறது.

குழந்தைகளோடு பாலுறவு கொள்ள நினைக்கும் மேற்கத்தியர்களில் நிறையப்பேர் இன்று மூன்றாம் உலக நாடுகளுக்குத்தான் செல்கிறார்கள். பிலிப்பைன்ஸில் பெண்குழந்தைகள் விபச்சாரத்தில் ஈடுபடுத்தப்படுவதும், இலங்கையில் ஆண்குழந்தைகள் ஓரினப் புணர்ச்சியில் ஈடுபடுத்தப்படுவதுமான கொடுமைகள் இன்று உலகின் மனசாட்சியை உலுக்கி வருகின்றன. இந்தப் பின்னணியில் லோலிடா இன்றளவும் விவாதிக்கப்பட வேண்டியதாக இருப்பதைப் புரிந்து கொள்ள முடிகிறது.

அந்நாவல் 1950-60களில் விசாரணைக்கு எடுத்துக் கொண்ட அறவியல், உளவியல் மற்றும் சமூகவியல் சார்ந்த

பிரச்சினைகள் இன்று பூதாகரமான சமூக பயங்கரங்களாகவும் கொலைகளாகவும் வளர்ந்திருக்கின்றன.

பாலுறவுச் சித்தரிப்பில் எது படைப்புத் தன்மை கொண்டது, எது போர்னோகிராபித் தன்மை கொண்டது என்று பிரித்தறிய வரலாறு நெடுகிலும் எழுத்துக்களும் படங்களும் காணக் கிடைக்கின்றன. போர்னோகிராபி குறித்த விவாதங்களுக்கு மேற்கில் ஒரு நீண்ட மரபு இருக்கிறது. ஸ்டான்லி குப்ரிக்கின் கிளார்க் கெவார்க்க ஆரஞ்ச் படத்தை பிரிட்டிஷ் தணிக்கை அமைப்பு தடை செய்தது. ரொமான்ஸ் எனும் படத்துக்கு எந்த நிபந்தைனையும் வெட்டும் இல்லாமல் சான்றிதழ் வழங்கியது. வன்முறையான பாலுறவு, குதப் புணர்ச்சி என்று காட்சிகளைக் கொண்ட அப்படத்தை இயக்கியவர் ஒரு பெண்.

படைப்பியல் கேள்விகள், விவாதங்கள் பற்றியெல்லாம் எந்தக் கவலையும் இல்லாமல், முற்றிலும் சுதந்திரமான முறையில் இன்னோர் உலகம் இயங்கிக் கொண்டுதான் இருக்கிறது. காமக் கிளர்ச்சியூட்டுவதையே முழு நோக்கமாகக் கொண்டு உலகெங்கும் செயல்பட்டுவரும் போர்னோகிராபிப் பட உலகம்தான் அது. உங்களுக்குக் கிளர்ச்சி, எங்களுக்குப் பணம் என்ற தூய வணிக நோக்கம் அல்லாது வேறு எந்தப் போலித்தனங்களும் இவ்வகைப் படங்களுக்கு இல்லை. இப்படைப்புகளைத் தயாரிப்பவர்கள் எவரும் தம்முடையவை கலைப் படைப்புக்கள் என்று கோரிக் கொள்வதில்லை.

அறுபது எழுபதுகளில் பெங்களூர் சரோஜாதேவியின் போர்னோகிராபிக் கதைகளைப் படித்துவிட்டுக் கிளர்ச்சி பெறாதவன் எவனுமேயில்லை எனச் சொல்லலாம் (வயதைச் சொல்லவில்லை, ஆண்டுகளைச் சொல்கிறேன்). பிற்பாடு எண்பதுகளில் இருந்து இன்றுவரை இத்தகையதொரு எழுத்து வகை வெகுஜன தளத்தில் நிலவித்தான் வந்திருக்கிறது. மூக்குத்தி' பத்திரிகையிலிருந்து விருந்து வரை இதற்கு சாட்சியங்கள் இருக்கின்றன. இந்துநேசன், சிவப்புநாடா என்று மஞ்சள் பத்திரிகைக் கலாச்சாரம் இருந்தே வந்திருக்கிறது. புஷ்பா தங்கதுரை, பிரேமலதா, பாலகுமாரன் என்று பாலுறவுக் கிளர்ச்சி எழுத்துக்கள் இருந்து வந்திருக்கின்றன. புஷ்பா தங்கதுரையின் சிவப்பு விளக்குக் கதைகளுக்கு ஜெயராஜ் போட்ட சித்திரங்களை பிக்காஸோ பெயருடன் போட்டால் எவனாவது அதை உன்னதக் கலை என்று சொல்வானா? ஆங்கிலத்தில் பிளேக் லேஸ் எனும் பதிப்பகம் வெளியிடும் போர்னோகிராபிப் புத்தகங்கள் இன்று வெகுஜனத் தளத்தில்

இலட்சக் கணக்கில் விற்கக் கூடியனவாக இருக்கின்றன. அமெரிக்காவில் ஹை ரிஸ்க் எனும் பெயரில் வரும் புத்தகங்களும் இத்தகையவைதான்.

இந்தப் புத்தகங்கள் எழுதுபவர்கள் யாரும், தாம் எழுதுபவை இலக்கியம்சார்ந்தவை என்றோ, தமது எழுத்து இலக்கியம், தாம் செய்வது சமூகப் புரட்சி, நிறவாதத்துக்கு எதிரானது, வர்க்க ஒடுக்கு முறைக்கு எதிரானது, தலித்தியம் சார்ந்தது, அதிகாரத்துக்கு எதிரானது, சின்னக் கதையாடல்கள் என்றெல்லாம் கோரிக் கொள்வதில்லை. உலகில் எந்த நாட்டில் எந்த மொழியில் எழுதினாலும் அதிர்ச்சி தருவதன் மூலம் கவனம் பெறுவதும், சமூகத்தில் இடம் கோருவதும், அதன் மூலம் இலாபம் பெறுவதும்தான் தமது நோக்கம் என்பதில் அவர்கள் தெளிவாக இருக்கிறார்கள்.

இன்றைய தாராளவாத சமூகத்தில் போர்னோகிராபி என்பது அங்கீகரிக்கப்பட்ட மிகப் பெரும் வணிகச் சரக்காகி விட்டது. அதற்கென்றே தனித் தொலைக்காட்சிச் சேனல்கள், பாலுறவுச் சிந்தனையாளர்கள், விமர்சகர்கள், நட்சத்திரங்கள் இருக்கிறார்கள். உலகளவில் நீலப்பட விழாக்களும் நடைபெறத் தொடங்கி விட்டன. கிளர்ச்சியூட்டுவதற்கென்று பாலுறுப்பு சார்ந்த விஷயங்களை விவரிக்கும் எந்த எழுத்தும் இலக்கியம் ஆகாது. தங்கள் எழுத்துக்கள் போர்னோகிராபிதான் என்று அவ்வாறு எழுதுபவர்கள் நாணயமாக ஒப்புக் கொள்கிறார்கள். இன்னும்கூட இத்தகைய எழுத்துக்களில் வயது வந்த, மனமுதிர்ச்சியடைந்த மனிதர்களே தங்கள் சொந்த விருப்புடன் அச்செயல்களில் ஈடுபடுவதாக விவரிக்கப்படுகிறது. குழந்தைச் சித்தரிப்புகளையும் அவர்கள்மீது மேற்கொள்ளப்படும் பாலுறவு விகாரங்களையும் போர்னோகிராபித் தொழில் சார்ந்தவர் களே தவிர்க்கிறார்கள்.

மனித சமூகத்தின் நாகரிகம் கருதி, குழந்தைகள் மீதான பாலுறவு விகாரங்களை குற்றச் செயல்களாகவும் தண்டனைக்குரியனவாகவும் மேற்கத்தியம் கருதுகின்றன. குழந்தைகளின் சம்மதம் என்பதை அவர்கள் ஏற்றுக் கொள்வதில்லை மனமுதிர்ச்சியற்ற குழந்தைகளை ஏமாற்றி மயக்கி ஆட்கொள்ளும் தந்திரப் பொறுக்கித்தனமாகவே எடுத்துக் கொள்கிறார்கள். போர்னோகிராபியை அங்கீகரிக்கும் தாராளவாதிகள்கூட குழந்தைகள் மீதான பாலுறவு வேட்கைகளைக் கடுமையாகவே எதிர்கொள்கிறார்கள். அமெரிக்கா போன்ற நாடுகளில் இக்குற்றம் புரிபவர்கள்

ஆயுள் தண்டனைக்கு உள்ளாகிறார்கள். இங்கிலாந்தில் மனிதர்கள் நடமாடும் இடங்களில் இருந்து நிரந்தரமாகப் பிரித்து வைக்கப்படுகிறார்கள். இவர்கள் உளவியல் ஆய்வுக்கு உட்படுத்தப்பட வேண்டியவர்கள், பரிதாபத்துக்கு உரியவர்களோ படைப்பாளிகள் என்று அங்கீகரிக்கத் தக்கவர்களோ அல்ல.

தேசியத்துக்கு எதிரான, தலித்தியத்துக்கு ஆதரவான, ஒடுக்கப்பட்ட சின்னக் குரல்களின் தொகுப்பு என்று தன்னைக் கோரிக் கொள்கிறது சனதரும்போதினி தொகுப்பு. சாநியின் போர்னோகிராபி (சின்னக் கதையாடல் அல்ல, சின்னத்தனமான கதையாடல்) மற்றும் குழந்தை மீதான பாலுறவுக் குற்றத்தன்மை கொண்ட எழுத்தில் இத்தகைய கோருதல்களுக்கான எந்த நியாயத் தையும் காண முடியவில்லை. இந்த இடத்தில் மிகப் பெரிய அவலம் ஒன்றைச் சுட்டிக்காட்ட வேண்டியிருக்கிறது. தமிழீழப் போராட்டத்தில் நிகழ்ந்த மனித உரிமை மீறல்களின் பொருட்டும், தேசியம் பாசிசத் தன்மையை எட்டியதன் பொருட்டும் அதை நிராகரிப்பதாகக் கூறிக்கொள்ளும் இவர்களது இந்தத் தொகுப்பில், அவ்வாறான புரட்சிக்குப் பிந்தைய சமூகங்கள் பற்றிய ஆய்வுகள் எவையும் இல்லை. 'சும்மா' மார்க்சியம் என்று இவர்கள் சோம்பேறித்தனமாக நிராகரிக்கின்ற சோசலிசத்துக்குப் பின்னான சமூகங்களில் நடைபெற்றுவரும் விவாதங்கள், அனுபவங்கள்பற்றி எதையும் பதியவில்லை. நிராகரிப்புகளிலிருந்து, அந்தச் சமூக அனுபவங்களிலிருந்து தாம் கண்டடைந்திருப்பதாக இவர்கள் கோரிக் கொள்வதெல்லாம் போலித் தலித்தியமும், யோனி மந்திரமும்தான். எந்த அதிகார பீடங்களை எதிர்த்து இவர்கள் போராடுவதாகக் கோரிக் கொள்கிறார்களோ, அதே நரகல் குழிகளுக்குள் இவர்கள் வீழ்ந்துகிடப்பது ஒரு முரண்நகை மட்டுமன்று, ஒரு மகத்தான அவல நாடகமும் ஆகும்.

எல்லா சனாதன வேளாளப் பழக்கங்களையும் தமது சொந்த வாழ்வில் கடைப்பிடிக்கிற இவர்கள், அவற்றுக்கு எதிராக எழுத்தளவில் மட்டுமே பாவ்லா காட்டுவது வேடிக்கையானது. இவர்களது தேசிய எதிர்ப்பு விமர்சனமும் போர்னோகிராபியும் எந்த அடிப்படையில் ஒரே தளத்தில் சந்திக்கின்றன என்பதை இவர்கள் நிறுவ முயல்வது நல்லது. பொதுவாக, பின்நவீனத்துவவாதிகள் புரட்சிபற்றி நிறையப் பேசுவார்கள், சமூக மாற்றத்தில் ஈடுபடுவதாகப் பாவ்லா காட்டுவார்கள், நிறையப் பெயர்களை உதிர்ப்பார்கள். அதிகார நிறுவனங்களை

எதிர்த்து ஒரு மசிரும் புடுங்க மாட்டார்கள். அறுதியில் தனிநபர்த் திமிரும், தனிநபர்வாதமும் சொந்த இருத்தலும் தான் இவர்களது பிரச்சினைகளாக இருக்கும். இவர்களது அதிதீவிர இடதுசாரிவேடம் முடிவில் அதிதீவிர வலதுசாரி மேடையில் போய் நிற்கும். சே குவேரா பெயரை உதிர்ப்பதும், ஸ்டீபன் ஹாக்கின்ஸை முட்டாள்தனமாக ஒப்பிடுவதும், பெரியாரியத்தை இலக்கியத்துக்குக் கடத்துகிறேன் என்பதும், முடிவில் அப்பட்டமாக குழந்தைகள் மீதான குற்றம் என்று போர்னோகிராபித் தொழில்முறையாளர்களே ஒதுக்கிவிடும் குழந்தை போர்னோகிராபியில் போய் நிற்பதும் இவர்களது தனித்தன்மைகள்.

பெண் உறுப்பை வழிபடுவதும் அவளது திரவங்களை ருசிப்பதும் பெண்ணைப் பெருமைப்படுத்தும் தமது தனித்தன்மை என்று மயக்கம் காட்ட விழைவார்கள். துரதிருஷ்டம் என்னவென்றால், மூத்திரம் குடித்தவர் இந்தியப் பிரதமராகவே இருந்திருக்கிறார். உறுப்புகள் குறித்து ரஜ்னீஷ் மேற்கொண்ட ஏராளமான சோதனைகள் பிற்பாடு அதிகார வர்க்க அமைப்பாக இறுகிப் போனது வரலாறாக இருக்கிறது. நிர்வாணக் கம்யூன்கள் குறித்துச் சோதனைகள் செய்த பல்வேறு ஆஸ்ட்ரிய மார்க்சிய அமைப்புகளில் நிலவிய பாலுறவுச் சுரண்டலும் அதிகார வர்க்க நிறுவன அமைப்புக் குறித்த விமர்சனங்களும் நிறைய இருக்கின்றன.

இது சித்தாந்தப் போலித்தனம் மட்டுமல்ல, இலக்கியப் போலித்தனமாகவும் முகம் காட்டுவதற்கான ஆதாரமாகவே இருக்கிறது இந்த போர்னோகிராபி எழுத்து. இக்கதை சாப்பினின் இசை பற்றிச் சிலாகிக்கிறது. கஸான்டாகிஸின் நாவல் பற்றிப் பேசுகிறது. ஒரு சந்தர்ப்பத்தில் காலச்சுவடு இதழுக்கு சாநி எழுதிய ஒரு கடிதத்தின் செய்தியான தான் எழுதிக் கொண்டிருந்த நாவலைப் பேசுகிறது. தனது சுய வரலாற்றுக்கும் புனைவுக்குமான இடைவெளியை மயங்க வைத்து தனது சொந்த அனுபவமாக கோரிக் கொள்கிறது. புத்த மதம் பற்றி, கிராமம் முழுதும் நிறைந்திருக்கும் தமிழ் விதவைகள் பற்றி, பாலியல் பலாத்காரம் செய்யப்பட்ட தமிழ்ப் பெண்ணைக் கண்டு மனம் மாறி புத்தத் துறவியாக மாறும் சிங்கள இராணுவத்தினன் பற்றிப் பேசுகிறது.

மிகவும் வேடிக்கை என்னவென்றால், இந்திய இராணுவம் தனது கர்ப்பிணி மனைவியைப் பாலியல் பலாத்காரம் செய்ததனால்தான் சிங்கள யோன் கொத்தலவாலா

இராணுவத்தில் சேர்ந்து தமிழர்களைக் கொல்கிறானாம். தமிழ் வீரர்கள் அவனது தாயையும் சகோதரியையும் கொல்கிறார்களாம்.

சாநி! சிங்கள இராணுவத்தினர் தமிழ் மக்களைக் கொல்வதற்கான இராணுவ உளவியல் என்ன அற்புதமாகக் கட்டமைக்கப்படுகிறது! என்ன அற்புதமான வரலாற்று ஞானம்! சாநிக்கு ஈழம் பற்றிய அறிவு புகட்டிய சுகனுடைய, ஷோபா சக்தியுடைய வரலாற்று ஞானம் நம்மை மெய்சிலிர்க்க வைக்கிறது. இத்தகைய வரலாற்றுப் பொய்களும், தத்திரங்களும் அயோக்கியத்தனத்தின் உச்சம். கஸான்டாகிஸின் நாவல்கள் இந்த நூற்றாண்டு மனிதனின் ஆன்மிக நெருக்கடி பற்றிய விசாரணைகள். அவரது லாஸ்ட் டெம்ப் டேஸன்ஸ் ஆப் க்ரைஸ்ட் ஒரு மகத்தான காவியம். இசைக்கு மனம் பறிகொடுக்கும் மேதையாக பாவ்லா வேறு! கஸான்டாகிஸின் ஆன்மிக உன்னதம் பற்றி உணர்ந்ததாகப் பேத்தல்! பௌத்த மேலாதிக்கத்தைப் புனிதப்படுத்தும் வரலாற்றுப் பொய் இது. தமிழ்ப் பெண் பலாத்காரப்படுத்தப்பட்டதைத் தான் கொடுமையாகப் பார்ப்பதாக கதைக்கு தீம் பேலன்ஸ் பண்ணும் தந்திரம் இது. முழுக்க முழுக்க மிக நேரடியான போர்னோகிராபிக் நோக்கம் கொண்ட சரோஜாதேவி எழுத்து வர்ணனை இது. இதை இலக்கியம் என்று சொன்னால் தினமலர் வாசகன் நம்பலாம். ஆங்கில, பிரெஞ்சு, பிற ஐரோப்பிய இலக்கிய வாசனையற்றவன் நம்பலாம். தேசியம் குறித்து, பின்புரட்சி குறித்து எந்தப் படிப்பும் அனுபவ உணர்வும் அற்ற எவனும் நம்பலாம். உலக இலக்கியத்தில் பரிச்சயமுள்ள, சமகாலப் போக்குகள் குறித்த அறிவுள்ள எவனையும் ஏமாற்ற முடியாது.

இந்தப் போர்னோகிராபிப் பிரதியின் நாயகனோ அல்லது பிம்பமோ அல்லது நிஜமாகக் கருதுகிற சாநி என்கிற பிரகிருதியோ எவனாயினும் அவன் ஒரு பீடபைல் - குழந்தைப் புணர்ச்சி நாட்டமுடையவன். குழந்தையை நைச்சியமாக ஏமாற்றுகிறவன். தான் செய்திருக்கக்கூடிய குழந்தை தான பாலுறவு அத்துமீறலை தாந்திரீக மந்திரவாதிபோல தாயே என விளித்து, உலகின் சகல ஜீவராசிகளது யோனிகளிலும் கலவி புரிவது ஒரே அனுபவம்தான் என்று கோருகிறவன் இவன். அது குழந்தையோ, கோழிக் குஞ்சோ, பொமரேனியன் நாய்க்குட்டியோ எதுவாயினும் ஒன்றே என்பதை இவன் அத்வைத நிலை என்றுகூடச் சொல்ல முயல்வான்.

துரதிருஷ்டம் என்னவென்றால், இந்தப் போர்னோகிராபரின் திரவ ருசிப்புச் சாதனையை இவரது ஸ்காண்டிநேவிய ஆசான்கள் ஏற்கெனவே நிஜமாகவே காட்சிரூபமாகவே நிகழ்த்தி விட்டார்கள். உடலின் திரவங்களை விவரிப்பது இலக்கியம் என்று ஏற்றுக்கொள்ள வேண்டுமெனில், திடக் கழிவுகளை ருசித்தபடி இந்தச் செயலை மேற்கொள்வதையும் சித்தரிப்பதையும் கூட இலக்கியம் என்று ஏற்றுக்கொள்ள வேண்டியிருக்கும். தமிழனைப் பிடித்த துரதிருஷ்டம், தேசியம் குறித்த விமர்சனமற்ற விழிப்பழிந்த மனம் இன்று போர்னோகிராபியில் போலித் தலித்தியமும் விடுதலைக் கருத்தியலும் பொதிந்திருப்பதாக நம்மை நம்பக் கோருகிறது. நம்மைப் பீடித்திருக்கும் அறிவுத் தரித்திரத்துக்கு இது ஒரு நல்ல சான்றாகும்.

இத்தொகுப்பில் நிச்சயமாகவே சில நல்ல தமிழக தலித்தியப் படைப்புகளும் இருக்கின்றன. சதை எனும் தய்.கந்தசாமியின் கதை ஓர் எடுத்துக்காட்டு. நபக்கோவும் லோலிடாவும் சாநியிடம்தான் படாதபாடு பட்டிருக்கிறார்கள் என்றால், சேனனிடமும் அவ்வாறே. அநேகமாக சனதரும்போதினித் தொகுப்பாளர்களின் தலைமையில் பெண்குழந்தைகளை பாலியல் பலாத்காரத்துக்கு உட்படுத்துவதற்கும் அல்லது அந்தப் பிஞ்சுகளிடம் கல்யாண ஆசை காட்டி பாலுறவு கொள்வதற்கும் ஓர் இயக்கம் தொடங்கப்பட்டாலும் ஆச்சரியம் இல்லை. (கல்யாண ஆசை காட்டிப் பாலுறவு கொள்வது சுலபம் என்பது சாதா தமிழ்க் கயவர்கள் மாதிரியே சாநிக்கும் தெரிந்திருக்கிறது. இன்னும் ஒரு சமாச்சாரம், இந்தப் பிரகிருதி தனது எல்லாக் கட்டுரைகளிலும், கதைகளிலும், நேர்முகங்களிலும் இந்த சனதரும்போதினித் தொகுப்புக் கதையில் உள்ளது போலவே அழகு, அழகு என்று சொல்லிக் கொண்டே இருக்கிறது. எல்லாவற்றையும் கட்டுடைக்கும் போலித் தலித்தியர்கள் இந்த அழகுச் சனியனையும் கொஞ்சம் கட்டுடைத்தால், நமது மண்டை சுக்கு நூறாக உடையாமல் காத்த பாக்கியமாவது அவர்களுக்குக் கிடைக்கும்.

சேனனின் கதையில், மார்த்தா ஸ்லாவ்ஸ்கியை அவளது ஒன்பதாவது வயதில் இந்தியப்பட்டேல் பலாத்காரப்படுத்துவதை மிகுந்த கோபத்துடன் விவரிப்பார் என நினைத்தால், அது அப்படி இல்லை. நபக்கோவையும் மார்த்தாவையும் சுட்டிக்காட்டி பெண் குழந்தைகளோடு உடலுறவு கொள்வது வரலாறு முழுக்க இருக்கிறது என நமக்கு

உபதேசம் செய்கிறார். பெங்குவின் வெளியீடொன்றின் 19 மற்றும் 20 ஆம் பக்கங்களின் சாராம்சம் என்று சேனன் சில விஷயங்களைத் தருகிறார். அப்புத்தகம் லோலிடா நாவல்தான். 1933 ஆம் ஆண்டு ஆங்கிலச் சட்டம் சனதரும்போதினியில் 1993 ஆம் ஆண்டு ஆங்கிலச் சட்டம் என்று அச்சாகியிருக்கிறது. இது மிகப் பாரதூரமான ஓர் அச்சுப் பிழை. சமகாலத்திலும் இங்கிலாந்தில் இவ்வாறான நடைமுறைதான் இருக்கிறது என இது அர்த்தம் தந்து விடக் கூடும்.

லோலிடா நாவல் வெளியான ஆண்டு 1958. மேலும் இவை நபக்கோவின் வார்த்தைகள் என்று நிச்சயமாகக் கூறிவிடவும் முடியாது. கதைநாயகனின் சுயசித்திரமாகத்தான் இந்நாவல் விரிகிறது. அவன்தான் இதைச் சொல்லிக் கொண்டு போகிறான். அந்தப் பதிமூன்று வயதுப் பெண்ணுடன், தான் பாலுறவு கொள்வதற்கான நியாயங்களை உருவாக்கிக் கொள்ள இம்மாதிரி வரலாற்றுச் சான்றுகளைச் சொல்லிச் செல்கிறான். ஷேக்ஸ்பியரின் ஜூலியட்டுக்கு ரோமியோவுடன் காதல் உண்டாகும்போது அவள் வயது 13. அதைக் காவியம் என்று ஒப்புக் கொள்கிறவர்கள், 13 வயதுப் பெண்ணுடன் 50 வயது ஆண் கொள்ளும் உறவை ஏன் கடுமையாக விமர்சிக்கிறார்கள் என்றெல்லாம் நாவலின் நாயகனுக்கு ஆதரவான விவாதங்களெல்லாம் முன்வைக்கப்பட்டிருக்கின்றன.

பெண்நிலைவாதிகளின் இலக்கியம்குறித்த அறிதல்களில் மிக முக்கியமானது, வரலாறு முழுதுமான இலக்கியங்களை மறு வாசிப்புக்கு உட்படுத்துவது என்பதுதான். லோலிடா பற்றிய அவர்களது அணுகுமுறை இவ்வாறு இருக்கிறது: பெண்கள் மற்றும் அவர்களது உடல்களின்மீதான ஆண்களின் அணுகு முறையில் இருந்து, அதில் இருந்து பெறப்படும் அவர்களின் மதிப்பீடுகளில் இருந்து, அந்த வழிப்பட்ட பார்வையில் இருந்துதான் பெண்களின்மீதான பாலுறவுரீதியிலான அவர்களது பார்வைகள் கட்டமைக்கப்படுகின்றன. இதற்கு ஷேக்ஸ்பியரும் விதிவிலக்கில்லை, நபக்கோவும் விதிவிலக்கில்லை.

1940-50களில் கன்ஸர்வேடிவ் கருத்துள்ள அமெரிக்க ஆண்களில் பலர் இன்செஸ்ட் என்று சொல்லப்படுகிற குடும்பத்துக்குள்ளான முறைமீறிய பாலியல் உறவுகளை மேற்கொண்டு வந்திருக்கிறார்கள். அதே வேளை, வெளியுலகுக்குப் பாலியல் புனிதத்தைப் போதித்து வந்திருக்கிறார்கள். அமெரிக்காவின் பரபரப்பான நிகழ்ச்சித்

தயாரிப்பாளரான ஜெர்ரி ஸ்பிரிங்கரின் நிகழ்ச்சி சொல்கிறது: அமெரிக்காவில் இன்று - இருபதாம் நூற்றாண்டின் இறுதியில் - தமது சொந்த மகள்களையே பாலியல் பலாத்காரத்துக்கு உட்படுத்திப் பின் கொன்றுவிட்டு அந்தப் பிணங்களை பிளாஸ்டிக் பைகளில் கட்டி குப்பைத் தொட்டியில் வீசிவிடுவது ஒரு பிரச்சினையாக இருக்கிறது. அந்த நிகழ்ச்சியில், தமது தகப்பன்மார்களின் குழந்தைகளையே பெற்று வளர்க்கிற சில பெண்குழந்தைகள் தமது சோகத்தைச் சொன்னபோது நெஞ்சே வெடித்துவிடுகிற வேதனை ஏற்பட்டது.

ஒரு வகையில், இத்தகையவர்கள் பற்றிய நையாண்டியாகவும் லோலிடா நாவலை சில விமர்சகர்கள் விளக்குகிறார்கள். குழந்தைகள் மீதான பாலுறவுவேட்கை கொண்டவர்கள் சமபாலுறவாளர்களாக இருப்பார்கள் எனும் கூற்றை இன்று வெளிப்படையாக வந்திருக்கும் சமபாலுறவாளர்கள் கடுமையாக மறுக்கிறார்கள். காரணம், குழந்தைகளோடு உறவு கொள்வதில் உள்ள அவலத்தை இவர்கள் உணர்ந்திருப்பதால்தான். இந்திய மரபிலும் தமிழகத்திலும் பால்ய விவாகத்தையும் முதியவர்கள் சிறு பெண்களை மணந்து கொள்வதையும் காட்டுமிராண்டித்தனமானது என்று விமர்சித்து வந்திருக்கிறோம். சேகர் கபூரின் பண்டிட் குயின் படத்தில் வாலிபனுக்கு மணமுடித்துக் கொடுக்கப்பட்ட சிறுமி பூலான்தேவியின் உடல் படும் வேதனையை நாம் உணர்ந்திருக்கிறோம்.

சிறுமிகளோடு உறவு கொள்பவர்களையும், குழந்தைகளைப் பாலியல் பலாத்காரத்துக்கு உட்படுத்துபவர்களையும் பற்றிய உளவியல் ஆய்வுகளில், இத்தகையவர்கள் சிறு வயதில் இவ்வாறான அனுபவங்களுக்கு உட்படுத்தப்பட்டவர்களாக இருந்திருப்பார்கள் என்ற காரணங்களும் சொல்லப்படுகின்றன. போர்னோகிராபி பற்றிய விவாதங்களில் கூட பெண்களின் மீதான பாலியல் வன்முறைக்கும் போர்னோகிராபிப் படங்களைப் பார்ப்பதற்கும் நேரடியான தொடர்பு இருப்பதாகச் சுட்டப்படுகிறது. போர்னோகிராபியை ஆதரிக்கிற பெண்நிலைவாதிகளும் உண்டு. உடலுறவு குறித்த மர்மங்களையும் பல்வேறு உடலுறவு சாத்தியங்களையும் பெண்களுக்கு இந்தப் படங்கள் தெளிவாக்குகின்றன என்பதால் அவற்றை வரவேற்க வேண்டும் என்பது அவர்கள் தரப்பு வாதமாக இருக்கிறது.

பாலுறவில் மிக வெளிப்படையான செயல்களை மேற்கொள்ளக் கூடிய மேற்கத்திய சமூகங்களிலேயே இத்தனை

விவாதங்கள் நடந்து வருகிற சூழலில், பாலியல் விழிப்புணர்வற்ற ஒரு சமூகத்தில், பாலுறவு குறித்த அறிவியல்பூர்வமான கல்வி இல்லாத ஒரு சமூகத்தில், சிறுமிகள் மீதான பாலியல் வன்முறை பற்றி விழிப்புணர்வற்ற ஒரு சமூகத்தில் போலித் தலித்தியர்கள் குழந்தைகள் மீதான வன்முறைப் போர்னோகிராபியை இலக்கியம் என்று சொல்லி விற்பது ஆச்சரியமல்லதான்.

மானுடத்தின் சிக்கல்களை விசாரணை செய்யும், தேடல்களில் ஈடுபடும் வெளியான இலக்கியத்தில் அந்த விசாரணையின் தன்மை பல்லடுக்குத் தன்மை கொண்டதாக, பன்முகப் பரிமாணங்கள் கொண்டதாக அமையும். போர்னோகிராபியில் வரும் உடல்களுக்கு வரலாறு இருக்காது. உளவியல் சார்ந்த பரிமாணங்கள் இருக்காது கலாச்சாரக் கடந்தகாலம் இருக்காது. குறிகள் துருத்திய திறந்த உடல்களாகவே அவர்கள் வருவார்கள். உடலுறவு தவிர வேறெதையும் அவர்கள் பார்வையாளனுக்குத் தருவதில்லை. திரும்பத் திரும்ப விதவிதமான முறைகளில் வேறுவேறு தோற்றங்களில் உடலுறவு கொண்டபடியே இருப்பார்கள். உடலுறவின் திரவங்கள் பற்றிய வர்ணனைகளே இருக்கும்.

சாநியின் கதையின் முன்பகுதிக்கும் பின்பகுதிக்கும் உள்ள வேறுபாட்டை ஒருவர் மிகச் சாதாரணமாகக் காண முடியும். பின்பகுதியில் அயோக்கியத்தனத்துக்கு ஓர் அறவியல் தன்மையை, அடிப்படையைத் தருவதற்காகவே, குற்றமனம் கொண்ட புத்தத் துறவியை உருவாக்கி பலாத்காரத்தின் மீது தான் விமர்சன உணர்வு கொண்டிருப்பதான பாவ்லாவைத் திட்டமிட்டு உருவாக்குகிறார் சாநி. சாநி எனும் நபர் மட்டுமே மையமானவராக, தன்னனுபவச் சொல்லியாக, உளவியல் அறிவு கொண்டவராக, தனது விகாரத்தை வழிபடுபவராக எனவும் சேர்த்துக் கொள்ளலாம், இக்கதையில் நீக்கமற நிறைந்திருக்கிற ஒரே விஷயம் போதும், இந்தக் கதையின் ஒற்றைப்பட்டைத் தன்மையை எடுத்துக்காட்டுவதற்கு. இதன் போலித்தன்மையை அறிந்து கொள்ள வேண்டுமெனில், இந்தச் சித்தரிப்பில் உள்ள வரலாற்றுப் பொய்மையை நாம் அறிந்து கொண்டாலே போதும்.

மனம்மாறும் சிங்கள இராணுவத்தினர்களும் சிங்களப் பெண்களைப் பலாத்காரப்படுத்தும் இந்திய இராணுவத்தினரும் முழுமையான வரலாற்றுப் பிழைகள். மனம்மாறிய சிங்கள இராணுவத்தினன் என்று எவனையும் எந்த வரலாற்று ஆதாரமும் காட்டியதில்லை. மாறாக, தமிழர்களைக் கொன்று

குவித்து விட்டு வெற்றி என்று வெறிக்களியாட்டம் போட்ட சிங்கள இராணுவத்தினரையே பார்த்திருக்கிறோம். இந்திய இராணுவத்தால் பலாத்காரப்படுத்தப்பட்டவர்கள் ஈழத் தமிழ்ப் பெண்களே தவிர, சிங்களப் பெண்கள் அல்ல. சாநிக்கு ஈழமும் தெரியாது. ஒரு மண்ணும் தெரியாது. மிக மோசமான ஒரு பொறுக்கித்தனத்தை உன்னதப்படுத்தவே வாக்னரின் இசைகுறித்த விவரணைகளும் சாப்பினின் இசை குறித்த குறிப்புகளும் கஸான்டாகிஸின் பெயரும் அர்த்தமற்ற வகையில் பொருத்தமற்று போலியான முறையில் திட்டமிட்டுக் கையாளப்படுகின்றன. உன்னத சங்கீதம், இயற்கை, யோனி, தெய்வீகம் என்று அத்வைத நிலைநின்று பிரபஞ்ச இரகசியத்தை விண்டு வைப்பதாக இந்த எழுத்து, அப்பட்டமான மானுட விரோதப் போலி எழுத்து என்பதில் எந்தச் சந்தேகமும் இல்லை.

இந்தியத் தாந்திரிக மரபில் துறவிகள் பற்பல மிருகங்களுடன் யோனியிலும், புட்டத்திலும் உறவுகொள்வது குறித்து விவரிக்கப்பட்டுள்ளது. மண்புழுக்கள், எறும்புகள் பாலுறவு கொள்வது குறித்து சாநி தனது கதையில் சிலாகிப்பதை இங்கு ஒப்புநோக்குவது நல்லது. ஓர் இடத்தில் தன்னையறியாமலே தனது நோக்கத்தை வெளிப்படுத்தி விடுகிறார் இந்தப் பிரகிருதி: தான் சமப் பாலுறவு கொள்ளும் ஜோன்ஸிடமிருந்துதான் கதை ஆரம்பித்திருக்க வேண்டும் என்கிறார்.

தன்னைக் காதலித்த இரண்டு அயோக்கியர்களும் தன்னை ஏமாற்றியதாலும், பொருளாதார ரீதியில் தன்னைச் சுரண்டியதாலும் தான் சில்க் ஸ்மிதா தற்கொலை செய்து கொண்டார். அந்தப் பெண்ணைக் கனவிலும் நினைவிலும் சதா உரித்துப் பார்த்துக்கொண்டிருந்த எந்த நாயும் அவளது இறுதிச் சடங்குக்குச் செல்ல வில்லை. சில்க் ஸ்மிதா மீது மரியாதை காட்டுவதாகச் சொல்லிக்கொண்டு ஒரு புத்தகத்தைச் சமர்ப்பிக்கும் இந்தப் போலி, இதில் இயேசு கிறிஸ்துவுக்கு முன் நிர்வாணமாக ஆடுகிற பெண்ணாகவும், 'give me a hand' என அவளைக் கிறிஸ்து அழைப்பதாகவும் சித்தரித் திருக்கிறார். கிறிஸ்துவத்தின் பாலுறவு அணுகுமுறை பற்றிய நையாண்டியாக இதை நாம் புரிந்து கொள்ள வேண்டுமாம்! கனவுகளில்கூட சில்க் ஸ்மிதா நிர்வாணமாகத்தான் தோன்றுகிறார் என்றால் அது எவ்வளவு வேதனையானது என்பது இந்தக் குறி ஸ்பெஷலிஸ்டுக்குப் புரியாததில் ஆச்சரியம் ஒன்றுமில்லை.

மிஷேல் பூக்கோவின் பெயரெல்லாம் பாவிக்கப்படுகிறது. பிரசுரிக்கப்படாமல் எங்கோ ஏதோ ஒரு நண்பரிடம் இருப்பதாகச் சொல்லப்படும் அவரது போர்னோகிராபி நாவல் பற்றிய வதந்திகளும் இடம் பெறுகின்றன. எவ்வாறாயினும், பீடபைல்களைப் படைப்பாளிகள் என்று அவர் ஒப்புக்கொள்ள மாட்டார் என்பது மட்டும் நிச்சயம்.

சனதருமபோதினி தொகுப்பில் இத்தொகுப்பு தமிழீழ விடுதலைப் போராளிகளால் மின்கம்பங்களில் கொல்லப்பட்ட பாலியல் தொழிலாளர்கள், திருடர்கள், மனநோயாளிகளுக்கு சமர்ப்பிக்கப்படுவதாகச் சொல்லப்படுகிறது. இந்த பூமிப்பந்தில் மனிதனை நேசிக்கிற எவருக்கும் இந்தச் சமர்ப்பணத்தில் முரண்பட நியாயமில்லை. திருடர்களும் மனநோயாளிகளும் பாலியல் தொழிலாளர்களும் ஒடுக்குமுறைச் சமூகத்தால் உருவாக்கப்படுபவர்கள்தான். அந்தச் சமூகத்தின் மதிப்பீடுகளால் விளிம்புநிலைக்குத் தள்ளப்பட்டவர்கள்தான். அதனால்தான் மேற்கில் இருக்கிற பிராஸ்டிட்யூட் கலக்டிவ் என்ற இயக்கத்தைச் சேர்ந்த தோழியர்கள் ஆன்ட்டி - கேபிடலிஸ்ட் மார்ச்சில் கலந்து கொண்டார்கள். அதனால்தான் தங்கள் காதலர்களுக்கான முத்தத்தைத் தமது வாடிக்கையாளர்களுக்கு அவர்கள் தருவதில்லை. திருடர்களைக் குறித்து மனமுருக எழுதும் எழுத்தாளர்கள் திருடர்கள் முன்னேற்றச் சங்கம் எதுவும் ஆரம்பிக்கவில்லை. இதே காரணத்துக்காகத்தான் பிரான்ஸ் பனான் போன்றவர்கள் உளவியல் ஆய்விலிருந்து சமூக மாற்றம் நோக்கி புரட்சிக்குக் குரல் கொடுக்கிறார்கள். இவர்களில் எவரும் சிறுமியர் மீதான பாலியல் வக்கிரங்களுக்குச் சார்புரைப்பதோ அந்த வக்கிரங்களை வழிபாடு செய்வதோ இல்லை.

பாலியல் பலாத்காரத்துக்கு கம்பத்தில் கட்டுவதல்ல, சில நாடுகளில் மரண தண்டனையே உண்டு. குழந்தைகள்மீதான பாலியல் குற்றங்களுக்கு அமெரிக்காவில் ஆயுள் தண்டனை வரை கொடுக்கப்படுகிறது. மனித உரிமை குறித்த அதிக அக்கறை கொண்ட மேற்கத்திய நாடுகளில் சாநியின் இம்மாதிரியான போர்னோகிராபி எழுத்து குற்றப்பிரிவின் கீழ் வரும். மின்கம்பங்கள் அதீதமானவை என்பதில் சந்தேகமில்லை. நாகரிகச் சமூகங்களில் சிறைச்சாலைகளையும் மனநோயாளிகள் காப்பகங்களையும் சிலரைப் பொறுத்து பாவிக்கத்தான் வேண்டியிருக்கிறது. தயவுசெய்து சிறை

குறித்த பூக்கோவின் ஆய்வுகளையும் அல்தூசரின் உளவியல் சிகிச்சை நிலையங்கள் குறித்த விமர்சனங்களையும் இதனுடன் குழப்பிக் கொள்ள வேண்டாம். அரசு உதிரும்போது சிறையும் உதிர்ந்து போகும் என்று நாமும் நம்புகிறோம். அப்போது சாநியைப் போன்ற போலிகள் இருக்க மாட்டார்கள் என்றும் நம்புகிறோம்.

பின்குறிப்பு

பீடபைல்கள் இன்று எல்லாச் சமூகங்களிலும் பிரச்சினைக்குரியவர்கள் ஆகிவிட்டார்கள். இவர்கள் குழந்தைகளோடு பாலுறவு கொள்வதில் ஆர்வம் கொண்டவர்கள். குழந்தைகளை நைச்சியம் செய்து உறவு கொள்வார்கள். முடியாது போனால் தந்திரமான முறையில் கடத்திச் செல்வார்கள். இங்கிலாந்தில் இந்த மனநிலை கொண்டவர்கள் பல பெண்குழந்தைகளை பாலியல் பலாத்காரத்துக்கு உட்படுத்திப் பின் கொலை செய்து வீசிவிட்டுச் சென்றிருக்கிறார்கள். பொதுவாக இவர்கள் உளவியல் பாதிப்புக்கு உள்ளானவர்கள் என உளவியல் ஆய்வாளர்கள் சொல்கிறார்கள். கீத்தா ஸெரனி எனும் எழுத்தாளர், இரண்டு சிறுவர்களைக் கொன்ற ஒரு சிறுமி பற்றி நூலை எழுதியிருக்கிறார். மிகவும் சிறுவயதில் சிறுமி பாலியல் வன்முறைக்கு உட்பட்டிருந்ததை அவரது மனநிலைத் திரிபுக்கான காரணங்களில் ஒன்றாகச் சொல்லியிருந்தார். சிறுமியின் தாய் ஒரு விலைமாது என்றும், அவள் இச்சிறுமியைத் தனது வாடிக்கையாளர்களின் வன் முறைக்கு இரையாக்கினாள் என்றும் சுட்டிக் காட்டியிருந்தார். அதைப் போலவே பீடபைல்கள் தமது சிறுவயதில் பாலியல் அத்து மீறலுக்கு ஆளானதால் மனம் வக்கரித்துப் போகிறார்கள் என்று ஒரு உளவியல் விளக்கம் இருக்கிறது. இவ்வகையில் லோலிடா நாவல் இந்தப் பிரச்சினையை உளவியல் பரிமானத்திலிருந்து அணுகுவதால் இன்றளவும் முக்கியமான இலக்கியமாகக் கருதப்படுகிறது.

கட்டுரையில் பேசப்படும் போர்னோகிராபி மற்றும் பீடபைல் சம்பந்தமான சாநியின் எழுத்து பிரான்ஸைச் சேர்ந்த சுகன், ஷோபா சக்தி ஆகிய இருவரும் தொகுத்த சனதருமபோதினி (ஜனவரி: 2001) புத்தகத்தின் 156 - 167 பக்கங்களில் பிரசுரமாகி இருக்கிறது. சனதரும்போதினியின் பிரதி தந்து உதவிய ஷோபா சக்திக்கு எனது மனமார்ந்த நன்றி உரியது. ஐரோப்பிய அறிவுப் பாரம்பரியத்திலும் இலக்கியத்திலும் ஆழ்ந்த பரிச்சயம் கொண்ட கஜேந்திரா ராஜேந்திரா, உலக நாவல்களில் விரிவான படிப்பும்

இலக்கிய நுண்ணுணர்வும் கொண்ட மு. புஷ்பராஜன், உலக இலக்கியத்திலும் தெற்காசிய ஆங்கில இலக்கியத்திலும் அறிவு கொண்ட எனது ஸ்பானிஷ் இலக்கியச் சிநேகிதி மக்தா கோஸ்தா போன்றவர்களுடன் இலக்கியத்துக்கும் போர்னோகிராபிக்குமான இடைவெளிகுறித்த எனது உரையாடல்கள் இக்கட்டுரையின் முழுமைக்கு மிகவும் உதவியாக இருந்ததை மிகவும் நன்றியுடன் இங்கு நினைவுகூர்கிறேன்.

14
ஜெயகாந்தனின் கருத்துலகம்

ஜெயகாந்தன் எழுத்துக்களில் மூன்றில் ஒரு பகுதி அரசியல் குறித்தவை. பிற இரண்டு பகுதிகள் நாவல்கள், குறுநாவல்கள் மற்றும் சிறுகதைகள். அவரது இலக்கியப் படைப்புகளைத் தழுவி உருவான அவரது பங்களிப்பாக திரைப்பாடல்களும் அவர் திரைக்கதை வசனம் எழுதிய திரைப்படங்களும் இருக்கின்றன. இந்த மூன்று தளங்களும் தழுவியதாகவே ஜெயகாந்தன் எனும் ஆளுமை குறித்த முழுமையான மதிப்பீடு என்பது உருவாக முடியும். 2007 ஆம் ஆண்டு கவிஞர் ரவி சுப்ரமணியத்தினால் உருவாக்கப்பட்ட 'எல்லைகளை விஸ்தரித்த எழுத்துக் கலைஞன்' எனும் ஆவணப்படம் ஜெயகாந்தனின் பால்யகாலம் முதல் அவரது மரணம் வரையிலான அவரது சிந்தனைத் தொடர்ச்சியையும் அவருள் நேர்ந்த மாற்றங்களையும் புரிந்து கொள்ள அற்புதமானதொரு ஆதாரமாக இருக்கிறது. இலக்கியம்குறித்த மதிப்பீடு எனும் போர்வையில் அவரது அரசியல் அக்கறைகளாக இருந்த திராவிட - பெரியாரிய எதிர்ப்பு கொண்ட அவரது அகண்ட பாரத இந்துத்துவக் கனவை - அவரது பிற்காலத்திய படைப்புகளில் அப் பாலைச் சிந்தனையாக அது வெளிப்படையாக இருக்கிறது - நாம் மறந்து விட முடியாது.

1936 ஆம் ஆண்டு ஏப்ரல் 15 ஆம் திகதி பிறந்த ஜெயகாந்தனின் தாய் வழித் தாத்தா பெரியாரியர். அவரது மாமாக்களில் ஒருவர் காங்கிரஸ் கட்சியிலும், பிறிதொருவர் கம்யூனிஸ்ட் தொழிற்சங்க அமைப்பிலும் செயல்பட்டவர்கள். ஜெயகாந்தன்

தனது 10 வது வயதில் 1946 - ல் காந்தியைப் பார்க்கிறார். காங்கிரசாருடன் சிறுவனாக காங்கிரஸ் கொடியேந்தி ஊர்வலங்களுக்கும் போகிறார். அவரது கம்யூனிஸ்ட் தொழிற்சங்கவாதி மாமாவின் உதவியுடன் தனது 13 வது வயதில் சென்னை வரும் அவர், 1947 ஆம் ஆண்டு கம்யூனிஸ்ட் கட்சி அலுவலகத்தில் கம்யூன் வாழ்க்கையைத் துவங்குகிறார். தனது 18 ஆவது வயதில் 1952 ஆம் ஆண்டு கம்யூனிஸ்ட் கட்சி உறுப்பினராகும் அவர், 1962 ஆம் ஆண்டு இந்திய - சீன யுத்தத்தைத் தொடர்ந்து கம்யூனிஸ்ட் கட்சி பிளவுபட்டதைத் தொடர்ந்து, பிளவுபட்ட இந்தியக் கம்யூனிஸ்ட் கட்சிக்குள் நிகழ்ந்த காங்கிரஸ் - ஆதரவு எதிர்ப்பு விவாதங்களைத் தொடர்ந்து, 1964 ஆம் ஆண்டு கம்யூனிஸ்ட் கட்சியிலிருந்து வெளியேறுகிறார். அதன்பின்பு அவரது நகர்வுகள் அவரது இறுதிக்காலம் வரை அரசியல் எனும் அளவில் இந்திய தேசிய காங்கிரஸ் கட்சிக்காரராகவே அவரை வைத்திருக்கிறது.

ஜெயகாந்தனை மறுமதிப்பீடு செய்வதானால், கம்யூனிஸ்ட்டுகள் இப்போது திராவிட - பெரியாரிய மரபு குறித்து வந்து சேர்ந்திருக்கும் இடத்திலிருந்துதான் அதனைச் செய்ய வேண்டும். இந்துத்துவம் - சாதி என்பது இந்திய வரலாறு நெடுகிலும் அடித்தட்டு மக்களின் விடுதலைக்கான பெரும் தடைகள் என்பதனை கம்யூ னிஸ்ட்டுகள் இன்று ஏற்கிறார்கள். பெரியாரை அவர்கள் இன்று அவரது தூரதரிசனத்திற்காகக் கண்டடைந்திருக்கிறார்கள். முன்போது அவரை வறட்டு நாத்திகர் என்றும், பிரிட்டிஷ் அரசின் கையாள் என்றும், இந்திய சுதந்திரப் போராட்டத்துக்கு எதிரானவர் என்றுமே அவர்கள் மதிப்பிட்டு வந்திருக்கிறார்கள். திமுக பேசிய மொழிசார்ந்த உணர்வை பாசிசம் எனவே கம்யூனிஸ்ட்டுகள் வரையறுத்தார்கள். இந்த உணர்வுடன் வளர்ந்த ஜெயகாந்தன், இதனோடு பிரக்ஞைபூர்வமாக பார்ப்பனிய மரபைப் போற்றுபவராகவும் சாதியமைப்பை சாஸ்வதமானது எனக் கருதுபவராகவுமே இருந்து வந்திருக்கிறார். ஜெயகாந்தனும் அன்றைய கம்யூனிஸ்ட்டுகளும் பகிர்ந்து கொண்ட ஒரு பொதுவெளி திராவிட - பெரியாரிய மரபு தொடர்பான ஒவ்வாமை. அதுபோலவே, சாதியப் பிரச்சினையை அவர்கள் வர்க்கப் பிரச்சினைக்கு இணையாகப் பார்க்காமை. மொழி சார்ந்த அடையாளம் என்பதை பாசிசமாகக் குறுக்கிப் பார்த்தமை போன்றனவாகும்.

கார்ல் மார்க்ஸை ஜெயகாந்தன் ரிஷி என்றார். கம்யூனிசம் ஒரு வகை ஆன்மீக சிந்தனை என்றார். அவர் தமது இந்துப்

பிரபஞ்ச அனுபவத்திலிருந்து இதனைச் சொன்னாரேயல்லாது மார்க்சியக் கோட்பாட்டு வாசிப்பின் அடிப்படையில் இருந்து இதனைச் சொல்லவில்லை. அப்படியான வாசிப்பு அவருக்கு இருந்திருந்தால் அமெரிக்கச் சமூகம் தான் கனவு கண்ட கம்யூனிச சமூகம் மாதிரி இருக்கிறது எனப் பின்னாளில் அவர் சொல்லியிருக்க மாட்டார். அவர் தனது படைப்புகளில் திட்டவட்டமான தத்துவம், கோட்பாடு, அரசியல் கொண்டு பேசினார் என அவரது வேறுபட்ட காலப் படைப்புகளை வைத்துச் சொல்ல முடியாது.

இரண்டு தருணங்களிலான அவரது உரைகளை இன்று வாசிக்க கம்யூனிஸ்ட் கட்சியில் இருந்த காலத்திலும், அதனின்று வெளியேறிய காலத்திலும் அவர் பார்ப்பனியம் - வருணம் - சாதி - இந்துத்துவம் தொடர்பான பார்வைகளை ஒன்றுபோலவே கொண்டிருந்தார் எனும் முடிவுக்கே எவரும் வரமுடியும். *1959* ஆம் ஆண்டு அவர் கம்யூனிஸ்ட் கட்சி உறுப்பினராக இருந்தார். அந்த ஆண்டு தமிழ் எழுத்தாளர் மாநாட்டில் பேசவந்திருந்த பெரியாரது உரையை அடுத்து அவரை மறுத்துப் பேசிய உரையில் இந்துத்துவம் - சாதி - வருணம் - பார்ப்பனர் குறித்த ஜெயகாந்தனின் கருத்துக்கள் பின்வருமாறு:

அவர்கள் பிராமண தர்மங்களிலிருந்து அவர்கள் வழுவிப் போனதனாலேயே நமக்குக் கேடு சூழ்ந்தது என்று பாரதியார் பிராமணர்களைச் சாடுகிறார். எனக்கும் 'பிராமண எதிர்ப்பு' உண்டு. அது பாரதியார் வழி வந்தது. 'பார்ப்பனக் குலம் கெட்டழி வெய்திய பாழ்பட்ட கலியுகம்' என்று தனது சுய சரிதையில் பாரதி குறிப்பிடுகிறான். அந்நியருக்கு ஏவல் புரிந்த ஆங்கிலக் கல்வி மான்களாய், ஆங்கில அரசாங்கத்தின் அதிகாரிகளாய், அறிவற்ற விதேசி மோகிகளாய் வாழ்ந்த பிராமணர்களை மிகக் கடுமையாக எதிர்த்தான் பாரதி. ஆயினும், பிராம்மணீயத்தின் சார்பாகவே எதிர்த்தான். நான் பிராமணர்களை எதிர்க்க வேண்டுமெனில், அதற்குக் காரணம் அவர்கள் பிராமணர்களாக இருப்பதற்காக அல்ல் பிராமணத்துவத்தை அவர்கள் இழந்ததற்காகவே எதிர்ப்பேன்.

வருணாச்ரம தர்மத்தால் இந்நாடு மேன்மையுற்று வாழ்ந்தது. அந்தத் தர்மங்கள் கெட்டதனாலேயே தேசம் கெட்டது. ஆன்மீகத்தால் இந்தியக் கலாசாரமும் இந்திய சமுதாயமும் நாகரிகச் செழிப்புற்று விளங்கியது. அந்நியர் வருகையாலும், அடிமை வாழ்க்கையாலுமே நமது அவலங்கள் உருவாயின.

நாம் காட்டுமிராண்டிகளானது இந்த இரு நூற்றாண்டுக் கால அடிமை வாழ்க்கையில்தான். அதற்கு முன்னால் சுரண்டலற்ற, வர்க்க மோதல்கள் இல்லாத, ஊனமொன்றறியா ஞானமெய்ப் பூமியாய் இந்தியா திகழ்ந்தது. பிராமணர்கள் நமது அறிவுக்கும், ஞானத்துக்கும் தலைமை ஏற்று வழி நடத்திய சமூகத்தில் உயர்வு, தாழ்வு இருந்தது இல்லை. மனு தர்ம சாஸ்திரத்தில் சமூக நியாயங்கள் பேதப்படுகின்றனவே என்று கேட்கலாம். மனு தர்மம் ஒரு சட்டம். காலத்தின் தேவையால், நிர்ப்பந்தத்தால் உருவான சட்டம் அது. அதனை இக்கால அறிவும் அனுபவமும் கொண்டு பார்த்தல் தகாது. ஹிந்து சமூகத்தில் ஏற்பட்ட குறைகளை நான் மறைக்க முயலவில்லை. ஆனால் அந்தக் குறைகளுக்கும் ஹிந்து தர்மத்துக்கும் சம்பந்தமில்லை என்றே சொல்லுகிறேன். எல்லாக் காலங்களிலும் தோன்றிய ஹிந்துமத மகான்கள் அனைவரும் தீண்டாமையை எதிர்த்தே வந்திருக்கிறார்கள். ஹிந்து சமூகத்தில் ஏற்பட்ட குறைகளை, அதன் வளர்ச்சியின் மூலமாகவே தவிர்ப்பதற்கான வாய்ப்பு நமக்குத் தடுக்கப்பட்டது. அந்நிய ஆட்சி முறைகளும், இங்கு புகுத்தப்பட்ட ஐரோப்பிய பொருளாதார வாழ்க்கை முறைகளும் நம்மை மேலும் அலைக்கழித்துச் சீர்குலைத்தன".

வர்ணாசிரமத்தினால் இந்த நாடு மேன்மையுற்றிருந்தது என்கிறார். அதனை மீட்பதன்வழி தனது கனவுபூமி மலரும் என்கிறார். இருநூறாண்டு காலனியாதிக்கத்தின்முன் இந்தியாவில் சுரண்டலற்ற, வர்க்க மோதலற்ற சமூகம் இருந்தது என்கிறார். அவரது மீட்சிக்கான வழி கனவுமயமான இந்துசாம்ராஜ்ய - வருண மீட்பில் இருப்பதை அவர் தெளிவாகவே முன்வைக்கிறார். இது இந்திய வாழ்வும் வரலாறும் குறித்த அவரது கோட்பாட்டுப் பார்வை.

1969 ஆம் ஆண்டு பிப்ரவரி மாதம் 3 ஆம் திகதி அன்றைய முதலமைச்சர் அண்ணாதுரை மரணமடைகிறார். அவருக்காகக் கவிஞர் கண்ணதாசன் ஏற்பாடு செய்யும் அஞ்சலிக் கூட்டத்தில் ஜெயகாந்தன் பேசுகிறார். இப்போது ஜெயகாந்தன் இந்திரா காங்கிரஸ் நோக்கி நகர்ந்துவிட்ட ஜெயகாந்தன். ஜெயபேரிகை, ஜெயக்கொடி, நவசக்தி என்றெல்லாம் காங்கிரஸ் அரசியல் கட்டுரை எழுத்தாளராகவும் ஆன ஜெயகாந்தன். இதிலும் அவரது இந்துத்துவப் பிரபஞ்சம் தொடர்பான கருத்துக்களும் திமுகவை சமூகவிரோதக் கும்பலாக வரையறுக்கும் அவரது பார்வையும் வெளிப்படுகிறது.

அண்ணாதுரையின் மரணத்துக்குக் கூடிய அந்தக் கும்பல் எவ்வளவு பெரிது எனினும், இந்தக் கூட்டம் அதனினும் வலிது. கலைகின்ற கும்பல் கரைந்தபிறகு அந்தக் கும்பலில் பங்கு கொண்ட, அந்தக் கும்பலால் பாதிக்கப்பட்ட மனிதர்களை ஒரு கூட்டமாகச் சந்திப்பதற்கு நான் இங்கு அழைக்கிறேன். இது எனது தனித்த குரலே ஆயினும், இது காலத்தின் குரல் என்பதனைக் கண்டுகொள்ளுங்கள். இந்தக் குரலுக்கு வந்து கூடுகின்ற இந்தக் கூட்டம், பதட்டமில்லாதது நாகரிக மரபுகள் அறிந்தது சிந்தனைத் தெளிவுடையது. இதற்கு ஒரு நோக்கமும், இலக்கும், குறியும், நெறியும், நிதானமும் உண்டு...

ஆனால் கும்பலுக்கு எல்லாமே ஒரு வேடிக்கை. மரணம் உட்பட. கூட்டம் இனிது கூடும. இனிது நிறைவேறும். கும்பல் எதற்கு என்று தெரியாமல் கூடும் எப்படி என்று தெரியாது கலையும். கும்பல் என்பது ஒவ்வொரு மனிதனுக்குள்ளும் இருக்கிற அறியாமையின், பைத்தியக்காரத்தனத்தின் மொத்த உருவம். அது ஒவ்வொரு மனிதனிலும் இருக்கின்ற மிருகங்கள் வெளிவந்து ஊளையிட்டு உறுமித் திரிகிற வேட்டைக் காடு. கும்பல் ஒரு பலமல்ல அது பலவீனங்களின் தொகுப்பு. கோழை அங்கேதான் கொலை வெறியனாகிறான். பேடி அங்கேதான் காமப்பிசாசாகிறான்...

அண்ணாதுரையின் மறைவினால் அவர் இந்திய அரசியலில் பிரிட்டிஷ்காரர்களின் கையாளாக நமக்கு அறிமுகம் ஆனவர் என்ற உண்மை மறைந்துவிடுவதில்லை. நாத்திகம், சமூக சீர்திருத்தம் என்ற அசட்டுத்தனங்களில் சிக்கி நமது இலக்கியங்களையும், புராணங்களையும், ஹிந்து சமயத்தையும் பாமரத்தனமாக விமர்சனம் செய்து பாமரர் மத்தியில் புகழடைந்தார் என்கிற உண்மையும் மறைந்து விடாது. அவர் எழுதிய குப்பைப் புத்தகங்களெல்லாம் அவரது மரணத்தை எருவாகக் கொண்டு குருக்கத்திப் பூக்களாய் மலர்ந்து விடப் போவதில்லை. அவர் சம்பந்தப்பட்ட எல்லாமே இரவல். இரவலே ஆயினும் அதை அவர் ஒப்புக் கொள்ளாததால் அது இலக்கியத் திருட்டு. அதற்கும்மேல் அவரது இரவல் சரக்குகள் எத்தகையது என்பதை அறிகிற பொழுது, அவரது தரம் மிகவும் தாழ்ந்தது என்கிற உண்மையையும் இந்த மரணம் வந்து மறைத்துவிடப் போவதில்லை.

பெரியார் மீதான பிரிட்டிஷாரின் கையாள் எனும் வசை இங்கும் அண்ணாதுரை மீதும் பாய்கிறது. திமுக எனும்

இயக்கம் கும்பலாக வன்முறை இயக்கமாக, காமாந்தகர்களின் இயக்கமாக ஆகிறது. காங்கிரஸ் கட்சிக்கு புனித மகுடம் சூட்டப்படுகிறது. இந்து சமயத்தைப் பாமரத்தனமாக அண்ணா விமர்சனம் செய்தார் எனவும் சொல்கிறார் ஜெயகாந்தன். இதே ஜெயகாந்தன் இந்திராகாந்தியின் அவசரநிலையை ஆதரித்தார். இந்திரா காந்தியின் படுகொலையைத் தொடர்ந்து தில்லியில் சீக்கியர்கள்மீது காங்கிரசார் நிகழ்த்திய படுகொலைகளை மௌனமாக ஆதரித்தார். ஈழத்தில் இந்திய அமைதிப் படை நிகழ்த்திய வல்லுறவு உள்ளிட்ட கோரங்களை இல்லையென மறுத்து படைத் தலையீட்டை ஆதரித்தார். ஜெயேந்திரர் பிரச்சினையில் அவருக்கு ஆதரவாகப் பேசியதோடு அவரைப் போற்றி 'ஹர ஹர சங்கர' என நாவலும் எழுதினார். ஜெயகாந்தனின் மரணத்தை ஒட்டிய செய்தியில் அதனால்தான் ஜெயேந்திரரால் இப்படிச் சொல்ல முடிகிறது:

சங்கர மடத்துக்கும் ஜெயகாந்தனுக்கும் தொடர்பு ஏதும் இல்லை. எழுத்தாளர் என்ற முறையில் அவர் என்னைச் சந்தித்த போது, அவருக்கும் எனக்கும் இடையே நட்பு உருவானது. சில கருத்து ஒற்றுமைகள் இணைத்து உருவாக்கிய நட்பு இது. ஆன்மிகத்தை அவர் மனம் நாடியது. மகா பெரியவரின் சிந்தனை மற்றும் செயல்பாடுகளை நான் கூறியபோது, நாத்திகத்தைக் கைவிட்டு ஆன்மிகத்தின் பாதையில் எழுதலானார். ஓரிரு நாட்களுக்கு முன்புகூட அவர் உடல்நலம் தேறி வீடு திரும்பப் பிரார்த்தித்து, பிரசாதங்கள் அனுப்பிவைக்கப்பட்டன. ஆனால், அவர் மறைந்த செய்தி பெரும் துயர் அடையச் செய்கிறது.

ஆனந்த விகடனிலும் தினமணிக் கதிரிலும் பிராமண பாஷையில் சிறுகதைகள் எழுத, அதுவரைத்திய மொழியிலிருந்து மெல்ல மெலல மாறிய புதியமொழிநடையை எடுத்துக் கொடுத்த பார்ப்பனர்களான மணியனும் சாவியும்தான் ஜெயகாந்தனை சங்கரமடம் கொண்டு சேர்த்தனர் எனும் தரவையும் நாம் இங்கு பதிவு செய்து கொள்வோம்.

'எல்லைகளை விஸ்தரித்த எழுத்துக் கலைஞன்' ஆவணப்படத்தில் ஜெயகாந்தன் சாதி - உலகவயமாதல் - முதலாளித்துவம் குறித்துப் பேசுகிறார். சாதியின் இருப்பை பெற்றோரின் மரபின் இருப்புடன் இணைத்து அவர் உறுதிப்படுத்துகிறார். உலகவயமாதலை வரவேற்கும் அவர் எதனையும் ஆக்கபூர்வமாகப் பார்க்கவேண்டும்

என்பதோடு, முதலாளியும் ஒரு மனிதன் என்பதால் அவரை மனிதாயப்படுத்த வேண்டும் எனவும் சொல்கிறார். உலகவயமாதலையும் காந்தியையும் அவர் இணைக்கும் புள்ளி இது. இன்றைய முதலாளித்துவ 17 - 18 ஆம் நூற்றாண்டு முதலாளித்துவமல்ல எனச் சொல்லும் அவர் அதனையும் ஆக்கபூர்வமாகப் பார்க்கச் சொல்கிறார். சாதி - வருண அடிப்படையிலான இந்துத்துவப் பிரபஞ்சம் அவரது கருத்து நிலை. ஓங்கூர் சாமியார், கிருபானநந்த வாரியார், சங்கராச்சாரியார் சந்திரசேகர ஸ்வாமிகள், ஜெயேந்திரர் போன்றவர்கள் அவரிடம் இந்தக் கருத்து நிலையை உருவாக்குகிறார்கள். காந்தியின் தர்மகர்த்தாக் கொள்கை - இந்திரா காங்கிரஸின் தேசியம் அவரது அரசியல் நிலைபாடு. கடைசியில் அமெரிக்காவில் இருந்த 7 வாரங்கள் அவரை அமெரிக்க சமூகம் தான் கனவு கண்ட சமூகம் எனவும் சொல்லவைத்தது.

இந்துஞான மரபை கம்யூனிச மரபாகக் கண்ட முன்னாள் மார்க்சியர்கள் பலர் இருக்கிறார்கள். கம்யூனிஸ்ட் கட்சியின் பெரும் தலைவர்களில் ஒருவரான டாங்கேவின் மருமகனான பானி தேஷ் பாண்டே, தமிழக இந்தியக் கம்யூனிஸ்ட் கட்சியின் தத்துவார்த்த இதழான 'மார்க்சிய ஒளி'யின் ஆசிரியாகவிருந்த அ.சீனிவாசன் இருவரும் பின்னாளில் பிஜேபியில் சங்கமமானார்கள். புரட்சியாளர் அஜீதாவுடன் இணைந்து செயல்பட்ட பிலிப் பிரசாத் பின்னாளில் புட்டபர்த்தி சாயி பாபா பக்தராக ஆகினார். ஜெயகாந்தனையும் அவரது அரசியல் மற்றும் கருத்தியல் பார்வைகளையும் நாம் இவ்வாறுதான் மதிப்பிடவேண்டும்.

பெரியார், அண்ணா மற்றும் திராவிட மரபு தொடர்பான ஜெயகாந்தனின் விமர்சனத்தில் காத்திரமான ஒரு பகுதி உண்டு. அது காப்பியங்களையும் இலக்கியங்களையும் அவர்கள் அணுகியது தொடர்பான பகுதி. எந்த மொழியிலும் காப்பியங்கள் என்பது வரலாறு நெடுகிலும் பல்வேறு வேறுபட்ட வாய்மொழி மரபுகளிலிருந்தும் கதை மரபுகளிலிருந்தும் உருவாகிறது. இந்தக் காரணத்தினாலேயே வேறுவேறு நிலப்பரப்புகளில் ஒரே காப்பியம் வேறுவேறு கதைப் பண்புகளையும் பாத்திர வார்ப்புகளையும் கொண்டிருக்கிறது. ரொமிலா தப்பார், இடாலோ கால்வினோ போன்றவர்கள் காப்பியங்களை வரலாற்று ஆவணங்களாக அணுகுவது இல்லை. போலவே அதனது கதைமாந்தர்களையும் வரலாற்று மனிதர்களாக

அணுகுவது இல்லை. காப்பியங்களை அணுகுவதற்கான சரியான அணுகுமுறை, அதனை வேறுபட்ட காலங்களினூடே மானுடவியல் அடிப்படையில் அணுகுவதுதான்.

காப்பியங்கள்குறித்த சரியான இலக்கிய விமர்சனம் மரபு என்பது நிகழ்காலக் கண்ணோட்டத்தடன் அதனைத் திரும்பத் திரும்ப மறுவாசிப்புச் செய்து அதனைத் திரும்பத் திரும்ப சிதறடிப்பதன் மூலம் வேறுவேறு பிரதிகளை உருவாக்குவதுதான். அகலிகை, சீதை, ஏகலைவன், ராவணன் போன்றவர்களை முன் வைத்து இவ்வாறு பெண்ணிலைவாத, தலித்திய வாசிப்புகள் வந்திருக்கின்றன. காப்பியங்கள் ஒரு மக்கள் தொகுதியின் நினைவின் பகுதியாக இருக்கும்போது அதனைச் சிதறடித்து மறு உருவாக்கம் செய்வதுதான் அது குறித்த சரியான விமர்சனமாக இருக்க முடியும். அல்லவெனில் இலக்கியப் படைப்புகளுக்கு எதிரான மனநிலையே உருவாகும். பெரியார் மகாகவி பாரதியைக் கூட கடுமையாக விமர்சிக்கும் நிலைக்கு வந்து சேர்ந்தார் என்பதை இங்கு நினைவு கூர்வோம். அதனோடு திராவிட இயக்கம் சார்ந்தவர்கள் - பாரதிதாசன் நீங்கலாக - மகத்தான படைப்பிலக்கியங்களை உருவாக்கியிருக்கவில்லை எனபதையும் நாம் நினைவுகூர்வோம். பெரியாரிய கருத்துப் பிரபஞ்சம் அடிப்படையில் சாதீய நீக்கம் தொடர்பானது எனும் அடிப்படை உண்மையை ஒப்புக் கொண்ட நிலையிலேயே நாம் இந்த நிலைபாட்டையும் எய்தமுடியும் என நினைக்கிறேன்.

15

வரலாற்றுக்கு எதிராக ஜெயகாந்தன்

ஐம்பதுகளிலும் அறுபதுகளிலும் பிறந்து எழுபதுகளில் வாலிபப் பருவம் எய்திய, வாசிப்புப் பழக்கமுள்ள எவரையும் தம்மை நோக்கி வளைத்தவர்கள் ஜெயகாந்தனும் தி.ஜானகிராமனும். மோகமுள், அம்மா வந்தாள், மரப்பசு என தி.ஜானகிராமனின் நாவல்கள் இக்காலத்திய இலக்கிய வாசகர்களின் ஆதர்சப் பெண்களை உருவாக்கின. பாரிசுக்குப் போ, சில நேரங்களில் சிலமனிதர்கள், ஒரு நடிகை நாடகம் பார்க்கிறாள், ஒருவீடு ஒரு மனிதன் ஒரு உலகம் போன்ற ஜெகேவின் நாவல்கள் தன் சுதந்திரம் குறித்து உரத்துச் சிந்திப்பவனாக இலக்கிய வாசகனை வார்த்தன. நா.பாவின் குறிஞ்சி மலர், பொன்விலங்கு போன்ற நாவல்கள் இறக்கை கட்டாத தேவதைகளை சங்ககாலத்திலிருந்து எமது அறைகளுக்குள் கொண்டு வந்து எம்மைக் கொண்டாட வைத்தன.

விளிம்புநிலை மனிதர்கள் பற்றி எழுதிய ஜெகேவுக்கும், ஜெய ஜெய சங்கர எழுதிய ஜெகேவுக்கும் கருத்தியல் நிலையிலும் படைப்பு வகையிலும் வேறுபாடுகள் இருந்தன. கம்யூனிஸ்ட் கட்சியிலிருந்து நகர்ந்து இந்திய தேசியப் பெருமிதம் கொண்ட காங்கிரஸ்காரராக அவர் வளர்ந்த காலமும், விளிம்புநிலை மனிதனாக இருந்து ஆச்சாரமான பிராமண வாழ்க்கையாக அவரது சொந்த வாழ்வு பரிமாணம் பெற்ற காலமும் இதுவெனவே சொல்லலாம். குடும்பச் சூழல் என்பது ஒரு கலைஞனின் வாழ்வில் கொள்ளும் சார்பு நிலைகளை வைத்து

மதிப்பிடுவதன் தேவை இப்போது அவசியம் எனவே நான் கருதுகிறேன். கட்சி சார்பு கருத்தியல் சார்பாகவும், கருத்தியல் சார்பு வாழ்வுச் சார்பாகவும் மாறியதை நாம் ஜெகேவின் படைப்பையும் வாழ்வையும் அரசியலையம் வைத்துப் பார்க்கிறபோது விளங்கிக் கொள்ள முடியும்..

அவரது இந்திய தேசிய பெருமிதம், ஜவஹர்லால் நேருவை அடியொற்றிய சோசலிச பெருமிதம். அவரது ஞானப் பெருமிதம் விவேகானந்தரை அடியொற்றிய ஆன்மீகப் பெருமிதம். இயேசுவைப் போன்ற ஹென்றியைப் படைத்த அவர், மேற்கத்திய ஹிப்பி போல அமுக்கும் போதைப் பழக்கமும் எல்லையற்ற அன்பையும் கொண்ட ஓங்கூர் சாமியையும் படைத்தார். அதனது நீட்சியாக ஜெய ஜெய சங்கராவையும் அவர் படைத்தார். நியூடிஸ்ட் காலனி வாழ்வை நிஜத்தில் வாழ்ந்து போற்றியவர் அவர். அவர் படைத்த மனிதர்கள் அனைவரும் அவரது கனவு மனிதர்கள். வண்ண நிலவன் மதிப்பிட்டது போல, அவரது மனிதர்கள் யதார்த்த மனிதர்கள் என்பதனை விடவும், தரப்பட்ட கால இடத்தின் தத்ரூப மனிதர்கள் எனலாம்.

ஜெயகாந்தன் தொடர்பாக கம்யூனிஸ்ட்டுகளிடம் எப்போதுமே இருவகையிலான கருத்துக்கள் இருந்து வருகின்றன. கம்யூனிஸ்ட் கட்சி, கலை இலக்கியப் பெருமன்றம், கம்யூனிஸ்ட் கட்சியில் இயங்கிய மேதைகள் சிலருடனான எனது நெருக்கம் போன்றவற்றை தனிப்பட்ட வகையில் நினைவுகூர்ந்து பார்க்கிறபோது, ஜெகே பாலான இன்று வரையிலுமான கம்யூஸ்ட்டுகளின் அணுகுமுறையை நாம் புரிந்து கொள்ள முடியும். இந்தியக் கம்யூனிஸ்ட் கட்சியிலிருந்த ஆர்.கே. கண்ணன், அறந்தை நாராயணன், மதுரையைச் சேர்ந்த நண்பர்கள் நவபாரதி, பரிணாமன், பொன்மணி, சந்திரபோஸ் போன்றவர்களே ஜெயகாந்தன் சார்புநிலைபாட்டை கலை இலக்கியப் பெருமன்ற தளத்தில் கொண்டிருந்தவர்கள். குறிப்பிட்ட அனைவருமே படைப்பாளிகள். ஆர்கே. கண்ணன் ஆழ்ந்த இசைப் புலமையும் கோட்பாட்டுப் படிப்பும் கொண்டவர். இவர்களில் அறந்தை நாராயணன் தவிர பிற அனைவரும் ஜெகேவை முழக்கவும் ஆதரிக்க கருத்தியல் காரணங்கள் இருந்தன.

இந்தியக் கம்யூனிஸ்ட் கட்சிக்குள், கம்யூனிஸ்ட் கட்சி இரண்டாகப் பிளவுண்ட பின், இந்திய தேசிய காங்கிரஸ் சார்பு, எதிர்ப்பு எனும் இரு கருத்துநிலைகள் மோதியே

வந்திருக்கின்றன. தேசியப் பாரம்பர்யத்தின் இரு தாரைகளாக கம்யூனிஸ்ட் கட்சியையும் காங்கிரஸையும் பார்த்தவர்களே ஜெகேவை ஆதரித்தவர்கள். இன்று வரையிலும் சகலவிதத்திலும் ஜெகேவை ஆதரித்து நிற்பவர்கள் இவர்கள்தான்.

அறந்தை நாராயணன் ஜெகேவின் மிக நெருங்கிய இலக்கிய நண்பராகவே இருந்தபோதிலும், காங்கிரஸ் எதிர்ப்பாளராகவே இருந்தார். தீவிரமான சினிமா விமர்சகரும் தமிழ் சினிமா வலாற்றாசிரியருமான அவர், ஜெகே தொடர்பாக ஆர்.கே.கண்ணனோடு உடன்பட்ட தருணங்களும், சினிமா விமர்சனம் தொடர்பாக ஆர்கே.கேயினோடு முரண்பட்ட தருணங்களும் உண்டு. ஏவிஎம் நிறுவனம் தமிழில் தயாரித்த சிவப்பு மல்லி படத்தை வரவேற்று எழுதினார் ஆர்.கே.கே. தேசபக்திப் படங்களை எடுத்த ஏவிஎம் நிறுவனம் வர்க்கப் போராட்டம் தொடர்பாகவும் சிவப்பு மல்லியை எடுத்திருப்பது பொறுத்தமானதே என்றார் அவர். அறந்தை நாராயணன் சிவப்பு மல்லி படம் எம்.ஜி.ஆர்.வகை கனவு நிறைவேற்றச் சினிமா என அதனைச் சாடினார்.

ஜெகேவுடன் அதீத உடன்பாடு காட்டியவராக இருந்த மற்றொருவர் மு.பழனியப்பன். ஜனசக்தி, சாந்தி போன்ற பத்திரிக்கைகளில் நீண்ட காலம் பணியாற்றியவர் அவர். கம்யூனிஸ்ட் கட்சியிலுள்ளவர்கள் இன்றளவும் ஜெகேவுடன் நட்பும் தோழமையும் பாராட்டுவதிலுள்ள கருத்தியல் சார்புகள் இவையேயாகும். நல்லகண்ணுவும் தாபாண்டியனும் தன்னைக் காணவந்தபோது தானே கீழே சென்று அவர்களை எதிர்கொள்ள ஜெகே நினைத்ததை மகேந்திரன் எழுதுகிற அதே காலத்தில்தான், மு. கருணாநிதியைச் சந்திக்க அவர் மறுத்ததாகச் செய்திகள் வருகின்றன. இந்தியக் கம்யூனிஸ்ட் கட்சியிலிருந்த திகசி, தொமுசி, ரகுநாதன், பொன்னீலன் போன்றவர்கள் ஜெகேவை விமர்சித்த போக்குக் கொணடவர்களாக இருந்தார்கள். இவர்களை ஒத்த கருத்துள்ள காங்கிரஸ் எதிர்ப்புக் கம்யூனிஸ்ட்டுகளும் கம்யூனிஸ்ட் கட்சிக்குள் இருந்தே வருகிறார்கள்.

ஜெயகாந்தன் - கம்யூனிஸ்ட் கட்சிக்கு இடையிலான இணக்கமான உறவில் இன்னொரு பரிமாணமும் உண்டு. அரைவேக்காட்டுத்தனமாக கம்யூனிச எதிர்ப்பாளர்களின் அணிக்குப் போய்ச் சேரந்தவரல்ல அவர். சோவியத் யூனியின் வீழந்தபோது தனது நம்பிக்கை வீழ்ச்சியை மனவேதனையுடன் எதிர் கொண்டவர் அவர். கம்யூனிஸ்ட் கட்சியினரின்

பொதுவாழ்க்கை, தனிவாழ்க்கை குறித்து அவமானப்படுத்துகிற விதத்தில் வக்கிரப்படுத்தியவர் அல்ல அவர். மேலாக அவரது தேசியம் நேருவகையிலான சோசலிச இந்திய தேசியமேயல்லாது, இந்து மத வகையிலான பிஜேபி வகை இந்து தேசியம் அல்ல. இன்றளவும் காங்கிரஸ் சார்பாளராக அவர் இருக்கிறாரேயல்லாது, பிஜேபி சார்பாளராக அல்ல. கம்யூனிசம் எனும் இலட்சியக் கனவில் இன்றும் நம்பிக்கை கொண்ட மனிதர்தான் அவர்.

ஜெயமோகனை அவர் ஆசான் என்று சொல்கிறபோது, ஜெமோவின் விஸ்ணுபுரத்திற்குள் அவர் நுழையமுடியவில்லை என்பதனையும் சேர்த்துத்தான் இந்த முரணைப் புரிந்து கொள்ள வேண்டும். மேலாக ஜெமோவின் கம்யூனிஸ்ட் கட்சிகளுக்கு எதிரான விசமத்தனமான எழுத்துக்களை அவர் வாசித்திருக்கிறார் என்றும் கொள்ளத் தேவையில்லை. ஏனெனில் ஜெயகாந்தன் அநேகமாக வாசிப்பதை நிறுத்திக் கொண்டுவிட்டார் என்பதனை பல தருணங்களில் அவரே குறிப்பிட்டிருக்கிறார். சுரா - ஜெகே விவாதத்தில் ஜெகேவை ஜெமோ ஒரு துருப்புச் சீட்டாகப் பாவிக்கிறார் என்றே சொல்லத் தோன்றுகிறது.

ஜெயகாந்தனை நான் இரண்டு முறை அருகிருந்து அனுபவம் கொண்டிருக்கிறேன். கல்லூரி நாட்கள் அவை. முதல் முறையாக மதுரையிலிருந்த அவரது நண்பர்களான நவபாரதி, பரிணாமன் போன்றவர்கள் ஏற்பாடு செய்த கூட்டத்திற்கு இரண்டு நாட்களுக்கு முன்னதாகவே சென்று, அவர் தங்கியிருந்த விடுதியிலேயே தங்கிய அனுபவம். இரண்டாவது அனுபவம், கோவையில் நண்பர் ஸாகுல் அமீதுவினோடு ஜெகே தங்கியிருந்த விடுதியில் தங்கியிருந்து அவரை அனுபவம் கொண்டது. அவருடன் நேரடியாகப் பேசுமளவு நெருக்கமோ, வயதோ எனக்கு அப்போது இருக்கவில்லை. தனது தலைமுடிக்கு சாயம் தோய்த்துக் கொண்டிருந்தது. தனது அத்யந்த நண்பர்களுடன் வட்டமாக அமர்ந்து கஞ்சா குடித்துக்கொண்டிருந்தது. தனக்கெனவே தேர்ந்த சாராயத்தை நண்பர்களுடன் பகிர்ந்துகொண்டிருந்தது, மீசையை அடிக்கடி நீவி விட்டுக்கொண்டு தானே ஒரு ராஜகுமாரன் போல இடைவிடாது பேசிக்கொண்டிருந்தது என மதுரைச் சம்பவங்களின் காட்சிகள் இப்போதும் மனதில் நிழலாடுகிறது. சங்கோஜத்தில் அன்று அந்த ஜமாவில் எனக்கு வழங்கப்பட்ட மதுவையும் கஞ்சாவையும் மரியாதையின்

நிமித்தம் நான் மறுத்ததும் ஞாபகம் வருகிறது. நான் ஜெகேவினது நண்பர்களோடு ஒப்பிடுகையில் அவ்விடத்தில் ஒரு இன்மையாக மட்டுமே இருந்தேன்.

நான் அன்று கண்ட ஜெகே, மேடைகளில் சிங்கம் போல் கர்ஜித்த, நாவில் உன்னதத் தமிழ் நடனமாடிய ஜெகே அல்ல. நிறைய கெட்ட வார்த்தைகளை ஜெகே சாதாரணமாகப் பேசினார். விளிம்புநிலை மனிதனாகத் தன் அந்தரங்கத்தில் வாழ்கிற அவர்தான், மேடையில் ஒரு பொறுப்புள்ள பிரஜையாக முகம் காட்டுகிறார் என்பதனை நான் அன்றுதான் கண்டேன். இரண்டாவது முறை நண்பன் ஸாகுல் அமிதுவுடன் சந்தித்தது இன்னும் ஞாபகமிருக்கிறது. நீண்ட திரைச்சீலைகள் தொங்கிய அந்த அறையில் மதியம் நடந்த ஜெகேயின் கூட்டத்தின் பின் அயற்சியுடன் தோழர்கள் புரண்டு கொண்டிருந்தார்கள். ஒரு விவாத தருணத்தில் ஜெகே தூசனம் பாவித்த நிலையில் தனது குரல் உயர்த்தி ஸாகுல் அமீதுவிடம் கடுமையான தொனியில் தூசனத்தைப் பாவித்தார். விவாதம் அத்துடன் நின்றது. அறை நிசப்தத்தில் உறைந்தது. சிறிது நேரத்திலேயே உரையாடல் மறுபடி நட்புணர்வுடன் தொடர்ந்தது.

ஜெயகாந்தன் ஒரு வகையிலான பய உணர்வை வாசகனுக்கும் சகமனிதனுக்கும் உருவாக்கவே செய்கிறார். அப்படியான அதிரடி அணுகுமுறை இன்றும் என்னால் ஒப்புக்கொள்ள முடியாததாகவே இருக்கிறது. அதிகாரம் கொண்டவர்களிடம் எழுதுகிறவன் பெருமிதத்துடன் இருக்கவே வேண்டியிருக்கிறது. தன்னைத்தேடி வரும் அறியாத நிலையிலுள்ள மனிதனிடம் இத்தகையை அணுகுமுறையை எழுத்தாளன் மேற்கொள்வது ஒரு வகையில் அம்மனிதனின் இருத்தலையும் சுயபெருமிதத்தையும் எள்ளலுக்கு உரியதாக ஆக்குவதாகும். எழுத்தாளன் எனும் அளவில் சுந்தர ராமசாமியுடன் இலண்டனில் பத்மநாப ஐயர் வீட்டில் நான் கழித்த நாட்கள் கனிவும் அன்பும் கொண்ட நாட்களாகும்.

ஜெயகாந்தனின் அரசியல் பொருட்படுத்தத் தக்கதாக இல்லை என்பதை அவர் பலமுறை மெய்ப்பித்திருக்கிறார். அவருடைய அரசியல் நம்பிக்கைகளும் சரி, ஆன்மீக நம்பிக்கைகளும் சரி ஒரு இலக்கியவாதியின் இலட்சியவயமான உணர்ச்சி சார்ந்தவை, தர்க்க பூர்வமான கோட்பாடு சார்ந்தவை அல்ல அவரது அரசியல் அபிப்பிராயங்கள். இலக்கியத்தின்வழி வாழ்வைப் பயின்றவர் அவர். கோட்பாடுகளின் வழியிலும் உலக வரலாற்றின் வழியிலும்

வாழ்வையும் சமகாலத்தையம் அவர் பயில்வதை கம்யூனிஸ்ட் கட்சியிலிருந்து வெளியேறிய தருணத்திலேயெ அவர் கைவிட்டு விட்டார் எனலாம். அவருடைய சோசலிசம் கோட்பாட்டுத் தன்மை கொண்டதல்ல, மாறாக இலட்சியபூர்வமான அவரது கனவு. அவரது ஆன்மீகமும் அத்தகையதுதான். வரலாற்று நிலைமைகளைக் கணக்கிலெடுத்துக்கொள்ளாத ஒரு உணரச்சிவசமான மனிதனின் சன்னதம் என்பதற்கு மேல் அவரது அரசியல் ஆன்மீக நம்பிக்கைகளுக்குப் காலப் பெறுமானமில்லை. சில உதாரணங்களின் மூலம் இவற்றைச் சுட்டலாம்.

(அ) ஈழத்தில் இந்திய அமைதிகாப்புப் படை பாலியல் பலாத்காரத்தில் ஈடுபட்டது எனும் தரவுகளை அவர் இந்திய தேசியப் பெருதேசிய உணர்வு, அதனது ஆன்மீகப் பெருமிதம் எனும் வகையில் மறுத்தார். எனது இந்திய தேசத்தின் அமைதிப்படை கற்பழிப்பில் ஈடுபடுமா என பகுத்தறிவக்குப் புறம்பான இலட்சியவாதத் தொனியில் கேள்வியெழுப்பினார் அவர். அவரது இலட்சியவாதத்திற்கு மாறாக, இந்திய அமைதி காப்புப் படை ஈழத்தில் பாலியல் பலாத்காரத்தில் ஈடுபட்டது என்கிற உண்மைகளை ரஜின திரணகாமா போன்றவர்களும் மனித உரிமை அமைப்புகளும் ஆவணப்படுத்தியிருக்கின்றன.

(ஆ) அவரது அமெரிக்க விஜயத்தின் போது அமெரிக்க சமூகம் தான் கனவு கண்ட இலட்சிய சமூகம் என்றார் அவர். நிறவாதம், மதப் பழமைவாதிகளின் பெண்ணெதிர்ப்பு, அமெரிக்காவின் வெளியுறவுக்கொள்கை, நோம் சாம்ஸ்க்கியின் அமெரிக்க எதிர்ப்புச் செயல்பாடுகள் போன்றவற்றை அறிந்த எவரும் சொல்லக் கூசும் மதிப்பீட்டுச்சொற்கள் ஜெகே வெளிப்படுத்திய சொற்கள்.

(இ) தமிழகத்தின் தொழில் வளர்ச்சி தொடர்பான ஜெகேவின் கருத்துக்கள் தரவுகள் சாராதவை. அவருடைய கருத்துக்களை வேறு விதத்தில் மலையாளப் படைப்பாளியான பால் ஜக்கரியா மறுத்திருக்கிறார். திமுகவின் பொருளாதாரக் கொள்கைகள் தொடர்பான புள்ளிவிவரங்களில் அமைந்ததல்ல ஜெகேவின் மதிப்பீடுகள். காமராஜரின் பொற்காலம் என்று இன்றளவும் சொல்லிவரும் இலட்சியவாதத்தின் அடிப்படையிலேயே ஜெகே

தனது மறுப்புகளை முன்வைத்து வருகிறார். திராவிடப் பாரம்பர்யத்தினர் தொடர்பான ஜெகேவின் கருத்துக்களுக்கும் அவரது தனிப்பட்ட வாழ்வுசார்ந்த ஜெயேந்திரர் மீதான நம்பிக்கை, சந்திப்பு தொடர்பான அவரது நம்பிக்கைளுக்கும் இடையிலான உறவை ஒருவர் விசாரித்துப் பார்ப்பது நிலைமையை விளங்கிக்கொள்ள உதவும்.

(ஈ) ஜெயேந்திரர் பிரச்சினை ஒரு சட்டவிவகாரம் என்பதைக் காணக் கூட ஜெகேயினால் முடிய வில்லை. அனுராதா ரமணன் போன்ற பெண் எழுத்தாளர்களின் அபிப் பிராயங்களின் தன்மையைக் கூட யோசித்துப் பார்ப்பவராக அவர் இல்லை. தனது நம்பிக்கைகளின் வீழ்ச்சி என்பதாக மட்டுமே அபிப்பிராயங்களை முன்வைத்து வருகிறார் ஜெகே. இதன் பின்னுள்ள பிஜேபியினரின் அரசியல் கூட அவருக்குத் தெரியாமல் போகிறது.

ஜெயகாந்தனின் அரசியல் அபிப்பிராயங்கள் ஒரு உணர்ச்சிவசமான இலட்சியவாதம் கொண்ட மனிதனின், பகுத்தறிவுக்கும் தரவுகளுக்கும் புறம்பான பார்வைகள் என ஒதுக்கிவிடுவதே நல்லது. ஜெயகாந்தன் தொடர்பான இவ்விவகாரங்களிலான தமது கருத்துக்களை கம்யூனிஸ்ட்டுகள் வெளிப்படையாக முன் வைத்திருக்க வேண்டும்.

விளிம்புநிலை மனிதர்கள் குறித்ததாகப் படைப்புகளை முன்வைத்த முன்னாள் தோழனாக அவர்மீது பாராட்டுணர்வு கொண்ட அவரது கம்யூனிஸ்ட் நண்பர்கள், ஜெகேவின் அரசியல் தொடர்பாகவும் தெளிவாகக் கருத்துச்சொல்வது பல பிரச்சினைகளுக்குத் திறவுகோலாக அமையும்.

திராவிடமுன்னேற்றக் கழகத்தைக் கடுமையாக விமர்சித்து வந்த ஜெயகாந்தன், அறந்தை நாராயணன் முன்னின்று நடத்திய கல்பனா மாத நாவல் இதழுக்காக கலைஞர் கருணாநிதியைச் சென்று சந்தித்து உரையாடினார் என்று ஞாபகம். ஜெயகாந்தன் தன் மீது கடுமையான விமர்சனங்களை முன் வைக்கிறபோதெல்லாம் தான் அவரது படைப்புகளைத் தேடிச்சென்று படிப்பேன் எனக் கலைஞர் பதிலிறுத்ததாகவும் ஞாபகம். கலைஞரை ஜெயகாந்தன் தற்போது சந்திக்க மறுத்தமை குறித்து வருகிற செய்திகளைக் கண்டு புளகாங்கிதம் கொள்ளும் பிஜேபி வாண்டுகளுக்காக இதனைச் சொல்ல வேண்டியிருக்கிறது.

ஜெயகாந்தன் தொடர்பாக நீராவி இஞ்ஜின் என்பதாக, அவர் கடந்த காலத்திற்கு உரியவர் எனும் வகையில் அபிப்பிராயம் வெளியிட்டிருக்கும் ஸன் தொலைக்காட்சிக் குழுமச் செய்திப் பிரிவுத் தலைமையாளரான மாலன், திராவிட இயக்கத்தவர்களின் எழுத்துக்கள் குறித்தும், கலைஞரது சினிமாக்களான கண்ணம்மா, மண்ணின் மைந்தன் போன்றவை குறித்தும் இவ்வாறான வெளிப்படையான அபிப்பிராயங்களை முன்லைப்பாரா என ஆச்சர்யத்தடன் நினைக்க வேண்டியிருக்கிறது.

தமிழகத்தின் சிறுபத்திரிக்கைப் பரப்பைச் சார்ந்த பல விமர்சகர்களும் படைப்பாளிகளும் ஸன் குழும நிறுவனங்களில் தொழில் புரிகிறார்கள் என்பதை ஒரு புள்ளிவிவரமாக மட்டுமல்ல, ஒரு கலை இலக்கிய உண்மையாகவும் வைக்க வேண்டிய தருணம் வந்துவிட்டதென்றே நினைக்கிறேன். மாலன், பன்னீர் செல்வம், சுகுமாரன் போன்றவர்கள் சிறுபத்திரிக்கை சூழல் சார்ந்தவர்கள். வெங்கடேஸ் சக்கரவர்த்தி திமுக குழும பத்திரிக்கைளில் பணியாற்றியவர். எம்.எஸ்.எஸ்.பாண்டியன். ஜேகேவின் பிராமணச் சார்பை அவரது சினிமாக்களின் மூலம் கண்டுபிடிப்புச் செய்பவர்.

மாலன் ஜெகேவைக் கடந்த காலத்திற்கு உரியவர் என்கிறார். இந்த விமர்சகர்கள் அல்லது படைப்பாளிகள், தமது கருத்தாடல்களில் திராவிட முன்னேற்றக் கழகத்தவர் குறித்து கலை இலக்கிய அபிப்பிராயங்கள் முன்வைக்காது மௌனம் காப்பது சந்தர்ப்பவசமானது என்றோ, நிறுவன நிலைமை தொடர்பானது என்றோ மட்டும் விளக்கி விடமுடியாது.

வரலாற்றுப் பிறழ்வுகளை மணிரத்தினத்தில் தேடும் வெங்கடேசச் சக்கரவர்த்தியும் பாண்டியனும் திமுக வகை சினிமா, தமிழகச் சூழலுக்கு விளைவித்திருக்கும் கேவலமான பாதிப்புகள் குறித்து எதுவும் சொல்வதில்லை. கம்யூனிஸ்ட் கட்சிகளின் தேர்தல் கூட்டுகள் குறித்து அமெரிக்காவிலிருந்து எழுதும் எம்.எஸ்.எஸ்.பாண்டியன் திமுகவின் பிஜேபி அரசியல் கூட்டுத் தொடர்பாக எதுவும் எழுதுவதில்லை. நெருதாவில் ஸ்டாலினியத்தைக் காணும் சுகுமாரன் குடும்பச் சொத்தாக திமுக ஆகியிருப்பதையும், ஞாநி எழுதுகிற மாதிரி பிற போட்டி நிறுவனங்களை அழிப்பதாக பகாசுர நிறுவனமாக அது எழுந்திருப்பதையும் குறித்து அவர் எதுவும் சொல்வதில்லை. திமுக அல்லாத அனைத்தும் குறித்து அபிப்பிராயங்களை முன்வைக்கிற இவர்கள், சிறுபத்திரிக்கைச் சூழலில் ஒரு

வகை திமுக சார்பு நிலையை உருவாக்கி வருகிறார்கள் என்பதனையும் இங்கு கவனம் கொள்ள வேண்டியிருக்கிறது. இவர்கள் சிலரிடமிருந்து வெளியாகும் ஜெயகாந்தன் எதிர்ப்பு வெறுமனே இலக்கிய விமர்சனம் சார்ந்தது என்றும் கொள்ள வேண்டியதில்லை.

ஜெயகாந்தனின் படைப்புகளுக்கும் அவரது அரசியல் சார்புகளுக்கும், கருத்தியல் நம்பிக்கைகளுக்கும் இடையில் நேரடியிலான தொடர்புகள் காண்பது சாத்தியம்தானா? நேரடியிலான தொடர்புகள் நிச்சயமாகவே சாத்தியமிலலை. கருத்தியல் சாய்வுகளை நாம் இனம் காணமுடியும்.

விளிம்புநிலை மனிதனாகவும், கம்யூனிஸ்ட் கட்சியோடு உறவு கொண்டிருந்த காலத்தவராகவும் அவரது சிறுகதைக் காலகட்டத்தைக் குறிப்பிடலாம். உயர் மத்தியதர வர்க்கத்தவராகவும் காங்கிரஸ் சார்பாளராகவும், இந்திய தேசியவாதியாகவும் பரிமாணமெய்தியமையை அவரது நாவல்களின் காலகட்டம் எனலாம். அனுபவத் தகிப்பு நிறைந்த காலகட்டங்கள் இவைகள். இலட்சியத்தினால் உந்தப்பட்ட கற்பனைத் தோய்வு மட்டுமே நிறைந்த, அனுபவம் அற்ற அவரது ஆன்மீக எழுத்துக்கள் வெளிப்பட்ட காலகட்டம் என அவரது பிற்காலத்திய எழுத்துக்களை, ஜெய ஜெய சங்கர முதல், ஊருக்கு நூறுபேர் ஈறாக, ஹர ஹர சங்கர வரையிலான அவரது வாசிப்பனுபவமற்ற காலத்தைக் குறிப்பிடலாம்.

இந்த எல்லா நிலைமைகளிலும் ஜெயகாந்தன் வரலாற்றுக்கு எதிராகவே செயல்பட்டிருக்கிறார். விளிம்புநிலை மனிதர்கள் குறித்த அக்கறையற்ற பிராமண மேட்டுக்குடி இலக்கிய வலாற்றுக்கு எதிராக அவரது சிறுகதைகள் இருந்தன. தனிமனிதர்களின் பாலுறவு சுதந்திரம் பேசப்படாத ஒரு வரலாற்றுத் திசைக்கு எதிராக அவரது நாவல்கள் வெளியாகின. ஆன்மீகம் தந்திரமாகவும், பாசிசமாகவும் இந்திய தேசிய அரசியலில் முகம் காட்டியதுபோது, இந்த வரலாற்றுக்கு எதிர்திசையில் அவரது பிற்காலத்திய ஆன்மீகப் படைப்புகள் வெளியாகியிருக்கின்றன. ஈழப் பிரச்சினை, அமெரிக்க சமூகம், ஜெயேந்திரர் பிரச்சினை போன்ற அனைத்து வரலாற்றுச் சம்பவங்கள் குறித்தும் அவர் எதிர்நிலைபாடுகளே எடுத்திருக்கிறார்.

வரலாற்றுக்கு எதிராக இருப்பவர்கள் எல்லாத் தருணங்களிலும் கொண்டாடப்படுவதில்லை என்பதற்கு

நம்காலத்தின் உதாரணமாக இருப்பவர் ஜெயகாந்தன். ஜெயகாந்தன் ஒரு வீடு ஒரு மனிதன் ஒரு உலகத்தையும் ஹென்றியையும் படைத்தது மட்டுமே போதும் அவரது ஞானபீட விருது பெற்றிருக்கும் தகமையைச் சொல்வதற்கு என்று சொல்வது மிகையில்லை. ஜெயகாந்தனின் அரசியல் நிச்சயம் நிராகரித்துவிடத் தக்கது. படைப்புகளை ஏற்பதும் கொள்வதும் அவரவர் கருத்தியல் நிலைக்கு உட்பட்டது. இந்துத்துவவாதிகளுக்கு ஹர ஹர சங்கர பிடிக்கலாம். பிறருக்கு இலக்கணம் மீறிய கவிதையைப் பிடிக்கலாம். நிராகரிப்பின் மூலம்தான் நாம் நமது முழுமையைச் சேகரித்துக்கொள்கிறோம். முரண்களை, தன்னுள் இயல்பாகவே கொண்ட கலைஞன்தான் அதற்குச் சரியான தொடக்கப் புள்ளி என நினைக்கிறேன்.

ஜெயகாந்தனது படைப்புகளை அவரது (1) சிறுகதைகளின் காலம், (2) நாவல்களின் காலம், (3) அவரது ஆன்மீகக் குறுநாவல்களின் காலம் என வரையறுக்கலாம் என நினைக்கிறேன். இதனை முறையே அவரது (1) கம்யூனிஸ்ட் கட்சிக் காலகட்டமான 1952 - 1964 தாமரை, சரஸ்வதி, சமரன், சாந்தி என கம்யூனிஸ்ட் பத்திரிக்கை எழுத்துக்களின் காலம் எனவும், (2) ஆனந்தவிகடன் - தினமணிக்கதிர் காலம் எனவும், (3) பத்திரிக்கைகள் தாண்டி நேரடியாகக் குறுநாவல்களாகவும் கல்பனா மாத இதழ் நாவல்களாகவும் வெளிவந்த காலம் எனவும் சமாந்தரமாக வரையறுத்துக் கொள்ளலாம்.

அவருடைய மாஸ்டர் பீஸ்கள் அனைத்தும் அவரது ஆன்மீக நாவல்கள் அல்லாத காலத்தவைதான். அடித்தட்டு மக்களின் வாழ்வைச் சொன்னது அவரது சிறுகதைக்காலம். அதிலிருந்து நகர்ந்து மத்தியதரவர்க்க வாழ்வைச் சொன்னது அவரது நாவல்களின் காலம். அடித்தட்டு மக்களின் துயரமான வாழ்வினிடையிலும் அவர்தம் மேன்மையை வலியுறுத்தின அவரது சிறுகதைகள். அவரது 13 வயது முதல் 30 வயது வரையிலான விளிம்புநிலை மாந்தருட னான அவரது வாழ்வின் அனுபவத்தகிப்பு நிறைந்தவை அவரது அக்காலகட்டக்கதைகள். உன்னைப் போல் ஒருவன், இலக்கணம் மீறிய கவிதை, கோகிலா என்ன செய்துவிட்டாள், ரிஷிமூலம், விழுதுகள் போன்றன இவ்வகை கிளாசிக்குகள்.

நாவல் எனும் வடிவமே மத்தியதரவர்க்கம் தனது தனிமனித சுதந்திரத்தை நிலவும் சமூக நெறிகளுக்குச் சவாலாக முன்வைத்துப் பேசுவதுதான். ஆண் பெண்கள் இடையிலான பிணக்குகளில் பரஸ்பரமான சுதந்திரம், பாலுறவு மீறல்கள்,

உடமை மறுப்பு, சுதந்திர வாழ்வு போன்றன இத்தகைய அவரது நாவல்களின் கருவாக இருந்தன. இதுவும் அவரது அனுபவத்தகிப்பு நிறைந்த காலகட்டம். பாரிசுக்குப் போ, ஒரு வீடு ஒரு மனிதன் ஒரு உலகம், ஒரு நடிகை நாடகம் பார்க்கிறாள் மூன்றும் இந்த வகை கிளாசிக்குகள்.

ஜய ஜய சங்கர எழுதியபின் வெளியான அவரது நாவல்களான ஊருக்கு நூறு பேர், ஆயுதப்பசி என ஹர ஹர சங்கர வரை அவரது அனுபவத் தகிப்பும் தேடலும் நீர்த்துப்போன, நிலவும் வாழ்வினின்று முற்றிலும் விலகிய அப் பாலை உலகில் சஞ்சரிக்கிற பிரதிமைகள் நடமாடுகிற எழுத்துக்களாகவே இருந்தன. சமதர்ம இலட்சியவாதமும் விளிம்புநிலை மக்களின் காதலனாகவும் இருந்த ஜெயகாந்தன், அதனை மண்ணில் சாதிப்பதற்கான கருத்துலக வடிவமாகச் சனாதனத்தைக் கண்டடைந்த வடிவமே அவரது பிற்கால ஆன்மீக விசார நாவல்கள் எனலாம்.

எனது இந்தக் காலவகுப்பும் இலக்கிய வடிவம் சம்பந்தமான வகுப்பும் ஓரிரு ஆண்டுகள் முன்பின்னாக இருக்கலாம். கருத்துலக மாற்றங்கள் ஒரு படைப்பாளியிடம் ஒரு நள்ளிரவில் துவங்கி அடுத்த நள்ளிரவில் தெரிந்துவிடுவதில்லை. இந்த மாற்றம் கால அளவில் வெகுதுல்லியமாகவும் அளவிடப்பட முடியாதது. அது போலவே, இலட்சிய மனிதனுக்கான தேடல் ஒரு படைப்பாளியின் படைப்புகளில் துவக்கம் முதல் இறுதி வரை தொடர்ச்சியாக இருக்க, தேர்ந்து கொள்ளும் கருத்துலகானது மெல்ல மெல்ல மாறமுடியும். ஜெயகாந்தனைத் தொடர்ச்சியாக வாசித்து வந்திருப்பவர்கள் அவருள் நேர்ந்த இந்த மாற்றத்தின் சாய்வுகளை வாசிப்பில் அறிய முடியும்.

தமிழ்நாடு கலை இலக்கிப் பெருமன்றம் - இந்தியக் கம்யூனிஸ்ட் கட்சி - வானம்பாடி கவிதா இயக்கம் - பட்டுக்கோட்டை கல்யாண சுந்தரம் மன்றம் - திகசி ஆசிரியராக இருந்த தாமரை இலக்கிய இதழ் என இப்படித்தான் எனது பள்ளி இறுதி - கல்லூரி வாழ்வு அமைந்தது. ஜெயகாந்தனின் படைப்புகள் அதிகம் வாசிப்பட்டதும் அவரது கனல் தெறிக்கும் உரைகளைக் கேட்க நேர்ந்ததும் எழுபதுகளின் தலைமுறைக்கு இயல்பாகவே நேர்ந்தது. ஜெயகாந்தனோடு சேர்ந்துதான் நாங்கள் வளர்ந்தோம். அவர் போலவே பங்க் முடி வைத்துக் கொண்டோம். அவர் போலவே கஞ்சா பிடிக்கப் பழகிக் கொண்டோம். அவர் போலவே எமது வயதுக்கு ஒப்பக் கொஞ்சம் வாசிப்புத் திமிரும் எமக்கு இருந்தது.

விழுதுகள், உன்னைப் போல் ஒருவன், யாருக்காக அழுதான், கோகிலா என்ன செய்து விட்டாள், சமூகம் என்பது நாலு பேர், அந்தரங்கம் புனிதமானது, பாரிசுக்குப்போ, ஒரு நடிகை நாடகம் பார்க்கிறாள். ஒரு வீடு ஒரு மனிதன் ஒரு உலகம் போன்ற அவரது படைப்புகள் இருவிதங்களில் எமது கால வாசகனை வார்த்தது. எந்தச் சமூகத்திலும் முதல் இலக்கிய வாசகர் என்பவர் அதிகமும் நடுத்தர வர்க்கம் சார்ந்தவர் எனும் அளவில் தம்மைச் சுற்றிலும் மற்றமையாக வாழ்ந்த விளிம்புநிலை மனிதர் மீதான அன்பையும் வாஞ்சையையும் மரியாதையையும் அவரது கதைகள் அந்த வர்க்கத்தவர்க்கு உருவாக்கின. இது அவரது புனைவுகளின் முதல் ஆக்கபூர்வமான பாதிப்பு.

அறுபதுகளும் எழுபதுகளும் என்பது எதிர்ப்பினதும் சுதந்திரத்தினதும் விடுதலையினதும் யுகம். பெண்ணிலைவாதம் அந்த நாட்களில்தான் வேர்கொண்டது. 1968 பாரிஸ் மாணவர் எழுச்சியில் மாணவர் - தொழிலாளர் பெண்கள் என நிலவிய அமைப்புக்கு எதிராக தோள்சேர்ந்து நின்றனர். வியட்நாமிய ஆக்கிரமிப்புக்கு எதிராக அணிதிரண்டனர் சுதந்திரக் காதல், போதைப் பாவனைகள், ஹிப்பிகளின் பிடரி மயிர் சிலிர்ப்பு அனைத்தும் அந்த யுகத்தின் பெருமிதத்தினதும் விட்டு விடுதலையாகும் உணர்வினதும் குறியீடுகள். ஜெயகாந்தனின் படைப்புகளும் வெடிப்புறப் பேசும் அவரது குரலும் அவரது முறுக்கிய மீசையும் அடர்ந்த பிடரி மயிரும் அவரது திமிர்ந்த தோற்றமும் இந்த உணர்வு நிலையைத் தான் அன்று எமக்கு வெளிப்படுத்தின.

அவரது பாரிசுக்குப் போ கதைநாயகனான சாரங்கன் சுதந்திரத்தின் - கலைகளின் தாயகமாக பாரிஸ் நகரத்தைத் தேர்ந்து கொண்டதன் காரணம் இதுவன்றி வேறு எதுவாக இருக்க இயலும்? அன்று உலக நகரங்களின் கடற்கரைகளில் ஜான் லென்னானது இமேஜின் பாடலைப் பாடியபடி ஹிப்பிகள் ஆடைகளற்று போதையிலும் சுதந்திரக் காதலிலும் ஆழ்ந்து கிடந்ததை ஒரு வீடு ஒரு மனிதன் ஒரு உலகம், விழுதுகள் என தமிழ்மொழியில் எழுதிக்காட்டியவன் மட்டுமல்ல; நிர்வாணமாகத் திரிதலை தன் சொந்த வாழ்விலும் சோதித்துத் திளைத்த மனிதனாக ஜெயகாந்தன் இருந்தார்.

ஒரு நடிகை நாடகம் பார்க்கிறாள் கல்யாணி, பாரிசுக்குப் போ லலிதா போன்றவர்களின் பின் பூரணியிலிருந்து

எமது கனவுப் பெண்கள் பூமியில் கால்பாவி நடந்தார்கள். அவர்களோடு பேருந்து நிலையப் படிகளிலும் கருத்தரங்க அறைகளிலும் விடுதி அறைகளிலும் மொடமொடத்த காட்டன் புடவையுடன் கால்மேல் கால்போட்டு அமர்ந்த நிலையில் நிறைய நிறையப் பேசிக்கொண்டேயிருக்க விரும்பினோம். அந்தரங்கம் புனிதமானது, சமூகம் என்பது நாலு பேர் போன்ற அவரது கதைகள் தனிமனிதத் தேர்வுகளையும் தனிமனித சுதந்திரத்தையும் உரத்துப்பேசின. திருமண பந்தத்திற்கு அப்பாலான ஆண் - பெண் உறவுகளையும் அவர்க்கிடையில் நேரும் பாலுறவையும் யதேச்சையாகவும் இயல்பாகவும் மரபுகளைக் கவிழ்ப்பதாகவும் அவரது கதை மாந்தர்கள் அணுகினார்கள். ஒரு நடிகை நாடகம் பார்க்கிறாள் கதைக்கான ஆதாரம் அவரது சொந்த வாழ்வே என்பது அவர் மீதான வாஞ்சையை இன்னும் அதிகரித்தது.

எண்பதுகளின் ஆரம்பத்தினோடு அவர் எழுதுவதை நிறுத்தினார். அவரது இறுதி நாவல்கள் அல்லது குறுநாவல்கள் ஜய ஜய சங்கர, ஊருக்கு நூறு பேர், மூங்கில் காட்டு நிலா என பெரும்பாலுமானவை இந்தியக் கம்யூனிஸ்ட் கட்சி அமைப்பான நியூ செஞ்சுரி புத்தக நிலையம் இவரது ஆசிரியத்துவத்தில் வெளியிட்ட கல்பனா மாத நாவல் இதழில்தான் வெளியாகின. கல்பனா இதழ் முன்பாக தமிழ் சினிமா வரலாற்றாசிரியரும் நாவலாசிரியருமான அறந்தை நாராயணன் ஆசிரியத்துவத்தில் திரை இதழாகவே துவங்கப்பட்டது. இவ்விதழில்தான் நான் முதன்முதலாக எழுதிய சினிமாக் கட்டுரைத் தொடர் - இயக்குனர் பாலச்சந்தர் பற்றியது - வெளியானது இப்போதும் எனக்கு ஞாபகம் இருக்கிறது.

பின்னரான காலம் அவரது மிகமோசமான தேங்கிப் போன அரசியல் காலம் எனலாம். ஜெயேந்திரருக்கு ஆதரவாக ஹர ஹர சங்கர நாவல் எழுதியது, இலங்கைத் தமிழர் பிரச்சினையில் மிகுந்த இந்திய தேசிய வெறியுடன் செயல்பட்டது என அவர் நகர்ந்தார். அறுபதுகளிலும் எழுபதுகளிலும் அவரோடு வளர்ந்தவர்கள் இப்போது அவரது புனைவுகளுடன் சே குவேராவையும் ஈழவிடுதலைப் போராட்ட அரசியலையும் கற்றுக் கொண்டிருந்தார்கள். நேருவையும் காந்தியையும் அவர் வரித்துக் கொண்ட வேதாந்த - ஆதி கம்யூனிசக் கலவையையும் தாண்டி புத்தர், பெரியார், அம்பேத்கர் என நகர்ந்தார்கள். ஜெயகாந்தனின் எழுத்துக்களின் ஊடே வளர்ந்தவர்கள்

இப்போது அவரது தோள்களுக்கு அப்பாலும் மேலும் பார்க்கத் துவங்கியிருந்தார்கள். அவரிடமிருந்து கற்றுக்கொண்டு அவரது புனைவுலக மாந்தர்களின் வழி அவர்தம் ஆன்ம உலகைத் தகவமைத்துக் கொண்டவர்களால் அவர் குறித்து வருத்தப்பட முடிந்ததேயொழிய, அவரது பிற்கால அரசியலை நிராகரிக்க முடிந்ததேயொழிய, அவரை தமது மானுட ஆன்மாவை மலர்வித்தவர் எனும் அளவில் வெறுக்கமுடியவில்லை.

அவரை நினைக்கும் இந்த வேளையில், அவர் குறித்த ஒரே பிம்பம் திரும்பத் திரும்ப முன்னே வருகின்றது. அவர் எப்போதும் எளிமையானவர். எளிமையான மனிதராகவே இருந்தார். எளிமையான வாழ்வையே வாழ்ந்தார். ஜெயகாந்தன் தன் காலத்தில் ஆதிக்கம் செலுத்திய வெற்றிகரமான அனைத்துடனும் - அரசியல் மற்றும் கோடம்பாக்கத் திரைப்படம் என - அவரது பாஷையிலேயே சொல்வதானால், 'கட்டிப் புரண்டு சண்டை' போட்டார். ரவி சுப்ரமணியத்தின் ஆவணப்படம் அவரது எளிமையான வாழ்வு குறித்த அற்புதமான சித்திரத்தைத் தருகிறது. எந்த ஆடம்பரமும் அற்ற எளிமையான வீடு. எளிமையான வீட்டு மனிதர்கள். சமையலறையினுள் அவர் நுழைகிறார். துணைவியார் நிற்கிறார். அவரது நெற்றியைத் தொட்டு மீளுகிறார் ஜெயகாந்தன். எளிமையான மனிதர்கள் குறித்த அழியாச் சித்திரங்களை விட்டுச் சென்ற இந்த மனிதனின் இறுதிக் கால வாழ்வு எளிமையாகவே கழிந்தது என்பதற்கான ஆதாரம் இந்தக் காட்சி.

இறந்து போன எனது பெற்றோர் ஒரு நொடி எனக்குள் வந்து போகிறார்கள். மழைத் தாரைகளுடன் புகைநிறமான அவரது வீடு இப்போது மங்கலாகத் தெரிகிறது..

16
எளிய ஆராய்ச்சியாளன் சொன்ன எளிய கதை

ஆதவன் தீட்சண்யாவின் குறிப்புக்கள் குறித்த ராஜநாயஹத்தின் எதிர்வினை, நல்லெண்ணத்தின் அடிப்படையிலும் உணர்ச்சிவசமான நம்பிக்கையின் அடிப்படையிலும் இருக்கிறது. ஒரு படைப்பாளி கண்ணியமானவராகவும் நேரில் பழகுவதற்கு இனியவராக இருப்பதும் அவரது படைப்பு சார்ந்த மதிப்பீடுகளுக்குத் தடையாக இருக்க முடியாது. படைப்பாளி வரலாற்றுப் பிரக்ஞை கொண்டவராகவும் இருக்க வேண்டும்.

வளர்ந்தவர்கள் குழந்தைகளை பாலியல் வேட்கைக்கு உட்படுத்துவது என்பது சர்வதேசியச் சட்டங்களின் அடிப்படையில் கொடுங்குற்றமாகக் கருதப்படுகிறது. அமெரிக்க வாழ்க்கை முறை குறித்த பாரிய அனுபவம் கொண்ட சு.ரா. இதனை வெகு நன்கு அறியமுடியும். உன்னத சங்கீதம் என 13 வயதுப் பெண்குழந்தையோடு பாலுறவு கொள்ளும் 50 வயது மத்தியதர வயது ஆணை மனிதாயப்படுத்தி எற்கனவே சாருநிவேதிதா எழுதியிருக்கிறார். சு.ரா இதே அதிர்ச்சி மதிப்போடு எதிர்முனையில் விவகாரத்திற்குரிய பிள்ளை கெடுத்தாள் விளையை எழுதியிருக்கிறார். பிள்ளை கெடுத்தாள் விளை என ஊருக்குப் பெயரிட்டதன் வழி இந்தப் புனைவுக்கு ஒரு வரலாற்று மதிப்பையும் அவர் ஏற்றியிருக்கிறார். பாலியல் வல்லுறவும் சுரண்டலும் இந்திய வரலாறு முழுக்க எவருக்கு எதிராக, எவரது வாழ்வில் அன்றாட நிகழ்வாக இருக்கிறது? இந்தக் கேள்வி சார்ந்த உணர்வைத்தான் வரலாற்றுப் பிரக்ஞை என்கிறோம்.

யமுனா ராஜேந்திரன்

கதையின் விபரீத சஞ்சாரம் குறித்த தலித் எழுத்தாளர்களின் கோபம் மிக நியாயமானது. சு.ராவின் இந்தக் கதையை அசோகமித்திரனின் யூதர்கள் தொடர்பான ஆதங்கத்துடன் சேர்த்து வாசிப்பது தவிர்க்கவியலாதது. அசோகமித்திரன் தமது சமூகம் சார்ந்தவர்களை யூதர்களுடன் ஒப்பிடுவது வெறுமனே யதேச்சையானது அல்ல. இந்துத்துவச் சார்பு ஆங்கில இணைய தளங்கள் அனைத்திலும் மேற்கொள்ளப்படும் ஒப்பீடு அதுதான். அரவிந்தன் நீலகண்டன் போன்ற அறிவித்துக்கொண்ட ஆர்.எஸ்.எஸ்.காரரின் கட்டுரைகளில் தமது சமூகத்தை யூதர்களோடு ஒப்பிட்ட பாங்கையும் பாலஸ்தீனர்களை பயங்கரவாதிகள் என அவர் சொல்வதையும் வெகு சாதாரணமாக நாம் காணலாம். அசோகமித்திரன் ஒரு தேர்ந்த இலக்கியவாதி என்பதால், தன் மொழியில் அவர் பேசுகிறார். இச்சூழலில் சு.ராவின் விமர்சனமற்ற அபிமானிகள் புரிந்துகொள்வது மாதிரியே பிற மனிதர்களும் இக்கதையைப் புரிந்து கொள்ள வேண்டும் என்பது அவசியமில்லை. இத்தருணத்தில் இப்படியான கதையை எழுதுவதற்கு சு.ராவை உந்திய பொறிக்கும் அல்லது இத்தருணத்தில் தமது சமூகத்தின் புனிதம் மற்றும் வீழ்ச்சி குறித்து ஆதங்கப்பட வேண்டிய நிலைமை அசோகமித்திரனுக்கு வந்ததற்கும் வெறுமனே கலைப் பிரக்ஞைதான் காரணம் என அனைவரும் நம்ப வேண்டிய அவசியமேயில்லை.

தத்துவம், அழகியல், அமைப்பியல் சார்ந்து குறிப்பிட்ட கதை பார்க்கப்படுகிறது. சமகால விவாதங்கள் நடைமுறைகள் சார்ந்து கதை பார்க்கப்படாமல் தவிர்க்கப்படுகிறது. ஆதவன் தீட்சண்யா தெளிவாகவும் தன் விவாதத்தின் மையமாகவும் முன் வைத்துக் குறிப்பிட்டிருக்கும் கதைநிகழ்வின் காலக்குழப்பமும் குளறுபடியும் குறித்துக் கதையின் ஆதரவாளர்கள் எந்தவிதமான விளக்கங்களையும் முன்வைக்க முடியவில்லை. அமைப்பியல் சார்ந்து கதையின் இயக்கத்தை விவரிக்கும் ரவிக்குமார், இலக்கிய அழகியல் தெரியாதவர்களாக நீங்கள் புரிந்துகொள்ளப்படுவீர்கள் என தலித்துக்களையும் விளிம்பு நிலையாளர்களையும் அச்சுறுத்துகிறார்.

தாயம்மாவின் மரணம், முதல் தேர்தல் என கதை நிகழும் காலம், கிராமத்தின் பெயர் மாற்றம் என கடந்த காலத் தன்மையைக் கதைக்கு சு.ரா வழங்கினாலும், ஆதவன்

தீட்சண்யா குறிப்பிடுகிற காலக்குழப்பத்தை சு.ரா. கடந்து போகமுடியவில்லை. கதையின் அழகியல் தொடர்பானது மட்டுமல்ல இக்கேள்வி, கதையின் வரலாற்றுப் பிரக்ஞையின் மீதான கேள்வியாகுமிது. கதையின் காலம் 2005 ஆம் வருட வாக்கிலான நிகழ்காலம்தான். நிகழ்காலத்தின் சிக்கலான உரையாடல் ஒன்றை மையமாகக் கொண்டுதான் கதை விவாதிக்கப்படுகிறது. அந்தச் சிக்கலான பிரச்சினை குழந்தைகளின் மீதான பாலியல் வன்முறை தொடர்பானது.

கதையில், தாயம்மா பாலியல் பலாத்காரம் புரிந்ததாகச் சொல்லப்படுவதனை ஸ்தாபிக்கும் எந்தத் தடயமும் கதையின் மொழியில் இல்லை என்பதனை ஆதரவாளர்கள் சுட்டிக்காட்டுகிறார்கள். அதன் மீதான நிச்சயமின்மையையே கதை கொண்டிருக்கிறது எனவும் அவர்கள் நிச்சயமாகச் சொல்கிறார்கள். கதைசொல்லி தாயம்மாவின் மீது உருவாக்கும் அனுதாபமும், தங்கக்கண் சொன்ன கதையின் இறுதியில் தாயம்மாவின் மீது கேட்பவர்கள் செலுத்தும் அனுதாபத்தையும் முன்வைத்து இப்படியான முடிவுக்கு வருவதாகவும் அவர்களது விவாத நிலைபாடு இருக்கிறது.

கதை கேட்பவர்களின் அனுதாபத்தை ஊர்கூடி தாயம்மாவின் மீது செலுத்தும் வன்முறைக்கு எதிரான அனுதாபமாகப் புரிந்து கொள்வதா அல்லது மிகக் கடினமான அனுபவங்களின் பின் வாழ்க்கையில் முன்னேறிய அந்தப் பெண்ணின் பாலியல் வேட்கையின் ததும்பல் எனப் புரிந்து கொண்ட அனுதாபம் என விளங்கிக் கொள்வதா அல்லது குழந்தைகளின் மீதான பாலியல் வன்முறைகுறித்து கதை கேட்பவர்களுக்கு அசிரத்தையான மனப்பான்மையே இருக்கிறது என விளங்கிக் கொள்வதா?

அனைத்துக்கும் முன்னதாக சமகாலத்தின் மிகக் கேவலமானதும் வக்கிரமானதுமாகக் கருதப்படும் ஒரு குற்றச் செயல் புரிந்ததின் மீதான சம்சயத்தின் அடிப்படையில் இப்படியான கதையை எழுத வேண்டிய தனது கருத்தேர்வுக்கான உந்துதலை சுந்தரராமசாமிக்கு வழங்கிய அகப் பொறி அல்லது சமூக நெருக்கடிதான் என்ன?

தத்துவவாதியானாலும் அரசியல் நடவடிக்கையாளன் ஆனாலும், இலக்கியவாதியானாலும் கடந்த காலத்தை நிகழ்கால நெருக்கடிகளின் அடிப்படையில்தான் வாசிக்கத் தொடங்குகிறான். தலித் அரசியலாளர்களின்மீதும், தலித்துக்கள்

மனிதர்கள் எனும் அளவிலும் ஒரு விதமான சமூகவியல் அணுகல் தலித் அல்லாதவர்கள் மத்தியில் இருக்கிறது. சு.ரா.வும் சமூகஜீவியாக இதற்கு விதிவிலக்கு அல்ல. தலித்துகளுக்கு அதிகாரமும் வசதியும் சொத்தும் சேரும் போது (தாயம்மாவின் தகப்பன் ரகசியமாக நிலம் வாங்குகிறார் எனக் குறிப்பிடுகிறது கதை) பிற சமூகப் பகுதியினரைப் போலவே, அவர்கள் குற்றச்செயல்களிலும் அதிகாரம் செலுத்துவதிலும் ஈடுபடுவார்கள் எனக் கருதுவதுதான் அந்த நிலைபாடு. இந்த நிலைபாட்டிலிருந்து கதையை வாசிக்கிற போது கதையின் பல குழப்பங்கள் நமக்குத் தெளிவுபடுகின்றன.

கதையில் மூன்று இணையான பிரதிகள் ஊடறுத்துச் செல்கின்றன. (அ) ஒரு கீழ்சாதிப் பெண்ணாக தாயம்மாவின் நோவுகளும் பாடுகளும் சமூக நிலை எய்துதலும் அவள் மீதான வன்முறையும் முதலானது எனக் கொள்ளலாம். (ஆ) தாயம்மாவைச் சுற்றிய அரசியல் மாற்றங்கள், அது சார்ந்த மனிதர்களின் எதிர்வினைகள் இரண்டாவது எனக் கொள்ளலாம்.(இ) மூன்றாவதானதும் பிரதானமானதுமான பிரதி தாயம்மாவின் பாலியல் வேட்கை மற்றும் அவளது உடலின் ததும்பல்கள் தொடர்பானது. கதையின் பிரச்சினைக்குரிய பகுதியும் இதுதான். இது குறித்து கொஞ்சம் பொய்யும் கலந்து சொல்லும் தங்கக்கண்ணின் வழியிலும், தங்கக் கண்ணின் பொய்யை வடிகட்டிய நிலையில் திட்டவட்டமான வார்த்தைகளில் நமக்கு விளக்கும் நேரடிக் கதைசொல்லியான டெய்லர் செல்லத் துரையின் வார்த்தைகளிலும் நம்மை வந்து அடையும் சித்திரம், பேசப்படும் பாலியல் குற்றம் குறித்து அவ்வளவு கூடார்த்தமாகவும், நிச்சயப்படுத்திக் கொள்ள முடியாததாகவுமா இருக்கிறது ?

அப்படி இல்லை என்பதை கதையின் பாலுறவு வேட்கை தொடர்பான திட்டமான இணைப் பிரதி நமக்குச் சொல்கிறது. வண்டல் திரண்டது போல் உடம்பு கொண்ட(பக்கம்:14) தாயம்மாவுக்கு கல்யாணம் ஆகவில்லை (பக்கம்:13). மணிகண்டன் மாடக்குழியில் ஹைஸ்கூலில் நாலாவது வகுப்பில் படித்துக் கொண்டிருந்தான். என்ன அழகு! (பக்கம்:15) மணிகண்டன் தன் தாயிடம் சொன்ன விசயம் மாடக் குழி முழுக்க ஒரே நொடியில் பரவிற்று என்றால் அதில் மிகையில்லை (பக்கம்15) தாங்கள் அரும்பாடுபட்டுக் கட்டி வளர்த்த பள்ளியைக் காப்பாற்ற அந்தத் திட்டத்தை அமுல்படுத்த வேண்டும் என்று அவர்களுக்குத் தோன்றிவிட்டது (பக்கம்:15). தாயம்மா

அழவில்லை. கத்தவில்லை. ஒரு சொல் சொல்லவில்லை (பக்கம்:16). குழந்தைகள் அவள் பக்கம் போகக் கூடாது (பக்கம்: 16).

ரவிக்குமார் சொல்கிற மொழி என்பது, குறியீடு என்பதனை மேலே குறிப்பிட்ட இணைப்பிரதியுடன் வைத்துப் பார்க்க நமக்குக் கிடைக்கிற சித்திரம் வேறு. மணிகண்டன் தன் தாயிடம் என்ன சொன்னான் என்பது தெரியவில்லை என ஒரு இடத்தில் விவரிக்கிற தங்கக்கண்தான் பிறிதொரு இடத்தில் மணிகண்டன் தன் தாயிடம் சொன்ன விசயம்தான் மாடக்குழி முழுக்கப் பரவியது என்கிறான். மாடக்குழி முழுக்கப் பரவிய விடயம் தாயம்மாவின் பாலியல் பலாத்காரம்தான் என்பதை கதை தெளிவாகச் சொல்கிறது. அதன் அடிப்படையில்தான் பள்ளிக் கூட நிர்வாகிகளின் நடவடிக்கை அமைகிறது என்பதனையும் தங்கக்கண் தெளிவாகச் சொல்கிறான். பள்ளிக் கூட நிர்வாகிகள் தாயம்மாவுக்கு எதிரான வில்லன்களாக இருந்தார்கள் என்பதற்கான தடயங்கள் எதுவும் கதையின் பிற இடங்களில் எங்கும் இல்லை.

காலமே, உன் கூத்து என்ற வாக்கியம் கதையில் திருப்பங்கள் நேரும்போதெல்லாம் திரும்பத் திரும்ப வருகிறது. இதற்கு என்னதான் அர்த்தம்? வலிகளும் வாதைகளும் பெற்று வளர்ந்த ஒரு பெண், தனது ஒடுக்கப்பட்ட பாலுறவு ஆசைகளின் பொருட்டு தனது சொந்த உடல்சார்ந்த வேட்கைக்காக இப்படிச் செய்துவிட்டாளே, இது தவறா எனக் கேட்கிறதா இச்சொற்றொடர்கள்? அல்லது தமது ஊரின் பள்ளித் தலைமையாசிரியையாக அப்பெண்ணை ஆக்கி, ஊரின் பெருமிதத்தை அப்பெண்ணைக் கொண்டு நிலைநாட்டி அவளைக் கொண்டாடிய ஊரே, இந்தக் குற்றத்திற்காக அவளுக்குத் தண்டனை தர வேண்டிய நிலைமை வந்துற்றதே என அங்கலாய்க்கும் சொற்றொடர்களா இவை?

கதை முழுக்கவும் தாயம்மாவின்மீது காட்டப்படும் பச்சாதாபம், அவரது கல்வி கற்றல் தொடர்பான துயர் தோய்ந்த வாழ்க்கைப் பயணத்தினத்தினை உணர்வதாலும், அவள்மீதான காட்டு மிராண்டித் தனமான வன்முறையின் மீதான கோபத்தினாலும், விசாரணையின்றி அவள் தண்டிக்கப்பட்டதினாலும் நேரும் தாராளவாதத்தின் பச்சாதாபம் தானேயொழிய, அவள் பாலியல் பலாத்காரம் புரிந்தாளா இல்லையா என அறிந்துகொண்ட நிலையில் நேரும் பரிவுணர்வு அல்ல. மேலாக, இவ்வாறு பாலுறவு

கொண்டவர்களையும் பரிவுணர்வுடன் பார்க்க வேண்டும் என்று பேசுகிற எழுத்தாளர்களும் உண்டு.

சுரா தாயம்மாவுக்கு வயது எண்பதுக்கு மேல் என்று சொன்னாலும், கதை நிகழ்காலத்திலிருந்துதான் தொடங்குகிறது. தங்கக்கண்ணுக்கு சு.ரா.வினால் வழங்கப்படும் புராதனம் இட்டுக்கட்டப்பட்டது. கதையின் பிரச்சினையாக இருக்கும் குழந்தை களின்மீதான பாலுறவு வன்முறை அதிமுக்கியமான பிரச்சினையாக ஆகியிருக்கிற காலமும் இதுதான். இந்தப் பிரச்சினையின் குரூரம் எத்தகையது என்பதனை அமெரிக்காவில் வாழும் சுரா மிக நன்கு அறிவார். இத்தகையதொரு சூழ்நிலையில் பிரச்சினை திட்ட வட்டமான மொழியில் எழுதப்படாமல் கூடார்த்தமான மொழியில் எழுதப்பட்டதில் கலாச்சார அரசியல் இல்லை என்று நம்புவதற்கான இடம் இல்லை.

அய்யா, நான் ஒரு எளிய ஆராய்சியாளன். என் ஆராய்ச்சி என்னைப் படுகுழிக்கு இழுத்துக்கிட்டுப் போகுதே, நான் என்ன செய்வேன் என்று கதையின் ஒரு இடத்தில் புலம்புகிறான் தங்கக்கண். இந்த ஆராய்ச்சிக்கு இப்போ என்ன தேவை வந்தது என்றுதான் தங்கக்கண்ணைக் கேட்கத் தோன்றுகிறது.

குறிப்பிட்ட எழுத்தாளர்களின்மீதான அபிமானம் என்பது தமிழகத்தில் நிகழ்ந்து வரும் குழுசார்ந்த இலக்கிய அரசியலைப் பார்க்கவியலாது செய்துவிடக்கூடாது. நாச்சார் மடம் கதை விவகாரம் பிரச்சினைக்குரியதாகப் பார்க்கப்பட முடியுமானானல், ஏன் ஜீவா, நெருதா போன்றவர்கள் குறித்த காலச்சுவடு, சு.ரா: ரவிக்குமார் விவாதங்கள் பிரச்சினைக்குரியதாக ஆகமுடியாது? ரவிக்குமாரின் பெரும்பாலுமான கட்டுரைகள் (குறிப்பாக தெரிதா, நெருதா குறித்த அவரது கட்டுரைகள்) மிக மேம்போக்கான நுனிப்புல் மேய்ந்த கட்டுரைகள். காயத்ரி ஸ்பீவக்கின் முறையியலோடு தெரிதாவின் எழுத்துக்களை ஒப்பிடுவதே அபத்தம். ரவிக்குமார் செய்கிறார். காயத்ரி ஸ்பீவக் மிக நீண்ட காலத்திற்கு முன்பாகவே தெரிதாவைக் கடந்து சென்று விட்டவர். அவர் ஒரு நடவடிக்கையாளர் எனும் நிலைபாட்டிலிருந்தே பன்முக மார்க்ஸ் குறித்த தெரிதாவின் கருத்துக்களைப் பார்க்கிறார். மேலாக கட்டுடைப்பு வழிபாடு ஆக்கப்பட்டிருப்பதை நிராகரிப்பவர் ஸ்பீவக்.

இன்றைய தலித் பிரக்ஞையுடன் நெருதாவின் இலங்கை பாலுறுவு நிகழ்வை மீளப்பார்ப்பது படு அபத்தம். நெருதா

குறித்த ரவிக்குமார், நா.சுகுமாரன் போன்ற தமிழக எழுத்தாளர்களின் அவதூறுகளுக்கு எதிர்வினையாக மிக விரிவான கட்டுரையொன்றை நெருதா குறித்த சர்வதேசிய விவாதங்களின் பின்புலத்தில் (பாப்லோ நெருதாவின் துரோகம்: உயிர்மை: பிப்ரவரி 2005) நான் எழுதியிருக்கிறேன். நெருதா குறித்த இவர்கள் இருவரதும் கருத்துக்கள் சுயம்புவாக உதித்தவை அல்ல. ரவிக்குமார் பேசிய விடயங்களை காலச்சுவடு கட்டுரைதான் கண்டுபிடித்தது என்றும் இல்லை. இந்தக் கொச்சை வாந்திகளை சர்வதேச வெளியில் தொகை தொகையாக அமெரிக்க விமர்சகர்கள் எழுதி வருகிறார்கள். ரவிக்குமார் செய்ததெல்லாம் அதனைத் தமிழுக்கு இறக்குமதி செய்ததுதான்.

மேலாக ரவிக்குமாருக்கு பல சித்தாந்த முகங்கள் உண்டு. ஹிமாச்சல் எனும் இதழில் அவர் விடுதலைப் புலிகளின் அமைப்பில் சாதியம் பற்றி (மொழியாக்க உபயம்: அழகரசன்) ஆங்கிலக் கட்டுரை எழுதுவார். புலிகளின் நேரடியான தமிழக ஆதரவாளரான திருமாவளவனுக்கு அரசியல் ஆலோசகராகவும் ரவிக்குமார் இருப்பார். தமிழகத்தில் மார்க்சியம் கடந்த நிலை தனது அரசியல் என்று பேசுவார். அவுட்லுக் ஆனந்த்தோடு சேர்ந்து பின்நவீனத்துவத்திற்கு எதிரான மார்க்சிஸ்ட்டான மீரா நந்தாவின் புத்தகங்களும் போடுவார். முன்னாள் ஆர்.எஸ்.எஸ்.காரருடன் அருகிருந்து கொண்டு பெரியாரிய எதிர்ப்பு அரசியலும் பேசுவார். ரவிக்குமாரின் தலித்தியம், பின் - சோவியத் விமர்சன வகை கேரியரிசம் தவிர வேறில்லை.

17

வரலாறும் கருத்துலகமும்: தமிழில் இரண்டு 'உலக' நாவல்கள்

கிழக்கு ஐரோப்பிய நாடான போலந்தில் வாழ்ந்த இரண்டு தமிழ் நாவலாசிரியர்கள் தமது அனுபவங்களின் அடிப்படையில் இரண்டு தமிழ் நாவல்கள் எழுதியிருக்கிறார்கள். இருவரும் தமிழ்ப் பேராசிரியர்கள். வார்ஸா பல்கலைக் கழகத்தில் தமிழ் கற்பிப்பதற்காக போலந்து சென்றவர்கள். ஐந்தாண்டு காலங்கள் போலந்தில் தமிழ்மொழி கற்பித்தவர் நாவலாசிரியர் இந்திரா பார்த்தசாரதி. அவரது ஏசுவின் தோழர்கள் எனும் நாவல் 1987 ஆம் ஆண்டு முதல்பதிப்பு வெளியாகியது. மூன்றே முக்கால் வருடங்கள் போலந்தில் தமிழ் கற்பித்தவர் தமிழவன். தமிழவனின் நாவலான வார்ஸாவில் ஒரு கடவுள் 2007 ஆம் ஆண்டு வெளியாகியது. இந்திரா பார்த்தசாரதியின் நாவலுக்கும், தமிழவனின் நாவலுக்கும் இடையில் இருபதாண்டு கால இடைவெளி இருக்கிறது.

இந்திரா பார்த்தசாரதியின் நாவல் கிழக்கு ஐரோப்பிய நாடுகளில் நிலவிய சோசலிசத்தின் வீழ்ச்சிக்கு(1989) இரண்டு ஆண்டுகள் முன்பாகவும்(1987) தமிழவனது நாவல் சோசலிசத்தின் வீழ்ச்சிக்குப் பின்பாக எட்டு ஆண்டுகள் (2007) கழித்தும் வெளியாகி இருக்கிறது. நிலவிய சோசலிச அமைப்புக்கு எதிராகத் தோன்றிய லெச் வலேசாவின் சொலிடாரிட்டி இயக்கம் போலந்தில் உச்சத்தில் இருந்தபோது இந்திரா பார்த்தசாரதியின் கதை நிகழ்கிறது. வார்ஸா பல்கலைக் கழகத்தில் மாணவர்களின் ஈராக் எதிர்ப்பு அரசியல் காலகட்டத்தில் தமிழவனின் கதை நிகழ்கிறது. இந்திரா பார்த்தசாரதியின் நாவல் அதனது தனித்துவ அர்த்தத்தில்

போலந்து - இந்தியா என இரு நாடுகளும் குறித்த, நடைமுறை அதிகார வர்க்க அரசியல் குறித்த, ஒப்பீட்டு நாவல் என வரையறுக்கலாம். தமிழவனது நாவல் போலந்து - இந்தியா எனும் இரு நாடுகள் குறித்த, (வர்க்கம் - இனம் - சாதி - பால்வேற்றுமை - அதிகாரம் போன்ற குறிப்பான) அரசியல் தவிர்த்த, கருத்துக்களத்தில் (மேற்கத்திய மற்றும் கீழைக் கலாச்சாரம் எனும் எதிர்மையின் இடையில்) இயங்கும் ஒப்பீட்டு நாவல் என வரையையறுக்கலாம்.

தமிழில் எழுதப்பட்ட ஒரு ஆங்கில நாவல் என்று பேசப்பட்ட ஏசுவின் தோழர்கள் தற்போது ஆங்கிலத்திலும் மொழியாக்கம் செய்யப்பட்டுள்ளது என இ.பாவின் நாவல் குறித்து அதனது நான்காம் பதிப்பின் (கிழக்கு பதிப்பகம்: 2006) பின்னட்டை வாசகம் கூறுகிறது. தமிழவனின் நாவல் போலந்து நாட்டின் தலைநகர் வார்ஸாவைப் பின்புலமாகக் கொண்டிருந்தாலும், ஒரு தமிழனின் பார்வையில் அமைகிறது. ஐரோப்பியக் கலாச்சாரத்திற்குள் ஒரு கிழக்கத்திய கலாச்சார முகமிருப்பதையும் இந்தக் கலாச்சாரத்தின் விவரிக்கமுடியாத புதிர்களையும் எளிய புதுமையான கதையமைப்பில் முன்வைக்கிறது என நூலின் பின்னட்டை (உயிர்மை பதிப்பகம்: 2007) குறிப்பு கூறுகிறது. இந்த நாவல் குறித்து தமிழவன் இப்படிக் கூறுகிறார்: அதுவரை படிக்கக் கிடைக்காத பலநாட்டு கிளாசிக்குகள் எனக் கருதப்படும் நாவல்களை எல்லாம் படித்துக் கொண்டிருந்தேன். அவற்றின் தாக்கம் இந்த நாவலில் இருக்கலாம். நாவல்களையோ நாவலையோ பார்த்து எழுதுவதுதான் ஒரு புதிய நாவல் என்பது எனது பழைய கோட்பாடு. இ.பா தனது நான்காவது பதிப்புக்கான முன்னுரையில் அமெரிக்காவிலிருந்து இவ்வாறு குறிப்பிடுகிறார்: இருபது ஆண்டுகளுக்குப் பிறகு.. ..இப்போது (இந்நாவல்) மீண்டும் வெளியிடப்படும் இக்கால கட்டத்தில், உலக அரசியலில் பல மாறுதல்கள் ஏற்பட்டுவிட்டன. சோவியத் சாம்ராஜ்யம் வீழ்ந்து, கிழக்கு ஐரோப்பிய நாடுகள் அனைத்தும் தங்களது சுதந்திரத்தைப் பிரகடனம் செய்துவிட்டன. போலந்து இப்போது ஐரோப்பியக் கூட்டமைப்பில் சேர்ந்துவிட்டது. ஆகவே இந்நாவலை இப்போது படிக்கின்றவர்களுக்கு, இது வரலாற்று சுவாரஸ்யமாக இருக்கக் கூடும்.

கிழக்கு ஐரோப்பிய வீழ்ச்சிக்குப் பின்னர் போலந்து நாவல்கள் நிறைய ஆங்கிலத்தில் மொழிபெயர்க்கப்படும் சூழலில் தமிழவனது போலந்து குறித்த நாவலும் ஆங்கிலநாவல்

இயங்கும் உலகவெளிக்கு வருவதற்கான சாத்தியங்கள் அதிகம். நாவல் குறித்த இரு பதிப்பாளர்களின் அறிமுக வாசகங்கள், தமிழவனின் நாவல்கோட்பாடு, இ.பாவின் இருபதாண்டுகளின் பின்பான அவதானம் போன்றவை இந்த நாவல்களின் அனுபவமட்டத்தை தமிழ்மொழிக்கு வெளியில் 'உலக' மட்டத்துக்கு இந்நாவல்களை திட்டமிட்டு எடுத்துச் செல்கின்றன. இந்நாவல்கள் தமிழில் எழுதப்பட்டாலும், 'உலக' அளவில் 'தென்னாசிய இலக்கியம்' அல்லது 'பின்காலனிய இலக்கியம்' என்பது குறித்தான 'மேற்கத்திய விவாதங்களின்' உள்வைத்தே இந்த இருநாவல்களையும் நாம் மதிப்பிட வேண்டியிருக்கிறது.

உலக அளவில் தெற்காசிய நாவல்கள் பெறும் இடம் பற்றின சில அவதானங்களை நாம் மேற்கொள்வோமானால், கட்டுரையாளர் வாழும் இங்கிலாந்திலுள்ள யார்க்ஸயர் பகுதியின் வட்போரட் நகரத் தலைமை நூலக வாசிப்பறை யிலிருந்து அதனைத் துவங்குவோம். இந்த நூலகத்தில் பத்தாயிரம் நாவல்கள் உள்ளன. வெகுஜன ரசனை சார்ந்த பளபளப்பான அட்டை கொண்ட நாவல்களை விலக்கிவிட்டால், இலக்கிய நாவல்கள் என்று கருதப்படுபவை மட்டுமே 6,000 நாவல்கள் தேறும். மேற்கத்தியர்களால் ஆங்கிலத்தில் எழுதப்பட்ட நாவல்கள் 3,000 எனக் கொள்வோ மானால், ஆங்கிலத்திலுள்ள பிற நாவல்களில் 1,500 நாவல்கள் உலக இலக்கிய மொழிபெயர்ப்புக்களாகவும் 1,500 நாவல்கள் தெற்காசிய நாவல்களாகவும் இருக்கும்.

தெற்காசிய நாவல்களில் இந்தியா அல்லாத தெற்காசிய நாடுகளில் இருந்து வந்த நாவல்கள் 250 நாவல்களையும் கூடத் தாண்டது. பிற 1,250 நாவல்களும் இந்தியாவை மையமாகக் கொண்ட ஆங்கில நாவல்களாகத்தான் இருக்கின்றன. இந்த நாவல்களிலும் 1,000 நாவல்கள் இந்தியர்களால் நேரடியாக ஆங்கிலத்தில் எழுதப்பட்டதாகவும், 250 நாவல்கள் இந்தியாவின் பிராந்திய மொழிகளில் எழுதப்பட்ட நாவல்களின் ஆங்கில மொழி பெயர்ப்புக்களாகவும் இருக்கிறது.

இந்தியர்களால் நேரடியிலாக எழுதப்பட்ட நாவல்களிலும் இரு போக்குகள் உண்டு, மேற்கிலும் அமெரிக்காவிலும் வாழும் இந்தியர்களால் எழுதப்படும் நாவல்கள் ஒருவகை. இந்தியாவில் வாழும் உள்ளூர் எழுத்தாளர்களால் எழுதப்படும் நாவல்கள் பிறிதொரு வகை. முன் வகைக்கு ருஸ்டியையும் பின்னதற்கு

பங்கஜ் மிஸ்ராவையும் குறிப்பிடலாம். இந்தியாவிலிருந்து ஆங்கிலத்தில் நேரடியாக எழுதப்பட்ட நாவல்களிலும் இருவகையான போக்குகளை நாம் அவதானிக்கலாம். மேற்கத்தியப் பாத்திரங்களைப் பகுதியாகவும் இந்தியப் பாத்திரங்களைப் பகுதியாகவும் கொண்ட நாவல்கள் ஒரு வகை என்றால், முழுக்கமுழுக்க இந்தியப் பாத்திரங்களையே கொண்ட நாவல்கள் பிறிதொரு வகையாக இருக்கும். முதல் வகைக்கு பங்கஜ் மிஸ்ராவின் ரொமான்டிக்ஸ் நாவலையும், இரண்டாம் வகைக்கு (ஆர்.கே.நாராயணன் மற்றும் ராஜாராவ் வழியிலான) அருந்ததி ராயின் காட் ஆப் ஸ்மால் திங்க்ஸ் நாவலையும் நாம் குறிப்பிடலாம்.

தெற்காசிய இலக்கியம் மேற்கில் கொடி கட்டிப் பறப்பதற்கான இரண்டு இலக்கியக் காரணங்கள் உண்டு. ஒன்று, நமது நாடுகளில் பிரச்சினைகள் என்பது குவிந்து கிடக்கின்றன. மேற்கில் ஒரு படைப்பு வெற்றிடமும் ஆன்மீக வெற்றிடமும் உருவாகியிருக்கிறது. பௌத்த நெறி, இந்துத்துவம் போன்றவை குறித்த ஆய்வில் மேற்கத்தியர்கள் அதிகம் ஆர்வம் காட்டுகிறார்கள். இந்தப் பிரச்சினைகளைத் தான் பெரும்பாலுமான ஆங்கிலத்தில் எழுதும் தெற்கு ஆசிய எழுத்தாளர் கள் கையாள்கிறார்கள். ஜாதியம், வறுமை, பாலுறவு, காமசூத்ரா, இனப்பிரச்சினை, மத வன்முறை, அடிப்படைவாதம் போன்றவற்றை இவர்களுடைய நாவல்கள் பேசுகின்றன. இரண்டாவதாக, மேற்கத்தியர்களின் அனுபவத்துக்கு மாற்றாக புதிதான அனுபவத்தைக் கற்றுக் கொண்ட செய்நேர்த்தியுடன் தெற்காசிய எழுத்தாளர்கள் முன்வைக்கிறார்கள். ஒரே சமயத்தில் மேற்கத்தியன் அதேசமயம் மேற்குக்கு அன்னியன் எனும் புலம்பெயர் அனுபவத்தையும் இவர்கள் படைப்புகளில் முன் வைக்கிறபோது, பிற புலம்பெயர் மக்களான ஆப்ரிக்க, மத்தியகிழக்கு, இலத்தீனமெரிக்கர்களும் இவர்களது எழுத்தில் தமது முகங்களைக் காண்கிறார்கள். இப்படியெல்லாம் ஆசிய ஆங்கில எழுத்தாளர்கள்தான் இன்று உலக அளவில் வெற்றிகரமான வணிகரீதியிலும் வெற்றிகரமான எழுத்தாளர்களாக இருக்கிறார்கள்.

எனது வாசிப்பிலான ஐந்து தென்னாசிய நாவல்களை முன்வைத்து இ.பா.வினதும் தமிழவனதும் நாவல்களை அணுகுவது பொருத்தமானது என நினைக்கிறேன். இந்தியா குறித்த மூன்று நாவல்களை தென்னிந்தியரான அருந்ததி ராயும் (காட் ஆப் ஸ்மால் திங்க்ஸ்), வட இந்தியரான பங்கஜ்

மிஸ்ராவும் (த ரொமான்டிக்ஸ்) இங்கிலாந்திலும் இந்தியாவிலும் பகுதியாக வாழும் அரவிந்த் அடிகாவும் (த வொய்ட் டைகர்) எழுதியிருக்கிறார்கள். இலங்கை குறித்த இரண்டு நாவல்களை கனடாவில் வாழும் மைக்கேல் ஒண்டாஜியும் (அனில்ஸ் கோஸ்ட்) இங்கிலாந்தில் வாழும் அ.சிவானந் தனும் (வென் மெமரி டைஸ்) எழுதியிருக்கிறார்கள்(1).

இந்திய நாவல்களில் அருந்ததி ராயின் நாவல் முழுக்க முழுக்க இந்திய வாழ்வையும் இந்தியப் பாத்திரங்களையும் கொண்டு உருவான நாவல். எழுபதுகளின் கேரள சமூகம், கேரள கம்யூனிசம், கம்யூனிஸ்ட்டுகளிடம் நிலவிய சாதியம் மற்றும் இந்து வைதீக மனம், நக்ஸலிசம், பார்ப்பனிய மதிப்பீடுகளால் உள்வாங்கப்பட்ட சிரியன் கிறிஸ்தவ சமூகத்தின் தீண்டாமை, பெண் வெறுப்பு போன்றவற்றைப் பேசும் நாவல் இது. விவாகரத்தான பெண்ணின் வாழ்வையும், பாலியல் சுரண்டலுக்கும் உள்ளாகும் குழந்தைகள் பற்றியும் பேசிய நாவல் இது.

பங்கஜ் மிஸ்ராவின் நாவல் இந்தியாவின் ஆன்மீகத் தலங் களான காசி, புதுச்சேரி அரவிந்தர் ஆஸ்ரமம், வடகிழக்கு புத்தத் தலங்கள் போன்ற நகரங்களில் நடக்கும் கதை ஆயினும், இதனது பாத்திரங்களில் பகுதிமனிதர்கள் மேற்கத்தியர் - பிரெஞ்சு தேசத்து மற்றும் இங்கிலாந்துப் பெண்கள். இந்துமதத்திலும் இந்திய சாஸ்த்ரீய இசையிலும் ஆன்மீகத் தேட்டத்தை நாடி இந்தியா வந்தவர்கள். பிறபகுதிப் பாத்திரங்கள் பார்ப்பனக் கலாச்சாரம், சாதியம், இந்துத்துவம், வன்முறை அரசியல் போன்றவற்றின் இடையில் இயங்க நேர்ந்தவர்கள். மேற்கத்திய இலக்கியத்திலும் பொருளியல் கண்ணோட்டத்திலும் மீட்சியைத் தேடுகிறவர்களாக இந்தியர்கள் இருக்கிறார்கள். வேறுவேறு கலாச்சாரங்களில் தமது மீட்சியைத் தேடி இறுதியில் தத்தமது கலாச்சாரங்களுக்குள் சென்று சேரும் மனோரதியர்கள் பற்றிய கதை இது. இந்திய ஆணுக்கும் மேலைத்தேயப் பெண்ணுக்கும் இடையிலான உடலுறவுச் சம்பவங்களைக் கொண்டது பங்கஜ் மிஸ்ராவின் நாவல்.

நாவல் கலாச்சாரத்தின் பகுதியாக உலகத் திரைப்பட வெளியிலும் நடந்திருக்கும் சில மாற்றங்களையும் நாம் அவதானிக்க வேண்டி இருக்கிறது. இந்திய மும்பை மைய படங்களில் மட்டுமல்ல, பிராந்திய மொழிப் படங்களிலும் மேற்குலக அமெரிக்கப் பாத்திரங்கள் தற்போது இடம்பெறுகிறார்கள். இந்தியப் படங்களும்

முழுக்க முழுக்க அமெரிக்காவிவும் மேற்கிலும் எடுக்கப்படும் படங்களும் அதிகரித்து வருகின்றன. இந்தியாவை முன்வைத்து மேற்கத்தியர்களும் படமெடுத்து வருகிறார்கள். அமெரிக்க இந்தியரான மீரா நாயரின் மான்சூன் வெட்டிங், கேரள இயக்குனரான சந்தோஷ் சிவனின் பிபோர் த ரெயின், ஹாலிவுட் இயக்குனரான டோனி போயிலின் ஸ்லம் டாக் மில்லியனேர் போன்ற நேரடியிலான ஆங்கிலப் படங்களை இப்படியான படைப்பு முயற்சிகளாகக் கொள்ளலாம். இதே அளவில் இலங்கைப் பிரச்சினையை முன்வைத்து கேரள இயக்குனரான ராஜேஷ் தொடுபுழாவின் இயக்கத்தில் இங்கிலாந்தில் வாழும் இலங்கை - இந்தியர்கள் இன் த நேம் ஆப் புத்தா எனப் படமெடுத்தார்கள். கனடியர்கள் இலங்கைப் பிரச்சினையை வைத்து வெல்கம் டு கனடா, நோ மோர் டியர்ஸ் சிஸ்டர் எனப் பட மெடுத்தார்கள். நார்வேஜியர்கள் மை டாட்டர், டெரரிஸ்ட் எனப் படமெடுத்தார்கள்.

கனடாவில் வாழும் இலங்கையரான நாவலாசிரியர் மைக்கேல் ஒன்டாஜி அடிப்படையில் அரசியலில் இருந்து விஷயங்களைத் தொடங்குவது இல்லை. நடைமுறை அரசியல் சம்பந்தமான அவருடைய வெறுப்பை அவர் பல சந்தர்ப்பங்களில் சொல்லியிருக்கிறார். அவர் நம்முடைய காலத்தில் மனிதனுக்கு நேர்கிற சில அடிப்படையான மானுட அவலங்களில் இருந்து தான் பிரச்சினையைத் தொடங்குகிறார். உலகப் போர்கள் உள்நாட்டுப் போர்களினால் மட்டுமல்ல; இப்போது பொருளியல் காரணங்களால் கூட இடப் பெயர்வு நடந்து கொண்டிருக்கிறது. இந்த இடப்பெயர்வினால் மூன்று நான்கு தலைமுறைக்கு முன்பே மேற்குக்கு வந்தவனுக்கு தன்னுடைய சொந்தத் தாய் நாட்டுக்கான கடமை அல்லது பொறுப்பு என்பதுதான் என்ன? அவனுடைய மதிப்பீடுகள் தனது சொந்த தேசம் சார்ந்த தேசபக்த மதிப்பிடுகளா? அல்லது தனது புதிய வாழ்நிலை அனுபவங்கள் சார்ந்து தனது சொந்தத் தேசத்துக்குத் துரோகம் செய்கிற மதிப்பீடுகளா? இப்படி நிறைய மனிதர்கள் நம் காலத்தில உருவாகிவிட்டார்கள். ஒன்டாஜியும் அவர்களில் ஒருத்தர்தான். நம் காலத்திலிருக்கிற இந்த அறவியல் பிரச்சினையை ஜே.வி.பி பிரச்சினையின் கால கட்டத்தை எடுத்துக் கொண்டு 'அனில்ஸ் கோஸ்ட்' நாவலில் சித்திரிக்க அவர் முயல்கிறார்

அரசியல் அடிப்படையில் ஆன்மீக அளவில் புத்த மதத்துக்கு அனுசரனையான பார்வை அமெரிக்காவிலும்

மேற்கிலும் இருக்கிறது. இந்த வகையில் பிராட் பிட் நடித்து செவன் டேஸ் இன் திபெத் படம் வருகிறது. குன்டன் படம் வருகிறது. பிராட்பிட், ஹரிசன் போர்ட், ரிச்சர்ட் கீர், மார்ட்டின் ஸ்கோர்சிஸே போன்ற பெரிய ஹாலிவுட் பட்டாளம் புத்தமதம் பின்னாடி இருக்கிற இன்றைய சூழலில், இந்தப் பௌத்தம் சம்பந்தமான சித்தரிப்பு புத்தக வியாபாரத்துக்கு இங்கு பயன்படக் கூடிய விஷயம் என்பதில் யாதொரு சந்தேகமுமில்லை.

எந்த மதமும் போலவே புத்த மதமும் பாசிசத்துக்குத் துணை போகும் என்கிற விஷயத்தைச் சொல்லத்தான் இன்று கலைஞர்கள் தேவை. வாசகர்கள் என்று எடுத்துக் கொண்டாலும் புத்தமதம் பற்றிப் பெருமிதமாகப் பேசுவது என்பது, தற்போது ஐரோப்பியர்களினுடைய மனத்தளத்திற்குப் போவதற்கு உடனடியான நுழைவுச் சீட்டு ஆகவும் அது இருக்கிறது. ஒன்டாஜியின் நாவலிலும் இலங்கை மற்றும் அமெரிக்க கதாபாத்திரங்கள் வருகிறார்கள்.

இலங்கை பற்றிய சிவானந்தனின் நாவல் முற்றிலும் இலங்கைத் தமிழர் வாழ்வு பற்றிய, இலங்கையில் வாழும் தமிழர்கள் மற்றும் சிங்களவர்களை மட்டுமே பாத்திரமாகக் கொண்ட நாவல். ஈழத் தமிழர் போராட்டத்தையும் அதனது எழுச்சியையும் மீட்சியையும் கதைக்களமாகக் கொண்ட நாவல். சோசலிச அரசியல், இனவாதம், ஜூலைக் கலவரம், வடகிழக்குத் தமிழர் ஆயுதப் போராட்டம், எமது சமூகங்களில் அரசியலிலும் வாழ்விலும் பெண்கள் ஏற்கும் மகத்தான பாத்திரம், அவர்கள் எதிர்கொள்ளும் வன்முறை என்பதாக நகரும் நாவல் இது.

இலங்கை குறித்த இந்த இரண்டு நாவல்களும் மேற்கில்தான் பதிப்பிக்கப்பட்டிருக்கிறது. எனினும் இந்த நாவல்களினது அணுகு முறையும் அரசியலும் படைப்பாளிகள் தேர்வும் முற்றிலும் மாறுபடுகிறது. ஒன்டாஜி மேற்கத்திய அடிப் படையிலான மனித உரிமையை வலியுறுத்த, சிவானந்தன் சோசலிசத்தையும் இனவிடுதலையையும் இணைத்த விடுதலைஅரசியலை முன்வைக்கிறார்.

மேற்குறிப்பிட்ட நான்கு நாவல்களினதும் கதைசொல்லும் முறையையொட்டி, இந்தக் கதைளின் பூர்வீக நாடுகளிலான இந்தியாவிலும் இலங்கையிலும் விவாதங்கள் நடைபெறுகின்றன. இலங்கை வாழ்வையும் இந்திய வாழ்வையும், அதனது

நெருக்கடிகளையும் பிரச்சினைகளையும் இந்த நாவல்கள் சித்தரிக்கின்றனவா? இந்த குறிப்பிட்ட நாவல்கள் இயங்குகிற, சுதந்திரம் பெற்றதன்பின் இந் நாடுகளில் இன்று வரையிலுமுள்ள காலகட்டத்தின் மக்களது வாழ்வையும், கொந்தளிப்பான பிரச்சினைகளையும் இந்த நாவல்கள் பேசுகின்றனவா? அருந்ததியின் நாவலுக்கும் சிவானந்தனின் நாவலுக்கும் சில பொதுத் தன்மைகள் இருக்கின்றன. பங்கஜ் மிஸ்ராவின் நாவலுக்கும் ஒன்டாஜியின் நாவலுக்கும் சில பொதுத் தன்மைகள் இருக்கின்றன. சிவானந்தனின் நாவல் இலங்கை இந்திய சமூகம் பற்றிய, அதனது மக்கள் மற்றும் பிரச்சினைகள் பற்றிய எந்த வாசகரையும் நோக்கம் கொண்டு, பதிப்புலகின் தொழில்முறைக் காரணங்களை நோக்கி, மேற்கத்திய வாசகளை முன்வைத்து சந்தைப்படுத்தலுக்காக எழுதப்பட்டது இல்லை. அருந்ததியின் நாவல் மேற்கத்திய பதிப்பகத்தினைச் சென்று சேர்ந்தது யதேச்சையாக நிகழ்கிறது. மேற்கத்திய வாசகனை நாவலின் உள்ளே ஈர்ப்பதற்கான முஸ்தீபுகள் ஏதும் அவரது நாவலில் இல்லை. சிவானந்தனின் நாவலும் இவ்வாறுதான் இயங்குகிறது. எமது நாடுகளின் வாழ்வையும், எமது மக்களின் பிரச்சினைகளும் குறித்த ஒரு புரிதலை 'பிற' வாசகனுக்கு வழங்குவதனையே இந்த நாவல்கள் முதன்மைப் பண்பாகக் கொண்டிருக்கின்றன.

பங்கஜ் மிஸ்ராவினதும் ஒன்டாஜியினதும் நாவல்கள் எமது பிரச்சினைகளையும் எமது மக்களின் வாழ்வையும் மேற்கத்திய சிந்தனையின்வழி, அவர்களது பார்வையின்வழி, திறந்து வைப்பதாக உள்ளன. மேற்கத்திய வாசகன் நேரடியிலாக கதைக்களத்தினுள் நுழைவதற்கான ஒரு வழிமுறையாகவும் இந்தவிதமான கதை சொல்லல் இருக்கிறது.

நாவல்களாயினும், திரைப்படமாயினும் கடந்த இருபது ஆண்டுகளில் நேர்ந்திருக்கிற ஒரு மாற்றத்தைக் கணக்கிலெடுத்துக் கொண்டுதான் இவற்றை அணுகவேண்டும். தகவல் தொழில்நுட்ப கணினி யுகம் தோற்றுவித்த மாற்றத்துடன் இணைந்த உலகவயமாதல்தான் அந்த மாற்றம். இந்த மாற்றத்தினால் மனிதர்களின் இடப்பெயர்வும், நாடுகளுக்கிடையிலான பண்பாடுகளுக்கு இடையிலான ஊடாட்டமும் அதிகரித்திருக்கிறது. இந்த நிகழ்வுப் போக்கில் தொழில்முறையிலான சந்தைத்தன்மைகளும்,சீரிய தன்மைகளும் சமாந்தரமாகவேதான் செயல்படும். இந்த உலகமய ஊடாட்டங்களின், இடப்பெயர்வின், பண்பாட்டுக் கலப்பின்

விளைவான இலக்கியங்களையும், திரைப்படங்களையும், எது சந்தைக் கலாச்சாரக் கூறுகளைக் கொண்டது, எது சீரிய பண்பாட்டு அரசியல் கூறுகளைக் கொண்டது எனும் அடிப்படையிலேயே அணுகப்பட வேண்டும். தமிழவனதும் இ.பா.வினதும் போலந்தும் - தமிழகமும் குறித்த நாவல்களும் கூட இந்த அடிப்படையிலேயே அணுகப்பட வேண்டும்.

இருவிதமான அணுகுமுறைகளில் எமது அணுகுமுறையாக, எமது சமூகங்கள் மற்றும் எமது மக்களின் 'ஆதாரமான' வாழ்க்கை மற்றும் சித்தரிக்கப்படும் மாந்தரின் 'பிரதிநிதித்துவம்' என்பதான அடிப்படையையே நாம் தேர்ந்துகொள்ள வேண்டியிருக்கும். நேரடியாக ஆங்கிலத்தில் எழுதப்பட்ட இந்திய இலக்கியத்தோடு இந்தியப் பிராந்திய மொழிகளில் எழுதப்பட்ட இலக்கியங்களைக் கீழாக மதிப்பிட்ட ஸல்மான் ருஸ்டியின் கூற்று உலக அளவில் ஏற்படுத்திய சரச்சைகள் இன்றும் பொருத்தமுள்ளதுதான்.

இந்தியா குறித்தும், இலங்கை குறித்தும் கடந்த ஐம்பதாண்டு கால வாழ்வும், அரசியலும்பற்றி எழுதப்பட்ட நாவல்கள் குறித்தும், இத்தகைய சர்ச்சைகள் தவிர்க்க முடியாதன. இலங்கையின் இனப் பிரச்சினையில் அது அத் தீவு மக்களது வாழ்க்கையில் ஏற்படுத்திய பாதிப்புக்களில், அதுபற்றிப் பேசும் ஒண்டாஜியினதும் சிவானந்தனதும் நாவல்களில், பிரச்சினையின் ஆதாரத் தன்மையினையும் பிரதிநிதித்துவத்தினையும் தேர்வதிலிருந்து எந்த வாசகனும் பின்வாங்கி விட முடியாது.

இந்திய - தமிழக வாழ்வு என எடுத்துக் கொண்டாலும், இந்துத்துவம் - சாதியம் - பார்ப்பனிய எதிர்ப்பியக்கம் - கம்யூனிஸம் - பெண்ணொடுக்கமுறை - தமிழ் சமஸ்கிருதப் பண்பாடு - குற்றச் செயலாக அரசியல் போன்றவற்றைக் குறித்த ஆதாரத்தன்மையையும், கதைமாந்தரின் பிரதிநித்துவத்தையும் விலக்கிவிட்டு இந்நாவல்களைப் பார்க்க முடியாது. பங்கஜ் மிஸ்ராவின் நாவலும் சாதியம் பேசுகிறது. அருந்ததியின் நாவலும் பேசுகிறது. இந்துத்துவம்பற்றி மிஸ்ராவின் நாவலும் பேசுகிறது. அருந்ததியின் நாவலும் பேசுகிறது. ஆதாரத் தன்மை மற்றும் பிரதிநிதித்துவம் என்கிற கேள்விகளை இந்நாவல்களின் மதிப்பீட்டிலும் நாம் தவிர்க்கமுடியாது.

இங்கிலாந்தின் புக்கர் பரிசு பெற்ற தென்னாசிய நாவலான அரவிந்த் அடிகாவின் நாவல் குறித்த இ.பாவின் பார்வையையும் தமிழவனது பார்வையையும் புரிந்து கொள்வது, நமக்கு

இவர்களது நாவல்களைப் புரிந்து கொள்வதிலும் உதவியாக இருக்கும் என நினைக்கிறேன்.

இந்திரா பார்த்தசாரதி வெள்ளைப் புலி நாவல் பற்றி இவ்வாறு சொல்கிறார்:

இந்தியாவைப் பற்றி விமர்சனம் செய்கின்றவர்கள் இரு வகையினர். இந்தியாவை மிக நேசிப்பதினால் இந்நாட்டில் நடக்கும் அக்கிரமங்களைப் பொறுக்கமுடியாமல் தார்மீகக் கோபம் கொண்டு இங்குக் காணும் யதார்த்தத்தை இலக்கிய வடிவில் படம் பிடித்துக் காட்டுகின்றவர்கள் ஒரு வகை. இன்னொரு வகை இந்தியாவின்மீதுள்ள வெறுப்பினால் அங்கதம் என்ற பேரில் வசைபாடுகின்றவர்கள். மிஸ் மேயோ பெவெல்ரி நிக்கொலஸ் போன்றவர்கள் இந்தியாவைப் பற்றி எழுதிய நூல்கள் இரண்டாவது வகை. அடிப்படைக் காரணம் நிறத்திமிர்.

மிஸ் பீகார் மாநிலத்தில் ஒரு குக்கிராமத்தைச் சார்ந்த கதா நாயகன் (நல்ல வேளை அவனுக்குப் பெயர் இருக்கிறது) பல்ராம் ஹல்வாயி (அவன் இனிப்புப் பண்டங்கள் செய்கிற தாழ்ந்த சாதி) இந்தியாவில் நிகழும் அநீதிச் சூழ்நிலையைத் தனக்குச் சாதகமாகப் பயன்படுத்திக்கொண்டு தன் முதலாளியைக் கொன்று அவன் இளமையில் கனவுகண்ட வாழ்க்கையின் ஆடம்பரச் சலுகைகளையெல்லாம் அநுபவிக்கிறான் என்பதுதான் கதையின் கரு. இந்தியாவுக்கு வருகை தர இருந்த சீனப் பிரதமருக்கு அவன் தன் வாழ்க்கைச் சரித்திரத்தைக் கடிதமாக எழுதுவது போல் கதை அமைந்திருக்கிறது. ஒரு குக்கிராமத்தில் ஒரு சைக்கிள் ரிக்ஷா ஓட்டுபவருக்குப் பிறந்த பல்ராம் சிறுவயதிலிருந்தே அடிகாவைப் போல் சிந்திப்பதுதான் ஆச்சர்யம்.

அடிகா தன்னை இந்தியன் என்பதனின்றும் அந்நியப்படுத்திக் கொள்வது போல் பல்ராமும் தன்னைத் தன் சமூகத்தினின்றும் அந்நியப்படுத்திக் கொண்டு நிர்ப்பந்தத்தினால் தான் செய்ய வேண்டியிருக்கிற கடமைகள் அனைத்தையும் பாவனையாகக் கொள்வதற்கான சிந்தனை முதிர்ச்சி சிறுவயதிலிருந்தே அவனுக்கு இருப்பதாகக் காட்டியிருப்பதுதான் இன்னும் பெரிய ஆச்சர்யமாகவிருக்கிறது. இது நடைமுறையில் நடக்கக்கூடியதா போன்ற பாத்திரப் படைப்பு, இலக்கிய அக்கறைகள் ஆசிரியருக்கு இருப்பதாகவே தெரியவில்லை. ஓர் இந்தியக் கிராமத்தை ஆசிரியர் பார்த்திருப்பாரா என்பதே சந்தேகந்தான்[(2)].

தமிழவனது பார்வை இந்திரா பார்த்தசாரதிக்கு நேர் மாறான பர்வை. அமைப்பியல்வாதியின் இலக்கியப் பார்வை இது. தமிழவன் தமிழ் நாவலாசிரியர்கள் குறித்த நக்கலுடன் அடிகாவின் நாவல்பற்றி பின்வருமறு செல்கிறார்:

நான் பேசிக் கொண்டிருப்பது இந்தியா பற்றிய எழுபதுகளின் இருவகைச் சித்திரிப்புகள். கம்யூனிஸ்டுகளிடம் காணப்பட்டது ஒன்று. கவித்துவ மனநிலை கொண்டவர்களிடம் காணப்பட்டது இன்னொன்று. இதே நிலைதான் இன்றைய அறிவாளி இளைஞர் களுக்கும். அந்த இந்திய இளைஞர்கள் இந்தியாவில் இருக்கலாம். அல்லது வெளிநாடுகளில் இருக்கலாம். அப்படி வெளிநாட்டில் வாழ்ந்து நாவல் எழுதிப்புகழ் பெற்றவராய் அர்விந்த் அடிகா என்ற சமீபத்திய புக்கர் பரிசுபெற்றவரைப் பார்க்கிறேன்.

நவீன நாவல் எழுத்துமுறை பற்றி நிறைய எழுதப்படுகிறது. தமிழில் எண்பதுகளிலிருந்து உலகத்தரமான எல்லா எழுத்தாளர்களின் எழுத்துமுறைகளும் பரிச்சயப்பட்டுள்ளன. எனினும், அகிலன் பாணியில் இலக்கியக் குணமற்ற அழுகை, பரிதாபம் இவற்றை ஒவ்வொன்றாகவும் டோஸ் சேர்த்தும் எழுதித்தள்ளும் 'பரிதாப' எழுத்தாளர்களின் நடையே பெரிய இலக்கியமாகப் பவனி வருகின்றன. அகிலன் சீனைவிட்டு மறைந்தாலும், அழுகையும் பிரலாபமும் ஒரே எழுத்துப்பாணியாக தமிழைச் சீரழித்து வருகின்றன.

இன்னொரு பரிதாபகரமான பாணி ரெப்ரஸென்டேடிவ் எழுத்து. முஸ்லீம் பற்றிய எழுத்து, கிறிஸ்தவர் பற்றிய எழுத்து, பனை ஏறி பற்றியது, மீனவர் பற்றியது, அம்பட்டன் பற்றியது, குதிரைவண்டிக்காரன் பற்றியது, இத்யாதி. இந்த ஆண்டு பாரதப் புதல்வர்களுக்கு நேரம் சரியில்லை. அர்விந்த் அடிகாவின் நாவல்தான் இப்படி என்றால் 'கோடீஸ்வர குடிசை நாய்' (ஸ்லம் டாக் மில்லியனர்) திரைப்படம்கூட அதன் கதை சொல்முறை மூலம் இந்தியாவைக் கிண்டலடிக்கிறது.

நாவல்களின் தோற்றத்துக்கும், தேசத்தின் தோற்றத்துக்கும் தொடர்புண்டு என்கிறார் பெனடிக்ட் ஆன்டர்சன். மார்க்சியச் சிந்தனையாளர் குடும்பத்தைச் சேர்ந்தவர் இவர். அர்விந்தின் நாவல் அப்படிப் பார்க்கையில் பகடி, நக்கல், நகைச்சுவை போன்றலேசுத்தன்மையுள்ள உள்ளடக்கஇழைமூலம்கதையைப் பின்னும் முறையில் இன்னொரு தேசத்தைக் கட்டுகிறது. அதாவது, தனது குறியியல் வலையில் கட்டமுனைகிறது. இந்தியா தனது பல்வேறு வட்டாரத்தேசங்களின் அழுத்தத்தில் அண்ணா சொன்னதுபோல் பலவீனமுறாமல் நாவலை புதிய அனைத்திந்தியாவுக்கும் கட்டுவது இப்படித்தான்[3].

இ.பாவின் பார்வை தலித்தியர் மற்றும் அவரது பிரதிநிதித்துவம் மற்றும் அக் கதைமாந்தர்குறித்த ஆதாரமான சித்தரிப்பு போன்ற வற்றை முக்கியத்துவப்படுத்தும் பார்வை. தமிழவனின் பார்வை பிரதிநிதித்துவம், ஆதாரத்தன்மை போன்றவற்றைக் கிண்டலடிக்கும் பார்வை மட்டுமன்று - 'இன்னொரு பரிதாபகரமான பாணி ரெப்ர ஸென்டேடிவ் எழுத்து. முஸ்லீம் பற்றிய எழுத்து கிறிஸ்தவர் பற்றிய எழுத்து பனை ஏறி பற்றியது மீனவர் பற்றியது அம்பட்டன் பற்றியது குதிரைவண்டிக்காரன் பற்றியது இத்யாதி. இந்த ஆண்டு பாரதப்புதல்வர்களுக்கு நேரம் சரியில்லை. அர்விந்த் அடிகாவின் நாவல்தான் இப்படி என்றால் 'கோடீஸ்வரக் குடிசை நாய்' திரைப்படம்கூட அதன் கதை சொல்முறைமூலம் இந்தியாவைக் கிண்டலடிக்கிறது' என்று தமிழவனின் சொற்களில் தெரிவது அப்பட்டமான மேட்டிமைப் பார்வை. அடித்தட்டு மக்களின் வாழ்வை 'நக்கலும் கொண்டாட்டமும் வெட்டி ஒட்டுதலுமாக' முன் வைக்கும் பின்நவீனத்துவப் பார்வை. இந்தப் பார்வையில் அறம், கோபம், ஒடுக்கப்படும் மனிதரின் ஆதாரமான வாழ்வு, இலக்கியத்தில் அவர்களது பிரசன்னம் என்பதற்கு ஏதும் அர்த்தம் இல்லை. அழுகையும் துயரமும் தவிர்ந்த நக்கலும், துயரைக் கொண்டாட்டமாக மாற்றும் வகைதான் தமிழவன் முன்வைக்கும் இலக்கிய வகையினம். அவர் ஸ்லம் டாக் மில்லியனரையும் அரவிந்த அடிகாவின் நாவலுடன் முன்வைத்துப் பேசவதால் இதனையும் சொல்ல வேண்டியிருக்கிறது.

இந்திய வாழ்வையும், வறுமையையும், பட்டினியையும் அழுகையையும், அதனுள்ளும் ஜீவித்திருக்கும் மகிழ்வையும் சத்யஜித் ரே பதேர் பாஞ்சாலியில் முன்வைத்தார். டோனி பாயிலின் ஸ்லம் டாக் மில்லியனரும் அதே வறுமையையும் அழுக்கையும் பட்டினியைம்தான் மும்பை நகரத்தின் பின்னணியில் வைத்திருக்கிறது. நக்கலும் நளினமும் கொண்டாட்டமும், ஹாலிவுட் பிரம்மாண்டமும் கலந்து முன்வைத்திருக்கிறது. ஒரே பிரச்சினை குறித்த இந்த இரண்டு படங்களையும் வித்தியாசப்படுத்துவது இந்த இயக்குனர்கள் சித்திரிக்கும் மனிதர்களினது வாழ்வின் ஆதாரத்தன்மையும் அவர்கள் பிரதிநிதித்துவப்படுத்தும் மனித மாண்பும்தான். சீரிய திரைப்படத்தைத் தேர்பவன் சத்யஜித் ரேவைத்தான் தேர்வான் என்பதில் எந்தச் சந்தேகமுமில்லை. ஸ்லம்டாக் மில்லியனர் உலகவய மாதலினதும், சந்தைப்பொருள் நுகர்கலாச்சாரத்தினதும்,

துயர்களைச் ஜிகினா கொண்டாட்டமாகவும் மாற்றியதன் விளைவு. ரேயினது படைப்பு இவையனைத்தினையும் உதறிய மானுடத்தையும் அதன் ஆன்மாவையும் முன்வைக்கும் மனத்தினது தேர்வு.

கிழக்கு ஐரோப்பிய நாடுகளில் ஸ்டாலினியம் தொடர்பான விமர்சன மார்க்சிய மரபை கோட்பாட்டு அளவில் முயற்சித்த நாடுகள் நான்கு. செக்கோஸ்லாவாக்கியா, ஹங்கேரி, யுகோஸ்லாவியா, போலந்து என்பன அந்த நான்கு நாடுகள்.

இதற்கான முதலாவது காரணம், ஜெர்மனியுடனான சோவியத் யூனியனின் நேரடியிலான போரை ஒப்பிட, இட்லருடனான பாசிச எதிர்ப்புப் போரில் சோவியத் யூனியன் கைப்பற்றிய பகுதிகளில், அந்தந்த தேசத்தின் வரலாற்று அனுபவங்களிலிருந்து இயல்பாக எழாத, சுமத்தப்பட்ட பாசறைக் கம்யூனிசமாக, அந்தந்த நாடுகளில் இருந்த கம்யூனிஸ்ட் கட்சிகளின் கைகளில் ஸ்டாலினியத்தினால் அதிகாரம் ஒப்படைக்கப்பட்டதாக, சோவியத் யூனியனின் துணைக் கோள்களாக இந்த நாடுகளில் சோசலிச அமைப்பு ஸ்தாபிக்கப்பட்டது.

இரண்டாவதாக, ஸ்டாலினது அடியொற்றிய இறுகிய லெனினியக் கட்சி அமைப்பின் விளைவான அதிகார வர்க்கத்திற்கு எதிரான, 'மனித முகத்துடன் சோசலிசம்' எனும் நிலைபாட்டை, இந்த நாடுகளின் வரலாற்றையும் அதிகாரவர்க்கம் தவிர்த்த சோசலிச ஜனநாயகத்தையும் வலியுறுத்திய மார்க்சிய கோட்பாட்டாளர்கள் மேற்கொண்டனர்.

1956 ஆகஸ்ட் 23 முதல் 10 அக்டேபர் வரையிலும் நீடித்த ஹங்கேரிய மாணவர்களின் எழுச்சி வெகுமக்களின் எழுச்சியாக நீடித்தது. 2500 ஹங்கேரியர்களும் 700 சோவியத் துருப்புக்களும் மரணமுற்றனர். அரசின் ரகசிய பாதுகாப்பு காவல்துறையைக் கைவிடுவதென்றும் சோவியத் துருப்புக்களை ஹங்கேரியிலிருந்து மீளப்பெறுவது எனவும் முதலில் ஒப்புக் கொண்ட அரசு, பிற்பாடு போராட்டக்காரர்கள் மீது கடுமையான ஒடுக்குமுறையை ஏவியது. 1956 நவம்பர் 4 ஆம் திகதி சோவியத் டாங்கிகள் ஹங்கேரியினுள் நுழைந்தன. ஹங்கேரியில் சோவியத் யூனியன் டாங்கிகள் நுழைந்த தானது, ஐரோப்பிய மார்க்சியர்களை சோவியத் யூனியனில் இருந்து தூரப்படுத்தியது.

இங்கிலாந்தின் புகழ்பெற்ற மார்க்சிய சஞ்சிகையான புதிய இடதுசாரி விமர்சனம் அல்லது நியூ லெப்ட் ரிவியூ ஆய்விதழின் தோற்றத்துக்கான காரணங்களில் ஒன்றாக இந்நிகழ்வை அவ்விதழ் அதனது ஐம்பதாவது (1960 - 2010: இரண்டாவது வரிசை: இதழ் 61) ஆண்டு நிறைவையொட்டி ஆவணப்படுத்துகிறது. ழான் பவுல் ஸார்த்தர் உள்ளிட்ட சோவியத் யூனியன் ஆதரவு கொண்ட பெரும் பாலுமான பிரெஞ்சு அறிவுஜீவிகள் சோவியத் படைகளின் ஹங்கேரி ஆக்கிரமிப்பைக் கண்டித்தனர்.

இதே ஆண்டு யுகோஸ்லாவிய மார்க்சியரும், ஸ்டாலினை நேரடியாகச் சந்தித்தவரும், பிற்பாடு நிலவிய சோஷலிசத்தின் கடும் எதிரியாக ஆனவரும் யுகோஸ்லாவிய கம்யூனிஸ்ட்டுமான மிலோவான் டிஜிலாஸ் தனது புதிய வர்க்கம் - நியூ கிளாஸ் - எனும் நூலை எழுதினார். யுகோஸ்லாவிய கம்யூனிஸ்ட் கட்சியானது எதேச்சாதிகாரம் கொண்ட அதிகார வர்க்கமாக ஆகியிருப்பதாகவும், நாட்டினது உறபத்தியின் பலன்களை தமக்கான சலுகைகளை இந்த வர்க்கம் அனுபவிப்பதாகவும், தமது கட்சி அதிகாரத்தை உற்பத்தி சாதனங்கள்மீது வைத்திருப்பதாகவும் அவர் குற்றம் சாட்டினார். பிற்பாடு அவர் யுகோஸ்லாவியாவிலிருந்து வெளியேறி அமெரிக்கா சென்றார். டிட்டோவினது மரணத்தின்பின் மீளவும் அவர் யுகோஸ்லாவியா திரும்பினார்.

ஹங்கேரி யுகோஸ்லாவியாவைத் தொடர்ந்து, செக்கோஸ்லாவாக்கியாவில் 1968 பிராக் வசந்தம் என அழைக்கப்பெறும், செக்கோஸ்லாவாக்கிய கம்யூனிஸ்ட்டான ஸ்லோவாக் அலக்ஸான்டர் டுப்செக் முன்வைத்த பொருளாதார மற்றும் அரசியல் சீர்திருத்த முன்மொழிவுகள் ஊடகம் அரசியல் கலாச்சாரம் போன்றவற்றில் சீர்திருத்தங்களையும் ஒப்பிட்டு ரீதியிலான சுயாதீனத்தன்மையையும் அறிமுகப்படுத்தியது. செக்கோஸ்லாவாக்கியாவை செக் எனவும் ஸ்லோவாக்கியா எனவும் இரண்டு குடியரசுகளாக ஆக்கியது. சோவியத் யூனியனுக்கும் அது சார்பான செக்கோஸ்லாவாக்கிய கம்யூனிஸ்டுகளுக்கும் இது உடன்பாடு இல்லாத காரணத்தினால் சோவியத் படைகள் 21 ஆகஸ்ட் 1968 ஆம் ஆண்டு சோவியத் படைகள் செக்கோஸ்லாவாக்கியாவை ஆக்கிரமித்தன.[4]

போலந்துக்கும் சோவியத் யூனியனுக்குமான நேரடியிலான அரசியல் முரண் 1939 ஆம் ஆண்டிலிருந்து துவங்குகிறது.

இட்லர் - ஸ்டாலின் உடன்பாடு அல்லது மாலட்டோவ் ரிப்பின் டிராப் இடையிலான உடன்பாட்டின்படி தாமிருவரும் பரஸ்பரம் ஒருவரையொருவர் ஆக்கிரமிப்பதில்லை எனும் அடிப்படையில், 1939 ஆம் ஆண்டு செப்டம்பர் மாதம் போலந்தின் பகுதிகளை இட்லரது படைகளும் ஸ்டாலினது படைகளும் ஆக்கிரமித்தன. இட்லர் - ஸ்டாலின் உடன்பாட்டை 'ஸ்டாலினின் மிகப்பெரும் வரலாற்றுத் தவறு' என பிடல் காஸ்ட்ரோ குறிப்பிடுகிறார். பிற கிழக்கு ஐரோப்பிய நாடுகளைப் போலவே கம்யூனிச அரசு ஒன்றினை சோவியத் யூனியன் போலந்தில் அமைத்தது.

1952 ஆம் ஆண்டு போலந்து மக்கள் குடியரசு அதிகாரபூர்வமாக அறிவிக்கப்பட்டது. 1980 ஆம் ஆண்டில் கத்தோலிக்க மதத்தின் நேரடியிலான ஆதரவுடன் லெச் வாலேசாவின் தலைமையில் சொலிடாரிட்டி தொழிலாளர் இயக்கம் தோன்றியது. 1981 ஆம் ஆண்டு அவசரநிலை பிரகடனப்படுத்தப்பட்டது. 1989 தேர்தல்களையடுத்து சொலிடாரிட்டி வெற்றிபெற்றதனையடுத்து, 1990 ஆம் ஆண்டு லெச் வலேசா ஜனாதிபதியாகப் பதவியேற்றார். அதே ஆண்டு போலந்தில் சந்தைப் பொருளாதாரம் அறிமுகப்படுத்தப்பட்டது. 1999 ஆம் ஆண்டு போலந்து நாடு ஹங்கேரி செக் குடியரசு போன்றவற்றுடன் நேட்டோ ராணுவக் கூட்டமைப்பில் சேர்ந்தன. 2004 ஆம் ஆண்டு போலந்து ஐரோப்பியக் கூட்டமைப்பிலும் அங்கத்துவம் பெற்றது. பிற்பாடாக, போலந்தில் ரஷ்யாவுக்கு எதிராக அமெரிக்க ஏவுகணைகளும் அமைக்கப்பட்டன.

1956 ஆம் ஆண்டு ஹங்கேரியிலும் யுகோஸ்லாவியாவிலும் 1968 ஆம் ஆண்டு செக்கோஸ்லாவாக்கியாவிலும் ஏற்பட்ட நிலவிய சோசலிசத்திற்கு எதிரான தொழிலாளர் - மாணவர் எழுச்சிகள், 1968 ஆம் ஆண்டு பிரான்ஸில் எழுந்த பாரிஸ் தொழிலாளர் - மாணவர் எழுச்சியுடன் ஒரு பொதுத் தன்மையைக் கொண்டிருந்தது. அமெரிக்க மேற்கத்திய சமூகங்களை விமர்சித்தவர்களாகவும், சமவேளையில் நிலவிய சோசலிசத்தை விமர்சித்தவர்களாகவும் இவர்கள் இருந்தார்கள். வாசிங்டனும் வேண்டாம், மாஸ்கோவும் வேண்டாம் என்பவர்களாக இவர்கள் இருந்தார்கள். சோசலிச சமூகத்தில் மனித உரிமை, ஜனநாயகம், பேச்சுரிமை, கலைஞர்களின் சுதந்திரம் போன்றவற்றை இவர்கள் முன்வைத்தார்கள். மனித முகத்துடன் சோசலிசம், சோசலிச ஜனநாயகம் போன்றவற்றை

பேசியவர்களாகவே இவர்கள் இருந்தார்கள். பிரெஞ்சுக் கோட்பாட்டாளர்கள் பிராங்பர்ட் கோட்பாட்டாளர்கள் இந்த நெருக்கடியி லிருந்தே எழுந்தார்கள். ஐரோப்பாவில் எழுந்த விமர்சன மார்க்சியம் என்பது, ஸ்டாலினியம் குறித்த விமர்சனத்திலிருந்தே எழுந்தது என நாம் சொல்வது மிகையாகாது.

அதிகார வர்க்கமாகக் கம்யூனிஸ்ட் கட்சி, சிந்தனை செயல் போன்றவற்றைக் கண்காணிக்கும் ரகசியப் போலீசாரைக் கொண்டதான எதேச்சாதிகார அல்லது டோட்டாலிடேரியன் சமூகம் போன்றவற்றை ஜனநாயகப்படுத்தும் அவாவிலிருந்தே டுப்செக், டிஜிலாஸ் போன்றோரின் கோரிக்கைகள் தோற்றம் பெற்றன. ஹங்கேரி, யுகோஸ்லாவிய, செக்கோஸ்லாவாக்கியாவில் இத்தகைய கோரிக்கைகளை முன்வைத்தவர்கள் அந்தந்த நாடுகளின் கம்யூனிஸ்ட் கட்சிகளுக்கு உள்ளேயிருந்து வந்தவர்கள்தான்.[(4)]

போலந்திலிருந்தும் இவ்வாறாக உருவான கோட்பாட்டாளர் தான் லெஸ்சக் கோலகாவ்ஸ்க்கி. 1947 - 1966 காலகட்டங்களில் போலந்து கம்யூனிஸ்ட் கட்சியான தொழிலாளர் கட்சியில் உறுப்பினர் அட்டை கொண்டவராக இருந்த வரலாற்றாசிரியர் மற்றும் தத்துவாசிரியர் இவர். சோவியத் யூனியன் விஜயத்தையடுத்து இவரது பார்வையில் பாரிய மாற்றங்கள் தோன்றத் துவங்கின. கோல காவ்ஸ்க்கி 1956 ஆம் ஆண்டு சோவியத் மார்க்சியத்தின் வரலாற்று நிர்ணயவாதத்துடன முரண்பாட்டைத் தெரிவித்துக் கட்டுரைகள் எழுதினார். 1976 - 78 காலகட்டங்களில் நான்கு பாகங்களிலான மார்க்சியத்தின் பிரதான போக்குகள் - மெயின் கரண்டஸ் இன் மார்க்சிசம் - எனும் நூலை எழுதினார். ஸ்டாலினியம் ஜனநாயகப் படுத்த முடியாதது எனத் திட்டவட்டமாகச் சொன்ன அவர், ஸ்டாலினியத்தின் வேர்கள் மார்க்சிடமே இருக்கிறது எனவும் தெரிவித்தார்.

2009 ஆம் ஆண்டு மரணமுற்ற அவர், தனது பிற்காலங்களில் முழுமையாகவே கத்தோலிக்க மதத்தில் விமோசனம் தேடியவராக ஆனார். 1981 ஆம் ஆண்டு தோற்றம்பெற்ற சொலிடாரிட்டி தொழிலாளர் இயக்கத்தின் தத்துவ போதகராகவும், அந்த இயக்கத்தின் நேரடி ஆதரவாளராகவும் இவர் இருந்தார். ஒரு எதேச்சாதிகார அமைப்பில் வெகுஜனமட்டத்தில் கட்டப்படுகிற சிறு சிறு குழுக்கள் எதிர்ப்பியக்கமாக பரிமாணம் பெறும் என அவர் கருதினார்.

1940 ஆம் ஆண்டு மார்ச் மாதம் *5* ஆம் திகதி பெரியாவினால் கையெழுத்திடப்பட்ட படுகொலை ஆவணத்தையடுத்து, சோவியத் படைகள் கதின் வனம் இடத்தில் *22,000* போலந்துப் படைவீரர்களையும் அறிவுஜீகளையும் காவல்துறையினரையும் கொன்றன என்பதனை இன்றைய ரஷ்யா அதிகாரபூர்வமாக ஏற்றுக் கொண்டிருக்கிறது. போலந்து நாட்டின் திரைப்படக் கலைஞனான ஆந்தரே வாட்ஜா இந்தப் படுகொலை நிகழ்வின் அடிப்படையில் கதின் எனும் திரைப்படம் (Kathin: 2007) ஒன்றினையும் உருவாக்கினார். போலந்து வெகுமக்களின் நினைவில் பதிந்திருக்கிற ஸ்டாலினியத்தின்மீதான அறச்சீற்றத்திற்குக் காரணமான சம்பவங்களில் இதுவும் ஒன்றாக இருக்கிறது.

போலந்து நாட்டைப் பற்றிப் பேசுகிறபோது, *1980* ஆம் ஆண்டு இருந்த ஜாருசெல்ஸ்க்கியின் சமூக அமைப்பு அல்லது போலந்து கம்யூனிஸ்ட் கட்சி எதேச்சாதிகாரமாக இருக்கவில்லை எனவும், அது மிகவும் பலவீனம் கொண்டதாகவும், சொலிடாரிட்டி அமைப்புடன் ஒரு சமரசத்துக்குத் தயாரான அமைப்பாகவும், தேர்தலை முன்மொழியக் கூடிய அமைப்பாகவும், சொலிடாரிட்டி அமைப்புடன் அதிகாரத்தைப் பகிர்ந்துகொள்ளக் கூடிய அமைப்பாகவுமே அது இருந்தது எனவும் எழுதுகிறார் நியூ லெப்ட ரிவியூ விமர்சகர் ஆந்த்ரேசெஸ் வாலுக்கி.[5]

1989 ஆம் ஆண்டு துவங்கிய கிழக்கு ஐரோப்பிய நாடுகளின் மாற்றம் முதன்முதலாகப் போலந்தில்தான் துவங்கியது. அதன் பின்னர் எந்தவிதமான வன்முறையும் பாரிய இரத்தச் சிந்துதலும் இல்லாமல்தான் கிழக்கு ஐரோப்பாவில் நிலவிய சோசலிச நாடுகள் தமது அதிகாரத்தை விட்டுத் தந்தன. இவ்வகையில் போலந்தில் நிகழ்ந்த மாற்றம் என்பதும், சொலிடாரிட்டி நிகழ்த்திய நடவடிக்கை என்பதும் எதேச்சாதிகார அமைப்புக்கு அல்லது டோட்டாலிடேரியன் அமைப்புக்கு எதிரானது எனச் சொல்ல முடியாது எனவும் அவர் தெரிவிக்கிறார். அகநிலைமையில் போலந்து அரசு பலவீனமாக இருந்த அதே பொழுதில், கத்தோலிக்க மதம் அறவியல் அடிப்படையிலும் அரசியல் அடிப்படையிலும் தொழிலாளிகளை ஒன்றுதிரட்டும் கருவியாகவும் இருந்தது. வாத்திகான் மதபீடமும் ரீகனும் இதனை மிகச்சரியாகப் புறநிலை அழுத்தமாக பிரயோகித்தார்கள். விளைவாகபோலந்தில் நிலவிய சோசலிசம் வீழந்தது.

தமிழவனது நாவலின் பிரதான பாத்திரம் ஒரு கம்ப்யூட்டர் தொழில் செய்கிறவன். அவனது சிந்தனையமைப்பு உருவாகின கால கட்டம் என நாம் அதிகம் மிஞ்சிப் போனால் ஒரு பதினைந்து ஆண்டுகள் எனச் சொல்லலாம். அவனது பிறப்பினோடு ஒப்பிட, எழுபதுகளின் சூழுலோடு வளர்ந்தவன் எனவும் நாம் அனுமானித்துக் கொள்ளலாம். இ.பாவின் பிரதான பாத்திரம் அறுபதுகளின் எழுபதுகளின் தலைமுறையைச் சேரந்த இடதுசாரி மரபாளனின் ஒருவரது சித்திரம். உலக சமாதான மாநாட்டின் பிரதிநிதியாக வந்து போலந்தில் தங்கிவிட்ட அவரதும், அவரது போலீஷ் மனைவிக்குப் பிறந்த மகளதும் இடையிலான முரண்களோடு பரிச்சியமாகும் ஒரு இந்தியப் பேராசிரியரின் விவரணையாகவே இ.பாவின் கதைக்களம் விரிகிறது.

போலந்தில் தமிழவனுக்கும் இ.பாவுக்கும் பரிச்சயமான, சொந்த வாழ்வு சார்ந்த அனுபவ வாழ்வென்பது தமிழ்ப் பேராசிரியர்கள் வாழ்வுதான். இவர்களது கல்விசார்ந்த வாழ்வு பல்கலைக் கழகத்துடன் பிணைக்கப்பட்டிருப்பதுபோல, இவர்களது வெளியுலக அன்றாட வாழ்வு வார்ஸா இந்திய தூதரகத்துடன்தான் பிணைக்கப்பட்டிருக்கிறது. பேராசிரியர்களின் இருப்பிடம், அவர்களுக்கான சம்பளம் போன்றவற்றைக் கூட இந்தியத் தூதரகமே பொறுப்பேற்கிறது. இவ்வகையில் இவ்விரு படைப்பாளிகளுக்கும் பரிச்சயமான போலந்து வாழ்வென்பது, பல்கலைக் கழகம், அதிலிருந்து கிளைக்கும் போலந்து உறவுகள், தூதரக வட்டாரம், அதன் வழியிலான இந்தியக் குடும்பங்கள் என்பதாகவே அமைகிறது.

இவர்கள் இருவரும் போலந்தில் வாழ்ந்த காலத்தில் கொந்தளிப்பான சோசலிச நெருக்கடி, எதேச்சாதிகாரம், சொலிடா ரிட்டி இயக்கம், தலைமறைவு இயக்கம், நிலவிய சோசலிசத்தின் ஆதரவாளர்களுக்கும் அதனது எதிர்ப்பாளர்களுக்கும் இடையிலான விவாதங்கள் பிரச்சினைகள் போன்றவற்றை இவர்கள் போலந்தின் வேர்மட்டத்தில் வாழும் தொழிலாளர்களுடனும் கட்சி ஊழியர்களுடனும், எதிர்ப்பியக்கம் சார்ந்தவர்களுடனும் ஊடாடுவதன்மூலமே அடைதல் முடியும். எனில், இந்த அனு பவங்கள் கொண்ட பாத்திரப் படைப்புக்களும் நாவலில் இடம் பெற்றிருப்பார்கள். தமிழவன், இ.பா. என இருவரது நாவல் களிலுமே இவ்வகையில் அவர்கள் தங்கியிருந்த காலங்களின்

அரசியல் முரண்களோ சமூகக் கொதிப்புக்களோ ஆதார தளத்திலும் இயங்கவில்லை, போலந்தின் எண்பதுகளின் சமூகமக்களின் பிரதிநிதித்துவம் என்கிற அளவிலும் இயங்கவில்லை.

தமிழவனது நாவலின் பிரதான பாத்திரம், தமிழகத்திலிருந்து போலந்து சென்ற கம்ப்யூட்டர் சம்பந்தப்பட்ட ஒருவனின் வாழ்க்கை. இந்த கம்ப்யூட்டர் தொழில் செய்கிறவன் குறைந்தபட்சம் எத்தகைய பணிகளை தான் போலந்தில் வாழும் காலத்தில் மேற்கொள்கிறான் என்பதற்கான குறைந்தபட்ட ஆதாரம் கூட தமிழவனின் நாவலில் இல்லை. அல்லது கம்ப்யூட்டர் தொழில் செய்கிறவனின் குணஇயல்பு என்பதற்கான குறைந்தபட்ச சான்றுகூட அவனது நடத்தையில் இல்லை.

அவன் சதா தான் தங்கியிருக்கிற போலந்து நாட்டு அறையின் வாஸ் பேசின்கள், குளியலறைத் தொட்டிகள், உள் அமைப்புகள் பற்றி விலாவாரியாகப் பேசுகிறான். ஷாப்பிங் மால்கள் பற்றிப் பேசுகிறான். தத்துவம் பற்றியும், இலக்கியம் மற்றும் கவிதை பற்றியும் பேசுகிறான். வார்ஷாவில் வாழும் சாதாரணமான பிராமணர் ஒருவர் அந்த நாட்டு மக்களால் கடவுளாக்கப்படுவதைப் பேசகிறான். நீட்ஷே பற்றி சார்த்தர் பற்றிப் பேசுகிறான். புதிய போலந்தினது நுகர்பொருள் கலாச்சாரம், கிழக்கத்திய மதம் சார்ந்த சாய்வு போன்றவற்றைப் பேசுகிறான். அவன் சந்திக்கிற போலந்துப் பெண்களில் ஒருவரான பத்திரிக்கை எழுத்தாளர் இந்த கணினி விற்பன்னரின் வெகு சாதாரண வாழ்வை மகாபிரமிப்புடன் எழுதுகிறாள். பிறிதொரு பெண் ஆன்டி - கிரிஸ்ட் பற்றியே அதிகமும் பேசுகிறாள்.

போலந்து அரசியல் எனும் அளவில் இந்த நாவலில் வெளிப் படுவதுதான் என்ன? பாசிச காலகட்ட யூதக் கொலைகள் சொல்லப்படுகிறது. இந்தத் தலைமுறையின் உளவியலில் அதனது கருநிழல் படிந்திருப்பதைச் சொல்கிறது. மார்க்ஸ் குறித்துப் பேசுகிறதைக் கூட விரும்பாத ஒரு தலைமுறை குறித்துச் சொல்கிறது. போகிற போக்கில் ஈராக் போருக்கு எதிரான பல்கலைக் கழக மாணவர்கள் போராட்டம் குறித்துக் குறிப்பிட்டுவிட்டுப் போகிறது. பாசிசம் மற்றும் யூதக் கொலைகள், வார்ஸா நகரத் தெருக்கள் குறித்த நுட்பமான விவரணைகள் தவிர, போலந்து வாழ்வைப் பற்றி தமிழவனின் நாவல் எதனையும் பேசுவதில்லை.

கணினி விற்பன்னனுக்கு போலந்தில் நேர்வதாகச் சொல்லப் படுகிற அனுபவங்கள், இந்திய மனிதனாக அவன் குறித்த போலந்து மக்களின் பார்வை, இந்துக் கடவுளர்களில் ஆழ்ந்து போகும் வெள்ளை மனம் குறிப்பாக போலந்துக்கு மட்டும் உரியது இல்லை. எந்த ஒரு ஐரோப்பிய நாட்டிலும் - கிழக்கு மேற்கு என வித்தியாசமில்லாமல் - இதனைப் பார்க்கலாம். இவ்வகையில் குறிப்பான போலந்து வாழ்வோ, அன்றைய அரசியல் நெருக்கடிகளோ தமிழவனின் நாவலில் இல்லை.

இதே காலகட்டத்தில் தமிழக மட்டத்தில் என்ன நடந்திருக்கிறது? தலித் பிரச்சினை, இந்து முஸ்லீம் பிரச்சினை, ஈழத்தமிழர் பிரச்சினை, திமுக - காங்கிரஸ் கூட்டு, வன்முறை அரசியலின் பரவலாக்கம் போன்ற தமிழ் வாழ்வை அலைக்கழித்திருக்கிறது. தமிழவனின் நாவலில் வரும் தமிழகச் சித்திரத்திலோ பாத்திரப் படைப்புகளிலோ இந்தத் தமிழ் வாழ்வும் இல்லை. மேற்கத்தியர்களுக்கு சுவாரசியமாகக் கதைசொல்லும் ஒரு கதைமாதிரிதான் தமிழவன் நாவலில் இருக்கிறது. மனைவி தன்னை எரித்து தற்கொலை செய்துகொண்டது, அதற்குப் பின்னணியாக பொறுக்கி வர்க்க மனோபாவமுள்ள அரசியல்வாதி இருப்பது, அவனோடு சல்லாபிக்கிற பிரக்ஞையுள்ள நவீனகாலப் பெண்மணி, அதனிடையில் வரும் ஒரு குத்துச் சண்டை என - அரவிந்த அடிகாவையும் ஸ்லம் டாக் மில்லியனரையும் தமிழவன் சிலாகிப்பது ஞாதபகம் வந்து போகிறது - கலந்துகட்டிய ஒரு தமிழ்க் கதையைத் தமிழவன் இந்நாவலில் சொல்லியிருக்கிறார். தமிழவனின் நாவலில், வாழ்ந்துபட்ட குறிப்பான போலந்து வாழ்வின் ஆதாரத்தின் சுவடுகளையோ அல்லது வாசித்து அறிந்த போலந்து வாழ்வின் ஆதாரங்களையோ நாம் பார்க்கவே முடியவில்லை.

இ.பாவின் நாவல் அவரது வெற்றி பெற்ற மரபான அதிகார வர்க்கச் சித்தரிப்பு - தந்திர பூமி, சுதந்திர பூமி, ஹெலிகாப்டர்கள் கீழே இறங்குகின்றன என அவரது முன்னைய நாவல்களில் பாவிக்கப்பட்ட நக்கலான குத்துகிற சொற்களிலான உரையாடல் - என்பதனையே அவரது ஏசுவின் தோழர்களும் தனது சொல்முறையாக எடுத்துக் கொள்கிறது. வார்ஸாவின் இந்திய தூதரக அதிகாரிகள், அவர்களோடு அரசியல் உறவு கொண்ட போலந்து அதிகார வர்க்கத்தினர், இந்த இரண்டு அதிகார வர்க்கத்தினருடனும் உறவுகொள்ள நேர்கிற இந்தியப் பேராசிரியர் மற்றும் மேட்டுக்குடி இந்திய

வம்சாவழிக் குடும்பத்தவர் என்பதனைச் சுற்றியே இந்த நாவலின் கதைக்களம் இருக்கிறது. இந்தக் கதையில் இந்த கதைமாந்தர் வட்டத்தினுள் வரும் ஓவியரொருவரின் நடத்தைகளும், போலந்து ஆட்சிக்கு எதிரான ஒரு பெண்ணின் நடவடிக்கைகளும் ஓரநிலையில் சொல்லப்படுகிறது.

இ.பாவின் நாவலின் கதைக்களம் குறித்து, மார்க்சிய எதிர்ப்பில் நின்று வெங்கட் சாமிநாதன் சில அவதானங்களை முன்வைக்கிறார். அவரது தீவிர மார்க்சிய எதிர்ப்புக் கேள்விகள் தவிர, நாவல் குறித்த அவரது அவதானத்தில் நாம் உடன்பட முடியும். வெங்கட் சாமிநாதன் சொல்கிறார்:

அவர் போலந்துக்குச் செல்வதற்குச் சற்று முன் வரை போலந்தில் லெச் வாலெஸாவின் தலைமையில் நடந்து கொண்டிருந்த தொழிலாளர் போராட்டத்திற்குச் சாதகமான அபிப் பிராயங்களை அவர் கொண்டிருக்கவில்லை..போலந்து நாடே கொந்தளிப்பில் இருக்கும் இந்தச் சமயத்தில் வார்ஸா போகிறார். அங்கு சில வருஷங்கள் தங்குவார். அங்கு நிகழ்ந்து கொண்டிருக்கும் வரலாற்று முக்கியத்துவம் கொண்ட நிகழ்வுகளை நேரில் இருந்து சுய அனுபவமாக பார்த்து அறிவார். அந்த பரபரப்பும் கொந்தளிப்புமான நிகழ்வுகளின் சாட்சிபூர்வமான பாதிப்புகளை அவர் கட்டாயம் பதிவுசெய்யப் போகும் எழுத்துக்கள் தமிழ் இலக்கியத்துக்குக் கிடைக்கும்.. இதெல்லாம் போக அங்கு போலந்தில் தொடர்ந்து நிகழ்ந்து வரும் வரலாற்றை, கோபர்னிக்கஸ் செய்த புரட்சிக்கு ஒப்பான ஒன்றை மார்க்ஸீய வாய்ப்பாட்டின்படி நிகழ்ந்திருக்க வேண்டிய சரித்திரத்தின் கதியையே தலைகீழாகப் புரட்டிப்போட்டு விட்ட வரலாற்றை ஹெகலையே தலைகீழாக நிற்க வைத்துவிட்டதாகச் சொன்ன மார்க்ஸையே தலைகீழாக நிற்க வைத்துக்கொண்டிருக்கும் வரலாற்றுக் கதியை நேரில் காணும் அரிய வாய்ப்பு அவருக்குக் கிடைக்க விருக்கிறதே. எல்லாம் வேடிக்கையாகத் தான் இருக்கிறது. நினைத்துப் பார்க்க தொழிலாளி வர்க்கத்தின் சர்வாதிகாரத்தை முன்னெடுத்துச் செல்லும் கம்யூனிஸ்ட் கட்சியையே எதிர்த்து நிற்கும் தொழிலாளி வர்க்கம். நூற்றாண்டு நூற்றாண்டுகளாக மக்கள் தம் புரட்சி உணர்வுகளை மறந்து போதையில் ஆழ்த்தி வந்த அபினி அல்லவா இந்த கத்தோலிக்க சர்ச்சுகள்? அப்படித்தானே மார்க்ஸ் நமக்குப் போதித்தார்! தொழிலாளி வர்க்கத்தின் நல்ல காலம் தோழர் ஸ்டாலின் தன்னால் முடிந்த சுமார் ஐம்பது ஆண்டு காலம் இந்த சர்ச்சின்

அபினி மயக்கத்திலிருந்து மக்களைக் காப்பாற்றி வந்தார். இப்போது நாசம்போன அந்த கத்தோலிக்க சர்ச் அல்லவா இப்போது தொழிலாளி வர்க்கத்தோடு தோளோடு தோள் உரசி அதன் புரட்சி உணர்வுகளைத் தூண்டி நிற்கிறது! பாட்டாளி வர்க்கத்தின் சர்வாதிகாரமாக விளங்கும் கம்யூனிஸ்ட் அரசை எதிர்த்துப் போர்க்கொடி தூக்கியுள்ள பாட்டாளி வர்க்கத்துக்கு துணையாக அல்லவா இப்போது அந்த சர்ச் திரும்பிவிட்டது! மார்க்ஸ் விதித்த சோஷலிஸ் வாய்ப்பாடுகள் அனைத்துக்கும் அல்லவா ஒவ்வொன்றாக சவால் விடப்பட்டுள்ளன!...

எழுத்தாளர்களும் கலைஞர்களும் சிந்தனையாளர்களும் ஒரு காலத்தில் மார்க்ஸிஸத்தை நம்பி பின் அனுபவித்த மனவேதனைகளும் மனசாட்சி உறுத்தல்களும் நம்பிக்கைகள் கைவிட்ட ஏமாற்றமும் நாம் சர்ச்சித்துக் கொண்டிருக்கும் மார்க்ஸிஸ்டின் கிட்டக் கூட நெருங்கவில்லை....அப்படியே இருக்கட்டும். போலந்தில், வார்ஸா தெருக்களில் க்டான்ஸ்க் கப்பல் கட்டும் துறையில் காணும் உண்மை நிலவரம் புறவயமாகக் காணும் யதார்த்தம் மேற்கும் கிழக்கும் தம் நோக்கத்திற்குப் பயன்படுத்துவதாகச் சொல்லப்படும் அந்த யதார்த்தம் தான் என்ன என்று இந்திரா பார்த்தசாரதி சொல்கிறார்?....மார்க்ஸீய சித்தாந்த விளக்கங்கள் இருக்கட்டும். புறவயமாகக் காணும் உண்மை நிலவரத்தை அறிய வார்சா தெருக்களில் கால்கள் அல்லவா பதியவேண்டும். அலைய வேண்டும். க்டான்ஸ்க் கப்பல் கட்டும் துறைக்குப் போக முடிகிறதோ இல்லையோ. தெருவில் இறங்கி ஒரு சாதாரண மனிதனை, ஏதும் ஒரு தொழிலாளியை அல்லது தெருவில் காணும் எவனையாவது சந்திக்க வேண்டும். இதையெல்லாம் தன் வகுப்பறையில் அடைந்து கிடக்கும் ஒரு பல்கலைக் கழகப் பேராசிரியரிடம் அதிகம் எதிர்பார்க்க இயலாது என்று சொல்லலாம். நாவலைப் படித்த நமக்கு இந்திரா பார்த்தசாரதி பல்கலைக் கழகக் கட்டிடத்தின் வெளிக்கதவுகள் வரை கூடச் சென்றதாகத் தடையும் இல்லை. அவரது நேரம் எல்லாம் வார்ஸாவில் உள்ள இந்திய தூதருடனும் இந்திய தூதரைக் காண வருவோருடனும் தூதரக அலுவலர்களுடனுமே பேசுவதில் செலவழிந்துள்ளதாகத் தெரிகிறது. நாவல் முழுதும் சந்திப்புகளும் பேச்சுக்களும் கோர்க்கப்பட்ட சங்கிலியாகவும் அந்த சந்திப்புகள் அத்தனையும் தூதரகத்தில் அல்லது மதுபான விருந்துகளில் நிகழ்வனவாக இருக்கின்றன..முதலில் வார்ஸா பல்கலைக்கழகத்தையே கூட இந்த நாவலில் கண்டுபிடிப்பது அரிதான ஒன்றாகியுள்ளது. இவ்வளவுக்கும் கிட்டத்தட்ட ஐந்தாண்டுகள் நம் ஆசிரியர் அங்கு தங்கியிருந்த போதிலும்.[6]

இ.பா.வின் நாவலில் போலந்து நாடுபற்றி வெளிப்படும் சித்திரம் இதுதான். வெங்கட் சாமிநாதன் குறிப்பிடும் நடைமுறை அரசியல் எனும் அளவில் இ.பாவில் தவறுவது சொலிடாரிட்டி - கத்தோலிக்க தேவாலயம் - தொழிலாளர் எழுச்சி என்பன குறித்த ஆதாரமான சித்தரிப்புகள் என நாம் ஒப்புக் கொள்ளும் போது, இ.பாவிடம் வெளிப்படும் மிகநுட்பமான போலந்து - இந்திய அதிகாரவர்க்கம், ஜனநாயகம், அதிகாரவர்க்க போலித்தனம் போன்றவை குறித்த ஒப்பீடுகளையும் ஒப்புமைகளையும், சமவேளையில் வெங்கட் சாமிநாதன் போன்று போலந்து நாடு மார்க்சைத் தலைகீழாக நிறுத்தியது என்பதனை மறுதலித்து, நிலவிய சோசலிச அமைப்புக்கு எதிராக சொலிடாரிட்டி சார்பாளர்கள் எவ்வாறு பொய்களையும் அதீதங்களையும் கட்டியமைத்தார்கள் என்பதனையும், போலந்து அரசு எவ்வாறாக ஒரே சமயத்தில் மார்க்சியத்தையும் கத்தோலிக்கத்தையும் நடைமுறையில் அனுசரித்துப் போனது என்பதையும், நெருக்கடி நிலை காலத்தில் கூட பந்தா இல்லாமல் ஜாருசெல்ஸ்க்கி எளிமையாகப் பயணம் மேற்கோள்கிறார் என்பதனையும் இ.பா. சித்தரிக்கிறார்.

சோவியத் யூனியனிலும், கிழக்கு ஐரோப்பாவிலும் நடந்து வந்திருக்கிற மாற்றங்களையும், மார்க்சியர்களுக்கிடையில் நடந்து வந்திருக்கிற மாற்றங்களையும் அறிந்தவர்கள் வெ.சாவின் தலைகீழ் மார்க்ஸ் சொற்பிரயோகங்கள் மிகையானவை என்பதையும், இ.பாவின் ஆர்ப்பாட்டமில்லாத அமைதி அர்த்தமுள்ளது என்பதையும் உணர்ந்திருப்பார்கள்.

ஸ்டாலின் விமர்சிக்கப்பட்ட அளவு, வெறுக்கப்பட்ட அளவு, லெனின் இந்நாடுகளில் வெறுக்கப்படவும் இல்லை, தூக்கியெறிப்படவும் இல்லை. இவர்கள் இருவரோடும் ஒப்பிட மார்க்சினது பகுப்பாய்வுமுறையும், அந்நியமாதல் பற்றிய அவரது கோட்பாடும், ஒரு கனவுச் சமூகம் எனும் அளவில் சோசலிசமும் இன்னும் பலம்வாய்ந்த ஆதர்ஷமாகவே இருக்கிறது. மார்க்சின் நூல்களும் அவரது பொருளாதார ஆய்வுகளும் இன்றும் அமெரிக்காவின், ஐரோப்பாவின் பொருளியல் நெருக்கடிகளின் போதும் மார்க்ஸ் சொன்னது இன்றும் சரிதான் என பேசுவதற்குக் காரணமாகவே இருக்கிறது.

ஸ்டாலின்குறித்த விமர்சனத்தை கம்யூனிஸ்ட் கட்சிக்குள் இருந்தவர்களே முன்வைத்தார்கள். சீர்திருத்தங்களையும்

அவர்களே மேற்கொண்டார்கள். இன்றும் உலகெங்கிலும் சமூகநீதிக்காகவும், ஒடுக்குமுறைக்கெதிராகவும் அவர்களே போராடுகிறார்கள். புதிய நெருக்கடிகளுக்கு ஏற்ப தம்மைத் தகவமைத்துக் கொள்வதில் அவர்களே ஈடுபட்டு வருகிறார்கள். இதுகுறித்து நிறைய கோட்பாட்டு முயற்சிகள் நடந்துவருகின்றன. ஸ்டாலினியம் பற்றிய விமர்சனம் கொண்ட ஐரோப்பிய மார்க்சியர்கள், நிலவிய சோசலிசம் வீழ்ந்தபோது அதனை ஒரு புதிய திறப்பு எனவே கண்டார்கள். இந்த மரபு பிராக் மாணவர் எழுச்சி முதல் இன்றைய முதலாளித்துவ எதிர்ப்பு இயக்கம்வரை இருக்கிறது. இதனது தொடர்ச்சியாகவே பிராங்க்பர்ட் சிந்தனைப் பள்ளியைச் சேர்ந்த ஹேபர்மாஸ் புரட்சிகர ஜனநாயகம் என்பதைப் பேசுகிறார்.[7].

ஐரோப்பிய நாடுகளில் இன்றும் கோடிக் கணக்கானவர்கள் வேலையின்றி இருக்கிறார்கள். நிலவிய சோசலிசக் காலகட்டத்தில் அந்நாடுகளில் அனைவருக்கும் வேலையுத்தரவாதமும் சமூக உத்தரவாதமும் இருந்தது. இதனையே போலந்துக்குப் பொருத்துகிறார் இ.பா. போலந்தில் நுகர் பொருள் பற்றாக் குறையிருந்தது, அரசு சொலிடாரிட்டியை பலவீனப்படுத்தத் திட்டமிட்டு இதனைச் செய்தது. அங்கு வறுமையோ பட்டினியோ இல்லை. வேலையின்மைப் பிரச்சினையும் இல்லை. அதிகார வரக்கம் எனும் அளவில் போலந்து அதிகார வர்க்கம், கருத்தியல் நீக்கப்பெற்ற இந்திய அதிகார வர்க்கம் போன்றதுதான் என்பதை ஒப்பீடாக முன்வைக்கிறார் இ.பா. நடைமுறைச் சித்தரிப்பில் தவறவிடுவதை அரசியல் கருத்தியல் தளத்தில் இ.பா.நிரவிவிடுகிறார்.

போலந்திலிருந்து நகர்ந்து தமிழக யதார்த்தமாக இ.பா.நகர்வது கும்பகோணத்தின் பிராமணக் குடும்ப யதார்த்தம்தான். போலந்து அதிகார வர்க்கம், இந்திய அதிகார வர்க்கம், அதனுள் இருந்து எழும் கருணை நிறைந்த தூதரக மனிதர்கள் எனச் சித்தரிக்கும் இ.பா, இயல்பாகவே போலந்து தொழிலாளி வர்க்கம், அவர்களது எழுச்சி போன்றவற்றைச் சித்தரிக்காதது போலவே, கடந்த இருபது ஆண்டுகளின் விளிம்பு நிலை அரசியலோ மாந்தர்களோ இ.பாவின் சித்தரிப்பினுள் வரவில்லை. அறுபதுகளின் இடதுசாரி அரசியலில் ஈடுபட்ட பிராமணக் குடும்ப உறுப்பினர் ஒருவரது குடும்பப் பொறுப்புகள் நிராகரிப்பும், புரட்சிக் கனவில் சரணடைந்த தப்பித்தலும் சொல்லப்படுகிறது. ஒருபுறம்

மிகப்பெரும் நம்பிக்கைகளின் வீழ்ச்சி. அதனால் எழும் நிரந்தரக் குற்றமனம். மறுபுறம் அன்பையும் பாசத்தையும் கடவுள் நம்பிக்கைபோல் கூவித் திரியும் வறிய முதிய தமிழக வைஷ்ணவ பிராமணப் பெண். மதிப்பீடுகளின் வீழ்ச்சி குறித்து அதிகார வரக்கத்தின் பின்னணியில் போலந்து நிலைமையில் பேசும் இ.பா, தமிழக நிலைமையில் குடும்பத்தை முன்வைத்து மதிப்பீடுகளின் வீழ்ச்சியைப் பேசுகிறார். இந்த இரண்டு வீழ்ச்சிகளின்பின்னும் இலட்சியவாதமும் அதற்குப் பின்னான கருத்தியல் கடப்பாடும் இருந்திருக்கிறது. அது மனிதர்களை மீளமுடியாத கேவலத்தினுள், துக்கத்தினுள் ஆத்மீக மரணத்தில் வீழ்த்தியிருக்கிறது என்கிறார் இந்திரா பார்த்தசாரதி.

தமிழவனதும் இ.பாவினதும் நாவலில் உள்ள ஒப்புமைகள் எனில், மிகச் சிலவற்றையே நாம் குறிப்பிட முடியும். இரண்டு நாவல்களிலும் ஓவியர்கள் வருகிறார்கள். அவர்களது ஓவியங்களின் பின்னணியில் அவர்களது படைப்பு மற்றும் உளவியல் நடத்தைக்கான விசேஷமான காரணங்கள் இருக்கின்றன. தமிழவனின் நாவலில் வரும் ஓவியங்களின் பின்னணியில் இருண்மையும் பாசிசமும ராணுவத்தினரின் பிரசன்னமும் இருக்கிறது. அவரது பிறப்பின் பின்னணியாக வரும் கதை தமிழவனின் அற்புதமான மொழிநடை கொண்ட ஒரு தனித்த சிறுகதை போன்று நெஞ்சைக் கனக்கச் செய்துவிடுகிறது. போலந்தை ஆக்கிரமித்த ஜெர்மானியப் படை அதிகாரிக்கு ஜெர்மன் மொழிபெயர்ப்பாளராகப் போன ஒரு பெண்ணின் பயங்கரமான அனுபவம் அக்கதை. அரசியலில் வீசப் பட்ட ஒரு எளிய போலந்துப் பெண், சித்திரவதைகளினதும் கொலைகளினதும் சாட்சியாக ஆகிறாள். சொந்த மக்களின் துரோகியாகவும் அவள் ஆகிறாள். பிற்பாடு நாசிகளிடமிருந்தும் அவள் தப்பிக்கிறாள். அவளது மகனே தமிழவனது நாவலின் ஓவியன்.

இ.பாவினது ஓவியன் கனவையும் நனவையும், இருத்தலையும் இன்மையையும் தன்னைச் சுற்றிலும் சிருஷ்டித்துக் கொண்டு அதனையே நிஜமென நம்பி வாழ்பவன். பிறரையும் அதனை நம்ப வைத்து வாழ்பவன். இந்தக் கதையை தனது மந்திரவயமான மொழியினால் எழுதியிருக்கிறார் இந்திரா பாரத்தசாரதி.

பெரிதும் அரசியல் அற்ற தமிழவனின் நாவலில் நக்ஸல் அரசியல் பற்றிய குறிப்பீடுகளும், மலைவாழ் மக்கள் குறித்த போராட்டங்களும் சித்தரிப்புப் பெறுகின்றன. தனது

போராளிக் காதலனுக்காக காவல்துறையதிகாரியான தனது சொந்தத் தந்தையையும் வர்க்க எதிரியையும் பழிவாங்கும் மருத்துவக் கல்லூரி மாணவியும் சித்தரிக்கப்படுகிறார். எல்லை கடக்கும்போது மரணமுறும் இலங்கை அகதி சித்தரிக்கப்படுகிறார். இவையெல்லாம் தமிழவனின் நாவலில் வந்து போகும் பாத்திரங்களின் குறுகிய கதைகள். இ.பாவின் நாவலை ஒப்பிடுகிறபோது, தமிழவனின் நாவலில் பிரதான பாத்திரமாக வரும் ஆண் அவனுடன் நெருக்கமாகப் பேசப்படும் ஐந்து பெண்களில் நான்கு பெண்களுடன் உடலுறவு அனுபவங்கள் பெறுகிறான். இதில் மனைவியுடன் மாஜிக் ரியாலிச பாணி சடங்கில் உறவு கொள்கிறான். பிறிதொரு பெண்ணுடன் கனவில் ஸ்கலிதம் வருகிறது. போலந்துப் பெண்ணுடனும் கனவில் உடலுறவு கொள்கிறான். நாவலில் அவன் சந்திக்கும் எல்லாப் பெண்களதும் முலைகளும் பிருஷ்டமும் தப்பாது வர்ணனைக்கு உள்ளாகிறது. மேற்கு கிழக்கென எல்லாப் பெண்களினதும் உடலில் புகுந்து புறப்பட்டிருக்கும் இந்நாவல் நிச்சயமாகவே தமிழவன் கருதுகிற அரவிந்த் அடிகாவின் ‘உலக’ நாவல் பண்புகள் கொண்டது என நாம் தயங்காமல் சொல்ல வேண்டும்.

ஐரோப்பாவில் எனது வாசிப்பின் அளவில் அதியற்புதமான அரசியல் நாவல்கள் வெளியாகி வருகின்றன. ரோஸா லக்ஸம் பர்க், வால்ட்டர் பெஞ்ஜமின், பிரைடா கலோ பற்றிய நாவல்கள் வெளியாகியுள்ளன. இந்த நாவல்களில் மூன்று அடிப்படைகளில் கதை இயங்குகிறது. முதலாவதாக கதைமாந்தர் வாழும் நிலப்பரப்பு குறித்த அதியுயர்ந்த சித்தரிப்புகள் இந்நாவல்களில் இருக்கின்றன. கதைமாந்தர் வாழ்ந்த அரசியல் சூழல் குறித்த துல்லியமான வரலாற்றுச் சித்தரிப்புகளை இவர்கள் சாதித்திருக்கிறார்கள். கதையில் சித்தரிக்கப்படும் ஆளுமைகள் குறித்த ஆய்வுபூர்வமான சித்தரிப்புகள் இவைகளில் இருக்கின்றன. இவையனைத்துக்கும் மேலாகக் கடந்த காலத்தையும் நிகழ்காலத்தையும் இணைக்கும் விமர்சனபூர்வமான அறவுணர்வு இந்நாவல்களில் இருக்கிறது.[8]

போலந்தில் வாழ்ந்த தமிழவனுக்கும் இ.பா.வுக்கும் அற்புதமான வாய்ப்புக் கிடைத்திருக்கிறது. போலந்தை முன்வைத்து, கிழக்கு ஐரோப்பாவில் நிலவிய ஒரு கனவின் வீழ்ச்சி, இந்திய தமிழக வாழ்வினோடு அதனது ஊடாட்டம், என அற்புதமான நாவல்களை இவர்கள் கொடுத்திருக்க முடியும். ஒரு நாவலின் ஆதாரத் தன்மை என்பது, படைப்பாளியின் வாழ்ந்துபட்ட அனுபவத்தின் ஆதாரத்தன்மை மட்டும்

அல்ல. ஆய்ந்து தேர்ந்து கொள்ளும் படிப்பு சார்ந்த ஆதாரத்தன்மையையும் நாம் இங்கு சேர்த்தே குறிப்பிடுகிறோம். தமிழக மார்க்சியமும், இடதுசாரி அரசியலும், விளிம்புநிலை அரசியலும் இவ்வாறு போலந்து நிலைமைகளோடு வைத்து ஒப்பிட்டுக் காட்டப்பட்டிருக்க முடியும். இந்திய நிலைமை களோடு இவற்றை வைத்துப் பேசியிருக்க முடியும். தமிழவன் இ.பா. என இந்த இருவருமே ஒரு போதேனும் இந்த மார்க்சியக் கனவில் ஆழந்தவர்கள்தான். அந்த வாய்ப்பை அவர்கள் தவறவிட்டிருக்கிறார்கள்.

தமிழவன் இந்து பிராமணனது வாழ்க்கையை, அவனைக் கடவுளாகக் கொண்டாடும் போலந்து மனச்சார்பை நாவலெங்கும் அலையவிட்டிருக்கிறார். தமிழவனது நாவலின் பிரதான ஆணும்கூட இறுதியில் அந்தக் கடவுளின் பார்வையில்தான் அலைக்கழிக்கப்படுகிறான். தமிழவனின் நாவல் கடந்த இருபது ஆண்டுகளின் போலந்து வாழ்வையும் சொல்லவில்லை. வரலாறு மற்றும் கருத்தியல் சார்ந்த அனுபவங்களையும் பேசவில்லை. தமிழக வாழ்வையும் அவரது நாவல் சொல்லவில்லை. இ.பா. அதிகாரத்திற்கு எதிராகப் போராடிய அடித்தட்டு போலந்து மக்களைத் தனது சித்தரிப்புக்குள் எடுத்துக் கொள்ளவில்லை. தமிழகத்தின் அடித்தட்டு மக்களையும் அதனால் இயல்பாகவே அவரால் எடுத்துக் கொள்ள முடியவில்லை. இ.பாவின் பாத்திரங்கள் எவரும் வார்ஸாவில் தெருக்களில் நடப்பதைப் பிரதிநிதித்துவப்படுத்துபவர்களாக இல்லை. இ.பாவினது நாவல் குறைந்தபட்சம் அதிகார வர்க்க அரசியல்குறித்த சித்திரிப்புத் தேர்வு, குறைந்தபட்சம் எதேச்சாதிகாரம் போலந்து - இந்தியா என இரு சமூகங்களிலும் இருக்கிறது என்கிற ஒப்பீட்டுக்கேனும் எம்மைத் தூண்டுகிறது. ஆய்வும், அனுபவமும், வரலாற்றுத் தோய்வும் கொண்ட நாவல் தமிழில் என்று வரும் என்ற ஏக்கமே தமிழவனது வார்ஸாவில் ஒரு கடவுள் நாவலையும், இ.பாவின் ஏசுவின் தோழர்கள் நாவலையும் படித்து முடித்த வேளையில் என்னிடம் எஞ்சியிருந்தது.

பின் குறிப்புகள்:

1. *அருந்ததிராயின் நாவல்பற்றிய எனது விரிவான விமர்சனம் காலக்குறி: மார்ச் 1999 இதழிலும், ஒன்டாஜியினதும் சிவானந்தனதும் நாவல்கள் பற்றிய எனது விரிவான விமர்சனங்கள் அம்ருதா*

பதிப்பகத்தின் 2007 ஆம் ஆண்டு வெளியீடான ஈழ அரசியல் நாவல் நூலிலும் வெளியாகி யிருக்கின்றன.

2. அரவிந்த அடிகா காட்டும் இந்தியா எது?: இந்திரா பார்த்த சாரதி: உயிரோசை: 2008

3. நம்மூரின் கலாப்ரியாவும் அர்விந்த் அடிகாவும்: தமிழவன்: உயிரோசை: 2008

4. East European Marxism: Dictionary of Marxist Philosophy by Andrew Arato: Editor: Tom Bottomore: Blackwell: 1996

5. From Stalinism to Post - Communist Pluralism:The Case of Poland: Andrezej Valucki: New Left Review: 181/1991

6. மார்க்ஸை தலைகீழாக நிற்கவைத்த போலந்தில் - ஒரு விலாங்கு மீன்: வெங்கட் சாமிநாதன்:Tamil Hindu.com: 06.01.2010

7. Overcoming the Past: Jurgan Habermas and Adam Michnik: New Left Review: 203/1994

8. ரோஸா லக்ஸம்பர்க் மற்றும் வால்ட்டர் பெஞ்ஜமின் பற்றிய நாவல்கள் குறித்த எனது விரிவான விமர்சனக் கட்டுரைகள் உயிர்மை பதிப்பகத்தின் 2008 ஆம் ஆண்டு வெளியீடான ஜிப்ஸியின் துயர நடனம் நூலில் வெளியாகியுள்ளன

18

அருந்ததி ராய்: சின்ன விஷயங்களின் கடவுள்

நாவலின் பின்னணியாகப் பின் வரும் விஷயங்கள் இருந்தன: அருந்ததிராயின் அம்மா மேரி ராய் கேரள சிரியன் கிறிஸ்தவர். அப்பா ராய் வங்காளி. மேரி விவாகரத்தானவர். அருந்ததியின் சகோதரர் லலித். அருந்ததியும் லலித்தும் இரட்டைப் பிறவிகள் அல்ல. கோட்டயம் நகரத்திலிருந்து சில கிலோமீட்டர்கள் தள்ளியிருக்கும் அயமனம் கிராமம் இவர்களது சொந்த ஊர். அருந்ததியின் மாமா ஜியார்ஜ் ஐஸக். அருந்ததியின் தாத்தா ஜான் குரியன். தலைமைப் பொறியியலாளராக இருந்து பாதிரியாக ஆனவர். ஐஸக்கின் விவாகரத்துப் பெற்ற மனைவி ஸிஸிலியா பிலிப்ஸன். பாரடைஸ் ஊறுகாய் பேக்டரி ஐஸக் தொடங்கியதுதான். ஐஸக் இப்போதும் தாயுடன் - அம்மாச்சியுடன் தான் வாழ்கிறார். புள்ளியம்பல்லின் வயல்களுக்கு அப்பால் மிருச்சல் நதியோடுகிறது. அருந்ததி கட்டிடக்கலை பயில்கிறார். கோவாவில் திரிகிறார். குகா என்னும் மார்க்ஸிட்டோடு வாழ்கிறார். பிற்பாடு கிருஷ்ணன் என்பவரை மணக்கிறார். கிருஷ்ணன் ஏற்கனவே மனமானவர். இரண்டு குழந்தைகள் அவரது முதல் மனைவிக்குப் பிறந்தவர்கள். அருந்ததி, இரு பெண் குழந்தைகள், கிருஷ்ணன் ஆகியோர் குடும்பமாக வாழ்கிறார்கள். ராய் பிறந்தது ஷில்லாங்கில். பிற்பாடு அயமனம் வந்தவர். மேரி வழக்குமன்றம் சென்று தன் சொத்துரிமையை நிலைநாட்டியவர்.

கதையில் வரும் ராஜல் எனும் பெண் குழந்தையும், எஸ்கா எனும் ஆண் குழந்தையும் இரட்டையர்கள். கிறிஸ்தவ

மலையாளி வங்காளப் பெற்றோர்க்குப் பிறந்தவர்கள். விவாகரத்துப் பெற்ற மலையாளித்தாய் அம்மு, சிரியன் கிறிஸ்தவ ஆண்வழி மரபுகளால் துன்புறுத்தப்படுகிறார். அம்முவுக்கும் வெளுத்தா என்கிற பரவனுக்கும் காதல் ஏற்படுகிறது. காம்ரேட் எம்.கே.பிள்ளை, போலீஸ், காங்கிரஸ் என அனைத்து அரசியலாளரும் வெளுத்தா கொல்லப்படக் காரணமாகிறார்கள். வெளுத்தா மார்க்சிஸ்ட் கட்சியிலிருந்து நக்ஸலைட் கட்சிக்கும் போனதாகச் சொல்லப் படுகிறது. அம்மு காசநோய்க்கும் பலியாகிறார். குட்டி முதலாளி சாக்கோ அம்முவின் சகோதரன். அத்தை கொச்சம்மா அம்முவைக் களங்கப்படுத்துபவள்... மம்மாச்சி அம்முவின் தாய்.

குழந்தைகள் பாலியல் சுரண்டலுக்கு ஆளாகின்றனர். நாவலில் ஆணாதிக்கம், சாதியம், நவகாலனியம், நிலப்பிரபுத்துவம், உலகமயமாதலின் பின்னணியில் வளர்ந்த குழந்தைகளின் நினைவு மீட்புகளாக சம்பவங்கள் இடம் பெறுகிறது. மிருச்சல் ஆறு கதையின் ஜீவனுள்ள அடித்தளமாக ஓடிக்கொண்டிருக்கிறது. குழந்தைக்கு சாவு, காதல், அன்பு பயம் போன்றன அதன் கரையில்தான் அறிமுகமாகிறது.

மார்க்ஸிஸ்ட் கம்யூனிஸ்ட் கட்சி, மார்க்ஸிஸ்ட் லெனினிஸ்ட் கட்சி போன்றவற்றுக்கு இடையிலான பிழைகள், பிரச்சினைகள் ஸ்தூலமானவை. இ.எம்.எஸ். நம்பூதிரிபாத் ஸ்தூலமான பாத்திரம். அன்றைய வரலாற்றுக் காலகட்டமும், இடம் பெறும் மனிதர்களும் ஸ்தூலமானவர்கள். எழுபதுகளின் சம்பவங்களுக்கிடையில் நாவல் இயங்குகிறது. கொச்சம்மா பாத்திரம் புனைவு. அப்படி எவரும் இல்லை. அம்மாச்சி பாத்திரமும் சாக்கோ பாத்திரமும் நிஜம். சாக்கோ தான் ஜேக்கப். தன்னில் 25 சதவீதம்தான் எஸ்தா, 75 சதவீதம் வேறு யாரோ புனைவு என்கிறார் லலித். மேரிக்கு வெளுத்தா மாதிரியான உறவு இருந்ததில்லை. அது புனைவு. ஆயினும் சாதிவிட்டு சாதி கட்டுவது இன்றும் அயமனம் பிரதேசத்தில் பிரச்சினைக்கு உரியதுதான். சோபிமோல் எனும் குழந்தையின் மரணம் புனைவு. அப்படியான சிறுமி இல்லை.

மார்க்ஸிஸ்ட் கம்யூனிஸ்ட் கட்சியின் கோட்பாட்டாளர் அய்ஜஸ் அகமது, தலித் விமர்சகர் விஜயகுமார், மார்க்ஸிய லெனினிஸ்ட் கட்சியின் கல்பனா வில்ஸன் போன்றோர் சின்ன விஷயங்களின் கடவுளைத் தத்தமது கொள்கைத் திட்டங்களில் இருந்து அரசியல் வாசிப்பு செய்திருக்கிறார்கள்.

இலக்கியம், அரசியல், காலனித்துவம், ஜாதியம், கேரள கம்யூனிஸம் போன்றன விவாதங்களின் மையமாக அமைந்திருக்கிறது. பெண்ணிலைவாதம், ஆண் மைய எதிர்ப்பு, பொருள் முதல்வாத இயங்கியல் பார்வை, பின் நவீனத்துவம் போன்ற கோட்பாடு களினடிப்படைகள் விவாதத்துக்குள்ளாகி இருக்கின்றன.

நாவலின் சில குறிப்பிட்ட சம்பவங்கள், சில குறிப்பிட்ட வர்ணனைகள், சில குறிப்பிட்ட பாத்திரப் படைப்புக்கள் அனேகமாக அனைத்து விமர்சனங்களிலும் திரும்பத் திரும்ப இடம் பெறுகின்றன. காம்ரேட் பிள்ளை, இ.எம்.எஸ். நம்பூதிரி பாட் போன்றோரைச் சுற்றிய பிரச்சினைகள். அம்மு, வெளுத்தா இருவருக்குமிடையிலான பாலுறவு நிகழ்வுகள். சக்கோவின் ஆண்மையப் பார்வை. அம்முவின் செயல்பட இயலாநிலை. சிரியன் கிறிஸ்தவ சமூகமும் கேரள இடதுசாரி இயக்கமும் பார்ப்பனீய மையப்பட்டமை. முழுச் சமூக அமைவுக்கும், அரசு நிறுவனங்களுக்கும் ஆதாரமாகியிருக்கும் சாதிய அமைப்பு போன்ற இப்பிரச்சினைகளே அநேகமாக இந்தியாவிலிருந்தும், தமிழ்ச்சூழலிலிருந்துமான விமர்சனங்களில் ஆதிக்கம் செலுத்தியிருந்தன.

மேற்கத்திய விமர்சனங்கள் அநேகமாக மூன்று அம்சங்கள் பற்றியதாகவே இருந்தன. தீண்டத்தகாத பரவனுக்கும் கிறிஸ்தவ மணவிலக்கு பெற்ற பெண்ணுக்குமான காதல். குழந்தைகளின் சிதறுண்ட,நிராதரவான,அன்பற்ற உலகம். இலக்கியத் தரத்தைத் தீர்மானிப்பவர்கள் நிறுவனம்சார்ந்த பேராசிரியர்களா அல்லது பரந்துபட்ட வாசகர்களா எனும் விவாதம்: தரம் என்றால் என்ன என்பது பற்றிய விவாதம். அருந்ததி புக்கர் பரிசு பெற்ற சந்தர்ப்பத்தைத் தொடர்ந்ததாக இதுவன்றி ஸல்மான் ருஸ்டியின் இந்திய எழுத்து தொகுப்பு நூலை முன்வைத்தும், நோபல் பரிசு, புக்கர் பரிசு போன்றவற்றை ஏன் இந்தியாவின் மிகச்சிறந்த பிராந்திய எழுத்தாளர்கள் பெறவில்லை என்கிற பிரச்சினையை முன்வைத்தும், ஆங்கில மொழி ஆதிக்கம். காலனிய இலக்கியத்தர மதிப்பீடுகள் மீது காட்டமான தாக்குதல்களும் தொடுக்கப்பட்டன.

ஆங்கிலத்தில் மட்டுமே எழுதும் இந்தியப் படைப்பாளிகளை இரண்டு வகைகளில் பிரிக்கலாம். இந்தியாவுக்கு உள்ளேயே இருந்து கொண்டு ஆங்கிலத்தில் எழுதுகிறார்கள். இந்தியாவுக்கு வெளியே இருந்துகொண்டு ஆங்கிலத்தில் எழுதும் இந்தியர்கள். இந்தியாவுக்கு உள்ளேயிருந்து கொண்டு ஆங்கிலத்தில் எழுதும்

படைப்பாளிகள் வெளியேயிருக்கும் படைப்பாளிகள்போல சர்ச்சைகளில் சிக்குவதில்லை. அவர்களது பதிப்பாளர்கள், வாசகர்கள், கதை மாந்தர்கள் அனைவருமே இந்தியச் சூழலுக்குள் அடங்குவார்கள். முல்க்ராஜ் ஆனந்த, ராஜாராவ், ஆர்.கே.நாராயணன், குஷ்வந்த் சிங், கமலா தாஸ் போன்றவர்களை இவ்வாறு குறிப்பிடலாம். இவர்களது எழுத்துக்கள் பற்றிய விமர்சனங்களில் நவகாலனித்துவ அணுகுமுறை, மேற்கத்திய மதிப்பீடுகள் குறித்த விமர்சன அணுகுமுறை இடம் பெறுவதில்லை. மேற்கிலிருந்து எழுதும் எழுத்தாளர்களுக்கு எப்போதுமே இந்தப் பிரச்சினைகள் இருக்கின்றன.

ஸல்மான் ருஸ்டி, விக்ரம் சேத், அமிதவ் கோஸ் போன்று மேற்கிலிருந்து எழுதும் எழுத்தாளர்களின் வாசகர் பரப்பு இந்தியாவில் மட்டுமல்ல - உலகம் தழுவியதாக இருக்கிறது. பதிப்பாளர்கள், வாசகர்கள், கதைமாந்தர்கள் போன்றோரும் இந்திய சமூகத்துள் மட்டுமே அடங்குபவர் அல்ல. பிரிட்டிஷ் ராஜ்யத்தின் ஆட்சி நாட்களோடு தொடர்பு கொண்ட மனிதர்களும், அவர்களது வழித் தோன்றல்களும், புலம் பெயர்ந்தவர்களிடம், பிரிட்டிஷ் பாத்திரங்களும், இவர்களது படைப்புக்களில் இடம்பெறுகிறார்கள். இவர்களது எழுத்துக்கள்பற்றிய விமர்சனம் நிச்சயமாக நவகாலனிய ஊடுருவலாலும், கலாச்சார ஆதிபத்தியம், மேற்கத்திய மதிப்பீடுகளின் ஊடுருவல் போன்றவற்றின் பின்னணியில்தான் பார்க்கப்பட முடியும்.

இன்னும் மேற்கத்திய பதிப்பாளர்களும் வாசகர்களும் உலகின் பிற்பகுதி எழுத்தாளர்களை நாடிப்போவதற்கு நிறையக் காரணங்கள் இருக்கின்றன. தமது மொழி நீர்த்துப் போய்விட்டபோது அதற்கு புதிய ஜீவனையும், புதிய உள்ளடக்கத்தையும் தருபவர்களாக ஆங்கிலத்தில் எழுதும் ருஸ்டி, ரொமேச் சந்திரா,மைக்கேல் ஒண்டாஜி போன்ற எழுத்தாளர்கள் இருக்கிறார்கள் என்ற ஆங்கில விமர்சகர்கள் குறிப்பிடுகிறார்கள். மேற்கத்திய தத்துவமரபு, அரசியல் நம்பிக்கைகள் இன்று நெருக்கடிக்கு உள்ளாகியுள்ளன. ஒரு ஆன்மீக வெற்றிடம் ஐரோப்பிய மனிதனுக்குள் நிலவுகிறது. போப் ஜான்பால் மட்டுமல்ல; டோனிபிளேயரும், பில்கிளிண்டனும் கூட மூன்றாவது பாதை பற்றிப் பேச வேண்டியிருக்கிறது.

பன்முகத்துவத்தை அவர்கள் போற்றுகிறார்கள். பன்முகத்தைத் தழுவியதாகவே தமது ஆதிக்கம்

நிலைநாட்டப்பட முடியும் என்பதை மேற்கத்தியர்கள் உணர்ந்திருக்கிறார்கள். தகவல் தொழில்நுட்பமும் உலகமயமாதலும் உலகத்தின் எக்கோடி மனிதனும் எக்கோடி மனிதனுடனும் ஒப்பிட்டுப்பார்த்துக் கொள்ளக்கூடிய சூழல் இன்று உருவாகிவிட்டது. அவ்வகையில் உலகம் மனிதர்களுக்கிடையில் மிகவும் குறுகலானதாகிவிட்டது. ஜாதீயப் பிரச்சினைகளும் கறுப்பின மக்கள் பிரச்சினையும் ஒரே தளத்தில்தான் இயங்குகின்றன. மேற்கின் சிங்கிள் மதரின் பிரச்சினையும் இந்தியாவில் முதிர் கன்னிகளின் பிரச்சினையும் ஒன்றுதான். குழந்தைகள் எல்லா சமூகங்களிலும் சுரண்டப்படுகிறார்கள். அவர்களது ஆளுமை நசுக்கப்படுகிறது. மேற்கின் ஜிப்ஸிகள் பிரச்சினையும் ஒன்றுதான்.

கம்யூனிஸம் உலகெங்கிலும் நெருக்கடிக்கு உள்ளாகிறது. போலந்திலிருப்பவனுக்கு கேரள கம்யூனிஸம் பற்றிய பிரச்சினைப் புரிந்து கொள்வதில் சிக்கலில்லை. பிரச்சினைகள் உலகமயமாகி வருவதையும், உலகில் எங்குவாழும் வாசகனும் பிற படைப்பாளிகளைப் புரிந்து அனுபவிக்கும் சூழல் உருவாகி வருவதையும் இடதுசாரி அரசியல்வாதிகளைவிடவும் சர்வதேசியப் பதிப்பாளர்கள் மிக நன்றாக அறிந்து வைத்திருக்கிறார்கள். நவகாலனியம்,மேற்கத்திய மதிப்பீடுகள், ஏகாதிபத்தியம் என்று விமர்சனக் கண்ணோட்டத்தை அமைத்துக் கொள்கிறவர்கள் இந்த அம்சத்தை நிர்ணயித்துக் கொள்வதில்லை.

அநேகமாக, மார்க்ஸிஸ்ட் கம்யூனிஸ்ட் கட்சி சார்ந்த விமர்சகர்கள் எல்லாருமே அருந்ததியின் நாவலை அரசு சாரா இயக்க நடவடிக்கையாகவே கணிக்கிறார்கள். இது யதார்த்தத்தைக் கணக்கிலெடுக்காத அணுகுமுறை ஆகும். பொதுவாக, மேற்கத்திய பரிசுகள் என்றாலே ஏகாதிபத்திய அரசியல் சதி என்றுதான் பார்த்து நாம் பழக்கப்பட்டிருக்கிறோம்.

நோபல் பரிசு, பாஸ்டர்நாக், ஸால்ஸெனித்ஸன் போன்ற பிரச்சினைகளின் பின்னணியிலும், புலிட்சர் பரிசு, ஸ்டாலின் பரிசு போன்றவற்றின் பின்னணியிலும்தான் மேற்கத்திய பரிசுகள் பற்றிய நமது மதிப்பீடுகள் உருவாகியிருந்தன. கெடுபிடிப் போர் காலகட்டத்தில் உலகத்தில் இது உண்மையாகத்தான் இருந்தது. மூன்றாவது பாதை பேசும் காலகட்டமான இன்று தாராளவாதம் தனது இறுதிக் காலத்தை அண்மித்துவிட்டது. கெடுபிடிப்போர் அநேகமாக முடிந்துவிட்டது.

ஆங்கிலத்தில் எழுதும் பிற இந்திய எழுத்தாளர்களிலிருந்து மிக வித்தியாசமானதாகவே அருந்ததிராயின் எழுத்து பார்க்கப்படுகிறது. அருந்ததிராயின் தனித்துவப் பண்புகள்தான் என்ன? பிற நாவலாசிரியர்களின் நிகழ்களம், மேற்கத்திய இந்திய பெருநகர்ப்புறமாக இருக்கும். ராயின் கதை நிகழ்களம் கலங்கலான கிராமமாக இருக்கிறது. நதி முக்கியமான நிகழிடமாக இருக்கிறது. அருந்ததி ராய் மற்ற நாவலாசிரியர்கள் போல் அல்லாத ஸ்தூலமான வர்க்கப் போராட்டத்தையும் கேரள இடதுசாரி இயக்கத்தையும் தனது படைப்பில் கையாளுகிறார். தனிப்பட்ட பிரச்சினைகளான காதல், நினைவு இழப்பு போன்றவை ஆண்வழிச் சமூகக் கொடுமையின் பின்னணியில் அரை நிலப்பிரபுத்துவ பிற்பட்ட, முதலாளித்துவ சமூக அமைப்பின் பின்னணியில் சொல்லப்படுகிறது என்கிறார் கல்பனா வில்ஸன்.

அருந்ததி ராயும் தனது இயல்புணர்வுதான் தன் எழுத்தாகியிருக்கிறது எழுத்து முறையும் இயல்புமே நாவலாகியிருக்கிறது என்கிறார். நான் அதிகம் படித்தவள் இல்லை, ஆங்கிலப் பல்கலைக்கழகங்களில் படித்தவள் இல்லை என்கிறார். தன்னை இன்னொன்றாக்கிப் பார்க்கும் மாஜிக் ரியாலிஸ்ட் எழுத்தாளராக தன்னால் முடியாது என்கிறார். இன்னொரு நாவல் தன்னால் எழுத முடியுமென்று தோன்றவில்லை என்கிறார். நிஜவாழ்வுதான் நாவல் என்கிறார். குழந்தைகளின் விளையாட்டு, மூன்று காலங்களை இல்லாததாக்கி விளையாடுவதுதான் நாவலாகியிருக்கிறது என்கிறார். ஆங்கிலத்தில் எழுதும் பிற இந்திய எழுத்தாளர்களை ஒப்பிட ஆங்கிலத்தில் எழுதப்பட்டாலும் கூட, இந்நாவல் அதிகமும் இந்தியத்தன்மை கொண்ட நாவல்.

இந்த நாவல் பற்றிய விசேசமான விமர்சனங்கள் மார்க்ஸிஸ்ட் கம்யூனிஸ்ட் கட்சி, தரப்பிலிருந்தும், தலித் தரப்பிலிருந்தும் வந்திருக்கிறது. ராயின் நாவல் கம்யூனிஸ எதிர்ப்பு நாவல், லிங்க மையமாக பாலுறவு நாவல், மேற்கத்திய மதிப்பீடுகளை தூக்கிப் பிடிக்கும் நாவல் என்கிறது மார்க்ஸிஸ்ட் கட்சியினரின் விமர்சனம். மார்க்ஸிஸ்ட் கம்யூனிஸ்ட் மேல் வருண சாதி எதிர்ப்பு நாவல் - சாதியமைப்பு அகமண எதிர்ப்பு நாவல் - இந்துமயமாக்கப்பட்ட சிரியன் கிருஸ்துவ எதிர்ப்பு நாவல் என்கிறார் தலித் விமர்சகர் விஜயகுமார். இன்னும் பரவச நிலைக்குச் சென்று இந்த நாவலின் நாயகன் வெளுதா ஒரு தலித் பரவன், 'சிறிய விசயங்களின் கடவுள்' என்று

தலித் பாத்திரமொன்றை முழுமுதற்கடவுள் ஸ்தானத்துக்கும் உயர்த்திவிடுகிறார்.

நாவலில் வரும் அம்மு பாத்திரம் ஓரளவு அவள் தாய்தான் என்கிறார் அருந்ததி ராய். வெளுத்தாவுடனான உறவு கற்பனை என்கிறார். தகப்பன் வங்காளி - தாய் விவாகரத்தான மலையாளி. கிழக்கத்திய கம்யூனிஸம் - ஆச்சார இந்துமதம் - ஜனநாயக மாதிரி - கேரள கம்யூனிஸம் என்கிறார். அருந்ததி தன் கல்லூரி நாட்களிலும் கோவாவில் இருந்த வேளையிலும் இவரோடு சேர்ந்து வாழ்ந்தவர் குகா என்பவர். மார்க்சிஸ்ட் டெல்லி மனிதர்கள் வேஷதாரிகள் எனும் அருந்ததி கேரள மார்க்ஸியம் மனிதனுக்கு பெருமித உணர்வு தந்தது முக்கியமானது என்கிறார். 100 சதவீதம் கல்வியறிவு தந்தது சாதனை என்கிறார். மார்க்ஸிஸ்ட் கம்யூனிஸ்ட் கட்சியின் பல்வேறு சாதனைகள் மீது தனக்கு மரியாதை இருக்கிறது என்கிறார். இ.எம்.எஸ். மீதும் தனிப்பட்ட முறையில் மரியாதை கொண்டவள் என்கிறார்.

நாவலில் கடவுள் என்று எவரும் இல்லை. கடவுள்களை உருவாக்குவதும் நாவலின் நோக்கம் இல்லை. சின்ன விஷயங்களின் கடவுள் எனும் கருத்தமைவு இழப்புக்களின் குறிப்பாக, தத்துவார்த்தமாகவே நாவலில் கையாளப்படுகிறது. இரண்டு உயிர்கள். இரண்டு குழந்தைகளின் குழந்தைப் பருவம். துன்புறச் செய்யும் எதிர்கால மனிதர்களுக்கான ஒரு வரலாற்றுப் பாடம்.(பக்கம்.338) இதுதான் நாவலின் செய்தி. நிறையக் கடவுள்களை எதிர்பார்த்து நிறைய சின்ன விசயங்கள் நாவலில் உள்ளன. ஆண்வழி ஆதிக்கம், நிலப்பிரபுத்துவம், முதலாளித்துவம், சாதீயம் எல்லாமும் இங்கு பெரிய கடவுள்கள் கொண்ட பெரிய விஷயங்களாக இருக்கின்றன.

பாலியல் ரீதியில் குழந்தைகள் சினிமா தியேட்டரில் அழிக்கப்படுகிறார்கள். அவர்களுக்கான எதிர்காலம் அழிக்கப்படுகிறது. மணவிலக்குப் பெற்ற பெண்ணின் பிரச்சினைகள் இருக்கிறது. எல்லாவற்றுக்கும் ஜாதீய சாயம் பூசி, ஒரே ஒரு சாவியை மந்திரச் சொல்லாக உதிர்ப்பதை நாவல் நிராகரிக்கிறது. அருந்ததி, விஜயகுமார் சொல்வதுபோல முழுமையாக இந்துமத நீக்கம் செய்யப்பட்ட அறிவுஜீவி. எந்த மதத்தீவிரவாதத்தினிலும் தன்னை விலக்கிக்கொண்டவர்.

இந்துமத நீக்கம் என்று பேசிக்கொண்டு, இஸ்லாமிய பெண்ணடிமைத் தனம் பற்றியோ, கிறித்தவ காலனியாதிக்கம்

பற்றியோ வாய்திறக்காமல் நழுவிக்கொண்டிருப்பவர் அல்ல அருந்ததி. அரசுசாரா அமைப்புக்களில் இருக்கும் ஏகாதிபத்திய, கிறிஸ்தவ நலன்களை விஜயகுமார் போன்றவர்கள் கேள்விக்குட்படுத்த வேண்டும்.

நாவலில், பிற ஆங்கில இந்தியப் படைப்புக்களில் இல்லாத அளவில் உணர்ச்சிமயமான பாலுறவுச் சித்தரிப்புக்கள் உள்ளன. சாபு தாமல் என்பவர் நாவல் ஆபாசம் என்று பந்தனம் திட்டா வழக்குமன்றத்தில் வழக்குகூட தொடுத்திருக்கிறார். நாவலில் அம்மு - வெளுத்தா இவர்களுக்கிடையிலான கறுப்பு வெளுப்பு உடல்களின் கலப்பும் உள்வாங்குதலும் மயக்கமும் அதிர்ச்சிகரமான பிம்பங்களை எழுப்புகிறது. (பக்கம் 338) நாவலில் அப் பிம்பங்களைத் தமது நினைவில் எழுப்பிக் கொண்டு அதிர்ந்து போகிறார்கள் பேபி கொச்சம்மாவும் அம்முவின் பிற உறவினப் பெண்களும். மேலும் லிங்கமையப் புணர்ச்சி அச்சந்தர்ப்பங்களில் விவரிக்கப்படுவதுமில்லை. நாவலின் தர்க்கத்திற்கு மிகமிக அவசியமானவை கலவிச் சித்தரிப்புக்கள்.

கடவுள் அதிகாரமுள்ளவர்களுக்கும், பலம் வாய்ந்தவர்களுக்கும் ஆனவராகத்தான் இருக்கிறார். பெரிய விஷயங்களைக் காப்பாற்றுவதற்காகத்தான் கடவுள் இருக்கிறார். விதிகளைச் சட்டங்களை மரபுகளைக் காப்பாற்றும் கடவுள்தான் இருக்கிறார். அறிவியல் கல்வி, செல்வம், வீரம், ஒழுக்கம் போன்றவற்றுக்கான கடவுள்கள், அழகுக்கு உள்ள கடவுள் ஏன் அழுக்குக்கு இல்லை? ஒழுக்கமின்மைக்கு ஏன் கடவுள் இல்லை? சமூகத்தின் மைய மனிதர்க்கு உள்ள கடவுள் ஏன் விளிம்புநிலை மனிதர்களுக்கான கடவுளாக இல்லை? குழந்தைப் பருவம் கொலை செய்யப்படுகிறது. குழந்தைகள் பிரிந்துபோகின்றன. அடையாளமற்றுத் தவிக்கிறது இந்த நான்கு ஜீவன்களின் வாழ்வை பெரிய கடவுள்கள் துன்பத்தில் ஆழ்த்துகிறார்கள்.

இந்த நாவல் உள்வாங்கப்பட்டத்தான் மேற்கத்திய சமூகத்தின் காரணங்கள் வேறு. இந்திய சமூகத்தில் காரணங்கள் வேறு. மேற்கத்திய சமூகத்தில் விவாகரத்தான பெண்களுக்கும் அவர்களின் இடையிலான மனோவியல் ரீதியான பிரச்சினைகள் மிகுந்த சர்ச்சைக்குரியவையாக ஆகிவருகின்றன. வீட்டை விட்டு ஓடிப்போகின்ற இளம் பெண்களின் பிரச்சினை போதை மருந்துப் பழக்கத்துக்கு ஆளாகும் பிரச்சினைகள்

தனித்துவாழும் தாய்களுக்கு இங்கு மிகப்பெரிய பிரச்சினையாக ஆகியிருக்கிறது. அமெரிக்காவிலும், இங்கிலாந்திலும் தனி தாய்மார்களுக்கு இதுவரை கொடுக்கப்பட்டு வந்த பணச்சலுகைகள் நிறுத்தப்பட்டு அவர்கள் வேலைக்குப் போக நிர்ப்பந்தப்படுகிறார்கள். கறுப்பு - வெள்ளை கலப்பின உறவுகளில் பிறந்த குழந்தைகள் அடையாளமற்றுத் தவிக்கின்றன. ஆப்ரிக்க மையவாதிகள் அக்குழந்தைகளை அங்கீகரிப்பதில்லை. வெள்ளை இனவாதிகளும் அக்குழந்தைகளை விலக்கி வைக்கிறார்கள். இச்சூழலில் நாவல் வெளியாகிறது. குழந்தைகளின் துயரமயமான உலகம் அவர்களின் பார்வையிலே விரிகிறது. நாவல் உடனடியாக மேற்கத்திய - அமெரிக்க சமூகங்களை பற்றிப் பிடிக்கிறது.

குழந்தைகளின் மனநிலை வளர்ச்சிபற்றி மிகுந்த அக்கறை கொண்ட சமூகமாக இச்சமூகம் வளர்ந்திருக்கிறது. குழந்தைகள் மனோரீதியில், பாலியல் ரீதியில் அவர்களது கையறு நிலையில் சுரண்டப்படுவது பற்றிய உணர்வு இங்கு சமூகவியலாளர்களையும் உளவியலாளர்களையும் பற்றிப் பிடித்திருக்கிறது. குழந்தைகள் மனோவியலை ஆய்வு செய்வதற்கென்றே பல்கலைக்கழகங்களில் தனித்துறைகள் உள்ளன. குழந்தைகள் இலக்கியம் இங்கு ஒரு தனிப்பிரிவாக வளர்ச்சியுற்றிருக்கிறது. மேலும், குழந்தைகளின் சொல் விளையாட்டு, வேடிக்கை பார்க்கும் பண்பு, விட்டு விலகும் அப்பாவித்தனம், துயரம் போன்றவைதான் நாவலில் கட்டமைப்பாக உருப்பெற்றிருக்கிறது. நாவலில் மேற்கத்திய சமூகத்தினரிடம் மிகப்பெரிய பாதிப்பை உருவாக்குவதற்கான சமூக உளவியல் கலாச்சாரக் காரணங்கள் இவைதான்.

இந்தியாவில் இந்நாவல் ஆங்கில ஆதிக்கத்தின் இன்னொரு வடிவாகவே பார்க்கப்பட்டிருக்கிறது. மார்க்சிஸத்தின்மீதான என்.ஜி.ஓ. தாக்குதலாகவே பார்க்கப்பட்டிருக்கிறது. அருந்ததியின் நேர்முகங்களை வாசிப்பவர்க்கும், கேரளத்தில் அன்று நிலவிய சூழலை கவனத்தில் எடுத்துக் கொள்பவர்களும் சாதி பற்றிய மார்க்சியவாதிகளின் ஆழ்ந்த அக்கறையின்மையையும் நினைவு கூர்பவர்களும் வேறு முடிவுகளுக்கே வந்து சேர முடியும். மேலும், நாவல் முழுக்கவும் ஆணாதிக்கம் நக்கலுக்கு உரியதாகவே நோக்கப்பட்டிருக்கிறது. ஆணாதிக்க நிலைகளை கட்டிக் காக்கிறவர்களாகவே இங்கு காம்ரேட் பிள்ளையும் மார்க்சிஸ்ட் கட்சியினரும், இ.எம்.எஸ். நம்பூதிரிபாடும் விமர்சிக்கப்பட்டிருக்கிறார்கள். சாதிக்கும், கிழக்கத்திய

மார்க்சிஸம் என்று பேசப்படுவதற்கும், இந்து சனாதனத்துக்கும் இருக்கும் உறவையும் நாவல் பரிசீலனைக்கு உள்ளாக்குகிறது. இவைகளை வரலாற்றுரீதியில் வைத்துத்தான் பார்க்கலாமே அல்லாது குறிப்பிட்ட இயக்கத்தின்மீதான திட்டமிட்ட தாக்குதலாகப் பார்ப்பதில் கொஞ்சமே நியாயமுள்ளது.

நாவலில் பாவிக்கப்பட்ட மொழி சம்பந்தமாகவே மேற்கத்திய மரபுவிமர்சகர்கள் கவலை தெரிவித்திருக்கிறார்கள். ஆங்கில மொழி ஆதார மொழியாகக் கொண்ட பண்டிதர்கள் அதன் ஆசாரத் தன்மையைக் காத்துக் கொள்ளவே முயல்வார்கள். அருந்ததியின் மொழியாளுமை அனாசாரத் தன்மை சார்ந்தது. எல்லாவிதமான நிலைபெற்ற மொழிஆசாரங்களையும் இலக்கணங்களையும் அவரது கதைமொழி உடைத்துவிடுகிறது. ஆங்கில விமர்சகர்களின் கோபம் இதனாலேயே எழுகிறது என்று குறிப்பிடுகிறார் அருந்ததி. ஆங்கிலத்தில் ஏற்கனவே எழுதிக் கொண்டிருக்கும் அனிதா தேசாய் போன்றவர்கள் அருந்ததியின் இந்த அனாசார மொழிபற்றி அதிர்ச்சி தெரிவிக்கும் அதே வேளை, இந்தப் புதிய மொழியை வரவேற்கவும் செய்கிறார்கள். ஓ.வி.விஜயன் போன்றவர்கள் தமது இலக்கியம் பிராந்திய இலக்கியம் என்று சொல்லப்படுவதை மறுக்கிறார்கள். இந்தோ ஆங்கில இலக்கியத்தை அவர் கிழக்கிந்தியக் கம்பெனியின் மறுவடிவம் என்றே பார்க்கிறார்.

உலகமயமாதல்பற்றி நக்கலுடன் நாவலில் கையாளும் அருந்ததியின் நாவல், அதே உலகமயமாதலின் விளைவாக இந்தியாவுக்கு வெளியில் பதிப்பிக்கப் பெற்றது ஒரு முரண் நகை என்றார் சுப்ரியா சௌத்ரி. புக்கர் பரிசு நாவல்களிலேயே அதிகம் விற்பனையாகி, அதிக மொழிகளில் மொழிபெயர்க்கப்பட்ட நாவலாகவும் இதுவே இருக்கிறது. இந்நாவல் பரிசுபெற்றதால் ருஸ்டிக்கு அவ்வளவு சந்தோசம் இல்லையென்று சொல்லப்படுகிறது. பரிசளிப்பு விழாவில் இருண்ட முகத்துடன் காணப்பட்ட ருஸ்டி அருந்ததிராயை அனை வரும் பாராட்டியபோதும்கூட எதுவும் வாழ்த்துச் சொல்கூட சொல்லவில்லை என்கிறார்கள். விழாவில் பங்குபெற்றவர்கள். அருந்ததி இந்திய எழுத்தாளர்களுக்கு உலக அளவில் அங்கீகாரம் பெற்றுத் தந்ததில் முதலாமானவர் ருஸ்டிதான் என்று குறிப்பிடுகிறார். தனது எழுத்துக்களையும் தன்னையும் ருஸ்டியோடு வைத்து மதிப்பீடுவதை காட்டமாக மறுத்துவிடுகிறார். நான் ஆய்வு செய்து எழுதுபவள் இல்லை. என் வாழ்வை எழுதுபவள் என்கிறார் அருந்ததி.

இவ்வாறான வாதப் பிரதிவாதங்களுக்கும் தத்தமது கொள்கைக் கோட்பாடுகளைத் தேடும் அரசியல்வாசிப்புக்களுக்கும் ஆளாகியிருக்கும் இந்நாவலை எவ்வாறு நாம் அணுகுவது சாத்தியமாக இருக்கும்? இந்நாவலை எந்த இடத்தில் பொருத்தி வைத்து நாம் இதன் முக்கியத்துவத்தைப் புரிந்து கொள்வது!

ஒரு புனைகதையின்மீதான அரசியல் வாசிப்பென்பது, சில குறிப்பிட்ட அரசியல் கட்சிகளின்பாலான ஆசிரியரின் அரசியல் பார்வைகளின்மீதான மதிப்பீடுகள் அடிப்படையில் மட்டும் உருவாக முடியாது. பிரதானமான சமூகப் பொருளாதார சக்திகள் மற்றும் சமகால கருத்தியல் போக்குகளில் அந்த நாவல் எங்கு நிலை கொண்டிருக்கிறது எனப் பார்க்க வேண்டும் என்றார் கல்பனா வில்ஸன்.

அவ்வகையில் இந்நாவல் இந்திய சமூகத்தின் இன்றைய தீமைகளான மதவாதம், சாதீயம், பெண்ணடிமைத்தனம், வலதுசாரி அரசியல் போன்றவற்றுக்கு எதிரான மிகத் தெளிவான நிலைபாட்டை மேற்கொள்கிறது. இதற்கு மேலும் இந்திய சமூகத்தவர்கள் அதிகம் கவலைப்படாத மணவிலக்குப்பெற்ற பெண்ணின் பாலியல் தேர்வு, நிராதரவான குழந்தைகளின் துயரம் போன்றவற்றையும் இந்நாவலில் விரிவான பார்வைக்கு முன் வைத்திருக்கிறது.

இச்சூழலில் இந்நாவல்மீதான எவ்வகையிலுமான எதிர்மறையிலான விமர்சனங்கள் இடதுசாரி அரசியலை முன்னெடுத்துச் செல்லது என்பதுமட்டும் நிச்சயம். உலக இலக்கிய அரசியலில் அக்கறையுள்ளவர்களுக்கு மட்டுமல்ல இந்திய இலக்கிய அரசியலில் அக்கறை உள்ளவர்களுக்கும் இது பொருந்தும் என்பதும் நிச்சயம்.

19
தர்வீஷ் முதல் தர்வீஷ் வரை

எனது அனுபவத்தில், நானும் எனது யுவநாட்களின் நண்பர்களான வி. உதயகுமாரும் ஆர். பாலகிருஷ்ணனும் இணைந்து மொழிபெயர்த்துக் கொண்டு வந்த மஹ்மூத் தர்வீஷ் கவிதைகளின் பெருந் தொகுப்பு (நான் மடிந்து போவதைக் காணவே அவர்கள் விரும்புவர்: 465 பக்கங்கள்: உயிர்மை பதிப்பகம்: 2009), எனது எழுத்து வாழ்வில் ஒரு முக்கியமான நிகழ்வு. மொழிபெயர்ப்பில் எனது ஈடுபாடும், பிறமொழி வாசிப்பிலான எனது அறுதித் தேர்வுகளும், எனது மொழிபெயர்ப்பு அனுபவங்களும் குறித்துப் பின்திரும்பிப் பார்த்துக் கொள்ள இது ஒரு பொருத்தமான தருணம் என நினைக்கிறேன்.

எழுபதுகளின் இறுதி என்று ஞாபகம், மனுஷ்யபுத்திரன் தான் கொண்டுவந்து கொண்டிருந்த ஒரு கவிதையிதழுக்கு தர்வீஷ் கவிதைகளின் மொழிபெயர்ப்புக் கவிதைகள் சிலவற்றைக் கேட்டு எனக்கு எழுதிய கடிதமே அவருடனான எனது நட்பின் துவக்கம். முப்பது ஆண்டுகளின் பின் அவரே தனது உயிர்மை பதிப்பகத்தின் மூலம் தர்வீஷ் கவிதைகளின் பெரும் தொகுப்பைக் கொணர்ந்திருப்பது எம் இருவரினுள்ளும் புதையுண்டிருந்த ஒரு நீண்ட கால இரகசியத் திட்டத்தின் பகுதிபோல எனக்குத் தோன்றுகிறது. தற்கொலை செய்துகொண்டு மரணமுற்ற யுகப் புரட்சிக் கவிஞன் மயக்கோவ்ஸ்க்கிக்கு தமிழில் ஒரு பெருந்தொகுப்பு இல்லை என்பதனை நினைக்கிறபோது, மனுஷ்யபுத்திரன் இல்லாதிருந்தால் தமிழில் தர்வீஷின் இந்தப் பெருந்தொகுப்பும் சாத்தியமாகியிருக்காது எனவே நான் நினைக்கிறேன்.

எழுபதுகளில் தர்வீஷின் கவிதைகள் உள்ளிட்டு பிற பாலஸ்தீனக் கவிகளான பத்வா தக்வான் போன்றவர்களின் கவிதைகளோடு பதினாறு பக்கத்தில் நானும் எனது இரு நண்பர்களான உதயகுமாரும் பாலகிருஷ்ணனும் ஒரு குறுநூல் கொண்டு வந்தோம். சே குவேராவின் கவிதைகள், மூன்றாம் உலகப் பெண் கவிதைகள், ஆப்ரிக்கக் கவிதைகள் எனத் தொடர்ந்து கொண்டு வந்தோம். எண்பதுகளின் இறுதி வரையிலுமாக, பெரும்பாலும் நாங்கள் வாழ்ந்த கோவை மாவட்டத்திற்கு வெளியில் பரவலாகச் சென்று சேராத, ஐநூறு பிரதிகளே அச்சிட்ட, நாங்கள் கொணர்ந்த இந்தக் குறுநூல்கள் அனைத்துக்கும் சில பொதுத்தன்மைகள் இருந்தன. இவை அனைத்துமே தேச விடுதலைப் போராட்ட உணர்வுகளை முன்வைத்த கவிதைகள். பாலஸ்தீன விடுதலைப் போராட்டம், இலத்தீனமெரிக்க விடுதலை இயக்கங்கள், ஈழ விடுதலையின் எழுச்சி போன்றனவே எமது அடிமன பிரக்ஞையாக இருந்து எம்முள் செயல்பட்டிருக்கின்றன என்பதை இப்போது எம்மால் ஸ்தூலப்படுத்திக் கொள்ள முடிகிறது.

பிற்பாடு தொண்ணூறுகள்முதல் தர்வீஷ் கவிதைகளின் பெருந்தொகுப்பு வரையிலான எனது தேர்வுகள் என்னவாக இருந்தன என்பதைத் திரும்பிப் பார்க்கிறேன். தஸ்லீமா, சுஜாதா பட், கீஸ்வர் நஹீத் போன்ற ஆசியப் பெண் கவிகள், ஜூமனா ஹத்தாத், விஸ்லாவா சிம்போர்ஸ்க்கா போன்ற ஐரோப்பியப் பெண்கவிகளின் எழுத்துக்களை நான் தேர்ந்து கொண்டிருந்திருக்கிறேன். பிற தொகுப்புகள் எனும் அளவில் சே குவேரா, ரோக் டால்டன், ஆரியல் டோர்ப்மென் போன்றவர்களின் இலத்தீனமெரிக்கக் கவிதைகள், செர்கே பேகஸ் மற்றும் சோமன் ஹார்தி போன்றவர்களின் சமகால குர்திஸ் கவிதைகள், இறுதியாக தர்வீஷின் மறைவையொட்டிய அவரது கவிதைகளின் பெருந்தொகுதி என எனது தேர்வுகள் அமைந்திருக்கின்றன. இதுவன்றி, பாப்லோ நெருதா (குறிப்பாக பாப்லோ நெருதா மரணமுற்ற அடுத்த மாதம், அவருடைய நீள் கவிதையான நான் தண்டனை கோருகிறேன். சமகாலத்தில் தாமரை, செம்மலர் என இரு இடதுசாரி இதழ்களிலும் வெளியானது), இங்கிலாந்தில் வாழும் ஆப்ரிக்கக் கவியான பெஞ்ஜமின் ஜாப்னாயா, நைஜீரியக் கவியான பென் ஓக்ரி, நீரவ் பட்டேல், நாமதேவ் தசல் போன்ற மராத்திய தலித் கவிகள் என்பதாகவே எனது மொழிபெயர்ப்புப் பயணம் அமைந்திருக்கிறது.

பின் திரும்பிப் பார்க்கிறபோது, அறியப்பட்ட பிரபலமான ஐரோப்பியக் கவிகள் அல்லது உலகின் பிரபலமான செவ்வியல் மையக்கவிகள் எவரும் எனது அக்கறைக்கு உரியவர்களாக இருக்கவில்லை. பாப்லோ நெருதா, விஸ்லாவா சிம்போர்ஸ்க்கா போன்ற நோபல் பரிசுபெற்ற பிரபலமான இருவரைத் தவிர எனது தேர்வுகள் அனைத்தும் விளிம்புநிலைக் கவிஞர்களுடையதாகவும், மூன்றாம் உலகின் கவிஞர்களுடையதாகவுமே இருந்திருக்கிறது. மூன்றாம் உலக நிலப்பரப்பு சார்ந்த மக்களின் விடுதலையில் அக்கறை கொண்ட வாசகர்களுடனான ஒரு கவித்துவ உரையாடலாகவே எனது மொழியாக்கத் தேர்வுகள் அமைந்திருக்கின்றன. பெண் விடுதலை உணர்வு, பிரபஞ் சமளாவி தன்னை விரித்துக் கொண்டிருந்த தேசிய விடுதலை உணர்வு எனும் மிகப் பெரும் இரு விமோசன உணர்வுகளே எனது தேர்வுகளின் பின்னிருந்த அடிமனப் பிரக்ஞையாக இருந்திருக்கின்றன.

தமிழில் மொழிபெயர்ப்பில் ஈடுபட்டிருக்கும் எவருடையதுமான தேர்வின் பின்னணிகளில் இத்தகைய அடிமனப் பிரக்ஞை ஒரு சரடாக ஓடிக்கொண்டிருக்கும் எனவே நான் கருதுகிறேன். இதனையே நான் மொழிபெயர்ப்புத் தேர்வின் பின்னிருக்கும் சமூகப் பிரக்ஞை அல்லது அரசியல் பிரக்ஞை எனப் புரிந்துகொள்கிறேன்.

மனிதன் - மனுஷி, உயிர் ஜீவிகள் எனும் அடிப்படையில் இவர்கள் எதிர்கொள்ளும் ஆதார உணர்ச்சிகள் என பாலுறவையும் வன்முறையையும் நான் கருதி வந்திருக்கிறேன். இந்த இரு பண்புகளும் மனிதத்தின் உயிர்வாழ்தல் தொடர்பான சூழல்கள் துவங்கி அவர்கள் தம்மை அகலித்துக்கொள்கிற உறவுகள் மற்றும் சிந்தனைத் துறைகள் என அனைத்தும் தழுவித் தொடர்கின்றன. அதனோடு, காலத்திற்கும் இடத்துக்கும் அமைய மாற்றம் காண்கின்றன எனவும் நான் கருதி வந்திருக்கிறேன். இதிலிருந்து விடுபடுதலைக் குறித்து சமயங்கள் பேசுகின்றன. மதநீக்கம் பெற்ற விடுதலைக் கோட்பாடுகள் இவற்றிலிருந்து விடுபடுதல் என்பதற்கு மாற்றாக இவற்றைத் தகவமைத்துக்கொள்வது அல்லது மனிதாயப்படுத்துவது - இதனை பண்பாடு எனவோ நாகரீகம் எனவோ பெயரிட்டுக் கொள்ளலாம் - என்பதைத் தேர்ந்து கொள்கின்றன. இதனை நீதியான சமூகம் நோக்கிய செயல்பாடு என்றும் வைத்துக் கொள்ளலாம். தத்துவம் கலை, இலக்கியம், அரசியல் போன்ற

மனித இடையீடு சார்ந்த வெளிகளிலெங்கும் இது குறித்த தேடல்களே விரவியிருக்கின்றன என நான் புரிந்திருக்கிறேன்.

இதுவரைத்திய அரசியல் அதிகாரம் ஆண்மைய நோக்கிலானது என்பது பெண்ணியப் பார்வை. தத்துவத்தில் லிங்கமையவாதம் பற்றி பிரெஞ்சுப் பெண்ணிலைவாதிகள் பேசுகிறார்கள். இலக்கியப் படைப்பிலும் இந்நோக்கு செயல்படுகிறது. வன்முறை ஒரு அரசியலாகத் தத்துவநோக்காக இலக்கிய உள்ளுறையாக இருக்க, லிங்கமைய நோக்கு காரணமாக இருக்கிறது என்பதும் பெண்நிலைவாத விமர்சனம்தான்.

என்றாலும் வன்முறையிலிருந்து விடுபடுவது என்பது சாத்தியமாவா இருக்கிறது? மனிதவிமோசன அரசியலில் வன்முறையின் பாத்திரம் என்ன? சே குவேராவும் பிற மார்க்சியரும் புரட்சிகர வன்முறை என்று பேசுவதிலுள்ள அறம் சார்ந்த நம்பிக்கைகள் பொய்யா? பாலுறவுத் தோய்வும் வன்முறையும் ஆண்பெண் உறவில் முயக்கத்தின் உச்சநிலையாகக் பெரும்பாலுமான கலைஞர்களால் சித்திரிக்கப்படுதலில் உள்ள சூட்சமம்தான் என்ன? அழகும் மிருகத்தனமும் இணையும் புள்ளி எவ்வாறு காலம்தோறும் கலைப்படைப்பில் இடம்பெறுகிறது? இது போன்ற கேள்விகளை நான் அறிய நேர்ந்த புரட்சியாளர்களும், கலைஞர்களும் இன்னும் இன்னுமாக, பெருநெருப்பாக எனக்குள் மூட்டினார்கள்.

சேகுவேரா, அல்தூஸர், எங்கெல்ஸ்போன்றபுரட்சியாளர்கள் பாலுறவுக் களியாட்டத்தில் திளைத்தவர்களாக இருந்தார்கள். புரட்சிகர வன்முறையை ஆராதித்தவர்களாக இருந்தார்கள். மனைவியை அதீதமாகக் காதலித்த அல்தூஸர், அவரது மனைவியைக் கழுத்தை நெறித்துக் கொன்றார் என்கிற பார்வைக்கு மாறாக, அவர் அதற்கான பொறுப்பேற்கும் மனநிலையில் இல்லை என்கிறது பிரெஞ்சு நீதிமன்றம். எல்ஸால்வடார் கவியான ரோக் டால்டன் கவிதைகளில் பாலியல் கொண்டாட்டம் இடம்பெரும் அளவில் இரத்தத்தின் கவிச்சையும் இடம்பெறுகிறது. அவர் எதிர்பார்த்தபடியே அவரது இயக்கத்தின் சக தோழர்களால் அவர் கொலை செய்யப்படுகிறார். சே குவேரா பிடிக்கப்பட்டு சித்திரவதையின் பின் சுட்டுக்கொல்லப்படுகிறார்.

பெண்களின் உடல்களில் சதா புரண்டெழுந்த பாப்லோ நெருதா தான் தனது அரசியல் எதிரிகளைப் பழிவாங்க

வேண்டும் என்கிறான். என்னளவில் மகத்தான கலைஞர்கள் மற்றும் புரட்சியாளர்கள் அனைவருக்குமே பாலுறவு தரும் இன்பம், தாம் தவிர்க்கவியலாது என ஆராதிக்கிற வன்முறையிலிருந்து தப்பித்த லுக்கான அடைக்கல வெளியாகவே இருந்திருக்கிறது.

பிரெஞ்சு நாவலாசிரியன் மார்க்சிஸ் டீசேடின் படைப்புகளில் வன்முறையும் சித்திரவதையும் பாலுறவு உச்சமும் இணைந்த மனிதச் செயல்பாடு கொண்டாடப்படுகிறது. யூத மற்றும் ஜிப்ஸி மற்றும் கம்யூனிஸ்ட்டுகளின் ஆண்பெண் உடல்களைக் சுடலையில் கொளுத்திய இட்லர், திண்மையான ஜெர்மானிய ஆண் பெண் உடல்களின் அம்மணத்தைக் கொண்டாடுகிறான்.

கவிதை மொழியாக்கத்தின் போக்கில் வரும் விமர்சனங்களை எதிர்கொள்வது என்பதும் ஒரு பெருங்கலை. குறிப்பிட்ட கவிஞரின் குறிப்பிட்ட கவிதைக்கான இருவேறு மொழிபெயர்ப்புகள் வாசகனுக்கு இருவேறு அனுபவங்களைத் தருவதையும், இரு வேறு மொழிபெயர்ப்பாளர்களின் சொல்லாட்சிகள் அவர்களது அனுபவ மட்டத்திற்குத் தக மாறியிருப்பதனையும் அசோகமித்திரன் பதிவு செய்திருக்கிறார்.

எனது அனுபவத்தில் நான் இருவிதமான விமர்சனங்களை எதிர்கொண்டேன். முதல் விமர்சனம் மூலக் கவிதையில் இல்லாத ஒரு சொல் எனது மொழியாக்கத்தில் அதிகமாக வந்திருக்கிறது என்பது ஒரு விமர்சனமாக முன்வைக்கப்பட்டது. இரண்டாவது தனது மொழிபெயர்ப்போடு எனது மொழிபெயர்ப்பை ஒப்பிட்டு அதில் இல்லாதுபோன சில வரிகளை சுட்டிக்காட்டுவதன் மூலம், என்னில் இல்லாத முழுமை இரண்டாமவரது மொழிபெயர்ப்பில் இருப்பதாக அவர் கருதினார். இந்த இரு விமர்சனத்திலும் முக்கியமாகச் சுட்டிக்காட்டப்படாத ஒரு தரவு இது: விஸ்லாவா அல்லது தர்வீஷின், போலந்து அல்லது அரபுமூலத்தின் எந்த ஆங்கில மொழிபெயர்ப்பாளரின் கவிதைகளை ஆதாரமாக வைத்து இவர்கள் இந்தக் கேள்வியை எழுப்புகிறார்கள் என்பதுதான். மொழிபெயர்ப்பில் இது ஒரு மிகமுக்கியமான விடயம்.

நான் அறிந்த வரையில், உலகின் எந்த ஒரு கவிஞனது கவிதைக்கும் ஒரேயொரு மொழிபெயர்ப்பு என்பது இல்லை. தர்வீஷின் ஒவ்வொரு கவிதைக்கும் குறைந்தபட்சம் ஐந்து அல்லது ஆறு மொழிபெயர்ப்புகள் ஆங்கிலத்தில் உண்டு. தர்வீஷின் சில கவிதை வரிகள் இரண்டு மூன்று கவிதைகளில்

திரும்பவும் வருவதும் உண்டு. தர்வீஷின் ஒரே கவிதை மொழிபெயர்ப்பாளரது தேர்வுக்கு ஒப்ப சில பத்திகள் தவிர்க்கப்பட்ட ஆங்கில மொழிபெயர்ப்புக்களும் உண்டு. வேறுவேறு மொழிபெயர்ப்பாளர்கள் வேறுவேறு சொற் கோவைகளைப் பாவிப்பது என்பது இயல்பு. இவ்வகையில் ஆங்கிலத்தில் இல்லாத ஒரு சொல் தமிழில் எப்படி வந்தது எனக் கேட்பதிலுள்ள அனர்த்தம் பற்றி நான் கவலைப்படாது ஒதுங்கினேன்.

விமர்சனம் என்பது இருவகையிலானவை. அரசியல் மற்றும் வேறுவேறு தனிநபர்க் காரணங்களால் வரும் விமர்சனம் முதலாவது. இதில் காழ்ப்பும் பொறாமையும் ஆத்திரமூட்டலும் நிராகரிப்பும் கலந்திருக்கும். சாதாரண மனிதர்களை விடவும் எழுத்தாளர்களிடம் இது அபரிமிதமாக இருக்கிறது என நான் நிச்சயமாகச் சொல்வேன். இதனைப் புறக்கணித்து மேல் செல்வது எனது தேர்வு. சில விமர்சனங்கள் நட்புணர்வுடன் எழுதப்படும். சிலர் நேரிலும் இதனைச் சுட்டிக் காட்டுவார்கள். இத்தகைய விமர்சனங்களை மனமுவந்து ஏற்றுக்கொண்டு, அடுத்தடுத்த பதிப்புகளில் மொழிபெயர்ப்புகளில் மாற்றம் செய்வது எனது வழமை. குர்திஸ் கவிதைகளிலும், இலத்தீனமெரிக்கக் கவிதைகளிலும் அப்படியான இன்னும் பொருத்தமான சொல்லாட்சிகளை முன்னைய மொழிபெயர்ப்பினோடு ஒப்பிட்டுப் பாவித்ததும் உண்டு.

மொழிபெயர்ப்பாளன் ஒரு கவிதையை மொழிபெயர்க்கத் தேர்ந்து கொள்ளும்போது அவன் இருவேறு எல்லைகளில் ஒன்றைத் தேர்ந்து கொள்ள விழைகிறான். தனது சொந்த அனுபவ மட்டத்தினுள் வரும் கவிதையினை அல்லது தான் வாழும் சமூகத்தின் உணர்வுமட்டத்திற்கு உகந்த கவிதையினை அவன் தேர்ந்து கொள்கிறான். இவ்வாறான தேர்வுகள் ஒரு போதும் ஒரு கவிஞனுக்கு நியாயம் செய்வதாக இருக்க முடியாது. இவ்வாறான தேர்வுகளில் குறிப்பிட்ட கவிஞன் வாழநேர்ந்த நிலம், கலாச்சாரம், வரலாறு போன்ற குறிப்பான அடையாளங்களின் தன்மைகள் அகற்றப்படுகின்றன. பிறிதொரு எல்லையிலான தேர்வு இரண்டாவது. ஒரு கவிஞன் வாழ நேர்ந்த நிலம், வரலாறு, அனுபவம், அரசியல் போன்ற குறிப்பான நிலைமைகளில் வைத்து ஒரு கவிஞனைத் தேர்ந்து கொள்வது. இம்மாதிரிக் கவிதைகளே கவிஞனின் தனித்துவத்தை நிலைநாட்டவல்லது. கவிஞன் வாழ நேர்ந்த

சூழல், கவிதைகள் எழ நேர்ந்த தருணம் போன்றவற்றை இந்த அணுகுமுறை பற்றிப் பிடிக்க முனைகிறது. ஆரம்ப நிலையில் முதலாவது அணுகுமுறையைக் கொண்டிருந்த நான், காலப் போக்கில் இரண்டாவது அணுகுமுறையையே வரித்துக் கொண்டேன்.

எனதும், எனது நண்பர்கள் இருவரதும் மொழியாக்கத்தில் நாங்கள் கொணர்ந்த பெருந்தொகுதியான தர்வீஷின் கவிதைகளுக்கு நாங்கள் அருஞ்சொல் விளக்கப் பட்டியல் தயாரித்தோம். கவிதைகள்குறித்த அவரது நேர்காணல்களைத் தொகுத்தோம். அவரையும், அவரது கவிதைகளையும் குறிப்பிட்ட வரலாற்றுப் பின்புலத்தில் வைத்து விரிவான முன்னுரை ஒன்றினையும் நான் எழுதினேன். இத்தனைக்குப் பின்பும் எமது மொழிபெயர்ப்புத்தான் செம்மையானது என்றோ, அறுதியானது என்றோ சொல்கிற அகந்தையை நாம் நிராகரிக்கிறோம்.

ஒரு குறிப்பிட்ட படைப்பை இன்னும் இன்னுமான குறிப்பிட்ட தன்மையில் வைத்துப் பார்க்கிற சாத்தியம் என்றும் உண்டு என்பதால்தான், தாஸ்தியாவ்ஸ்க்கியின் படைப்புக்கள் மறுபடி மறுபடி மொழியாக்கம் காண்கின்றன. தர்வீஷின் சுவரோவியம் - மியூரல் - நீள் கவிதைக்கு மட்டும் அவரது மரணத்தின்பின் நான்கு வேறுவேறு மொழியாக்கங்கள் வெளியாகி இருக்கின்றன.

எனது கவிதைத் தேர்வில், எனது மொழிபெயர்ப்பு அனுபவத்தில் என்னை மிக மிகப் பாதித்த கவிஞன் எல்ஸால்வடார் நாட்டின் ரோக் டால்டன். எதிர்பார்த்தபடி மரணத்தைத் துரத்தியவனாக, மரணம் தன்னைத் துரத்த கவியாத்து தமது சொந்தத் தோழர்களால் துரோகி எனக் குற்றம் சாட்டப்பட்டுக் கொல்லப்பட்ட கவிஞன் அவன். பின்னாளில் அவனைக் கொன்ற அதே விடுதலை இயக்கம் முழு எல்ஸால்வடார் மக்களிடமும் அந்த மகத்தான மக்கள் கவிஞனைக் கொன்றதற்காக பகிரங்கமாக மன்னிப்புக் கேட்டுக் கொண்டது. என்றாலும், அவன் கொல்லப்பட்டு, புதைக்கப்பட்ட இடம் இன்னும் அடையாளம் காணப்படாமலே இருப்பது அவனது நினைவுகளுக்கு ஒரு மாந்திரீகத் தன்மையையும் வழங்குவதாவே இருக்கிறது.

நாடுகளுக்கிடையில் அலைந்து திரிதல், கட்டற்ற காதல், பாலுறவின் சந்தோஷம், புரட்சிகர அரசியல் கடப்பாடு,

இடம்பெயர்வின் சுமை அல்லது விடுபடல் என வேறுவேறு விதமான அனுபவங்களின் கலவையாக எழுந்தவை அவனது கவிதைகள். தீவிரமான தத்துவ மற்றும் அரசியல் ஈடுபாடுகள், அனுபவங்கள் மற்றும் தேடல்கள் அற்றவர்களால் அவனது கவிதைகளைத் தொடர்வது சாத்தியமில்லை. நெருதா, தர்வீஷ், சிம்போர்ஸ்க்கா, பிரெக்ட் போன்றவர்களின் பல கவிதைகள் ஜனரஞ்ஜக அளவில் கவிதைகளை வாசிப்பவர்களுக்கும் ஆனவை. ரோக் டால்டனின் கவிதைகள், கொண்டாட்டம் தரும் உடலுறவையும் வன்முறையின் இடையிலான அரசியல் தீவிரத்தையும் தனித்தனியே பிரித்துப் பார்க்க முடியாத அளவிலான கவிதைகள். பாலினம் சார்ந்த தடைகளைத் தகர்க்கும் காதல் கவிதைகள் அவருடையவை. மயக்கோவ்ஸ்க்கியின் தற்கொலைக்கும், சே குவேராவின் படுகொலைக்கும் இடையிலானது ரோக் டால்டனின் அனுபவ உலகம்.

சிறையுண்ட உடலிலிருந்தும் சுரண்டல் உலகின் வன்முறையிலிருந்தும் மீறிச் சென்று கவிதைகளுக்குள் விமோசன உணர்வை அடைய நினைப்பவர்களுக்கான கவிதைகள் ரோக்டால்டனுடையவை. வேறுவேறு மட்டங்களில் அதனது கருத்தியல் தளத்திலாயினும், ஈழத்துக் கவிகளான சிவரமணியின் தற்கொலையையும், கொல்லப்பட்ட செல்வியின் ஆளுமையையும், வேட்டையாடிக் கொல்லப்பட்ட நாவலாசிரியன் கோவிந்தனின் பதட்டத்தையும் நான் இந்த அடிப்படையிலேயே புரிந்து கொள்ள விழைகிறேன்.

கவிதை சார்ந்த எனது வாசிப்புச் செயல்பாடு மற்றும் கவிதைத் தேர்வுகள் என்பனவும், எனது தத்துவம் மற்றும் அரசியல் சார்ந்த ஈடுபாடுகளின் பகுதியாக யதேச்சையாகவே எனக்குத் தட்டுப்பட்டன. எழுபதுகளின் மத்தியில் திருச்சியில் நடைபெற்ற அனைத்திந்திய மாணவர் பெருமன்றத்தின் மாநாட்டுக்கு வந்திருந்த ஈரானிய மாணவர்களிடமிருந்து பெற்ற பாலஸ்தீனக் கவிதைகள் எனும் குறுநூல் பாலஸ்தீன் கவிதைகளின்மீதான எனது ஈடுபாட்டுக்கான காரணமாக அமைந்தன.

தென் ஆப்ரிக்க விடுதலை இயக்கமான ஆப்ரிக்க தேசியக் காங்கிரசின் பெண்கள் பிரிவு வெளியிட்ட ஆப்ரிக்கப் பெண்களின் கவிதைத் தொகுப்பு மூன்றாம் உலகப் பெண் கவிதைகள் தொகுப்புக்கான உந்துதலாக அமைந்தது.

இந்தியத் தலைநகர் தில்லியிலிருந்து சாருநிவேதிதாவின் தொடர்பில் கிடைக்கப்பெற்ற கியூப அரசினது செய்தியிதழான கிரான்மாவில் வெளியாகின சே குவேராவின் எட்டுக் கவிதைகள் இலத்தீனமெரிக்கக் கவிதைகளின் மீதான எனது ஈர்ப்புக்கான கரரணமாக அமைந்தன.

இந்தியாவிலிருந்து இயங்கிக் கொண்டிருந்த பாலஸ்தீன, தென் ஆப்ரிக்க, கியூப விடுதலை இயக்கத்தினரின் வெளியீடுகளை தேடிக் கற்கும் இடதுசாரிகளுக்கு கடிதம் எழுதினால் இலவசமாகவே அவர்கள் அனுப்பி வைத்தார்கள். ரஷ்யா சென்று திரும்பிய எனது ஆசான் க.பழனிசாமி மயக்கோவஸ்க்கியின் தேர்ந்தெடுத்த கவிதைகளின் தொகுப்பொன்றினை அங்கிருந்து எனக்கு வாங்கி வந்தார். எழுபதுகளும் எண்பதுகளும் தேசிய விடுதலையின், பெண் நிலைவாதத்தின், தொழிலாளர் மாணவர் எழுச்சியின் காலம். 1968 மாணவர் எழுச்சியைத் தொடர்ந்து உத்வேகம் பெற்ற பிரெஞ்சுக் கோட்பாட்டினதும், விமர்சன மார்க்சியத்தினது காலமும் அதுதான.

முப்பது ஆண்டுகளின் முன்பு பாலஸ்தீனக் கவிதைகளின் மீதான எனது ஈடுபாடு, இப்போது தர்வீசின் முழுமையான கவிதைப் பங்களிப்புகுறித்த பெருந்தொகுப்பாக ஆகியிருக்கிறது. சே குவேராவின் மீதான எனது ஈடுபாடு விரிந்து, ரோக் டால்டன், ஆரியல் டோர்ப்மென், குர்திஸ் கவிதைகள் என இலத்தீனமெரிக்கா மற்றும் குர்திஸ்தான் குறித்த முழுமையான கவிதைத் தொகுதிகளாக ஆகியிருக்கிறது. ஆத்ரே லூர்டு எனும் ஆப்ரிக்கப் பெண்கவியின் மீதான ஈடுபாடு விரிந்து கிஸ்வர் நஹீத், ஜோமனா ஹத்தாத், தஸ்லீமா நஸ்ரீன் என, சுஜாதா பட், விஸ்லாவா சிம்போர்ஸ்க்கா என, எவ்ஜனியா மரியா பிரோவா, கேப்ரியல் அலக்ரியா என, கவிதையும் வாழ்வின்மீதான அதனது வேட்கையும் முரணும் தரிசனமும் குறித்த எனது தேடலும் பயணமும் தொடர்கிறது.

20

மேக்ஸ்மிலியன் ரொபேஷ்பியர்: வாசுதேவனின் பிரெஞ்சுப் புரட்சி

வரலாறு எழுதுதல் எனும் செயல்பாடு, கடந்த காலம் பற்றியதாயினும் அது எப்போதுமே எழுதுபவன் வாழும் நிகழ்காலம் குறித்ததாகவே இருக்கிறது. வாசுதேவன் தனது சமகால மனநெருக்கடியிலிருந்து ஒரு புத்தகம் எழுதியிருக்கிறார். பிரெஞ்சுப் புரட்சி குறித்த அவரது வரலாற்று நூலை முன்வைத்து ரொபேஷ்பியர் முதல் பிரபாகரன் வரையிலான ஆயுதப் போராட்டத்திற்குத் தலைமையேற்ற ஆளுமைகளின் நம்பிக்கைகள், நடைமுறைகள், அதீதங்கள் என ஒருவர் உரசிப் பார்த்துக் கொள்ளமுடியும். வாசுதேவனின் நூலுக்கு அறிமுகம் எழுதுகிற இந்த இரண்டாயிரத்துப் பதின்மூன்றாம் ஆண்டு, பிரெஞ்சுப் புரட்சிக்கு 225 ஆண்டுகள் நிறைகிறது. 1989 ஆம் ஆண்டு பிரெஞ்சுப் புரட்சியின் இருநூறு ஆண்டு நிறைவுவிழா பிரான்சில் கொண்டாடப்பட்டுக் கொண்டிருந்தபோது இவ்வாறானதொரு நூல் எழுதும் ஆதர்ஷம் தனக்கு ஏற்பட்டது என்கிறார் வாசுதேவன். வாசுதேவனுக்கு நிச்சயமாக இன்னொரு முக்கியமான காரணமும் இருக்கிறது. பிரெஞ்சுப் புரட்சி எதிர்கொண்ட கருத்தியல் மற்றும் நடைமுறைக் கேள்விகள் அனைத்தையும் எதிர்கொண்ட ஒரு விடுதலைப் போராட்டமாக அவரது பூர்வீக நிலம் சார்ந்த ஈழவிடுதலைப் போராட்டம் இருந்தது என்பதுதான் அந்தக் காரணம். பிரெஞ்சுப் புரட்சி குறித்துப் பேசும், நிறைந்த தமிழ்ப் புதுச்சொல்லாக்கங்களும் கவித்துவ மொழியும் கொண்ட இந்த நூலில் 'போராளிகளின் தற்கொடை, மாவீரர்' போன்ற சொற்கள் வாசுதேவனிடமிருந்து இயல்பாக வந்து விழுகின்றன.

பிரெஞ்சுப் புரட்சி குறித்து உலக மொழிகளில் இப்போதும் நூல்கள் வெளியாகிக் கொண்டுதான் இருக்கின்றன. மனிதனது விமோசன அரசியலுக்கான அவசியமும், விடுலைக்கான தேடலும் இருக்கும் வரையிலும் பிரெஞ்சுப் புரட்சி குறித்த நூல்கள் மறுபடி மறுபடி எழுதப்பட்டுக்கொண்டுதான் இருக்கும். பிரெஞ்சுப் புரட்சியும், அதனைத் தொடர்ந்த பாரிஸ் கம்யூன் எழுச்சியும் குறித்து மார்க்சிய மரபிலிருந்து மார்க்சும் லெனினும் மாவோவும் எழுதியிருக்கிறார்கள். முடியாட்சி மற்றும் தாராளவாத சார்புநிலையிலிருந்து எட்மன்ட் பர்க் மற்றும் சைமன் ஸூமா போன்றவர்களும், பின்நவீனத்துவ அல்லது பின்மார்க்சிய நிலைபாடு என்பதிலிருந்து பிராங்காயிஸ் பியூரட் போன்றவர்களும் தொடர்ந்து எழுதி வந்திருக்கிறார்கள்.

எதிர்ப்புரட்சியாளர்களிடமிருந்து புரட்சியைக் காப்பாற்று வதற்கான புரட்சிகர வன்முறையின் அவசியம் எனும் தேர்வை லெனினும் மாவோவும் பிரெஞ்சுப் புரட்சியிலிருந்தும் பாரிஸ் கம்யூன் அனுபவங்களிலிருந்தும்தான் ஸ்வீகரித்துக் கொண்டார்கள். புரட்சிகளின் ஆதாரமான தத்துவார்த்தப் பிரச்சினைகளின் ஊற்று என நாம் பிரெஞ்சுப் புரட்சியை வரையறுக்கலாம். புரட்சியில் தொழிலாளி வர்க்கத்தின் மேலாண்மை எனும் கருத்து உருவாக்கத்தை நாம் பாரிஸ் கம்யூன் எழுச்சியில் கண்டுணரலாம். இக்காரணத்தினால்தான் பிரெஞ்சுப் புரட்சிக்கும் ஈழவிடுதலைக்குமான ஒப்பீட்டையும் எம் மனம் நிகழ்த்துகிறது.

பிரெஞ்சுப் புரட்சி முதல் உலகவயமாதல் வரையிலுமான சமூகப் புரட்சிகள் மற்றும் எழுச்சிகள், இவற்றில் மக்கள் திரள் மற்றும் வன்முறை என்பது குறித்த வரலாறெழுதியல் என்பது பிரதானமாக மூன்று வகையிலானதாக இருக்கின்றன. மார்க்சிய வரலாற்றுப் பார்வை முதலானது; முடியாட்சிக்கும் முதலாளியத்திற்கும் முடிவு கட்டுவதில், இவற்றிடமிருந்து புரட்சியைப் பாதுகாப்பதில் வெகுமக்களின் தன்னெழுச்சியான புரட்சிகர வன்முறையை இது ஆதரிக்கிறது. இரண்டாவது பார்வை, முடியாட்சிக்கு முற்றிலும் ஆதரவான பார்வை; முடியாட்சியில் இருந்த வன்முறைகள் பற்றிப் பேசாமல் குடியாட்சிக்கான மாறுதல் என்பது முடியாட்சியின் எச்சங்களைத் தக்கவைத்ததாக, அதே ஆட்சியில் மதபீடங்களின் ஆதிக்கத்தையும் ஆதரிக்கும் பார்வை இது. மூன்றாவது பார்வை இன்றைய முதலாளித்துவத்தின் தத்துவப் பார்வையாக இருக்கிற முதலாளித்துவ தாராளவாதப் பொருளியல் பார்வை; முடியாட்சி முடிவுற்று, ஜனநாயகம் என்பதன்

பெயரில் அதிகாரத்தை சொத்துடைமைவர்க்கத்தின் கையில் மாற்றித்தருவதுடன் முடியாட்சிக்கு எதிரான புரட்சி முடிவுபெற்றுவிட்டது என்பது இப்பார்வை. இவர்கள் முடியாட்சியின் தொடர் வாரிசுகளாக இவ்வகையில் இருக்க முடியும்.

மார்க்சியர்கள் தவிரவும் பிற இரண்டு பார்வைகளைக் கொண்டவர்களும் அடிமைகள், தொழிலாளர், விவசாயிகள், பெண்கள், சிறுபான்மையினர் உரிமைகள் என்பது குறித்துப் பேசுபவர்கள் இல்லை. இன்னும் ஆயிரமாயிரம் ஆண்டுகளாக வன்முறை அமைப்பினாலும், அதனைக் காவிய மத அமைப்பினாலும் அதிகாரம் செலுத்தப்பட்ட வெகுமக்கள் வன்முறையை இவர்கள் பயங்கரம் என வகைப்படுத்துகிறார்கள். பிரெஞ்சுப் புரட்சிக்குப் முன்பான முடியாட்சிக் காலம், பின்னான நெப்போலியனின் காலம், காலனியாதிக்கம், இன்று வரையிலும் தொடரும் ஈராக், ஆப்கான் வரையிலுமான ஆதிக்கம் கொண்டவர்களின் வன்முறை குறித்து இவர்கள் பேசுவதில்லை. 'நீதிக்கான யுத்தம்' அல்லது ஜஸ்ட் வார் என்கிற கருத்தாக்கத்தின் பின்னும், கொலேட்டரல் டேமேஜ் அல்லது 'உடன்விளைவான அழிவு' என்பதன் பின்னுமிருக்கும் வன்முறையைப் புனிதப்படுத்தும் இவர்களது செயல்பாட்டின் பின்னிருக்கும் பயங்கரம் குறித்தும் இவர்கள் பேசுவதில்லை.

வன்முறைகுறித்த இந்தக் கருத்தியல் மற்றும் நடைமுறை நிலைபாட்டில் இருந்துதான் இன்று பிரெஞ்சுப் புரட்சி குறித்ததும், ஈழ விடுதலைப் போராட்டம் குறித்ததுமான மறுவாசிப்பை நாம் நிகழ்த்த வேண்டும். வாசுதேவன் அப்படித்தான் பிரெஞ்சுப் புரட்சி குறித்த இந்த வரலாறு எழுதுதலைத் துவங்கியிருக்கிறார். முதல் அத்தியாயம் பிரெஞ்சுப் புரட்சியில் துவங்கி, நூலின் இறுதி அத்தியாயம் பாரிஸ் கம்யூன் வீழ்ச்சியில் முடிகிறது. பிரெஞ்சுப் புரட்சி குறித்த விரிவான, அசலான வாசிப்புடன் வெளியான முதல் தமிழ் நூல் என வாசுதேவனின் இந்த நூலைச் சொல்ல முடியும். இந்த நூல் பிரெஞ்சுப் புரட்சியின் பொருளியல் அடிப்படையையும் நடைமுறை நிகழ்வுகளையும் அற்புதமாக நிரல்படுத்தியிருக்கிறது. புரட்சி எவ்வாறு துவங்கி நடந்து முடிந்தது எனக் கற்கவிரும்பும் மாணவனுக்கு இது முக்கியமான நூல். பிரெஞ்சுப் புரட்சியின் கருத்து மூலாதாரங்கள் மற்றும் தத்துவார்த்தச் சர்ச்சைகள் போன்றவற்றைத் தேடிச்செல்பவர்கள் இந்த நூலுக்கு வெளியில் பெரும் பயணத்தை மேற்கொள்ள வேண்டியிருக்கும்.

சே குவேராவின் பொலிவியன் டைரி எனக்கு வாசிப்பில் எவ்வளவு மனக்கிளர்ச்சியையும் தேடலையும் ஆத்மவலியையும் உருவாக்கியதோ அதே அளவில் எனக்கு உத்வேகத்தை, தேடலை, வலியை உருவாக்கிய நூலாக வாசுவேனின் நூல் இருந்தது. அதற்கான காரணம், பிரெஞ்சுப் புரட்சியை எழுதுவதற்கு வாசுதேவன் தேர்ந்து கொண்ட உணர்ச்சிகரமான கவித்துவமான மொழி. மிகுந்த இலக்கியத் தன்மையையும் காவியத்தன்மையையும் இந்நூல் கொண்டிருப்பதற்கான காரணம் பிரெஞ்சுப் புரட்சியின் தலைவனான ரொபேஷ்பியர் குறித்த சம்பங்கள் பற்றிய உணர்ச்சிகரமான விவரணைப் பகுதிகள்தான். உலகப் புரட்சிகளின் வரலாற்றில் சே குவேராவைப் போல, கலைஞர்களையும் தத்துவவாதிகளையும் நாவலாசிரியர்களையும் திரைப்பட இயக்குனர்களையும் பாதித்த பிறிதொரு புரட்சியாளராக ரொபேஷ்பியர் இருக்கிறார். ரோமேய்ன் ரோலந்து முதல், ஆந்த்ரே வாட்ஜே ஈறாக, ஹிலாரி மான்டெல் வரை ரொபெஷ்பியர் குறித்து நாவல்களும் நாடகங்களும் திரைப்படங்களும் வரலாறு நெடுகிலும் குவிந்து கிடக்கின்றன.

பிரெஞ்சுப் புரட்சியை மார்க்ஸ் 'பூர்ஷ்வாப் புரட்சி' என்றார். அதனை முழுமையாக அவர் வரவேற்கவில்லை. 'கடந்த காலத்தின் கவிதைகளில் இருந்து எதிர்காலத்தை உருவாக்க முடியாது' எனப் பிரெஞ்சுப் புரட்சி குறித்து அவர் சொன்னார். மார்க்சின் புதல்வர்களாக புரட்சியை நடைமுறையில் நிகழ்த்த வேண்டியிருந்த லெனினும் மாவோவும் பிரெஞ்சுப் புரட்சியின் படிப்பினைகளை, புரட்சியைப் பாதுகாக்க புரட்சிகர வன்முறையை புரட்சிகர அரசு பாவிக்க வேண்யிருக்கிறது என்பதனை அவர்கள் சுவீகரித்துக் கொண்டார்கள். புரட்சியின் எதிரிகள் அல்லாது அதனை வெகுமக்கள் மீது ஒரு போதும் பாவிக்கக் கூடாது என இதனை பிடலும் சே குவேராவும் இன்னொரு படிநிலைக்கு எடுத்துச் சென்றார்கள்.

பிரெஞ்சு அரசும், முடியாட்சிச் சார்பாளர்களும், தாராளவாத ஜனநாயகவாதிகளும், இவற்றினது வரலாற்றாசிரியர்களும் அறிவாளிகளும் ரொபேஷ்பியரை 'பயங்கரவாதி' என்கிறார்கள். அவர் தலைமைதாங்கிய காலம் 'பயங்கரத்தின் காலம்' என்கிறார்கள். ரொபேஷ்பியருக்கு முன்பாகவே கண்டுபிடிக்கப்பட்டு முடிமன்னர்கள் பாவித்த 'நோகாமல்' தலைவெட்டும் கில்லட்டின் எனும் கொலைக் கருவியை ரொபேஷ்பியர்தான் கண்டுபிடித்தார் என்கிற மாதிரியான சித்திரத்தை இவர்கள் தருகிறார்கள்.

‘பிரெஞ்சுப் புரட்சியைத் தோற்கடித்த பின்னால் ஆட்சிக்குவந்த நெப்போலியனின் காலத்தில் இடம்பெற்ற படுகொலைகளை ஒப்பிடும்போது, ரோபேஷ்பியர் காலத்தில் நிகழ்ந்தது ஒன்றுமேயில்லை’ என எழுதுகிறார் விலங்குப்பண்ணை நாவலை எழுதிய ஜோர்ஜ் ஆர்வல். பிரெஞ்சுப் புரட்சி என்றாலே ஏதோ கபாலங்களால் ஆன பிரமிடு எனும் இந்தக் கட்டுக்கதையை தனது டேல்ஸ் ஆப் டூ சிட்டீஸ் மூலம் உருவாக்கியவர் ஆங்கில நாவலாசிரியர் சார்ள்ஸ் டிக்கின்ஸ் எனவும் ஜோர்ஜ் ஆர்வல் பதிவு செய்கிறார்.

முடியாட்சிக்கு முடிவுகட்டிய, அதன்பின் தோன்றிய மக்களாட்சிக்கான அடிப்படைக் கட்டுமானத்தைக் காப்பாற்ற விரும்பிய, உள்நாட்டு நிலப்பிரபுக்கள் அதனோடு மத அதிகாரிகள் போன்ற உள்நாட்டு எதிரிகளிடமிருந்தும், வெளிநாட்டுப் படையெடுப்பாளர்களிடமிருந்தும் பிரெஞ்சுப் புரட்சியைக் காக்க வேண்டிய நிலையில் இருந்தார் ரொபெஷ்பியர். கறுப்பின அடிமை முறையை ஒழித்தவர்; பெண்ணுரிமையை மனித உரிமையாக அறிவித்தவர் அவர். விவசாயிகளின் புரட்சிகர ஆற்றலை அங்கீகரித்தவர்; தனது வழக்குரைஞர் வாழ்வின் ஆரம்ப நாட்களில் எந்தச் சம்பளமும் பெற்றுக் கொள்ளாது வறியவருக்கு வாதாடியவர் அவர். மட்டற்ற பத்திரிக்கைச் சுதந்திரத்தைக் கோரியவர்; மரணதண்டனையை முற்றிலும் ஒழிக்கப் போராடியவர் அவர். கிறித்தவ மதபீடங்களுக்கு எதிராக பேரறத்தைப் பேசியவர்; வாக்காளர் தகுதி நிர்ணயத்தில் சொத்துடமை என்பது அகற்றப்படவேண்டும் என்றவர் அவர்.

‘அறம் என்பதே ஆட்சியின் அடிப்படை மறம்’ என்றவர் ரொபேஷ்பியர்.

இவர்தான் புரட்சியைக் காப்பாற்ற வேண்டியிருந்த பின்னாட்களில் அறமும் வன்முறையும் பிரிக்கப்பட முடியாது என்றவர். அறமற்ற வன்முறையை நிராகரித்தவர். நண்பர்களையும் தோழர்களையும் புரட்சிக்கு எதிராக இருந்தார்கள் எனும் காரணத்திற்காக கில்லட்டினுக்கு அனுப்பியவர். பத்திரிக்கைகளைத் தடை செய்தவர். ரூசோவினால் உருவாக்கப்பட்ட கறைபடியாத நேர்மையாளர்; பதவி சுகத்தை மறுத்தவர்; பாரிஸ் நகரத்தை நடந்தே அளந்தவர்; தன் காலமும் அதன் கருவியாகத் தானே உருவாக்கிய அமைப்பின் கைதியாகவும் ஆனவர். விளைவாகத் தனது தோழர்களையும் நண்பர்களையும் அவர் அனுப்பிய அதே கில்லட்டினுக்குத் தனது சகநண்பர்களாலும் தோழர்களாலும்

அனுப்பப்பட்டுத் தலைவெட்டுப்பட்டு மரணித்தவர். 1758 ஆம் ஆண்டு பிறந்த ரொபேஷ்பியர் 28 ஜூலை 1794 ஆம் ஆண்டு கில்லட்டினில் கொல்லப்பட்டார். 36 ஆண்டுகள் மட்டுமே அவர் உயிர் வாழ்ந்தார்.

பிரெஞ்சுப் புரட்சியின் தலைவர்களான மாரட், தந்தோன், ஹெர்பர்ட, டெஸ்மோலின்ஸ், ரொபேஷ்பியர் என எவரும் தொழிலாளி வர்க்கத்திலிருந்தோ விவசாய வர்க்கத்திலிருந்தோ வந்தவர்கள் இல்லை. மத்தியதர வர்க்கத்திலிருந்து வந்தவர்கள் இவர்கள். மாரட்டும், ரொபேஷ்பியரும் ஏழை நடுத்தர வர்க்கத்திலிருந்து வந்தவர்கள். இன்னும் ரொபேஷ்பியர் தனது இளம் வயதிலேயே தாயைப் பறிகொடுத்தவர். தந்தையினால் நிராகரிக்கப்பட்டவர். உறவினர்களால் வளர்க்கப்பட்டவர். நாம் இவர்களது சரி பிழைகளைப் பற்றி இன்று பேசித் தீர்ப்பெழுத முடியாது.

ரோபேஷ்பியர் ஒரு வரலாற்று நாயகன். அவன் எதிர்கொண்ட கேள்விகளும், நடைமுறைகளும் அவன் கண்டடைந்த வழிமுறைகளும் 'இன்று' ஒவ்வாதது என எவரேனும் சொல்ல முடியும். ஆயுதப்போராட்டம் கடந்த காலத்துக்கு உரியது என பிடலும் சாவேசும் அறிவித்துவிட்ட சூழலில், அனைத்து விடுதலைப் போராட்டங்களும் பயங்கரவாதம்தான் என பழைய கம்யூனிச நாடுகளான ரஷ்யாவும் சீனாவும் அறிவித்துவிட்ட நிலையில், எவரும் ரொபேஷ்பியரை பயங்கரவாதி எனவும் சொல்லிவிட முடியும்.

பிரெஞ்சுப் புரட்சி குறித்த விவாதங்களில் அடிக்கடி மேற்கோள் காட்டப்படும் மேற்கோள் ஒன்று உண்டு; அது சீன மார்க்சியரான சூயென் லாய் சொன்னது. பிரெஞ்சுப் புரட்சியின் இருநூறாவது ஆண்டு நிறைவுத்தருணத்தில் அவரிடம், 'பிரெஞ்சுப் புரட்சியைப் பற்றி எப்படி மதிப்பீடு செய்கிறீர்கள்?' எனக் கேட்கப்பட்டது. அற்கு அவர் சொன்ன பதில் இது: 'இப்போதே அதைப்பற்றி மதிப்பிடுவது என்பது ரொம்பவும் முன்கூட்டியே சொல்வதாக ஆகிவிடும்' வாசுதேவனின் பிரெஞ்சுப் புரட்சி நூல் குறித்த எனது மதிப்பீடு இவ்வாறானது இல்லை. நிச்சயமாகவே வாசுதேவனின் நூல் மிகச் சரியான தருணத்தில் வந்திருக்கிற மிகவும் அசலான, முக்கியமான நூல். இதன் பின்னுள்ள வாசுதேவனின் உழைப்புக்கு நான் தலைவணங்குகிறேன்

21
எம்.ஜி.ஆர் எனும் மாபெரும் விருட்சம்

தமிழ் சினிமா வரலாறு எழுதுதலில் இருவிதமான சிந்தனைப் பள்ளிகள் இருக்கின்றன. முதல் சிந்தனைப்பள்ளி தியோடர் பாஸ்கரனுடையது. தியோடர் பாஸ்கரன் தமிழ் சினிமா வரலாறு எழுதுதலில் முன்னோடி ஆளுமை. அவரது பார்வை தமிழ்ச் சினிமா காட்சிரூப ஊடகமாக வளராமல் போனதற்கான தமிழ் சமூகக் கலை வரலாற்றுக் காரணங்களையும், அரசியல் காரணங்களையும் விரித்துச் சொல்வதாகவே இருக்கிறது. வரலாற்றுரீதியில் தமிழ் சினிமாவில் பேச்சு, இசை போன்றவை பெரும் இடம், அதனோடு வேறுவேறு காலங்களில் தமிழ் சினிமா மொழியில் நேர்ந்து வந்திருக்கும் வடிவ மாற்றங்களையும் நுட்பங்களையும் அவர் அவதானித்துப் பதிவு செய்கிறார். தியோடர் பாஸ்கரன் முன்வைக்கிற காட்சிரூப சினிமாவை உருவாக்குவது எனும் தேடல் தமிழ் மொழியில் பிரச்சாரம் தவிர்ந்த யதார்த்த மொழி கொண்ட ஐரோப்பிய பாணி சினிமாவை, சமூக விமர்சன சினிமாவை, தமிழ்ச் சூழலுக்கு ஏற்ற நவ யதார்த்த சினிமாவை உருவாக்குவது எனும் தேடலுடன் தொடர்பு பட்டது. வங்கத்திலும் கேரளத்திலும் எழுந்த சத்யஜித்ரே, அடூர் கோபாலகிருஷ்ணன் போன்றவர்கள் முன்வைத்த புதிய சினிமாவை தமிழிலும் விளைவது தொடர்பான தேடல் இது.

இன்னொரு சிந்தனைப் பள்ளியும் தமிழில் உண்டு. அது திராவிட இயக்கத்தவரின் பிரச்சார சினிமா என்பது அசலான மண்ணின் விளைச்சல் என்றும், அது காலத்தின் தேவை என்றும், அதற்கு இன்னும் பொருத்தம் இருக்கிறது என்றும்,

அனைத்து சினிமாவும் வியாபாரம்தான் என்றும் பார்க்கும் பார்வை. அதனோடு வங்கத்திலும் கேரளத்திலும் உருவான திரைப்படங்கள் வாழ்க்கையைச் சொல்லாத, தத்துவக் காவிகள் என்று சொல்லும் பார்வை இவர்களுடையது. திரைப்படத்திலும் திராவிட பார்ப்பனக் கூறுகளைப் பார்ப்பதோடு, ஜெயகாந்தனது திரைப்படங்களை பார்ப்பனியப் படங்களாகப் பார்த்தும் - காட்சிமொழி சார்ந்து அல்லாது இதுவரைத்திய எழுத்துப் பிரதி சார்ந்து - இவர்கள் பிரதிசார்ந்த ஆய்வுக் கட்டுரைகள் எழுதுவார்கள். எம்.எஸ்.எஸ்.பாண்டியன், சுபகுணராஜன் போன்றோர் இந்தச் சிந்தனைப் பள்ளியைச் சேர்ந்தவர்கள்.

தமிழ்சினிமா குறித்த இதுவரையிலான மேற்கத்திய ஆய்வுகளும் சரி, ஆங்கிலத்தில் வந்திருக்கும் ஆய்வுகளும் சரி இருவகையிலுமாகப் பெரும்பாலுமானவை திராவிட இயக்கப் பிரச்சாரத்துக்கும் தமிழ் சினிமாவுக்குமான உறவு குறித்ததாகவே இருக்கிறது. எம்.எஸ்.எஸ்.பாண்டியன் எம்.ஜி.ராமச்சந்திரன் குறித்து அவரது புனிதபிம்பம் குறித்து ஆய்வு செய்திருக்கிறார். எம்.ஜி.ஆர்.தான் விரும்பிவாறு தன்னை முன்னிறுத்திக் கொள்ள, தனக்கான தமிழ்சினிமாவை உருவாக்கினார் என்பது அவரது பார்வை. திராவிட இயக்கத்தின் பிரச்சார பாணியைச் சுவீகரித்துக் கொண்ட எம்.ஜி.ராமச்சந்திரன் - அறிஞர் அண்ணா, கலைஞர் கருணாநிதி போன்றவர்களின் திராவிட இலட்சியவாதத்தை முன்வைத்தவராக இல்லாமல், தன்னை ஒரு புனிதபிம்பமாக முன்னிறுத்திக் கொண்டதொரு சினிமாவை உருவாக்கினார் என இப்பார்வையை விரித்துக் கொண்டு போகலாம்.

மார்க்சியரான கா.சிவத்தம்பி தமிழ் சினிமா வரலாறு எழுதுதலில் இருக்கும் இந்த இரு வேறு சிந்தனை வெளியில்தான் தனது கருத்துக்களை முன்வைக்கிறார். தமிழ் சினிமா காட்சிரூப ஊடகமாக ஏன் புரிந்து கொள்ளப்படவில்லை என்பதனை தியோடர் பாஸ்கரன் வழியிலேயே, தமிழ் நாடகத்திற்கும் தமிழ்த் திரைப்படத்திற்குமான தொடர்ச்சியை முன்வைத்து சிவத்தம்பி விளக்குகிறார். மொழிவழிப்பட்ட வ்கையில் ஆங்கிலத்தில் அசையும் படம் என அர்த்தம் தரும் சினிமா தமிழில் திரைப்படம், அதாவது அசையாத படச்சட்டகம் எனவே புரிந்து கொள்ளப்பட்டது என்பதனையும் சிவத்தம்பி குறிப்பிடுகிறார்.

காட்சிரூப சினிமா, திராவிட இயக்கப் பிரச்சார சினிமா என்ற விவாத வெளியில் ஒரு மார்க்சியராக

சிவத்தம்பி நுழைகிறபோது, அவர் பல்வேறு விடயங்களை எதிர்கொள்ள வேண்டியிருக்கிறது. அவரது கல்விப்புலம் சார்ந்த தொழில்முறையிலான நாடகம் குறித்த அறிவுடன் தமிழ்சினிமாவின் வளர்ச்சியைக் காட்சிரூப ஊடகம் எனும் அளவையுடன் அவர் ஒப்பிட்டு விவரிக்கிறார். சிவாஜிகணேசனின் பராசக்தி கால நாடக பாணி நடப்பின் துவக்கம் முதல், முதல் மரியாதை படத்தின் காட்சிரூபத்திற்கு ஒப்புக் கொடுத்துத் தன்னை மாற்றிக் கொண்ட அவரது பிற்கால நடிப்பு வரையிலாக அவருள் நேர்ந்த மாற்றம் வரையிலும் சிவத்தம்பி இதனை அவதானிக்கிறார்.

தமிழ்சினிமாவின் விசேஷமான பகுதியாக திரை இசைப் பாடல்களைக் குறிப்பிட்டு, தமிழ்க் கவிதை மரபுடன் அதனை அவர் இணைக்கிறார். தமிழ் சினிமாவின் வடிவம் தொடர்பான பிரச்சினையை அவர் திராவிட இயக்கத்தின் பிரச்சார நோக்குடன் இணைத்துப் பார்க்கிறார். தமிழ்ப் பண்பாட்டில் சினிமா என்பதனை, திராவிட இயக்கத்தவரால் வரையறை செய்யப்பட்ட தமிழ்ப் பண்பாடு எனும் பகுத்தறிவு மற்றும் நாத்திக, எதிர் பார்ப்பனீய மரபின் பின்னணியில் ஆய்வுசெய்கிறார். பகுத்தறிவு மரபு - பக்தி மரபு என்பதற்கு இடையிலான முரண், சிறுதெய்வ வழிபாடாக பக்தி மரபு ஆனது பகுத்தறிவு மரபுக்கு விரோதமானது அல்ல, அது தமிழ்ப் பண்பாட்டின் ஒரு பகுதியாக நோக்கப்பட வேண்டும் என்கிறார் கா.சிவத்தம்பி. திராவிட இயக்கப் பிரச்சார சினிமா முன்வைத்ததே தமிழ்ப் பண்பாடாக ஆகியிருந்த நிலைமையை கா.சிவத்தம்பி விளக்குகிறார். வங்கத்திலும் கேரளத்திலும் நடந்த மாற்றங்களுக்கு மாறாக, கம்யூனிஸ்ட்டுகள் அல்லாமல் தமிழகத்தில் திராவிட இயக்கத்தவர் எவ்வாறு தமிழ் சினிமாவைக் கைப்பற்றினார்கள் என்கிற பிரச்சினை குறித்தும் கா. சிவத்தம்பி குறிப்பிட்டுப் பேசவும் செய்கிறார்.

தமிழ்சினிமா வரலாறு குறித்த கா.சிவத்தம்பியின் கட்டுரைகளில் மிகப் பரபரப்பாகப் பேசப்பட்ட கட்டுரை, எம்.ஜி.ராமச்சந்திரன் முதலமைச்சராக இருந்து தமிழகத்தில் நடத்திய உலகத் தமிழ் ஆராய்ச்சி மாநாட்டின்போது அவர் வாசிக்கவிருந்து தடுக்கப்பட்ட கட்டுரை. எம்.ஜி.ராமச்சந்திரனின் வளர்ச்சியும் எழுச்சியும் அவர் தமிழ்சினிமாவில் உருவாக்கிய புனிதபிம்ப சினிமாவையும் பற்றியது அக்கட்டுரை. கா.சிவத்தம்பி தமிழ்சினிமா குறித்த இறுதிக் கட்டுரையாக இருப்பது மணிரத்தினத்தின் சினிமாக்களை முன்வைத்து அவர் எழுதிய கட்டுரையாகும். திராவிட இயக்கக்

கருத்தியலின் பின்னணி கொண்டு, தமிழ் சமூகத்தின் மீதான தமிழ்சினிமாவின் பண்பாட்டுத் தாக்கத்தினை மதிப்பிடத் துவங்கிய கா.சிவத்தம்பியின் திரைப்பட விமர்சனப் பயணம் (1981 முதல் 2004 வரையிலும் எழுதப்பட்ட அவரது தமிழ்த் திரைப்படம் குறித்த கட்டுரைகளின் தொகுப்பு: தமிழ்ப் பண்பாட்டில் சினிமா: மக்கள் வெளியீடு: சென்னை - 2004: மறுபதிப்பு என்.சி.பி.ஹெச்: சென்னை - 2010) மணிரத்னத்தின் படங்களின் அரசியலையும் அழகியலையும் அவதானிப்பதுடன் (2005) தனது பயணத்தை நிறுத்திக் கொண்டு விடுகிறது.

சிவத்தம்பி தமிழ்சினிமா ஆய்வுக்குச் செய்த பங்களிப்பு எனத் திரும்பத்திரும்பச் சொல்லப்படுவது எம்.ஜி.ராமச்சந்திரன் குறித்த அவரது பார்வையாகும். எம்.ஜி.ராமச்சந்திரன் குறித்த கருணாநிதி சார்பு அல்லது பின்னாளைய திராவிட முன்னேற்றக் கழகச் சார்பு சினிமா விமர்சகர்களுக்கும், கம்யூனிஸ்ட் கட்சிகளின் விமர்சகர்களுக்கும் சிவத்தம்பியின் பார்வை மிக உவப்பானதாக இருந்தது. இன்னும் திராவிட அரசியலின் மிகப்பெரும் பங்களிப்பான பகுத்தறிவு வழிப்பட்ட நாத்திகத்திற்கு மாற்றான நம்பிக்கையில் பயணித்தபடி, அண்ணா திராவிட முன்னேற்றக் கழகம் எனும் பெயரில் அந்த இயக்கத்தின் தொடர்ச்சியெனத் தமது அரசியல் கட்சியை எம்.ஜி.ஆர். முன்னிலைப்படுத்திக்கொண்டதும், மரபான திராவிட இயக்கத்தவரின் சிந்தனைப் போக்கிற்கு ஒரு மிகப் பெரும் சவாலாகவும் அமைந்திருந்தது. திமுக சார்பாளர்கள், மார்க்சியர்கள், பெரியாரியர்கள் என அனைவரும் எம்.ஜி. ராமச்சந்திரன் குறித்த சிவத்தம்பியின் பார்வையினை ஏற்பதிலுள்ள சமூகவியல் அரசியல் நிஜம் இதுதான்.

எம்.ஜி.ஆரை அடியொற்றி ரசிகர் மன்றங்களைப் பின்னாளைய அரசியல் பிரவேசத்தின் தற்கால அமைப்பாக உருவாக்க முனையும் தமிழ் சினிமாக் கதாநாயகர்களைக் குறித்த சமூகவியல் ஆய்வுக்கும் எம்.ஜி.ஆர்.நிச்சயமாகவே ஒரு துவக்கப் புள்ளியாகவே அமைகிறார். இந்த வகையிலும் எம்.ஜி.ராமச்சந்திரன் குறித்த சிவத்தம்பியின் பார்வை முக்கியமானதாக இருக்கிறது.

எம்.ஜி.ராமச்சந்திரன் குறித்த சிவத்தம்பியின் குறிப்பிட்ட கட்டுரை மிகப்பரவலாக அறியவந்ததற்கான அரசியல் காரணங்கள் அன்றும் இன்றும் என்றும் வலுவாகவே இருக்கின்றன. 1981 ஆம் ஆண்டு மதுரையில் நடந்த உலகத்தமிழ் மாநாட்டில் சமர்ப்பிக்க சிவத்தம்பி எழுதிய

ஆங்கிலக் கட்டுரை, பின்னாளில் அரசியல் தொடர்பாடல் ஊடகமாகத் தமிழ் சினிமா எனப் பின்னாளில் தமிழில் மொழியாக்கம் செய்யப்பட்டு வெளியானது. இக்கட்டுரை எம்.ஜி.ஆர்.குறித்த ஒரு விமர்சனமாக ஆகிவிடும் எனும் பயம் காரணமாக மாநாட்டில் இக்கட்டுரையை வாசிக்க மாநாட்டு அமைப்பாளர்கள் மறுத்துவிட்டனர். எம்.ஜி.ஆர்.தன்னைப் பற்றிய எந்தக் குறிப்பும், அது பாராட்டாக இருந்தால் கூட அதனை விரும்பவில்லை என மாநாட்டுக் குழுவைச் சார்ந்த அருணாசலம் என்பவர் தன்னிடம் தெரிவித்ததாகச் சிவத்தம்பி குறிப்பிடுகிறார். இக்கட்டுரை அதனது ஆங்கில வடிவில் இந்தியக் கம்யூனிஸ்ட் கட்சி சார்பு அமைப்பான என்சிபிஎச் பதிப்பாகத் தனிநூலாக அப்போது வெளியானது. இப்பிரதியைப் படித்துக் கருத்துச் சொன்னவர்களில் ஈழமார்க்சியரான ஏ.ஜே. கனகரத்னாவும் ஒருவர் என்பதனை சிவத்தம்பி பதிவு செய்கிறார்.

இக்கட்டுரையில் பேசப்பட்ட பல்வேறு எம்.ஜி.ஆர். குறித்த பல்வேறுவிடயங்கள் பிற்பாடு பற்பல கல்வித்துறைசார் நூல்களில் தொடர்ந்து விவாதிக்கப்பட்டு வருகிறது. எம்.எஸ். எஸ். பாண்டியன் முதல் செல்வராஜ் வேலாயுதம், ஹார்ட் கிரேவ் மற்றும் ஸாரா டிக்கி வரை சிவத்தம்பியினது கட்டுரையின் பாதிப்புக்களை நாம் கணவியலும்.

எம்.ஜி.ஆரின் படங்களில் சமூகத்தளைகளைமீறி தனிமனிதன் மேல்நிலைப்பாட்டை எய்தமுடியும் என்ற கருத்து மிகச் செப்பமாகப் பதிய வைக்கப்பெற்றது. அவர் சித்தரித்த பாத்திரங்களின் குணாம்சங்களைக் கொண்ட ஒருவராகவே அவர் போற்றப்பட்டார். இதனால், தமிழ்நாட்டின் நடுமட்டத்திற்குக் கீழ்வந்த சமூகப்படி நிலை யினரிடையே அவர் ஒரு உதாரணபுருஷராகவே போற்றப்பட்டார். தம் நிலையிலுள்ள ஒருவர் மேல்நிலை அடைந்ததாகவே அவர் உயர்ச்சியையும் புகழையும் அச் சமூகமட்டங்களைச் சேர்ந்தோர் நம்பினார்கள். இதனால் தன்னம்பிக்கையும் சுயவளர்ச்சி பற்றிய பிரக்ஞையுமுள்ள ஓர் இளைஞர் குழாம் தமிழ்நாட்டில் வளரத் தொடங்கியது. எம்.ஜி.ஆர். தனது கவர்ச்சியின் தளமாக, தமிழ் பற்றிய நிலைப்பாட்டினைக் கொள்ளவில்லை. இன்றும்கூட கலைஞர் கருணாநிதியோடு தொடர்புறுத்தப்படும் தமிழ்த்தன்மை எம்.ஜி.ஆரோடு பொறுத்திப் பார்க்கப்படுவதில்லை. அவருடைய அறைகூவல் நல்ல நேர்மையான மனிதன் பற்றியதாவே இருந்தது. இன்று அவர் இல்லாத நிலையிற் பார்க்கும்பொழுது அவரின் தொடர்பாற்றல் திறனால் அவர் தன்னைப்

பற்றிய மதிப்பீட்டினை உயர்த்துவதற்கு ஏற்றவகையில் நடந்துகொண்ட ஒருவர் என்ற எண்ணமே மேலோங்கி நிற்கிறது. எம்.ஜி.ஆரை உண்மையில் திராவிட இயக்கச் சினிமாத்துறைச் செயற்பாட்டுச் சாதனைகளிலிருந்து நோக்காது, அதனைத் தளமாகக் கொண்டு வளர்ந்து தனக்கென ஓரிடத்தினை வகுத்துக்கொண்டார் என்றே கூறல் வேண்டும். மேலும்,அண்ணா கலைஞர் ஏற்படுத்திய தாக்கத்திலிருந்து வேறுபட்ட ஒரு சமூகத்தாக்கத்தையே இவர் ஏற்படுத்தினார் என்று கொள்ளல் வேண்டும் (தமிழ்ப் பண்பாட்டில் சினிமா: க.சிவத்தம்பி: பக்கம் 13) என 2004 ஆம் ஆண்டு வெளியான தமது நூலின் முதல் பதிப்பில், தமது எம்.ஜி.ஆர். குறித்த ஆதாரமான கட்டுரை எழுதப்பட்டு 24 ஆண்டுகளின் பின் அவரது பார்வையை மீளுறுதி செய்கிறார் சிவத்தம்பி.

இக்கட்டுரை குறித்து 2011 ஆம் ஆண்டு ஆகஸ்ட் மாதம் தமிழகத்தின் முக்கியமான தமிழ்த் திரைப்பட ஆய்வாளரும் கல்வியாளருமான சுந்தர் காளியோடு மதுரை பாபுவும் சேர்ந்து குறிப்பிடும் போது (திரைப்பட ஆய்வுகளுக்குப் பேராசிரியர் சிவத்தம்பியின் பங்களிப்பு: மதுரை பாபு - சுந்தர் காளி: காட்சிப் பிழை திரை: ஆகஸ்ட் 2011) தமிழ்த் திரைப்பட ஆய்வுகளுக்கான சிவத்தம்பியின் பெரும் பங்களிப்பு என்பது திராவிட இயக்கத் திரைப்படங்கள் பற்றிப் பொதுவாகவும், எம்.ஜி.ஆர்.பற்றிக் குறிப்பாகவும் அவர் எழுதியுள்ளதேயாகும் எனக் குறிப்பிடுகிறார்கள்.

திராவிட இயக்கத் திரைப்படங்களும் எம்.ஜி.ஆரும் குறித்த ஆய்வுக்கு ஊடகச் சமூகவியல் பார்வையைப் பயன்படுத்தியிருப்பதாக சிவத்தம்பி குறிப்பிடுகிறார். திராவிட இயக்கப் படங்களோடு குறிப்பாக எம்.ஜி.ஆர். எனும் ஆளுமை குறித்துப் புரிந்துகொள்வதற்கு சிவத்தம்பி தேர்ந்து கொண்டிருந்த இப்பார்வை மிகுந்த அளவில் மட்டுப்படுத்தப்பட்டதும், குறையானதும் என்றே என்னால் கருதமுடிகிறது. சினிமாவையும் வரலாற்றையும் - அதனை உலக அளவில் என்று கூட விரித்துக் கொள்ளலாம் - முன்வைத்து அரசியல் அதிகாரத்திற்கும் குறிப்பிட்டதொரு திரை ஆளுமைக்கும் உள்ள உறவை நாம் எம்.ஜி.ஆரை முன்வைத்துப் பேசுவதானால், எம்.ஜி.ஆர். போன்றதொரு ஆளுமையை நாம் அவருக்கு முன்னும் காணமுடியாது, பின்னும் காணமுடியாது. எம்.ஜி,ஆர். எனும் ஆளுமையை பெரும் விருட்சமாகக் கொள்வோமானால், அந்த விருட்சத்தின் வேறுவேறு கிளைப் பண்புகள் கொண்டிருந்தவர்கள் எனவே நாம் திரைப்படத் திருஉருக்கள் எனச் சொல்லப்படுகிற கிளின்ட ஈஸ்ட்வுட் முதல்,

கறுப்பு எம்.ஜி.ஆர். எனத் தன்னைத் தானே கோரிக்கொள்கிற விஜயகாந்த் வரை நாம் மதிப்பிட முடியும் என நினைக்கிறேன்.

எம்.ஜி.ஆர். எனும் ஆளுமையைப் புரிந்து கொள்வதற்கு நாம் ஊடகச் சமூகவியலோடு பிரச்சாரமும் சமூக உளவியலும் குறித்த அணுகுமுறையையும், ஸ்டாலின் முதல் சதாம் குசேன் மற்றும் மாவோ வரையிலுவுமான வரலாறும், தனிநபர் வழிபாடும் போன்றன குறித்து அணுகுவதற்கான உளவியல் பார்வையையும் கொண்டிருக்க வேண்டும் எனவே நான் நினைக்கிறேன். சிவத்தம்பியும் சரி, சிவத்தம்பியை ஏற்று எம்.ஜி.ஆர். குறித்த அவர் பார்வையை வழி மொழிகிறவர்களும் சரி சொல்கிற, இன்று அவர் இல்லாத நிலையிற் பார்க்கும்பொழுது, அவரின் தொடர்பாற்றல் திறனால் அவர் தன்னைப் பற்றிய மதிப்பீட்டினை உயர்த்துவதற்கு ஏற்றவகையில் நடந்துகொண்ட ஒருவர் என்ற எண்ணமே மேலோங்கி நிற்கிறது எனும் பார்வை எந்தவிதத்திலும் சமநிலை கொண்ட பார்வையாக இருக்கமுடியாது.

இந்த எனது ஆட்சேபத்திற்கான மூன்று வலுவான காரணங்களாக நான் கருதுவது பின்வருமாறு: முதலாவதாக, ஒரு ஆளுமையை ஏற்கும் மக்கள்கூட்டத்தின் மனநிலையில் செயல்படும் சமூக உளவியலை இங்கு நாம் குறைத்து மதிப்பிடுகிறோம். இரண்டாவதாக, அந்தக் குறிப்பிட்ட ஆளுமையின் உளவியல் உருவாக்கத்திற்கும் அவரது நடத்தைக்குமான உறவைவைத்து மதிப்பீடுகளுக்கு வந்து சேரும் வெகுமக்களையும் நாம் குறைத்து மதிப்பிடுகிறோம். அனைத்துக்கும் மேலாக, வரலாற்றில் தனிநபர் வகிக்கும் பாத்திரம் என்பதனை தனிநபர் உளவியலாக்கம் நீங்கிய புறநிலைப் பண்பு என மட்டுமே நாம் வரையறை செய்கிறோம்.

எம்.ஜி.ஆரைப் பொறுத்து தன்னைப் பற்றிய மதிப்பீட்டினை உயர்த்துவதற்கு ஏற்றவகையில் நடந்துகொண்ட ஒருவர் என்கிற மதிப்பீடு அவரைக் குறித்த கொச்சையான பார்வை என்றே நினைக்கிறேன். சிவத்தம்பியினது இந்தப் பார்வைக்காகவே திராவிட முன்னேற்றக் கழகச்சார்பு திரைப்பட விமர்சகர்களும், தமிழகத்தின் கம்யூனிஸ்ட் கட்சி சார்பாளர்களும் தத்தமது அரசியல் நோக்குகளுக்குச் சார்பாக இதனைக் கையாள்கிறார்கள் எனவே நான் கருதுகிறேன்.

பிறந்த நாட்டிலிருந்து வெளியேறிய ஒரு குடும்பத்தில் அயலகத்தில் பிறந்த ஒருவர், தமது ஏழாவது வயதில் மூன்றாம் நிலை படித்துக் கொண்டிருந்த வேளையில் கல்வி கற்க வசதியற்று படிப்பை நிறுத்தியவர், பட்டினி என்ன

என்பதையறிந்த வறுமையில் வாடிய ஒருவர், தாயினால் வளர்க்கப்பெற்ற அதனால் அவர் மீது அபரிமிதமான பரிவு கொண்ட ஒருவர், இரு மனைவியரையும் நோய்க்குப் பலி கொடுத்தவர், குடும்ப மரபுக்கு மாறாக பிறிதொருவர் மனைவியை மணந்து கொண்டவர், மரபு மீறிய பெண் உறவுகளை மேற் கொண்டவர், கருத்தியலினாலோ ஆழ்ந்த தத்துவப் பார்வைகளினாலோ வழிநடத்தப்படாத ஒருவர் என்பதுதான் எம்.ஜி.ஆர். குறித்த சித்திரம். எழுத்தாளர் க.நா.சுவின் பார்வையில் சொல்வதானால் அவர் ஆரியப் பழமைவாதத்திற்கு மாற்றாக திராவிடப் பழமைவாதத்தை முன்வைத்தவர். இன்னும் திராவிட முன்னேற்றக் கழகத்தின் பெண்கள் குறித்த பார்வைக்கும் எம்.ஜி.ஆரின் பெண்கள் குறித்த பார்வைக்கும் பெரிய வித்தியாசம் இல்லை. எந்த நிலப்பிரபுத்துவ அணுகுமுறையில் இருந்து வெளியேறுவதாக அவர்கள் கோரிக் கொண்டார்களோ அதே நிலப்பிரபுத்துவ மதிப்பீடுகளில்தான், பெண்களைப் பொறுத்து அவர்கள் சரணடைந்தார்கள்.

எம்.ஜி.ஆரின் வறிய மற்றும் விளிம்புநிலை மக்கள்மீதான பாசம் மற்றும் பரிவு என்பது, வறுமையும் பட்டினியும் குறித்துப் பட்டறிந்து பெற்ற அவர் அனுபவத்தில் இருந்துதான் உருவாகியது. அது அவரது வெள்ளந்தியான அரசியலிலும் திரைப்படங்களிலும் அவரது ஆட்சியின் கீழான சமூகத் திட்டங்களிலும் பிரதிபலித்தது. அவர் தயாரித்து இயக்கிய நாடோடி மன்னன் திரைப்படம் முன்வைத்த சமூகத் திட்டங்கள் கம்யூனிஸ்ட் கட்சியின் அறிக்கையையொத்ததாக இருப்பதை எவரும் இன்று அவதானிக்க முடியும். இதனை அவர் தேர்ந்த கருத்தியல் அடிப்படையிலிருந்தல்ல, தனது இயல்பான தேர்வுகளில் இருந்துதான் செய்கிறார். திரும்பத் திரும்ப பட்டுக்கோட்டை கல்யாணசுந்தரமும் அவரும் இணைந்தது தற்செயலானது இல்லை. அது திட்டமிட்ட நடவடிக்கை. தனிமனித வாழ்வில் தன்னலமறுப்பையும் தியாகத்தையும் போற்றிய தமிழக கம்யூனிஸ்ட், காங்கிரஸ், திராவிடத் தலைவர்கள் மீது பேரன்பு கொண்டவர் அவர். அண்ணாதுரை, காமராஜ், ஜீவா மற்றும் கல்யாணசுந்தரம் போன்ற தலைவர்கள் மீதான அவரது பேரன்பு அவரது நடத்தைகளில் வெளிப்பட்டது. அவரது ஈகைக் குணம் என்பது வெறுமனே ஐதீகம் இல்லை. இன்று அனைத்தும் வெளிப் படையாகவும் ஸ்தூலமாகவும் இருக்கிறது. திரைப்படப் புகழைக் குடும்பச் சொத்தாக மாற்றுபவர்களாக ரஜினிகாந்த முதல், விஜயகாந்த ஈறாக, விஜய்வரை இருக்கிறார்கள். எம்.ஜி.ஆர். அப்படியானவராக இருக்கவில்லை.

வறிய மக்களிடம் அவர் அன்பு காட்டினார். தாம் நம்பிய வற்றுக்கென அவர் அள்ளிக் கொடுத்தார். மரபான பழமையான பெண்மையைப் போற்றினார். அவரது திரைப்படம் - வாழ்வு - நடத்தை என்பதற்கு இடையிலான இடைவெளி, அவர் காலத்திய பிற அரசியல் தலைவர்களோடும் நடிகர்களோடும், ஏன் இன்றைய அரசியல் தலைவர்களோடும் நடிகர்களோடும் ஒப்பிட முன்னுதாரணம் இல்லாதது. அவரது திரைப்படங்கள் வெற்றிபெற்றதிலும், அவர் மக்கள் மனங்களில் கோலோச்சியதிலும் இவையனைத்தும் மிகப்பெரும் பங்காற்றின. சிவத்தம்பி மிகச் சரியாக மதிப்பிடுவது போல, மார்க்சியர்கள்போல திராவிட மரபினருக்கு பொருளாதாரச் சுரண்டல் குறித்த அரசியல் பார்வை இல்லை. என்றாலும், இதிலிருந்து வெளிப்பட்ட கருணாநிதி குழுமம் வந்து அடைந்திருக்கும் அவல இடமும், எம்.ஜி.ஆர் பெற்ற இடமும் ஒன்றேயானது இல்லை.

ஈழவிடுதலைப் போராட்டத்திலும் ஈழவிடுதலையிலும் எம்.ஜி.ஆர். கொண்டிருந்த ஈடுபாடு எவரும் அறியாதது. அவரது கடப்பாடும் ஈகைக் குணமும் வெளிப்பட்ட தருணம் குறித்து தனது நூலில் (விடுதலை: எம்.ஜி.ஆரும் புலிகளும்: விடுதலைக்கு வித்திட்ட மாமனிதர்: அன்டன் பாலசிங்கம்: 2003) அன்டன் பாலசிங்கம் விரிவாக எழுதுகிறார். விடுதலைப் புலிகளுக்குத் தமிழக அரசின் சார்பாக நிதிகொடுப்பது தொடர்பான செய்தி வெளியானபோது ஜெயவர்த்தனவும் அவரது தூண்டுதலின்பேரில் ராஜீவ்காந்தியும் அதனைத் தடுக்கிறார்கள். ராஜீவ்காந்தியையும் மீறி ஆறு கோடி ரூபாய் வரையிலான உதவியை எம்.ஜி.ஆர்.தனது சொந்தப்பணத்திலிருந்து விடுதலைப் புலிகளுக்குத் தருகிறார். அன்றிருந்த இந்திய அரசியல் சூழலில் இந்தச் செயலின் பின் விளவுகளின் பாரதூரத்தன்மையை எவரும் அறிய முடியும்.

விடுதலைப் புலிகள் - விடுதலைப்புலிகள் அல்லாதவர்கள் எனும் அரசியல் நிலைப்பாட்டில் இருந்து பார்க்கிறவர்கள் எம்.ஜி.ஆரின் இந்தச் செயல்பாட்டை எவ்வாறும் விமர்சிக்கலாம். மக்களின் விடுதலையிலும், அதில் விடுதலைப் புலிகளின் ஈடுபாட்டையும் நம்பி அவர் அள்ளிக் கொடுத்த ஈகத்தின் பின்னிருந்த தனிமனித தார்மீக அறத்தை எவரும் சந்தேகிக்க முடியாது. எம்.ஜி,ஆர் உலக விடுதலைப் போராட்டங்களைக் கரைத்துக் குடித்தவர் இல்லை. தனது மனதுக்கு அருகிலான ஈழமக்கள் மீட்சி பெற வேண்டும் என விரும்பிய மனிதர் அவர். இன்று அவர் இல்லாத நிலையிற் பார்க்கும்பொழுது

அவரின் தொடர்பாற்றல் திறனால் அவர் தன்னைப் பற்றிய மதிப்பீட்டினை உயர்த்துவதற்கு ஏற்றவகையில் நடந்துகொண்ட ஒருவர் என்ற எண்ணமே மேலோங்கி நிற்கிறது என்று, பாலசிங்கத்தின் நூல் வெளியாகிய 2003 ஆம் ஆண்டின் பின்பாக, 2004 ஆம் ஆண்டிலும் சிவத்தம்பி எழுதுவாரானால், அவரது பார்வை முழுமையான ஆய்வுப் பார்வை இல்லை என்றுதான் நாம் முடிவுக்கு வரமுடியும்.

தமிழகக் கலாசார வரலாற்றிலும் திரை வரலாற்றிலும் எம்.ஜி. ஆர் என்பது ஒரு தனித்த நிகழ்வு. திரைப்படம் - வாழ்வு - தனிநபர் உளவியல் - பிரச்சாரம் - விடுதலை உணர்வு - அரசியல் அதிகாரம் - சமூக உளவியல் என அனைத்தும் தழுவி விவாதிக்க வேண்டிய ஒரு நிகழ்வு இது. ரசிகர்கள் மன்றங்கள் - திரைப்படத்தின் வழி கதாநாயகன் விதைக்கும் பிரமைகள் - கதாநாயகனின் எதிர்கால அரசியல் ஆசைகள் என்பனவற்றுக்கான உறவுகள்றித்த ஆய்வுக்கு எம்.ஜி.ஆர் குறித்த சமூகவியல் ஆய்வு ஒரு கருவியாக இருக்கலாம், இருக்கிறது, இனி மேலும் இருக்கும். எம்.ஜி.ஆர் எனும் தன்னேரில்லாத நிகழ்வைப் புரிந்துகொள்ள இந்த ஆய்வுக் கருவி போதாது. குறிப்பாக, சிவத்தம்பி முன்வைத்த ஊடகச் சமூகவியல் பார்வை நிச்சயமாகப் போதுமானது இல்லை.

ஒரு ஆளுமையாக எம்.ஜி.ஆரின் தனிநபர் உளவியல் உருவாக்கமும், அவரை ஏற்றவர்களாக குறிப்பிட்ட வெகுமக்கள் குறித்த, அவர்களது சமூக உளவியலாக்கமும் குறித்த பன்மைத்துவக் கருவியே மிகச் சிறந்த கருவியாக இருக்க முடியும். அதற்கான அடிப்படையை மார்க்சீய உளவியல் அணுகுமுறை தருகிறது எனவே நான் கருதுகிறேன். எம்.ஜி.ராமச்சந்திரன் குறித்த சமநிலையிலான ஆய்வு என்பது, நவீன ஆய்வுக் கருவிகளின் அடிப்படையில் தமிழ் மொழியில் இதுவரை இல்லை என்பதனை என்னால் திட்டவட்டமாகச் சொல்லமுடியும். மிகச் சமீப எதிர்காலத்தில் அதற்கான சாத்தியம் இருக்கிறது என்றும் என்னால் சொல்ல முடியும். அதற்கான முயற்சிகளும் நடந்து வருகின்றன என்பதனையும் நான் இங்கு ஒரு செய்தியாகப் பதிய விரும்புகிறேன். ஒன்று மட்டும் நிச்சயமாக இருக்கும், எம்.ஜி.ஆர். குறித்த எத்தகைய ஆய்வுகளுக்குமான துவக்கப் புள்ளியாக சிவத்தம்பியே இருப்பார் என்பதனை மட்டும் எவரும் மறுக்க முடியாது.

22

ஸ்ரீவித்யா: புன்னகைக்கும் கண்ணீர்

திரைப்படம் என்பது அவர்தம் நினைவுப் பிரபஞ்சத்தின் பகுதியாக ஆகின எல்லாச் சமூகங்களிலும், அந்தந்தத் தலைமுறை யுவதிகளுக்கும் இளைஞர்களுக்கும் தமது ஆதர்ஷ திரைப்பட கதாநாயகியும் நாயகனும் இருக்கவே செய்கிறார்கள். அமெரிக்கா, இந்தியா, தமிழ்நாடு என கறுப்பு வெள்ளைத் திரைப்பட யுகம் என்பது பசுமையான நினைவுகளை, ஐம்பதுகளிலும் அறுபதுகளிலும் பிறந்த தலைமுறையின் நினைவு வெளியில் துயரங்களாகவும் சந்தோஷங்களாகவும் கண்ணீராகவும் மோகமாகவும் விட்டுச் சென்றிருக்கின்றன.

ஸ்ரீவித்யா எழுபதுகளில் பதின்ம வயதைக் கடந்த இளைஞர்களுக்கு மோகத்தையும், தாபத்தையும், வழிபாட்டுணர்வையும் அளித்த பெயர். எனது வாசிப்பு மேசைக்கு மேல் இரண்டு பெண்களின் கண்களை மட்டும் போஸ்டர் வடிவில் ஒட்டி வைத்திருந்தேன். அந்தக் கண்களுக்கு உரிய ஒருவர் தமது பிரசவத்தின் போது அகால மரணமுற்ற இந்திய மாற்றுச் சினிமாவின் அபூர்வ நடிகையான ஸ்மிதா பாடீல். பிறிதொருவர் ஸ்ரீவித்யா.

சமூகமாற்றம் தொடர்பான புரட்சிகர உணர்வென்பதும், தார்மீகக் கோபம் என்பதும் அந்த வயதில் மனோரதியமானதும் கனவுமயமானதும்தான். மோகமும் துயருமாக இந்த இரு பெண்களதும் கண்கள் எனக்குள் ஏற்படுத்திய கனவுமயமான, மங்கலான மனோரதிய உணர்வைத்தான், எனக்குக் கறுப்பு வெள்ளை வடிவத்தில் வந்த, பிடரிமயிர் சிலிர்த்தபடியிலான

சே குவேராவின் தொப்பியில் ஜொலித்த நட்சத்திர பிம்பமும் உருவாக்கியது.

ஆபூர்வராகங்களில் கோபம் கொண்ட, வன்முறையில் நம்பிக்கை கொண்ட இளைஞனான கமல்ஹாஸன், தி.ஜானகிராமனின் மோகமுள் நாயகி யமுனா, 1978 ஆம் ஆண்டு வெளியாகின மலையாள இயக்குனர் பரதனின் ரதிநிர்வேதம் படநாயகி ஜெயபாரதி என இவர்கள் அனைவரின் பாலும் ஈர்க்கப்படவனாகவே அந்தத் தலைமுறை இளைஞன் இருந்தான். மத்தியதர வர்க்க இளைஞன் இருந்தான் என வேண்டுமானால் இதனைத் துல்லியப்படுத்திக் கொள்ளலாம்.

இரண்டாயிரத்து ஆறாம் ஆண்டு அக்டோபர் மாதம் 19 ஆம் திகதி கேரள மாநிலம் திருவனந்தபுரம் மருத்துவ மனையில் புற்று நோயினால் தமது 53 ஆம் வயதில் ஸ்ரீவித்யா மரணமுற்றபோது, மனதுக்குள் மௌனமாக அழுகை வந்தது. ஸ்ரீவித்யா முதல் முதலாக முக்கியப் பாத்திரமேற்று, துடுக்குத்தனம் மிக்க கல்லூரி மாணவியாக நடித்த நூற்றுக்கு நூறு, காதலை மனதுக்குள் வைத்து உருகும் மத்தியதர வர்க்க குடும்பப் பெண்ணாக நடித்த சொல்லத்தான் நினைக்கிறேன், எழுபதுகளின் எந்த இளைஞனும் கடந்து போகமுடியாத, தன்னை விடவும் வயது குறைந்த இளைஞனால் காதலிக்கப்பட்ட அவனிலும் வயதுகூடிய மத்தியதரவயதுப் பெண்ணாக ஸ்ரீவித்யா தோன்றிய அபூர்வ ராகங்கள், இந்தப் பாத்திரங்களின் மறுப்பும், துடுக்கும், கடுமையும் மறைந்து, மனக்கனிவின் வடிவமாக, தாய்மையின் உன்னதமாக அவர் ஆகிய தளபதி, காதலுக்கு மரியாதை என அவரது திரைவாழ்வின் சுவடுகள் எனது நினைவில் புரண்டன

ஒருபோது மோகத்தினதும் தாபத்தினதும் வடிவம் அவர். பிறிதொரு போது தாய்மையின் வடிவம் அவர். புன்னகையை அவர் வேறுவேறு விதங்களில் பயன்படுத்தினார். சொல்லத்தான் நினைக்கிறேனில் கைத்த மனநிலையாக, அபூர்வராகங்களில் கறாரும் கண்டிப்புமாக, நூற்றுக்கு நூறில் வஞ்சக எண்ணமாக, தளபதியில் விரக்தியாக, காதலுக்கு மரியாதையில் தாயின் கனிவாக, மாப்பிள்ளையில் ஒரு போதும் தலைகுனியா பெருமித அலட்சியமாக அவர் புன்னகையை வெளிப்படுத்தினார்.

ஆயிரத்து தொள்ளாயிரத்து ஐம்பத்து மூன்றாம் ஆண்டு ஜூலை மாதம் 24 ஆம் திகதி சென்னையில் பிறந்த ஸ்ரீவித்யாவின் தாயார் அன்று புகழ்பெற்ற பாடகியாக இருந்த எம்.எல். வசந்தகுமாரி. தந்தை திரைப்பட நகைச்சுவை

நடிகரான விகடம் கிருஷ்ணமூர்த்தி. நடிப்பு, பாட்டு எனும் சூழலில் பிறந்த ஸ்ரீவித்யா தமது அண்டை வீட்டில் வாழ்ந்த திருவாங்கூர் சகோதரிகள் என அழைக்கப்பட்ட நடன நட்சத்திரங்களான பத்மினி, ராகினி, லலிதாங்கினி சகோதரியரில் ஆதர்ஷம்பெற்று நடனம் கற்றுக் கொண்டார். பாடுவதிலும் நடனத்திலும் முறைப்படியான பயிற்சி பெற்றார். என்றாலும், அவரது அடிப்படையான இந்த நடன, இசை ஆற்றல் வாழ்வில் வேறுவிதான பரிமாணமே எடுத்தது.

தமிழ் வெகுஜன உலகத்திற்கு ஸ்ரீவித்யாவை நடிகையாகவே தெரியும். பெரும்பாலுமானவர்கள் அவரது முதல் படம் என, 1967 ஆம் ஆண்டில், அவரது 14 வது வயதில் நடித்த, ஏ.பி.நாகராஜன் இயக்கிய திருவருட்செல்வர் எனவே கருதுகிறார்கள். இப்படத்தில் நடிப்பதற்கு முன்பாகவே நடிகை பத்மினியின் ஏற்பாட்டில், எம்.ஜி. ராமச்சந்திரன் நடித்துக் கொண்டிருந்த ரகசியப் போலீஸ் 115 படத்தில் கதாநாயகியாக நடிக்க ஸ்ரீவித்யா பரிந்துரைக்கப்பட்டார். 14 வயதில் சேலை கட்டிக் கொண்டு தம்முன் தோன்றிய அந்தப் பள்ளி மாணவி இயல்பில் சிரமப்பட்டதால், ரொம்பவும் சின்னப் பெண்ணாக இருக்கிறாள் என எம்.ஜி.ஆர். அந்தப் படத்தில் ஜெயலலிதாவையும் வெண்ணிற ஆடை நிர்மலாவையும் தனது கதாநாயகிகளாகத் தேர்ந்து கொண்டார்.

திருவருட் செல்வர் படத்தினையடுத்து, மூன்றெழுத்து, டெல்லி டு மெட்ராஸ், அன்னை வேளாங்கன்னி, காரைக்கால் அம்மையார் போன்று அவர் நடித்த படங்கள் அவரது ஆளுமையை வெளிக்கொண்டு வந்த படங்கள் எனச் சொல்ல முடியாது. பாலச்சந்தரின் நான்கு படங்கள், நூற்றுக்கு நூறு, வெள்ளி விழா, சொல்லத்தான் நினைக்கிறேன், அபூர்வ ராகங்கள் போன்றவைகள்தான் ஸ்ரீவித்யாவை ஒரு முழுமையான பன்முக ஆற்றல் கொண்ட நடிகையாக முன்னிறுத்தியது.

ஆபூர்வ ராகங்கள் திரைப்படம் அந்தத் தலைமுறை இளைஞர் களின் தேவதையாக ஸ்ரீவித்யாவைக் கொண்டு நிறுத்தியது. ஆபூர்வ ராகங்கள் திரைப்படம் 1975 ஆம் ஆண்டு வெளியாகியது. இளம்பெண் ஒருவருக்குத் தாயாக, மத்தியதர வயதுப் பெண்ணாக அப்படத்தில் நடித்திருந்த ஸ்ரீவித்யாவுக்கு அப்போது 22 வயதே நிரம்பியிருந்தது.

ஆபூர்வ ராகங்கள் திரைப்படம் இளம் பெண்ணாக அவரது வாழ்வில் மிகப்பெரும் திருப்புமுனையாக அமைந்தது.

இருபத்திரண்டு வயதுக்கு முன்பான அவரது வாழ்வு தாத்தாவினதும் பாட்டியினதும் பராமரிப்பிலேயெ பெரும்பாலும் கழிந்தது. அவரது தந்தை கடுமையான தசைநரம்புத்தளர்வு நோயுற்றதன் பின்னால், அவரது குடும்பத்தின் பொருளாதார நிலை என்பது அவரது தாயின் பாடலில் வரும் வருமானத்தில் மட்டுமே தங்கியிருந்தது. அவரது பொருளாதார நிலைமையினால் அவருக்கும் அமெரிக்காவில் வாழும் மருத்துவர் ஒருவருக்கும் ஏற்பாடு செய்யப்பட்ட திருமணம் இடையில் நின்று போனது. வளர் இளம்பெண்ணாக அவரது வாழ்வு என்பது தனிமையினால் சபிக்கப்பட்டதாக இருந்தது.

ஸ்ரீவித்யாவின் 22 வது வயதில், அபூர்வ ராகங்கள் திரைப்பட உருவாக்கத்தின்போது கமல்ஹாஸனும் ஸ்ரீவித்யாவும் காதலில் வீழ்ந்தார்கள். இதனை வாணியுடனான கமல்ஹாஸனின் காதல் முறிவின் பின்பும், ஜோர்ஜ் உடனான ஸ்ரீவித்யாவின் காதல் முறிவின் பின்பும், தனது நேர்காணல் ஒன்றிலும், தினமணிக் கதிரில் ஸ்ரீவித்யா எழுதிய வாழ்க்கைக் குறிப்புக்களிலும் அவர் பதிவு செய்தார்.

இவர்களது வாழ்க்கைக் கதை மலையாளத்தில் 2008 ஆம் ஆண்டு திரக்கதா எனும் திரைப்படமாகவும் வெளியானது. ரஞ் ஜித் இயக்கிய அப்படத்தில் அனுப் மேனன் கமல்ஹாஸனாகவும், பிரியாமணி ஸ்ரீவித்யாவாகவும் பாத்திரமேற்று நடித்திருந்தார்கள். அந்தப்படத்தின் திரைக்கதையின்படி ஸ்ரீவித்யா கமல்ஹாஸனைச் சந்திக்கும்போதே திரைப்பட உலகில் தனது பெயரை நிறுவியிருந்தார். கமல்ஹாஸன் அப்போது வளரும் நிலையிலேயே இருந்தார். நடிகரெனும் அளவில் கமல்ஹாஸனுக்கு அழுத்தமான அடையாளம் தந்த திரைப்படமாக அபூர்வ ராகங்கள் திரைப்படமே இருந்தது.

திரக்கதா திரைப்படத்தின் கிளைமேக்ஸ் காட்சி புற்று நோயினால் இறந்து கொண்டிருக்கும் கதாநாயகியின் இறுதி ஆசை தனது முன்னாள் காதலனான கதாநாயகனைச் சந்திப்பதாகவே அமைந்திருந்தது. அவரைச் சந்தித்த பின்னால் அவரது மரணம் அமைதியாக முழுமையடைவதாக அப்படத்தின் இறுதிக் காட்சி இருந்தது.

வாணி கணபதியுடனான கமல்ஹாஸனின் திருமணம் 1978 ஆம் ஆண்டு அவரது 24 ஆம் வயதில் நடந்தது. 1954 ஆம் ஆண்டு நவம்பரில் பிறந்த கமல்ஹாஸன் ஸ்ரீவித்யாவை விடவும் 16 மாதங்கள் மூத்தவர். ஸ்ரீவித்யா - கமல்ஹாஸன் காதல் வெளிப்படையான செய்தியாக ஆன அளவில் அவர்களது

காதல் முறிவிற்கான காரணம் வெளிப்படையாக ஆகவில்லை. ஜோர்ஜுடனான ஸ்ரீவித்யாவின் திருமணம் ஜனவரி 7, 1978 ஆம் ஆண்டு கிறித்தவ முறைப்படி நடந்தது. அதற்காக அவர் கிறித்தவராகவும் மாறினார். அதே ஆண்டில் கமல்ஹாஸன் - வாணி திருமணமும் நடந்தது.

கமல்ஹாஸன்மீது கொண்ட கோபத்தினாலும், வாணியை கமல்ஹாஸன் மணந்துகொண்டதால் ஏற்பட்ட உடனடி உணர்ச்சி வசத்தினாலும், தமது பெற்றோரினதும் விருப்பமின்மையை மீறி அவசரமாக நடந்த, தன் வாழ்வில் செய்த மிகப்பெரும் தவறு ஜோர்ஜுடனான தனது திருமணம் எனது தனது திருமணம் குறித்துப் பின்னாளில் பேசினார் ஸ்ரீவித்யா.

குடும்ப வாழ்வையும், குழந்தைகளையும், திருமண பந்தத்தையும் நேசித்த ஸ்ரீவித்யாவின் குடும்பவாழ்வு நரகமாக ஆனது. வன்முறை கொண்டதாகவும், சம்பாதிக்கும் இயந்திரமாகத் தனது வாழ்வு ஆனதாகவும் ஸ்ரீவித்யாவின் குடும்பவாழ்வு ஆகியது. திருமணத்தின் பின்பு தான் நடிப்பிலிருந்து விலக நினைத்தபோதும் கணவர் தமது பெரும்செலவினத்தினால் உருவாக்கி வைத்த கடன்சுமைக்காக அவர் சினிமாவில் நடிக்க வேண்டும் என அவரது கணவர் வற்புறுத்தினார். அவரது கணவர் திருமணம் மீறிய பெண்ணுறவொன்றினையும் கொண்டிருந்தார். வன்முறையும், காதலற்ற, அன்பற்ற வாழ்விலிருந்து அவர் வெளியேற நினைத்தார்.

அவரது பொருளாதாரக் கஷ்டங்களிலிருந்து சக கலைஞர்களான இயக்குனர் சக்தியும், நடிகர் செந்தாமரையும் பிணை நின்று அவரை மீட்டார்கள்.

ஸ்ரீவித்யாவிடம் இறுதியில் எஞ்சிய சென்னை வீட்டை தன் பெயருக்கு உரிமை கோரி வழக்குத் தொடர்ந்தார் கணவர் ஜோர்ஜ். இந்தச் சந்தர்ப்பத்தில் குழந்தைப் பருவம், அவரது காதல், அவரது திருமணம், சொத்து வழக்கு போன்றவை குறித்து தினமணிக் கதிரில் எழுதத் துவங்கினார். வழக்கில் வென்று தனது வீட்டை மீட்ட அவர், சென்னையிலிருந்து கேரளத் தலைநகரான திருவனந்தபுரத்துக்கு நிரந்தரமாகக் குடிபெயர்ந்தார்.

ஸ்ரீவித்யா கேரளத்துக்கு நகர்ந்ததற்கான உளவியல் காரணமாக அவரது நொறுங்கிய திருமண வாழ்வின் நினைவுகளிலிருந்து அவர் நிரந்தரமாக தன்னை விலக்கிக் கொள்ள விரும்பியதாக இருந்திருக்கும். பிறிதொரு

முக்கியமான காரணம், கேரளத்திரையுலகு அவருக்கு அளித்த பாத்திரங்களும் கௌரவங்களும் என்பதாக இருக்கிறது.

எண்பதுகளிலும், தொண்ணூறுகளிலும் ஸ்ரீவித்யா நடித்த தெய்வத்திண்ட விக்ருதிகள், இடைவெளிகள், பவித்ரம் போன்ற திரைப்படங்கள் ஸ்ரீவித்யாவின் பண்பட்ட நடிப்பிற்குக் களம் அமைத்துக் கொடுத்தன. மம்முட்டி ஸ்ரீவித்யாவின் மரண அஞ் சலியில் அதனை இவ்வாறு குறிப்பிட்டார்: ஸ்ரீவித்யாவுக்கு நான் காதலனாக, சகோதரனாக, கணவனாக நடித்திருக்கிறேன். தந்தையாக மட்டும்தான் என்னால் நடிக்க முடியவில்லை.

கேரளம் ஸ்ரீவித்யாவின்மீது கொண்ட அன்பை கேரள முதல்வர் அச்சதானந்தன் வேறு வார்த்தைகளில் முன்வைத்தார்: தமிழகத்தில் பிறந்திருந்தாலும் ஸ்ரீவித்யாவை கேரளம் தனது மகளாகத் தத்து எடுத்துக் கொண்டது.

மரணமுறுவதற்கு இரண்டு மாதங்களுக்கு முன்னால் தனது இறுதி உயிலை எழுதிய ஸ்ரீவித்யா, தனது சகோதரர்களின் குழந்தைகளுக்குத் தலா 5 இலட்சம் ரூபாய்களும், தனக்கு உதவிபுரிந்த தனது பணியாட்களுக்குத் தலா 1 இலட்ச ரூபாயும் அளிக்குமாறு கேட்டுக் கொண்டார். தனது மிஞ் சிய சொத்துக்களை விற்றுவரும் பணத்தில் இசை - நடனம் கற்பிக்கும் பள்ளி ஒன்றினைத் துவங்குமாறும் அதில் பொருளாதார ரீதியில் நலிவுற்ற, வாய்ப்புக்கள் கிடைக்காத மாணவர்களுக்குக் கற்பிக்குமாறும், வறிய மாணவர்களின் கல்விக்கு உதவித் தொகை வழங்குமாறும். நலிவடைந்த கலைஞர்களுக்கு நிதி வழங்குமாறும், அதற்கென ஒரு கலைநிறுவனத்தை நிறுவுமாறும் எழுதி வைத்தார்.

இரண்டாயிரத்து ஆறாம் ஆண்டு அக்டோபர் 19 ஆம் திகதி மாலை 07.55 மணிக்கு திருவனந்தபுரம் மருத்துவமனையில் ஸ்ரீவித்யா மரணமுற்றார். தமிழ், மலையாள, தெலுங்கு மொழிகளில் 800 படங்களில் நடித்திருந்த ஸ்ரீவித்யாவுக்கு மரணமுறும்போது, 53 வயதே ஆகியிருந்தது.

ஸ்ரீவித்யாவை நினைக்கும் தோறும் லேசாக உதடு பிரிந்த அவரது புன்னகையே எவருக்கும் முதலில் ஞாபகம் வரும். ஆழ்ந்து நோக்கும் போது அதன்பின் நிரவமுடியாத நிரந்தர சோகம் அவருக்குள் இருந்ததை எவரும் அறிய முடியும். அவரது வாழ்வை அறிந்தவருக்கு, அவரது மாளாத துயரை மறைத்துக் கிளர்ந்த கனிந்த இதயமே அவரது மாறாத புன்னகையாகப் பொலிந்தது எனவும் புரிந்து கொள்ள முடியும். ஸ்ரீவித்யா நிரந்தரத்தில் புன்னைகைக்கும் கண்ணீர்.

23

எமக்குள் ஒரு ஜான் இல்லாதவர் எவர்?

ஒரு கலைஞனை அல்லது கருத்துசார்ந்த செயல்பாட்டில் இருந்த ஒரு ஆளுமையை நாம் எப்படிப் புரிந்து கொள்ள அல்லது அணுக முடியும்? அவரது படைப்புக்களை முன்வைத்து, அவரது நடத்தைகளுக்கான சமூகவியல் விளக்கங்களை முன்வைத்து, அவரது கருத்துலகுக்கும் நடைமுறைக்கும் பங்களிப்பு வழங்கிய அவரது உளவியல் உருவாக்கத்தை முன்வைத்து என ஒரு ஆளுமையை நாம் அணுகமுடியும். நடைமுறை என்பதனை அவர் இயங்க நேர்ந்த சமூக - பொருளியல் - அரசியல் சூழல் என நாம் புரிந்து கொள்ளலாம். படைப்பு - உளவியல் - நடைமுறை என இந்த மூன்றுக்குமான உறவு இயங்கியல் ரீதியிலானது.

'இருக்கலாம்' என்றும் 'ஊகிக்கிறேன்' என்றும் ஏகதேசமாக விஷயங்களை முன்வைத்துவிட்டு, ஒரு ஆளுமையைத் திட்டவட்டமாக நிராகரிக்கும் உளவியல் பார்வை என்பது முற்றமுழுதானது இல்லை. உளவியல் அடிப்படையில் ஒருவரது ஆளுமையை மதிப்பிடுகிறவரின் சமூகமதிப்பீடுகளிலும் அவரது சொந்த உளவியல் உருவாக்கத்திலும் இருந்துதான் அவரது மதிப்பீடுகள் தோன்றுகின்றன. ஏகபத்தினி விரதனாகத் தன்னைக் கொண்டாடிக் கொண்டிருப்பவர், மரபுக்கு அப்பாலான பாலுறவு மீறல்களை கிறுக்கு என்றுதான் சொல்வார். குடியை ஒரு வியாதியாகவும் தீமையாகவும் கருதிக் கொண்டிருப்பவர், குடிக்காமல் இருப்பதை தெளிந்த மனநிலையாகவும் பிரக்ஞைமனநிலையாகவும் கொண்டாடிக் கொண்டிருப்பவர், குடியை ஒரு சமூகமனநிலையை

உருவாக்கும் ஒரு கூட்டுக் கொண்டாட்டமாக ஏற்க மாட்டார். ஒரு மனிதனின் உளவியலை அவனது பாலியல் விழைச்சுகளே உருவாக்குகின்றன என்பது பிராய்டிய பாலபடம். தொடர்ச்சியாக தாழ்வுமனப்பான்மை திரிந்து உயர்வுமனப்பான்மையாக ஆகிறது என்பதும் உளவியல் பாலபாடம். பாலியல் விழைவுகள் நிறைவேறாததற்கான அல்லது தாழ்வுமனப்பான்மை தோன்றுவதற்கான காரணங்களைத் தேடிச் செல்ல, ஒரு குறிப்பிட்ட ஆளுமை வாழ்ந்த சமூக - அரசியல் - பொருளியல் அதிகாரக் காரணிகளையும் ஒரு விமர்சகன் கணக்கிலெடுத்துக் கொள்ள வேண்டும். அப்படி இல்லாத போது வெறுப்பும் அசூசையும் நிராகரிப்பும் திணித்த சொற்களில்தான் விமர்சகன் சென்று அடைக்கலமாவான்.

ஜான் ஆப்ரஹாம் மட்டுமீறிய ஒரு குடிகாரராக வாழ்ந்து மரணமுற்றார். ஜான் நான்கு திரைப்படங்களை முழுமையாக உருவாக்கிவிட்டுச் சென்றார். மக்கள் சினிமா இயக்கத்தை உருவாக்க ஜான் முயன்றார். கையூர் தியாகிகள் உள்பட பல விவரணப்படங்களை அவர் உருவாக்க விரும்பினார். அவரது பற்பல திரைப்படத் திட்டங்கள் நிறைவேறவில்லை. நண்பர்களை உருவாக்கிக் கொண்ட அளவில் அவர் எதிரிகளையும் உருவாக்கிக் கொண்டிருந்தார். ஜான் குறித்த ஒரு கலவையான சித்திரம் இப்படித்தான் இருக்கிறது. எனில், ஜான் ஆப்ரஹாமை உருவாக்கிய காரணிகள் எவை? இந்தக் கேள்விக்கான ஒரு பதிலே போல வந்திருக்கிறது ஒரு விவரணப்படம். 'தங்களது உண்மையுள்ள, ஜான்'(1) எனும் விவரணப்படமொன்றினை கேரளத்தைச் சேர்ந்த திரைப்பட இயக்குனர் சி.சரத்சந்திரன் உருவாக்கியிருக்கிறார். ஜான் ஆப்ரஹாமினது சொந்த வாழ்க்கை முறை, அவரது திரைப்படச் சோதனை, மக்கள் சினிமாவை நோக்கிய அவரது முயற்சிகள் போன்றனவற்றைக் குறித்த எதிர்மறை விமர்சனங்களையும், சந்தேகங்களையும் உள்ளிட்ட அபிப்பிராயங்களைக் கொண்டதாக இந்தக் கறுப்பு வெள்ளை விவரணச்சித்திரம் உருவாகியிருக்கிறது.

ஜான் ஆப்ரஹாமினது சமகாலத்திய இந்தியத் திரைப்படக் கலைஞர்கள், கேரள இலக்கியவாதிகள், அரசியல்வாதிகள், ஜானினது சகோதரியான சுஸன் ஜோஸப் மற்றும் அவரது குடும்ப அங்கத்தவர்கள், அவரது திரைப்பட இயக்கமான 'ஒடசா'வில் அவரோடு செயல்பட்டவர்கள், அவரது திரைப்படங்களில்

நடித்த நடிகர் நடிகையர்கள், அவரது திரைப்படங்களுக்கான அடிப்படைப் பிரதியை எழுதியவர்கள், திரைக்கதைக்கு வசனம் எழுதியவர்கள் என வேறுபட்ட ஆளுமைகளின் பகிர்தலில் ஜான் பற்றின ஒரு முழுமையான சித்திரத்தை முன் வைக்க விவரணப்படம் முயல்கிறது. கேரள சமூகத்தின் மகத்தான கலை இலக்கியவாதிகளும் இசைக் கலைஞர்களும் நடிகர்களும் ஜான் குறித்த தமது அனுபவங்களையும், மதிப்பீடுகளையும் பகிர்ந்து கொள்கிறார்கள். நெடுமுடி வேணு, கவியூர் பொன்னம்மா போன்ற நடிக நடிகையர்கள், சச்சிதானந்தன், ஐக்கரியா, அய்யப்பன், சங்கரப் பிள்ளை, கோவிந்தன், பாலச்சந்திரன் சுள்ளிக்காடு போன்ற இலக்கியவாதிகள், கே.ஜி.ஜார்ஜ், டி.வி.சந்திரன், அடூர் கோபாலகிருஷ்ணன் போன்ற திரைப்பட இயக்குனர்கள், வெங்கடேஸ்வரன், தீபக்; ராய், ராகுல் தாஸ் குப்தா, பி.கே.நாயர். வெங்கட் சாமிநாதன் போன்ற விமர்சகர்கள், இசையமைப்பரளர்கள், சிற்பிகள், படத்தொகுப்பாளர்கள் ஜானுடனான தமது அனுபவங்களை இந்த விவரணப்படத்தில் பகிர்ந்து கொள்கிறார்கள்.

தனிமனிதனாக ஜானது குணச்சித்திரத்தை பற்றிப் பிடிக்க விவரணப்படம் படம் முயல்கிறது. அவரது திரைப்பட உருவாக்கத்தின் பின்னிருந்த தோல்விகளையும் வலிகளையும் பட்டியலிடுகிறது. அவரது நிறைவுறாத படைப்புக்களின் தடங்களையும் அவை எதிர்கொண்ட தடங்கலையும் சொல்கிறது. திரைப்பட உருவாக்கமும் விநியோகமும் என்கிற பிரிக்க முடியாத அபத்த உறவை உடைப்பதற்காக அவர் தேர்ந்து கொண்ட 'ஒடசா' எனும் மக்கள் திரைப்பட இயக்கத்தை, அதனது வெற்றி தோல்விகளை, அதன் பின்னிருந்த வரலாற்றை, அரசியலை விவரணப்படம் சொல்கிறது.

'ஜான் ஒரு குடிகாரர். ஜான் தாழ்வு மனப்பான்மையை உயர்வு மனப்பான்மையாக மாற்றிக் கொண்ட ஒருவர். ஜானை நான் நேரடியாகச் சந்தித்திருக்கிறேன். ஜான் எனது அறைக்குள் மூத்திரம் பெய்தவர். தனது குடிக்காக என்னைப் பெருங்கடன்காரன் ஆக்கியவர். ஜானுடன் வருபவர்கள் ஆபாசமானவர்கள். ஜான் ஒரு வேஷதாரி. நேர்த்தியாக படமெடுக்கத் தெரியாதவர்' என ஒருவர்(2) சொல்கிறார் என வைத்துக் கொள்வோம். எண்பதுகளில் அவர் நேரடியாக ஜானை சந்தித்திருப்பதாகச் சொல்வதால், அவர் சொல்வதை நாம் கொஞ்சம் 'அக்கறையுடன்' கவனிக்கவே செய்வோம்.

அவரின் சொற்களை 'சத்தியவாக்காக' நாம் எடுத்துக் கொண்டால், அதனை விட படுமுட்டாள்தனம் வேறெதுவும் இருக்க முடியாது. ஜெயகாந்தன் ஒரு சாராயக் குடிகாரர். என்னேரமும் கஞ்சா பிடிப்பவர். சதா கெட்டவார்த்தைகளைப் பேசுகிற ஆபாசமான மனிதர். சுயமோகி. மற்றவர்களை மிகக் கேவலமாக நடத்தியவர் என்று எண்பதுகளில் ஜெயகாந்தனைச் சந்தித்த ஒருவர் சொல்லவே முடியும். ஜெயகாந்தனை இருமுறை நான் அருகிருந்து பார்த்திருக்கிறேன். ஜெயகாந்தன் இப்படியெல்லாம் இருந்திருக்கிறார் என்றாலும் ஜெயகாந்தன் ஒரு வேஷதாரி என்றோ, உரைநடையை இறுக்கமாக நேர்த்தியுடன் எழுதாதவர் என்றோ, உன்னைப் போல் ஒருவன் திரைப்படத்தை நேர்த்தியற்று எடுத்தார் என்றோ, பரத்தையர் குடியிருப்புகளிலும் தெருப்புழுதியிலும் உழன்ற பொறுக்கிவர்க்கச் சிறுவனான அவரது வாழ்க்கையில் ஏற்பட்ட அனுபவங்களில் விளைந்த தாழ்வுணர்ச்சியினால்தான் பிற்பாடு அவர் பிறரை உதாசீனம் செய்கிற உயர்வுநவிற்சியாளராகத் தன்னைக் கட்டமைத்துக் கொண்டார் என்றோ சொல்கிற அந்த ஒருவரை நான் புறங்கையால் நிராகரித்துவிட்டுப் போய்விடுவேன்.

ஜானுக்கும் ஜெயகாந்தனுக்கும் நிறைய பொதுத் தன்மைகள் உண்டு. இருவரும் அறுபதுகளிலும் எழுபதுகளிலும் தோன்றிய கலை ஆளுமைகள். ஜெயகாந்தனின் 'ஒரு இலக்கியவாதியின் கலை உலக அனுபவங்கள்' நூலை வாசித்தவர்கள், அன்றைக்கு நிலவிய தமிழ் திரைப்படத்தினோடு 'கட்டிப் புரண்டு' போராடிவிட்டு அதனைவிட்டு வெளியேறிய தார்மீகக் கோபம் கொண்ட ஒரு படைப்பாளியை அறிவார்கள். ஜெயகாந்தனின் நாவல்களின் அடிப்படையில் வெற்றி பெற்ற திரைப்படங்களை தமிழ்வெகுஜன சினிமா இயக்குனர் பீம்சிங்தான் இயக்கினார். சத்யஜித் ரேவை கடுமையாக விமர்சித்த ஜான், பீம்சிங்கை விரும்பினார் என்கிற செய்தியும் நாம் சேர்த்துக் கொள்வோம். ஜான் பரந்துபட்ட வெகுமக்களிடம் சென்றுசேரும் திரைப்பட இயக்கத்தை விரும்பினார் எனக் கொண்டால், ஏன் அவர் பீம்சிங்கை விரும்பினார் என்பதற்கான விடை கிடைக்கும். திரைப்படத்தின் அன்றைய பகாசுர பொருளாதார பலம், படைப்பு மலட்டுத்தனம், பொய்மை, சந்தைவினியோகக் கட்டமைப்பு போன்றவற்றின் முன், தமிழ் சமூகத்தில் ஒரு இலக்கியவாதியாகச் ஜெயித்த ஜெயகாந்தனால் திரைக்கலைஞனாக வெற்றிபெற முடியவில்லை. சமகாலத்தில் 'எழுதுகோலும் காகிதமும்போல காமெரா எனக்கு எளிதாகக்

யமுனா ராஜேந்திரன் ■ 281

கிடைக்கும் வரை நான் திரைப்படத்தையே விட்டொழிப்பேன்' என்று சொன்னான் பிரெஞ்சுச் சினிமாக் கலைஞன் ழான் லுக் கோதார்த். பகாசுர ஹாலிவுட் ஸ்டூடியோக் கலாச்சாரத்தின் ஆதிக்கத்திற்கு உட்பட்டிருந்த சினிமாகுறித்த அவனது விமர்சனம்தான் அது. கோதார்த்தோடு உடனடியில் ஞாபகம் வருகிறவர் பிறிதொரு பிரெஞ்சுத் திரைப்படக் கலைஞனான கை டெபோர்ட். பகட்டான பிம்பங்களால் ஆளப்படும் உலகுக்கு எதிராக அன்றாட வாழ்வையே கலகமாக ஆக்கிக்கொண்டு தற்கொலை செய்து மரணமுற்ற கோட்பாட்டாளன், கலைஞன் அவன்.

தீவிரமான கலைஞர்களுக்கு அன்று திரைப்படம் கையகப்படுத்த முடியாததாகவே இருந்தது. வெகுமக்களிடம் திரைப்படத்தைக் கொண்டு சேர்க்க நினைத்தவர்கள் நிலவும் திரைப்படக் கட்டமைப்பு குறித்த தமது கலகத்தைப் பல்வேறு வகைகளில் வெளிப்படுத்தினார்கள். 'நேர்த்தியான, கச்சிதமான, திட்டமிடப்பட்ட, திரைக்கதைப் பிரதிகள் கொண்ட' திரட்டப்பட்ட திரையாக்கத்துக்கு எதிராக 'நேர்த்தியற்ற, சிதறலான, திட்டமிடப்படாத, தன்னெழுச்சியுடனான, திரைக்கதைப் பிரதியை மறுத்த, அந்தந்த இடங்களிலும், உள்ளூர் மனிதர்களிடமும் தன்போக்கில் உருவாகிற' திரைப்பட ஆக்கத்தை இந்தத் தலைமுறைக் கலைஞர்கள் தேர்ந்து கொண்டார்கள். அறுபதுகளில் இருந்து எண்பதுகள் முடிய உலகெங்கிலும் திரைப்பட உலகில் மாற்றத்தை வேண்டிய கலைஞர்கள் எதிர்கொண்ட நிலைமைகள் இவைகள்தான். இதைத்தான் வங்கக் கலைஞனான ரித்விக் கடக்கும் எதிர்கொண்டார். கேரளக் கலைஞனான ஜானும் எதிர் கொண்டார். பிரெஞ்சுக் கலைஞனான கோதார்த்தும் எதிர் கொண்டார். ஸ்கிரிப்ட்டை மறுதலித்த, இரண்டாம்பட்சமாக்கிய, நிகழும் தருணத்தில் காட்சியை இம்ப்ரூவைஸ் செய்த கலைஞர்கள் கோதார்த்திலிருந்து, ரித்விக் கடக், கென்லோச் ஈராக ஜான் ஆப்ரஹாம் என இன்று லார்ஸ் வான் ட்ரையர் வரை இருக்கிறார்கள்.

'தங்கள் உண்மையுள்ள ஜான்' விவரணப்படம் முன்வைக்கும் ஜான் ஆப்ரஹாம் குறித்த விவரணச்சித்திரம்தான் என்ன? ஜானின் குடிப்பழக்கத்திற்கும் அவரது படைப்புகளுக்கும் உள்ள உறவு குறித்த முக்கியமான சர்ச்சைகள்பற்றி மட்டும் நான் கட்டுரையின் பிற்பகுதியில் பேசுகிறேன். ஜானது சகோதரி மற்றும் ஜானது குடும்ப உறவினர்கள், ஜானது ஒடசா அமைப்பில் அவருடன் இணைந்து பணியாற்றியவர்கள்.

ஜானது திரைப்படங்களிலும் நாடகங்களிலும் நடித்தவர்கள், ஜானது திரைவாழ்வில் அவருடன் நேரடியாகப் பழகிய கேரள இலக்கியவாதிகள், ஜான் விரும்பி ஏற்ற சமூகத்தின் விளிம்புநிலை வாழ்வில் அவருடன் பழகியவர்கள் என அவர்களது 'சொந்த' அனுபவங்களில் இருந்து இந்தச் சித்திரம் உருவாகியிருக்கிறது. ஜானது கீர்த்திகளை 'வெறுமனே' கேள்விப்பட்டு, 'யூகித்துக் கொண்டு' தமது கருத்துக்களை முன்வைக்கிறவர்கள் இல்லை ஜான்பற்றிப் பேசுகிற இந்த மனிதர்கள்.

கிறித்தவக் குடும்பத்தைச் சேர்ந்த ஜானின் தகப்பனார், ஜானின் பால்யவயதுப் பிராயத்திலேயே மரணமுறுகிறார். ஜான் வீட்டின் நான்காவது குழந்தை. தேவாலயக் கூட்டிசைகளில் ஈடுபாட்டுடன் பங்குபற்றியவர் ஜான். அவரது தாத்தா ஒரு கையடக்க திரைப்படக் காமெராவை வைத்திருந்தார். அதன்வழியில் அவர் சொந்தக் குடும்பப் படங்களை - ஹோம் மூவிஸ் - எடுத்தார். கேரளத்தில் பயின்ற, தர்வாட் பல்கலைக் கழகப் படிப்பை இடையில் கைவிட்ட ஜான் கும்பகோணத்தில் எல்.ஐ.சி.ஏஜண்டாக வேலைசெய்தார். வேலையைச் சொந்த விருப்பில் ராஜினாமா செய்துவிட்டு பூனா திரைப்படக் கல்லூரியில் சேர்ந்தார். பூனா திரைப்படக் கல்லூரியில் அன்றைய கல்லூரி இயக்குனரான ரித்விக் கடக்கின் கீழ் பயின்ற அவர், ரித்விக் கடக்கின் திரைப்பள்ளியினால் - ஸ்கூல் ஆப் தாட் - ஆதர்ஷம் பெற்றார். கடக்கிடமிருந்து அவர் குடியைச் சுவீகரித்தது புனா திரைப்படக் கல்லூரி நாட்களில்தான். அங்கு ஜான் பார்த்த உலகத் திரைப்படங்கள் திரைப்படம் குறித்த அவரது பார்வையைப் பெரிதும் பாதித்தன. இசை குறித்த ஒரு விவரணப்படத்தை அங்கு அவர் உருவாக்கினார். இதுவன்றி இரு குறும்படங்களையும் பயிற்சியின்போது உருவாக்கினார். அவருக்கு இந்தியத் திரைப்பட வளர்ச்சிக் கழகத்தின் நிதியுதவி நிராகரிக்கப்பட்டது. படத்தின் தலைப்பையும் இறுதிக் காட்சியையும் மாற்றச் சொன்னதை அவர் நிராகரித்தார். சென்னையில் தங்கியிருந்த அவரும் அவரது நண்பர்களான இயக்குனர்கள் பேக்கர், மேனன் போன்றவர்கள் எந்த வேலையும் இல்லாது அல்லது கிடைக்காது இருந்தநேரத்தில் தம்மைத் திரையுலகில் தக்கவைத்துக் கொள்வதற்காக ஈடுபாடின்றி 'வித்யார்த்திகளே இதிலே இதிலே' திரைப்படத்தை ஜான் ஒப்புக் கொண்டார். 'அக்ரஹாரத்தில் கழுதை' திரைப்படம் பெரும் நிதிக் கஷ்டத்தில் இருந்தபோது, ஜானின் சகோதரியிடமிருந்து

பணம் பெற்று அதனை ஜான் நிறைவு செய்தார். ஜானின் இடதுசாரிக் கண்ணோட்டம் உச்சநிலையை அடைந்த வரலாற்று நிகழ்வாக கேரள நக்சல்பாரி இயக்கமும் அதனைத் தொடர்ந்து நிகழ்வுகளும் இருந்தது. 'செரியாச்சிண்ட குரூர கிருத்தியங்கள்' மற்றும் 'அம்மா அறியான்' என இரண்டு திரைப்படங்களை இந்த வரலாற்று அனுபவங்களின் அடிப்படையில் எடுத்தார். இவ்வகையில் ஜான் உருவாக்கி வெளியுலகை எட்டிய முழுமையான படங்கள் ஏழு. அதில் மூன்று விவரண மற்றும் குறும்படங்கள். முழுநீளப்படங்கள் நான்கு. ஜானின் இறுதிப்படமான 'அம்மா அறியான்' 1986 ஆம் ஆண்டு வெளியாகிறது. 1987 ஆம் ஆண்டு ஜான் மரணமுறுகிறார்.

ஜான் இதுவன்றி தனது குடியின் நிமித்தமாகப் பணம்திரட்டுவதற்காகவும் சிறுகதைகள் எழுதுகிறார். சேரிகளிலும் விளிம்புநிலையாளர்களின் குடியிருப்புகளிலும் வாழ்கிறார். அவருக்கு சாராயம் வாங்கிக் கொடுத்தவர்கள், அவரிடமிருந்து சாராயம் வாங்கிக் குடித்தவர்கள் அதனை நெகிழ்ச்சியுடன் நினைவுகூருகின்றனர். அவருடைய நாடகீயமான வாழ்வை அவர்கள் பகிர்ந்து கொள்கிறார்கள். கண்ணீருடன் நெகிழ்ச்சியுடன் ஜான் அன்பு மயமான மனிதன் என்கிறார்கள் அவர்கள். கையூர் தியாகிகள் பற்றிய திரைப்படத்தினை உள்ளூர் மக்களின் பார்வையில் படமாக்க விரும்புகிறார் ஜான். மார்க்சிஸ்ட் கம்யூனிஸ்ட் கட்சியின் பிராந்தியக்கமிட்டி அவரிடம் படத்தின் ஸ்கிரிப்ட் கேட்கிறது. அதனைக் கட்சி அங்கீகரித்தால்தான் படம் சாத்தியம் என்கிறது கட்சி. உடன்படாத ஜான் கையூரிலிருந்து திரும்புகிறார். கையூர் தியாகிகள் பற்றிய படம் நின்று போகிறது. இப்படி நின்று போன படங்களின் பட்டியல் நீண்டது என்கிறார் நெடுமுடி வேணு. புதிய ஊர்களில் பயணம் செய்து உள்ளூர் மக்களிடம் உறவாடி அவர்களது அனுபவத்தில் வெளிப்படும் உணர்வுகளிலிருந்து உயிருள்ள நாடகங்களை நடத்த முனைகிறார் ஜான். ஜான் எவரிடமும் வெறுப்புப் பாராட்டவும் இல்லை, அன்பு பாராட்டவும் இல்லை என்கிறார் அடூர் கோபாலகிருஷ்ணன். ஜான் அவரது குடி வகையிலான ஏற்கத்தகாத - நாஸ்டி - நடத்தைகளுக்கு அப்பாலும் அன்புமயமான மனிதர் அவர் என்கிறார் அம்மா அறியானின் தொகுப்பாளர், அன்றைய இளம் பெண்ணாகவிருந்த பீனா. ஜான் இசையில் அற்புதமான நாட்டம் கொண்டவர் என்பதனைப் பலர் பதிவு செய்கிறார்கள்.

அறுபதுகளின் மத்தியும் எண்பதுகளின் ஆரம்பமுமான இந்திய - உலக அரசியல் மற்றும் திரைப்படப் போக்குகள்தான் ஜானை உருவாக்குகின்றன. கிறித்தவம் - காலனியம் - பிராமணியம் - திராவிட இயக்கம் - நக்ஸலிசம் போன்றவை ஜானது திரைப்படங்களின் இந்திய அரசியல் பின்னணி. இலத்தீனமெரிக்க விடுதலைப் போராட்டங்கள், 1968 பாரிஸ் மாணவர் எழுச்சி போன்றவை ஜானது படங்களின் உலக அரசியல் பின்னணி. மேற்கத்திய ஹாலிவுட் பாதிப்பை நிராகரித்த கடக்கின் கச்சாவான இந்திய சினிமா, இலத்தீனமெரிக்க தலைமறைவு சினிமா, மூன்றாம் உலகின் மூன்றாவது சினிமா, நியோலரியலிசச் சினிமா, ஆயுதமாகக் காமெரா, நேர்த்தியற்ற சினிமா, வன்முறையின் அழகியல் போன்றன ஜானது படங்கள் வேர்கொண்ட திரைப்படச் சிந்தனைப் பள்ளிகள். அரசியல் பண்பு கொண்ட திரைப்பட இயக்குனர்களின் ஒரு தலைமுறை அப்படித்தான் இந்தியாவில் தோன்றியது. மாற்றுச் சினிமா, சமாந்திர சினிமா போன்ற சிந்தனைப் பள்ளிகள் அரசியல் விழிப்புணர்வையும், சமூக விழிப்புணர்வையும் வெகுமக்களிடம் திரைப்படத்தைப் பரந்த அளவில் எடுத்துச் செல்வது எனும் கலைஞர்களின் முனைப்பிலிருந்தே தோன்றியது. ஜான் இந்தத் தலைமுறையின் திரைப் படக் கலைஞன்.

திரைப்பட உருவாக்கம், திரைப்படக் கருவிகள், திரைப்பட விநியோகம், திரையிடல் என அனைத்துத் தளங்களிலும் மாற்றுச் சமூகத்தை உருவாக்க விரும்பிய திரைப்படக் கலைஞர்கள் தடைகளை எதிர்கொண்டார்கள். காத்திரமான படங்களை மக்களிடம் கொண்டு சேர்ப்பது, ஆர்வமுள்ளவர்களிடம் கொண்டு சேர்ப்பது எனும் அவஸ்தையில் இந்தியாவெங்கிலும் திரைப்பட இயக்கங்கள் தோன்றின. இலத்தீனமெரிக்காவில் அகஸ்தோபோல் செய்ததை வீதிநாடக இயக்கமாக வங்கத்தில் பாதல் சர்க்கார் செய்தார். கேரளத்தில் அதனைத்தான் ஜான் தனது நாடகங்களின் வழி செய்தார். தமிழகத்திலும் நக்ஸலிச அரசியலை முன்வைத்து கோமல் சுவாமிநாதனின் திரைப்படங்கள் வந்த காலமும் இதுதான். தமிழகத்தில் தெருநாடகங்கள் முளைவிட்டதும் இந்தக் காலங்கள்தான். ஜான் இந்தக் கால வரலாற்றினதும், திரைப்பட ஆளுமைகளினதும், அவர்களது திரைப்படங்களின் பாதிப்புக்களில் இருந்தும் தப்பியிருக்க முடியாது. இன்னும் ஒரு கலைஞன் தனது திரைப்படத்துக்கான தூண்டுதலை தனது சொந்த வாழ்வு சார்ந்த ஒரு சம்பவத்திலிருந்தோ, வரலாற்று நிகழ்விலிருந்தோ,

ஏன் ஒரு படைப்பின் தாக்கத்திலிருந்தோ கூடப் பெறமுடியும். இத்தாலியப் படமான ‘பை சைக்கிள் தீவ்ஸ்‘லிருந்து சத்ய்ஜித் ரே ஆதர்ஸம் பெற்றது போல, இத்தாலியப் படங்களில் இருந்தோ அல்லது இலத்தீனமெரிக்கப் படங்களில் இருந்தோ இவ்வகையில் ஜான் ஆதர்ஸம் பெறுவது என்பது தவிர்க்க இயலாதது. இது அவரது கிறுக்குத்தனமும் இல்லை. படைப்பு மலட்டுத்தனமும் இல்லை. ஜான் ஆப்ரஹாமின் படங்கள் இந்தக் காரணங்களால் முழுக்கவும் தழுவல்கள் என ஒருவர் சொல்வாரானால், அவர் திரைப்பட வரலாறோ அல்லது அன்று நிலவிய திரைப்பட அழகியல் சர்ச்சைகளோ எதுவும் கிஞ்சிற்றும் அறியாத அறிவிலி என்றுதான் அவரை நாம் மதிப்பிட முடியும்.

ஐரோப்பிய ஹாலிவுட் படத்தை காட்சியமைப்புகளிலிருந்து, காமெராக் கோணங்களில் இருந்து, கதையமைப்பிலிருந்து நேரடியாகத் திருடுகிற குணம் கொண்டதாக, அதனைக் குறைந்தபட்சம் அங்கீகரிக்காத அற்பகுணம் கொண்டவர்களால் நிறைந்ததாக இருப்பது தமிழ்த் திரைப்பட உலகம். தெனாலி, அவ்வை சண்முகி முதல் நளதமயந்தி வரை கமல்ஹாஸனின் ஒரு டஜன் படங்கள், வெயில், அஞ்சலி, ஆயுத எழுத்து,யோகி மற்றும் ஜூலி கணபதி எனப் பேசப்பட்ட இயக்குனர்களது பிரபலமான படங்களும் கூட இதற்கு விதிவிலக்கானவைகள் இல்லை. இந்தத் தமிழ்த் திரைப்பட உலகத்தைச் சிலாகித்துக் கொண்டு, அதனுடன் சமரசம் செய்து கொண்டு, அதனைக் குறித்து மதிப்பீடு சார்ந்த எந்த விமர்சனமும் இல்லாது செயல்படுகிற ஒருவர், ‘ஜானின் எல்லா படங்களும் தழுவல்கள். எல்லா படங்களும் எந்தவிதமான பொறுப்பும் உழைப்பும் இல்லாமல் எடுக்கப்பட்டவை. எந்தப் படத்தையுமே உலகத்திரைப்படங்களில் சில நல்ல படங்களையாவது எடுத்த எவருமே பொருட்படுத்த மாட்டார்கள்’ என்று சொல்வாரானால் அவரது வெறுப்பின் அரசியல், அவரது அரசியலும் வாழ்வும் குறித்த வலதுசாரி மதிப்பீடுகள் சார்ந்தது என்று புறந்தள்ளுவது ஒன்றே நாம் செய்யும் நற்பணியாக இருக்கும்.

ஜான் மீது அவர்களது வெறுப்பாளர்களால் வைக்கப்படும் குற்றச்சாட்டுகள் இரண்டு. முதலாவது குற்றச்சாட்டு - ஜானது குடிப்பழக்கமும் கட்டுப்பாடற்ற அவரது வாழ்வும் கூட்டுக்கலையான திரைப்படம் எனும் கலைவடிவத்திற்கு முற்றிலும் பொறுத்தமற்றது, ஒத்துப் போகும் இயல்பு இல்லாத

ஜானுடன் சேர்ந்து எவரும் செயல்படுவது சாத்தியமில்லை என்பது. இரண்டாவது குற்றச்சாட்டு, நேர்த்தியற்று எடுக்கப்பட்ட, 'காமாசோமாவென' எடுக்கப்பட்ட, கூறல் முறையின் குறைந்தபட்ச ஒழுங்கற்ற, அர்ப்பணிப்பற்ற வடிவம் அவரது திரைப்படங்கள் எனச் சொல்வது. இதற்கு விடையிறுக்குமுன் ஜானின் படங்கள் முழுமையான தழுவல்கள் தானா என்பது குறித்துப் பேசுவோம். பேசப்படுகிற ஒரு கலைஞன் குறித்த விவாதங்கள் என வந்துவிட்டால், ஒரு விமர்சகன் குறைந்த பட்சம் அந்தக் குறிப்பிட்ட கலைஞனின் முழுமையான படைப்புகளில் உள்ளார்ந்து, காட்சியமைப்புக்களின் ஆதாரங்களுடன், இந்தப் படம் இந்த வெளிநாட்டுப் படத்தின் தழுவல் என 'நிறுவ' வேண்டும். இதுதான் அறிவுசார் விமர்சன நெறி. தழுவல் என்பதற்கும் பாதிப்பு என்பதற்கும் பாரிய வித்தியாசம் இருக்கிறது. கமல்ஹாஸனின் தெனாலி, பாப் அன்ட் மீயின் அப்பட்டமான தழுவல். அவ்வை சண்முகி, மிஸஸ் டவுட் பயரின் அப்பட்டமான தழுவல். மகேந்திரனின் உதிரிப் பூக்களும், சாசனமும் முறையே புதுமைப்பித்தனதும் கந்தர்வனினதும் படைப்புகளின் பாதிப்பில் அல்லது ஆதர்ஸத்தில் அமைந்தவை. மகேந்திரனுக்குத் தனது படைப்புக்களின் ஆதர்ஸத்தைச் சொல்லும் நேர்மை, திரையில் எழுதிக் காட்டும் நேர்மை இருந்தது. கமல்ஹாஸனிடம் அந்த நேர்மை குறைந்தபட்சம் கூட இல்லை. ஒருவர் 'ஜானின் இந்தப் படம் கோதார்த்தின் தழுவல், இந்தப் படம் ஒரு இத்தாலியப் படத்தின் தழுவல், இந்தப் படம் ஏதோவொரு இலத்தீனமெரிக்கப்படத்தின் தழுவல்' என மூடத்தனமாகவும் உத்தேசமாகவும் எழுந்தமேனியாகவும் சொல்லிக் கொண்டு போக முடியாது. 'ஆதாரத்துடன்' நிறுவ வேண்டும். குறைந்த பட்சம் இத்தகைய ஒப்பீடுகளை நிகழ்த்திக் காட்டுவதற்கான உலக சினிமா குறித்த அறிவாவது அவருக்கு வேண்டும். தமிழ் வெகுஜன சினிமாவுக்கு வசனம் எழுதியது தவிர, உலக சினிமா பற்றி அசலாக ஒரு பத்தி எழுதவும் கூடத் திராணியற்ற ஒருவர் ஜானின் படங்கள் முழுக்கவும் தழுவல் என அறைந்து சொல்வது அழுகுணியின் சித்துவேலை என்று நிராகரித்துவிடுதலே நமக்கு நல்லது.

ஜான் பற்றிப் பேசப்பட்ட விடயங்களிலேயே அதிகம் கவனத்திற்கு உள்ளான பிரச்சினை இந்தக் குடிபற்றிய பிரச்சினைதான். குடி பற்றிய புராதனகால, நவீனகால, பின்நவீனத்துவ கால புரிதல்கள் முற்றிலும்

வேறுபட்டவைகள். மேற்கத்திய சமூகத்தில் நாம் வாழும் காலத்தில் குடிபற்றிய மதிப்பீடும், இந்திய சமூகத்தில் குடிபற்றிய மதிப்பீடும், அதனது தொடர்விளைவுகளைச் சமூகம் புரிந்துகொள்வதும் அதனது ஏற்பும் முற்றிலும் வித்தியாசமானவைகள். குடி கொண்டாட்டத்தின் பகுதியாக புராதன காலத்தில் இருந்திருக்கிறது. மேற்கத்திய நாடுகளில் குடி சமூகவயமாதலுக்கும் - சோஷியலைசேஷன் - உரையாடலுக்கும் மனிதக் கலப்பிற்குமானதாக இருந்துவருகிறது. அடிப்படையில் குடியை ஒரு வியாதியாகவோ, குடி குடியைக் கெடுக்கும் என்பதாகவோ, கலகமாகவோ மேற்கத்திய சமூகம் புரிந்து கொள்ளவில்லை. மிதமான குடியை அவர்களில் பெரும்பாலுமானோர் குடும்பமாகவே கடைப்பிடிக்கின்றனர். கள்ளச் சாராயம் மேற்கில் இல்லை. குடியினால் விளையும் வன்முறை என்பதும் மேற்கு நாடுகளில் குறைவு.

இந்தியாவில் குடியை எழுத்தாளன் உளறுகிறபடி அரசனின் குடி என்றும், குடிமக்களின் குடி என்றும், விளிம்புநிலை மக்களின் குடி என்றும் வித்தியாசப்படுத்திக் கொண்டிருக்கிறோம். உடல் உழைப்பின் வலியிலிருந்தும் வறுமையின் துயரிலிருந்தும் மீளவும் குடிக்கும் விளிம்புநிலை மக்கள் குடியினால் மரணமெய்தவும் செய்கிறார்கள். நடுத்தரவர்க்கத்திற்கு குடி என்பது தம்மைச் சுற்றிய போலிமதிப்பீடுகளுக்கு எதிரான கலகமாகவும், விளிம்புநிலை மக்களுடன் சமமாக இருந்து பழகுவதற்கான ஒரு உடனடியான சாதனமாகவும்தான் புரிந்து கொண்டிருக்கிறோம். ரித்விக் கடக் தன்னைச் சுற்றிய உலகத்திற்கு ஒரு எதிர்ப்பாக, தனது செயல்பாட்டுக்கான ஒரு பிடிவாதமான நிலைபாடாகவே குடியைக் கொண்டிருந்தார். திருடர்களிடமும் கூட்டிக் கொடுப்பவர்களிடமும் விளிம்புநிலை மக்களிடமும் உறவு கொண்டிருந்த கடக்கிற்கு அவர்களுடன் உறவாடுவதற்கான உடனடியான சாதனமாக குடி இருந்தது. ஜானது பழக்க வழக்கங்களும் அப்படியானதாகத்தான் இருந்தது. ஒரு வகையில் எழுபதுகளிலும் எண்பதுகளிலுமான ஜெயகாந்தனின் குடிப்பழக்கமும் கஞ்சா புகைத்தலும் அப்படியானதாகத்தான் இருந்தது. சமவேளையில் தன்னைச் சுற்றிலுமான உலகத்திற்கு எதிரான கலகமாகவும், அனைத்துப் பகுதி மக்களுடன் தடைகளற்று உறவுகொள்வதற்கான சாதனமாகவும் அவருக்கு குடி இருந்தது. ஜெயகாந்தனுக்கும் ஜானுக்கும் இருந்த இன்னுமொரு குறிப்பிடத்தக்க முக்கியமான ஒத்ததன்மை இருவரும் பாலியல் ரீதியான தூஷணங்களைத் தயக்கமின்றிப்

பேசினார்கள். ஹிப்பிகளின் நீண்ட தலைமுடி, கஞ்சா சிலும்பி, கொண்டாட்ட மனநிலை, தேசாந்தரம் திரியும் ஆன்மீகத் தேட்டம் போன்றவற்றின் கலவையாகவே அன்றைய தலைமுறை இருந்தது. ஜான் அதனது வாரிசுதான். கலகத்திற்கும் அந்தக் கலகத்தை படைப்பில் நெறிப்படுத்திக் கொள்வதற்கும், குடிவெறிக்கும் அந்தக் குடிவெறியிலிருந்து மீள்வதற்கும் இடையில் அவர் அல்லாடிக் கொண்டிருந்தார். ஜானை நாம் அப்படித்தான் புரிந்து கொள்ள வேண்டும்.

ஜானின் குடிப்பழக்கம் குறித்த மிகச் சிறந்த மதிப்பீடு கேரள நாவலாசிரியர் பால் ஐக்கரியாவிடமிருந்து வருவதுதான்:

ஜானுக்கு எப்போதுமே நிலைத்து நிற்கமுடியவில்லை. ஜானின் மதுப்பழக்கத்தின் சமூகவியல் விளக்கம் இதுதான் என்று தோன்றுகிறது. எதிர்ப்புணர்வின் ஒரு உருவமாக அது இருந்தது. வாழ்க்கையுடன் ஒரு வெறுப்பை உண்டாக்கி வாழ்வது ஜானின் பாணியாகும். ஒரு சூழலை எந்த அளவிற்கு கொண்டு போகலாமோ அந்த அளவுக்கு ஜான் கொண்டு போய்ச் சேர்ந்துவிடுவார். அதுவும் ஒரு போதும் திரும்பிப் போவதற்கு முடியாத மட்டில் செய்து விடுவார். உலகத்தில் முன்னேறுவதற்கான மீடியாவாகத்தான் ஜானைப் பொறுத்தமட்டில் குடிப்பழக்கம் இருந்தது. பின்பற்ற முடியாததும் பின்பற்றுவதற்குத் தகுதியில்லாததுமான அசாதாரணமான தனித்துவமாக இருந்தது ஜானின் நம்பிக்கை.

ஜானின் பார்வையை நாம் ‘எதிர்மறைச் சிந்தனை’ என்றோ ‘நிராகரிப்பின் இயங்கியல்’ வடிவம் என்றோ புரிந்துகொள்ள முடியும். ஜானின் எதிர்ப்புணர்வு என்பதை, அவரது உளவியலை வெறுமனே தாழ்வுணர்ச்சியின் விளைந்த வேஷம் என்று சொல்வது அற்பத்தனமான ஒருவரின் பார்வையாகவே இருக்க முடியும். ஜானை அவர் வாழ நேர்ந்த அரசியல் கலாச்சார திரைப்படச் சூழல்தான் உருவாக்கியது. ‘அவரது அம்மா அறியான் திரைப்படம் உருவாக்கக் காலகட்டத்திலேயே ஆறு நக்ஸலைட் இளைஞர்கள் தற்கொலை செய்து கொண்டு மரணமுற்றார்கள்’ எனும் படத்தில் தொடர்புபட்ட அவரது சகதோழரது விவரணப்பட வார்த்தைகளை நாம் புரிந்து கொள்ள முடியுமானால், ஜானின் விரக்தியையும் நிலையற்ற வாழ்வையும், கட்டுப்பாடற்ற கலகத்தன்மையையும் நாம் புரிந்து கொள்ள முடியும்.

இன்றைய தமிழக எழுத்தாளர்களின் வெற்றுவேட்டு பின்நவீனத்துவக் கலகங்களை வைத்து நாம் ஜானை மதிப்பிட

முடியாது. துரதிருஷ்டவசமாக அத்தகைய பார்வையுடன் மதிப்பீடுகளை முன்வைப்பதும் தவிர்க்கவியலாமல்தான் இருக்கிறது. அரசன் போலக் குடிப்பதைக் கொண்டாட்டமாகச் சொல்கிற எழுத்தாளன் டாஸ்மாக் குடியை இகழ்ச்சியாகத்தான் பார்க்கிறான். ஜானும் கடக்கும் இன்றிருந்தாலும் டாஸ்மாக் குடியைத்தான் தேர்ந்திருப்பார்கள் என்று சொல்லத் தேவையில்லை. உலகவயமாதலும், வெளியூர் பயணங்களும், மேற்கத்திய அமெரிக்கப் பணமும் குவிகிற சுழலில் வாழ்கிற இன்றைய எழுத்தாளன் குடியைக் கலகமென்று சொல்வது ஒரு முழுமையான வேஷம். குடியை ஒரு தீமையென்றோ கலகமென்றோ கருதிய நடுத்தரவர்க்கம் இன்று இல்லை. குடித்துவிட்டு இலக்கியக் கூட்டங்களில் கலாட்டா செய்பவன் எந்தவிதமான கலகத்தன்மையையும் சொந்த வாழ்க்கை நடத்தைகளில் இன்று முன்வைப்பதில்லை. வியாபார நிறுவன நடத்தைகளில் தமது காண்டிராக்ட காரியத்தைச் சாதித்துக்கொள்ள நிறுவன மேலாளர்களுக்கு பெண்சதையையும் குடியையும் முன்போது சப்ளை செய்ததுபோல, இன்று எழுத்தாளன் பத்திரிக்கையாளர்களுக்கும் ஊடகக்காரர்களுக்கும் குடியைக் கொண்டாட்டம் எனும் பெயரில் அளிக்கிறான். சமவேளையில் குடி சமூகவயமாக்குதலுக்கானது எனும் உணர்வைப் பெற்றுவருகிற ஒரு தலைமுறை உருவாகி வருகிறது. குடியில் இன்று எந்தக் கலகமும் இல்லை. தவிரவும், இன்று விரல் விட்டு எண்ணத்தக்க ஒரு சிலரைத் தவிரவும் தமிழகத்தின் நட்சத்திர எழுத்தாளர்கள் எந்தச் சமரசத்திற்கும் தயாராக இருக்கிறார்கள்.

ஜான் தான் வாழ்ந்த சமூகத்தையும், திரைப்படச் சூழலையும், மதிப்பீடுகளின் அடிப்படையில் கடுமையாக விமர்சித்தார். நிலவிய நிறுவனங்களின் அதிகாரத்திற்கு - திரைப்பட உருவாக்கம் மற்றும் விநியோகம் என - எதிரான மாற்றுச் செயல்பாட்டை உருவாக்க அவர் விரும்பினார். டி.வி.சந்திரனும், தமிழக இயக்குனர் சேரனும் சேர்ந்து உருவாக்கிய நக்ஸலைட் தலைமுறை பற்றிய ‘ஆடும் கூத்து’ திரைப்படம் இன்றும் கூட பொதுவெளிகளில் திரையிடப்படமுடியாத சூழல்தான் இருக்கிறது என்பதனோடு சேர்த்துப் பேசத்தக்க விஷயம் இது. ஜானின் தலைமுறை இன்று இல்லை. நிலவும் நிறுவனங்களை எந்த மதிப்பீட்டின் அடிப்படையிலும் விமர்சிக்காதவர்களாக, நிலவும் திரைப்படச் சீரழிவைக் கடுமையாக எதிர்க்காத பிழைப்புவாதிகளாகத்தான் இன்று வெகுஜன சினிமாவின்

வசனகர்த்தாக்களாகிப் போன நட்சத்திர எழுத்தாளர்கள் இருக்கிறார்கள். ஜானது கலகத்தையும் எதிர்ப்புணர்வையும் எந்த வகையிலும் இவர்களால் புரிந்து கொள்ள முடியாது. ஜானைப் பற்றிப் பேசுவதற்கான குறைந்தபட்ச தகுதிகூட இந்தப் பிழைப்புவாதிகளுக்கு இல்லை.

திரைப்பட உருவாக்கமும் இயக்குனரும் குறித்த உறவை ஜான் அதீதமாகப் புரிந்து கொண்டிருந்தார். ஆசூர் எனச் சொல்லப்படுகிற படைப்பாளியின் சினிமா அல்லது ஆசிரியனின் சினிமா என்ற கோட்பாட்டுக்கும் இந்தியத் தொல்குடி மரபிலான 'மூன்றாவது கண் - ஞானத்தின் கண் மூலமே பிரச்சினை பார்க்கப்பட வேண்டும்', எனும் 'தான் எனும் நிலைக்கும்' இடையில் ஒரு இணக்கத்தை உருவாக்க ஜான் முனைகிறார். அதன் நீட்சியில் 'எனது சினிமாவின் ஹிட்லர் நானே' என்று சொல்லும் அவமானகரமான நீட்சிக்கும் அவர் சென்றார். உலக சினிமா மேதைகளான கிரீஸின் தியோ ஆஞ்சல பெலொஸ், இங்கிலாந்தின் கென்லோச் போன்றவர்கள் தமது தனிப்பட்ட ஆளுமை பொருந்திய தனிநபர் சினிமாவைத் தான் உருவாக்கினார்கள். ஆஞ்சல பெலோஸ் தனது ஒளிப்பதிவாளரை எனது கண் என்றார். தனது இசை அமைப்பாளரை எனது செவி என்றார். கென் லோச்சின் பெரும்பாலுமான படங்களின் மூலக்கதையாசிரியர் அவரது பூர்வீகமான ஸ்காட்லாந்து பிரதேசத்தைச் சேர்ந்தவர்தான். இந்தக் குறிப்பிட்ட படைப்பாளர்களோடுதான் இந்த இருவரினதும் பெரும்பாலுமான திரைப்படங்கள் உருவாக்கப்பட்டன. சிந்தனைசார் ஒத்திசைவு, கருத்தியல் ஒத்திசைவையும், தொழில்சார் ஒத்திசைவையும் படைப்பு ஒருமையையும் உருவாக்கும். இதில் ஒரு போதும் ஹிட்லர் தோன்றுவதற்கான வாய்ப்பே இல்லை. திரைப்படக் கோட்பாடு எனும் அளவில் கடக், ஜானின் கோட்பாட்டை இவ்வாறு உருவாக்கிக் கொண்டவர் இல்லை. ஜானது திரைப்பட உருவாக்கம் தொடர்பான கோட்பாட்டுப் பார்வை இன்றைய நிலையில் பொருத்தமற்றது என நாம் தயங்காமல் சொல்லலாம். ஜான் இப்படிச் சொல்லியபடிதான் இயங்கினார் எனறும் நாம் திட்டவட்டமாகச் சொல்லமுடியாது. அவர் உருவாக்கிய 'ஒடசா' அமைப்பும் அவர் உருவாக்க விரும்பிய மக்கள் சினிமா கோரும் நடைமுறையும் ஜானின் கோட்பாட்டுக் கோருதல்களுக்கு முற்றிலும் எதிரானது. ஜான் தனது திரைக்கதையாக்கத்தில் தன்னை முன்னிறுத்தவில்லை.

நிகழ்வுகளில் சம்பந்தப்பட்ட உள்ளூர் மனிதர்களையே அவர் பாத்திரங்களாக ஆக்கினார். அங்கங்கு தோன்றுகிற யதார்த்தங்களை இயல்பாக அவர் திரையாக்கத்திற்குள் கொண்டுவந்தார். முன்கூட்டிய திட்டமிடல்கள் என்பது அவரிடம் திரைப்படச் செயல்போக்கில் செயல்படவில்லை. படத் திரையிடலை மட்டுமல்ல, பட விநியோகத்தை மட்டுல்ல, பட உருவாக்கத்தையம் அவர் மக்கள் செயல்பாடாக மாற்ற முனைந்தார். தயாரிப்பு - விநியோகம் - திரையிடல் என அனைத்துச் செயல்போக்கும் ஒன்றுடன் ஒன்று இணைந்தது என அவர் கருதினார். 'அம்மா அறியான்' இப்படித்தான் உருவாக்கப்பட்டது. அந்தத் திரைப்படம் உருவாக்கக் கட்டத்திலிருந்து அது திரையிடும் கட்டம் வரையிலும் வெகுமக்களின் பங்களிப்பு இருக்கு வேண்டுமென அவர் கருதினார். இந்திய சினிமா வரலாற்றில் இந்த நடவடிக்கை ஒரு முன்னோடியில்லாத சவாலான நடவடிக்கை. தணிக்கை அமைப்பு, படத்தயாரிப்பு. விநியோகம் போன்றவற்றில் புதியதை நிராகரித்த நிறுவனங்களுக்குச் சவாலான ஒரு நடவடிக்கை. ஒடசா ஒரு பெரும் இயக்கமாக வளராததற்கான காரணமாக இன்றைய டிவிடி கலாச்சாரம், தொலைக்காட்சி திரைப்படச் சேனல்கள் போன்றவற்றுடன் அதனை வைத்துப் பார்க்க வேண்டும் என ஒடசா இயக்கத்தில் பங்குபற்றியவர்கள் விவரணப்படத்தில் விவரிக்கிறார்கள்.

ஜான் ஆப்ரஹாமின் மீது முன்வைக்கும் குற்றச்சாட்டுகளில் மிகமுக்கியமானது அவரது 'காமாசோமவென்ற' படத்தொகுப்பு மற்றும் கூறல் முறையின் அடிப்படை ஒழுங்குகளைக் கூட அவர் அர்ப்பணிப்புடன் கடைபிடிக்கவில்லை எனும் குற்றச்சாட்டு. படத் தொகுப்பு அல்லது படத்தின் நேர்த்தி என்பது குறித்து விவாதங்களை, எழுபதுகளிலும் எண்பதுகளிலும் தயாரிக்கப்பட திரைப்படங்களை, இன்றைய வெகுஜன சினிமாச் சட்டகப் புரிதலில் வைத்து நாம் மேற்கொள்ள முடியாது. இன்றைய இந்திய வெகுஜன சினிமா என்பதுஇ பகாசுரமாக வளர்ச்சியடைந்த ஒரு தொழில்துறையாகி நிற்கிறது. மிகுந்த செலவினம் இல்லாமலேயே ரெட் போன்ற கையடக்க காமெராக்களைக் கொண்டு, மைக்ரோ ஸாப்ட் நிறுவனம் கொடுக்கிற ஒரு வீட்டு உபயோக படத்தொகுப்பு மென்பொருளை வைத்தே நாம் இன்று ஒரு நேர்த்தியான திரைப்படம் எனச் சொல்லப்படுகிற, கச்சிதமான திரைப்படத்தை உருவாக்கிவிட முடியும். இதனது விளைவே குறைந்த பட்ஜெட் திரைப்படங்கள் மற்றும்

சமூகத்தின் கீழ்மட்டத்திலுள்ள விளிம்புநிலையாளர்கள் உருவாக்கிவரும் விவரணப்படங்கள் மற்றும் குறும்படங்கள் போன்றன. ஒரு உடன் விளைவான விஷயத்தை இடையில் சொல்ல விரும்புகிறேன். ஜானது படங்களின் நேர்த்தியின்மை பற்றிப் பேசுகிற, நிலவும் தமிழ் வெகுஜன சினிமா குறித்து எந்த விமர்சன மதிப்பீடுகளும் இல்லாத, தமிழ் வசனகர்த்தா நட்சத்திர எழுத்தாளர்களின் எழுத்துக்களில் துப்புரவாகவே இத்தகைய விவரணப்படங்கள் மற்றும் குறும்படங்கள் - தமிழில் மட்டும் சுமார் 5000 குறும்படங்கள் - பற்றிய சின்னக் குறிப்புக்குள் கூட வருவதில்லை என்பதனை நான் இங்கு சுட்டிக்காட்ட விரும்புகிறேன்.

ஜானின் படத் தொகுப்பில் கச்சிதமின்மைபற்றி, அவரது நேர்த்தியின்மைபற்றி அவர் உதாசீனமாக இருந்தாரா? தொழில்நுட்பக் குறைகள் குறித்து, அதனைத் தவிர்ப்பது குறித்து அவர் பிரக்ஞையற்று இருந்தாரா? அதைக் குறித்து அவர் ஏதேனும் பேசியிருக்கிறாரா? உண்மையில் ஜான் அதனைப் பற்றி உணர்ந்துதான் இருந்தார். பொருளாதாரப் பற்றாக்குறையினால் பல விஷயங்களை அவர் சாதிக்க முடியவில்லை என்கிற குற்ற உணர்வு கொண்டிருந்தார். லாபரட்டரியில் தீர்ந்துவிடுகிற இந்தப் பிரச்சினைகளால் திரைப்படத்தின் கருசார்ந்த திரைப்பட சாராம்சம் பாதிக்கப்படப் போவதில்லை என்பதையும் அவர் குறிப்பிட்டுச் சொல்பவராக இருந்தார். 'வித்தியார்த்திகளே இதிலே இதிலே' படத்தின்மீது அவருக்கு நிறைவான அபிப்பிராயம் இருந்தது இல்லை. பிற படங்கள் குறித்து, அதனது கருசார்ந்த சாரம்குறித்து அவருக்கு பெரிய நிறைவின்மை என ஏதும் இல்லை. 'அக்ரஹாரத்தில் கழுதை' படத்தில் ஒரு காட்சியை நான் இங்கு குறிப்பிட்டுச் சொல்ல விரும்புகிறேன். கடைசிக் காட்சியில் அக்கிரஹார வீடுகள் தீப்பிடித்து எரிவதை இன்று பார்க்க விநோதமாகவும், சிறுபிள்ளைத் தனமாகவும் நமக்குத் தோன்றும். அது ஒரு மினியேச்சர் காட்சி. ஒரு தீக்கொழுந்து வீட்டு உயரத்திற்கு எழுகிறது. ஒரு சின்னத் தழலில் முழு வீடும் எரிகிறது. காட்சியின் நம்பகத்தன்மை இங்கு முற்றிலும் அழிந்து போகிறது. ஜானுக்கு அப்படியான அக்ரஹார செட் போட்டு அதனை எரித்துக் காட்சிப்படுத்தக் கூடிய பொருள்வளம் அன்று இருந்திருக்கவில்லை. இத்தகைய காட்சியின் நம்பகத்தன்மை ஜான் எழுப்ப விரும்பிய, அன்றைய அறிவுஜீவிகளின் அறிவுவேட்கை, மரபுமீறல், நிராகரிக்கப்பட்டவர்மீதான பரிவு, அல்லாதன அழியும்

என்ற அவரது தீர்க்கதரிசனம் போன்றனவற்றை நாம் கொச்சைப்படுத்தி விட முடியுமா?

படத்தொகுப்பின் நேர்த்தியின்மை அல்லது அழகியலின் நேர்த்தியின்மை குறித்த கருத்தியல் விமர்சனங்களையும் நாம் இங்கு குறிப்பிட்டுக் காட்ட வேண்டும். உலகின் அரசியல் பொருளியல் ஆதிக்க சினிமாவான அமெரிக்க ஹாலிவுட் சினிமாக்கள் அன்று திட்டமிடப்பட்டு, பொருளியல் வளத்துடன், ஸ்டூடியோ அமைப்புமுறையுடன், தொழில்நுட்ப நேர்த்தியுடன் கச்சிதமாகத் தயாரிக்கப்பட்;டன. மிக மோசமான, படு கேவலமான ஹாலிவுட் திரைப்படத்தைக் கூட அது நேர்த்தியின் அழகியல் கொண்டது என்பதை எம்மால் சொல்லிவிட முடியும். அவர்களிடம் அதற்கான பொருளியல் வளமும், தொழில்நுட்ப விஞ்ஞான வளமும், அதன் மீதான ஆதிக்கமும் இருந்தது. எனில், அவர்கள் மட்டும்தான் தமது நோக்கைத் திரைப்படங்களில் வெளிப்படுத்த முடியுமா? நம்மால் முடியாதா? நமக்கான பொருளியல் வளங்களே நமக்கான தடையாகிவிடுவதா எனும் கேள்விகளை அன்றைய ஆப்ரிக்க, இலத்தீனமெரிக்க விடுதலைச் சமூகங்களும், விடுதலை அமைப்புகளும் அதனது திரைப்படக் கலைஞர்களும் கேட்டுக் கொண்டார்கள். அதிலிருந்துதான் 'நேர்த்தியற்ற சினிமாவின் அழகியல்' - தி ஈஸ்தடிக் ஆப் இம்பர்பெக்ட் சினிமா - உருவானது. இந்த நேர்த்தியற்ற தன்மையை எழுபதுகளிலும் எண்பதுகளிலும் தயாரிக்கப்பட்ட பல ஆப்ரிக்க இலத்தீனமெரிக்கத் திரைப்படங்களில் நாம் பார்க்க முடியும். அமெரிக்கத் திரைப்படங்களில் ஒன்றில் கூட நாம் இந்த நேர்த்தியற்ற தன்மையினைப் பார்க்க முடியாது. இந்த நேர்த்தியற்ற சினிமாவின் இன்னொரு அழகியல் வெளிப்பாட்டு வடிவம்தான் பிரெஞ்சு இயக்குனரான கோதார்த்திடம் வெளிப்பட்டது, ஹாலிவுட் சினிமாவின் நேர்கோட்டுத்தன்மையிலான செவ்வியல் படத்தொகுப்பினை அவர் குலைத்தார். பல்லடுக்குகளையும், வரலாற்றையும் கலந்து புனைவும் நிகழ்வும் கொண்டு கோதார்த் தனது திரைப்படங்களை உருவாக்கினார். அவை புதியதொரு திரைப்பட வடிவத்தினை, யதார்த்தத்தை உலகத்திற்கு வழங்கியது. அதே நேர்த்தியின்மையுடன் அன்றைய சாஞ் சினாஸின் படங்களை, ஒஸ்மான் செம்பேனின் படங்களை, ஜானின் படங்களை, மிருணாள் சென்னின் படங்களை அதனது அத்தனை நேர்த்தியின்மைகளுடனும் அது பேசிய நிறுவன எதிர்ப்பையும், அந்தத் திரைப்படங்களினுள் பொதிந்திருந்த

ஆன்மத்தேட்டத்தினையும் எம்மால் கொண்டாட முடியும். ஜானின்மீதும் அவரது ஆன்மவேள்வியிலும் மனிதப் பறிகொடுக்கிற இன்றைய ஒரு கற்றுக்குட்டிப் படத்தொகுப்பாளன் அக்ரஹாரத்தில் கழுதையின் சிற்சில காட்சிகளை கச்சிதமாக்குவதன் மூலம் ஜானின் படத்துக்கு இன்று அற்புதமான கச்சிதத் தன்மையைக் கொண்டுவந்துவிட முடியும். என்றாலும் இரத்தமும் சீழுமாகக் கொஞ் சிமுத்தமிடுகிற எமது அன்று பிறந்த குழந்தையின் முதல் முத்தத்தை ஸ்பரிசிப்பது போல அது ஆகுமா? அன்றைய வாழ்வு நேர்த்தியற்றதாக இருந்தபோது அவரது வாழ்விலும் படைப்பிலும் முழுமையான நேர்த்தியை எதிர்பார்ப்பது ஒரு வகையில் அபத்தப் பார்வை அல்லவா? மெய்ப்புப் பார்க்காமல் கடனுக்குக் கொடுக்க காசு சேர்க்க அவசரமாக எழுதிய தாஸ்த்தியாவ்ஸ்க்கியின் படைப்பு வாழும் காலம் வரையிலும் ஜானது அக்ரஹாரத்தில் கழுதை, அம்மா அறியான் போன்ற படைப்புகளும் அதன்மீதான அத்தனை விமர்சனங்களையும் மீறி வாழும். அவர் சித்தரித்த மனிதர்களின் அமர வாழ்வு அத்தகைய மேன்மைகள் கொண்டிருந்தது என்பதனை நாம் இன்றும் உரத்துச் சொல்வோம்.

ஜானின் இருபடங்கலான அம்மா அறியானிலும், செரியச்சிண்ட க்രூர ஹ்ருதயங்களிலும் பாவிக்கப்பட்ட படத்தொகுப்பு முறை என்பதனை, அவரது பிற இரு படங்களின் படத்தொகுப்பின் குறைபாடுகளுடன் ஒருவர் குழப்பிக் கொள்ளக் கூடாது. இந்த இரு படங்களிலும் ஜான் படத்தொகுப்பினை பிரக்ஞையுடன்தான் மேற்கொள்கிறார். எடுத்துக் காட்டாக, படத்தொகுப்பில் ஒரு அருகாமைக் காட்சி வேண்டுமென ஒரு இயக்குனர் நினைத்தால், பட உருவாக்கத்தின் போக்கிலேயே அவர் அதனை எடுத்திருக்க வேண்டும். இப்படி அம்மா அறியானிலும் செரியச்சிண்ட க்ரூர ஹ்ருதயங்களிலும் வரும் காட்சிகள் படத்தில் முழுமையாக இடம்பெற வேண்டும் என்பதற்காகவே எடுக்கப்பட்டிருக்கின்றன. அம்மா அறியான் படத் தொகுப்பாளர் பீனா பால் வேணுகோபால் தன்னிடம் வந்த ரஷ்களைப் பற்றிச் சொல்லும்போது, 'அவை தன்னை உலுக்குகிற மாதிரி இருந்தன' என்கிறார். ஜானின் அம்மா அறியானில் இப்படி நம்மை உலுக்குகிற காட்சிகள் படமெங்கிலும் நிறைந்திருக்கின்றன. ஹரியினது உடலை அடையாளம் காண வேறு வேறு நண்பர்களுடன் மருத்துவமனைப் பிணவறை நோக்கி திரும்பத்திரும்ப புருஷனும் அவனது நண்பர்களும் பிரவேசிக்கும் காட்சிகள்,

கல்லுடைக்கும் குவாரியில் கருப்புசாமியின் கால்கள் முடமாகி, அதற்கு நியாயம் கேட்கத் கிளர்ந்தெழும் தொழிலாளர்களுக்கு எதிரான காவல்துறை அடக்குமுறையை தொழிலாளர்கள் வீராவேசத்துடன் எதிர்கொள்ளும் காட்சி, பதுக்கல் உணவுப் பொருட்களைக் கைப்பற்றி அதனை வெகுமக்களுக்கு விநியோகித்தபின் தீப்பந்தங்களுடன் இருளில் சர்வதேசிய கீதம் பாடியபடி நடக்கும் வெகுமக்களின் ஊர்வலக்காட்சி என அதியற்புதமான காட்சியனுபவங்களால் நிறைந்தது அம்மா அறியான் திரைப்படம். அதனது கதை சொல்லல் பல்லடுக்குகள் கொண்டது. காலப் பாய்ச்சல் கொண்டது. நேர்க்கோட்டுத்தன்மையிலாக அணுகிப் புரிந்து கொள்ளக் கூடிய திரைப்படமல்ல அம்மா அறியான். இந்தப் படத்தின் படத்தொகுப்பையும் கச்சிதத்தன்மையினையும் 'காமொசோமவென' எவராகிலும் புரிந்துகொண்டால் அவருக்குத் திரைப்பட அழகியலின் அடிப்படைகளே தெரியவில்லை என்றுதான் அர்த்தம். செரியாச்சிண்ட க்ரூர ஹ்ருதயங்கள் படத்திலும் இப்படியான காட்சிகளை, நிலப்பிரபு பார்க்குமிடமெங்கும் காவலரைக் கனவு கண்டு பதுங்கும் காட்சியிலும், படகிலிருந்து தோழர்களின் மரணித்த உடல்கள் கடலில் வீசப்படும் காட்சியின் பாடலிலும், இறுதியில் அவன் மரத்திலிருந்து வீழும் காட்சியிலும் நாம் பார்க்கவியலும். இவ்வகையில் ஜானின் முன்னிரு படங்களையும் அதனது நேர்த்தியின்மையையும் வைத்து, அம்மா அறியானையும், செரியச்சிண்ட் க்ரூர ஹ்ருதயங்களையும் ஒருவர் மதிப்பிட முடியாது. ஜானின் சிருஷ்டி உச்சம் என அம்மா அறியானை என்னால் திட்டவட்டமாகச் சொல்ல முடியும்.

ஜான்குறித்த ஒரு முழுமையான சித்திரத்தை 'தங்கள் உண்மையுள்ள ஜான்' திரைப்படம் வழங்குகிறது. அவரது தனிமனித முரண்களுடன், அவரிடமிருந்து ஒதுக்கத்தக்க தனிமனித குணாம்சத்துடன், அவரது மேதைமையை, அவரது தன்மறுப்பை முன்வைப்பதாக இந்த விவரணப்படம் உருவாகி இருக்கிறது. இந்தியாவினதும் கேரளத்தினதும் புகழ்பெற்ற கலைஞர்களும் இலக்கியவாதிகளும் ஜான்குறித்த தமது மதிப்பீட்டை விமர்சனபூர்வமாக முன்வைத்திருக்கிறார்கள். விவரணப்படத்தில் பேசுகிற ஒருவர்கூட ஜானது படைப்பாளுமையை நிராகரிப்பதில்லை. அவரது படைப்புமேதைமையை நிராகரிப்பதில்லை. மனித குலத்தின் மீதான அவரது அன்பையும் அவரது பாடுகளையும் அவரது அச்சமற்ற பார்வைகளையும் ஜானின் சமகாலக் கலைஞர்கள்

கௌரவித்திருக்கிறார்கள். அவதூறுகளின் மொழியை, நிராகரிப்பின் மொழியை அவர்கள் கையாளவில்லை. திரைப்படம் துவங்குகிறபோது ஜானின் சாயலுள்ள ஒரு உருவம் முதுகைக் காட்டியபடி நடந்து செல்கிறது. படத்தின் இறுதியில் அந்த நிழலுரு நம்மை நோக்கி வருகிறது. 'இல்லை, இல்லை நான் ஒரு குறிப்பிடத்தக்க மனிதன் - பினாமினன் - இல்லை' என்று தன்னை மறுத்துக் கொள்கிறார் ஜான். இல்லை, இல்லை, இந்திய சினிமா வரலாற்றில் ஜான் என்பது முன்னோடியில்லாத ஒரு நிகழ்வு என நாம் தயங்காமல் சொல்லவே வேண்டும்.

பின் குறிப்புகள்:

1. Your's Truly John: C. Saratchandran: With English subtitles: Third Eye Communications: 2009: Kerala: India.

2. ஜான் ஆப்ரஹாம்குறித்த ஜெயமோகனின் எழுத்துக்கள் அவருடைய இணையதளத்தில் கிடைக்கிறது. நேர்த்தியின் அழகியலை முன்வைத்தே இவர் ஜான்ஆப்ரஹாமை நிராகரிக்கிறார். ஜெயமோகன் ஜான்ஆப்ரஹாம் எனும் ஆளுமையை அழித்துவிடுவதை ஒரு வெறுப்புப் பிரச்சாரமாகவே தனது எழுத்துக்களில் மேற்கொண்டு வருகிறார்.

24

த டர்ட்டி பிக்சர் அல்லது நீலப்படம்: மறுபடியும் கொல்லப்பட்ட சில்க் ஸ்மிதா

தமிழ்சினிமா ரசிகர்களால் என்றென்றும் மறக்கமுடியாத சில்க் ஸ்மிதா, ஆந்திராவின் எலூரு எனும் இடத்தில் 1960 ஆம் ஆண்டு செப்டம்பர் 22 ஆம் திகதி பிறந்து, தனது 35 ஆம் வயதில், 1996 ஆம் ஆண்டு செப்டம்பர் 22 ஆம் திகதி சென்னையில் தற்கொலை செய்து கொண்டு அல்லது கொல்லப்பட்டு மரணமுற்றார். இன்று நினைக்க என்றும் அது துக்க நாளாகவே இருக்கிறது.

மர்லின் மன்றோ உலகின் தேவதை என்றால், சில்க் ஸ்மிதா தென்னிந்தியாவின் தேவதை. குழந்தையின் பேதைமையும் இளம்பெண்ணின் வளர்பருவக் குறுகுறுப்பையும் கள்ளமின்மையையும் இவர்களது புன்னகையிலும் உடல்மொழியிலும் பார்க்க முடியும். இவர்களது மொழியும் கொஞ்சுமொழிதான். மர்லின் மன்றோ உலக சினிமாவிலும் வெகுஜனக் கலாச்சாரத்திலும் இலக்கியத்திலும் அமரத்துவம் பெறுவதற்குக் காரணமாக நாவலாசிரியன் ஆர்தர் மில்லரும் பாப் பாடகி மடோன்னாவும் இருந்தார்கள். துரதிருஷ்டவசமாக சில்க் ஸ்மிதாவுக்கு காதலும் காமமும் குறித்த இயந்திரரீதியான தமிழ்ப் பகுத்தறிவு இயக்குனர் வேலு பிரபாகரனும், பாலிவுட் இயக்குனர் மிலான் ருத்ரியாவும்தான் கிடைத்திருக்கிறார்கள்.

சில்க் ஸ்மிதாவின் வாழ்க்கையை அடியொற்றிய த டர்ட்டி பிக்சர் எனும் இந்திப்படம் (2011) இந்தி, தெலுங்கு, தமிழ் மொழிகளில் ஆங்கிலத் துணைத் தலைப்புக்களோடு, சில்க் ஸ்மிதாவின் பிறந்த நாளான டிசம்பர் 2 ஆம் திகதி உலகெங்கிலும் வெளியானது.

த டர்ட்டி பிக்சர் படம் குறித்துப் பேசுவதற்கு முன்னால் சில்க் ஸ்மிதாவின் வாழ்வு எந்த அளவு தமிழ் மொழியில் அல்லது இந்திய மொழிகளில் ஏதொன்றிலும் பதியப்பட்டிருக்கிறது என்று பார்ப்பது பொருத்தமாக இருக்கும். சில்க் ஸ்மிதா 1960 ஆம் ஆண்டு ஆந்திராவில் பிறந்தார். சிறுமியாக இருக்கும்போதே அவரது தந்தையார் அவரது தாயைவிட்டுப் பிரிந்தார். அவருக்குத் துல்லியமாகத் தனது தாயையும் தெரியாது. அவருக்கு உடன் பிறந்தார் எவரும் இல்லை. தாய் என்று சொல்லப்பட்டவருடன் வளர்ந்த அவர், 16 வயதில் திருமணம் முடித்து வைக்கப்பட, கணவரின் சித்திரவதை தாளாது ஒரு நாள் நள்ளிரவில் ஆந்திராவை விட்டோடி சென்னை வந்து சினிமாவில் நடிக்க முயற்சி செய்தார். இது ஒரு கதை.

சில்க் ஸ்மிதா 8 வது வயதில் வறுமையினால் தான் படித்துக் கொண்டிருந்த மூன்றாம் வகுப்பிலிருந்து வெளியேறினார். தாயும் தமையனும் உண்டு. தந்தை 6 வயதிலேயே குடும்பத்தை விட்டு ஓடிப்போனவர். அவருக்குத் திருமணம் என்றெல்லாம் நடக்கவில்லை. தான் ஒரு குணச்சித்திர நடிகையாகவே ஆசைப்பட்டு, தனது வறுமையிலிருந்து வெளியேற விரும்பி 16 வயதில் சென்னை வந்தவர். இது பிறிதொரு கதை. முதல் வகையிலான வாழ்க்கைக் குறிப்பை தமிழ் சினிமா வரலாற்றாசிரியர் ராண்டார் கை பதிவு செய்கிறார். இரண்டாவது குறிப்பை எழுதியவர் எவர் என உறுதிப்படுத்திக் கொள்வது சாத்தியமேயில்லை.

எலூருவிலிருந்து சென்னை வந்து சேரும் விஜயலட்சமி எனும் இயற்பெயர் கொண்ட சில்க் ஸ்மிதா குறித்த இந்த இரு குறிப்புக்களிலும் ஒரு சில பொதுத்தன்மைகள் உண்டு. வறுமையான குடும்பத்தில் பிறந்த, தந்தையினால் புறக்கணிக்கப்பட்ட பால்யத்தைக் கொண்ட, பால்ய வயதில் பள்ளிக் கல்வியை இடைநிறுத்திய, தனது 16வது வயதில் சென்னை நோக்கி வந்த இளம்பெண் சில்க் ஸ்மிதா. சென்னை வந்து சேர்ந்த அவர் சென்னைத் தெருவோரம் தேநீர்க் கடை வைத்திருக்கிற ஒரு அன்பான மத்தியதரவயதுப் பெண்ணுடன் தங்கியபடி தமிழ் சினிமாவில் வாய்ப்புத் தேடுகிறார். ஆரம்பத்தில் எக்ஸ்ட்ரா நடிகைகளுக்கு மேக்அப் டச் பெண்ணாக அவருக்கு வேலை கிடைக்கிறது.

இந்த அடிப்படையான தரவுகளுக்குப் பின்னால், சில்க் ஸ்மிதாவின் வாழ்வு குறித்து நமக்குக் கிடைக்கிற நம்பகரமான, எழுத்துபூர்வமான பதியப்பட்ட தரவுகள்

இரண்டே இரண்டுதான். ஒன்றினை வண்டிச் சக்கரம் படத்தில் விஜயலட்சமியைச் சில்க் எனும் பாத்திரத்தில் அறிமுகப்படுத்திய அப்படத்தின் இயக்குனர் வினு சக்ரவர்த்தியினுடையது. பிறிதொன்று, தொண்ணூறுகளின் ஆரம்பத்தில் ஒரு சில ஆண்டுகள் ஸ்மிதாவின் காதலராக இருந்த வேலு பிரபாகரனுடையது (சினி ஸவுத்: 23 பிப்ரவரி 2009). வினு சக்ரவர்த்தி விஜயலட்சுமியைத் தான் 1979 ஆம் ஆண்டு ஏவிஎம் ஸ்டுடியோ வாசலில் நின்று கொண்டிருந்தபோது, எதிர்ப்புறம் இருந்த ஒரு மாவரைக்கும் தொழிற்சாலையில் இருந்து அவர் வெளியே வந்தபோது பார்த்ததாகக் குறிப்பிடுகிறார்.

அப்போது விஜயலட்சுமிக்கு 18 வயது. இந்தச் சம்பவத்திற்கு 3 ஆண்டுகளுக்கு முன்பாகவே வண்டிச்சக்கரம் திரைக்கதையை எழுதி முடித்திருப்பதாகக் குறிப்பிடும் வினு சக்கரவர்த்தி, விஜயலட்சுமியைத் தான் வீட்டிற்கு அழைத்துச் சென்று, அவரது மனைவியும் வங்கி ஊழியருமானவர் விஜயலட்சுமிக்கு நடிப்பும் ஆங்கிலமும் நடனமும் கற்றுக் கொடுத்தார் என எழுதுகிறார். விஜயலட்சுமி சில்க் ஸ்மிதாவாகி நடித்த வண்டிச் சக்கரம் தமிழ்த் திரைப்படமும், இணை தேடி எனும் மலையாளத் திரைப்படமும் 1979 ஆம் ஆண்டு வெளியாகிறது.

சில்க் ஸ்மிதா தமிழ் மற்றும் மலையாளத் திரைப்பட உலகில் பிரவேசித்த கதை இது.

இதன்பிறகான பத்து ஆண்டுகளின் பின் 1989 ஆம் ஆண்டு ஒளிப்பதிவாளரான வேலு பிரபாகரன் சத்யராஜ் - ராதா நடித்த பிக்பாக்கட் படிப்பிடிப்பு ஒளிப்பதிவின் போது சில்க் ஸ்மிதாவைச் சந்திக்கிறார். அவரைப் பொறுத்து காதல் என்பது காமம் அன்றி வேறில்லை. ஒரு சில வறட்டுத்தனமான பகுத்தறிவுவாதிகளும் நாத்திகர்களும் உலகம் என்பது பிழிந்து சுவைக்கவேண்டிய ஒரு கனி என்பதனை தமது வாழ்க்கைப் பார்வையாக முன்வைப்பார்கள். அவர்களுக்கு மானுடம் என்பதற்கு இதயம் அல்லது ஆன்மா என்பது இல்லை, இருப்பதெல்லாம் ஜடவயமான தசை மட்டும்தான். வேலு பிரபாகரனின் காதல் பற்றிய தத்துவத்தை எவரேனும் புரிந்துகொள்ள வேண்டுமானால் அவர்கள் கட்டாயம் அவர் இயக்கி நடித்த காதல் அரங்கம் என இருந்து பின்னால் காதல் கதை எனப்பெயர் மாற்றப்பட்ட ஒரு காதல் 'காவியத்தை' கண்டு ரசிக்க வேண்டியிருக்கும். அதில் தனது சொந்த வாழ்வு குறித்த அனுபவங்களைப் பாவித்திருப்பதாகவும் வேலு பிரபாகரன் சொல்கிறார்.

1989 முதல் சில ஆண்டுகள் சில்க் ஸ்மிதாவுடனான வேலு பிரபாகரனது உறவை அவர் விவரிக்கிறார். படிப்பறிவற்ற எளிய கிராமத்துப் பெண்ணான சில்க் ஸ்மிதாவிடம் மைக்கேல் ஆஞ்சலேவின் ஓவியம் தெரியுமா எனக் கேட்கிறார் பிரபாகரன். ஸ்மிதா தெரியாது என்கிறார். இரண்டுக்கும் வித்தியாசம் உனக்கு உயிர் இருக்கிறது, ஓவியத்திற்கு உயிர் இல்லை என்கிறார். பிறகு ஸ்மிதாவை மயில் என்கிறார். மலர் என்கிறார். இதுவெல்லாம் பிரபாகரனின் சொந்த வார்த்தைகள். அவருடைய காதல் தத்துவப்படி ஒரு கிராமியப் பெண்ணாண ஸ்மிதா பிரபாகரனின் காமக் கிழத்தியாக ஆனது இப்படித்தான். இந்தச் சந்தர்ப்பத்தில் திருமணத்திற்கு முன்னும் பின்னும் பல பெண்களுடன் உறவு கொண்டிருந்த அவர், அப்போதுதான் தான் மணந்துகொண்ட காதல் மனைவி குறித்தும் குறிப்பிடுகிறார். காதல் மனைவிக்கா அல்லது ஸ்மிதாவுக்கா தான் துரோகம் செய்கிறோம் என்பதனைத் தன்னால் நிச்சயப்படுத்திக் கொள்ள முடியவில்லை எனவும் அவர் எழுதுகிறார்.

அவரது 'காதல் கதை'க்கு ஒரு உச்சகட்டக் காட்சி வேண்டும் அல்லவா? அதுவும் வருகிறது. சில்க் ஸ்மிதாவும் தானும் தங்கியிருக்கிற இடத்திற்கே அவரது காதல் மனைவி வருகிறார். தனக்குத் துரோகமிழைத்துவிட்டதாக அவர் கண்ணீர் விடுகிறார். ஸ்மிதா இதனை எதிர்பார்க்கவேயில்லை. பிரபாகரன் என்ன செய்கிறார்? அதுதான் கதையின் மிகப்பெரும் திருப்பம். கண்ணீர் மல்கும் தனது காதல் மனைவியைத் தொடர்ந்து சில்க் ஸ்மிதாவை விட்டு வெளியேறுகிறார் பிரபாகரன்.

இதற்காக ஸ்மிதாவிடமிருந்தும் வாசிப்பவர்களிடம் தனது மன்னிப்பையும் யாசிக்கிறார் பிரபாகரன். அதுவும் எப்போது? ஸ்மிதா மரணமுற்று மூன்று ஆண்டுகளின் பின் இதனை அவர் கேட்கிறார். இதுவே சில்க் ஸ்மிதாவின் வாழ்வு பற்றி 'வெளிப்படையாக' நமக்கு எழுத்தில் கிடைக்கிற தரவுகள்.

ஸ்மிதாவின் பிற்பட்ட வாழ்வில் அவர் இரண்டு திரைப்படங்களைத் தயாரித்து, அதனால் பொருளாதார நஷ்டத்துக்கு ஆளாகி, மூன்றாவது திரைப்படம் தயாரிக்க முனைந்த நிலையில், 2 கோடி ரூபாய் கடன் இருந்த நிலையில் அவர் தற்கொலை செய்து கொண்டார் எனச் சில தகவல்கள் சொல்கிறது. அவரது இறுதிக் காலத்தில்

ஸ்மிதாவுடனேயே அவரது வீட்டில் உறைந்த ஒரு தாடிக்கார டாக்டரும் அவரது மகனும் ஸ்மிதாவின் திரைப்பட வரவுசெலவுகளைக் கவனித்துக் கொண்டார்கள் எனவும், ஸ்மிதா தனக்கென வாங்கவிருந்த வீட்டைத் தமது பெயரில் பதிவு செய்ய அவர்கள் விரும்பினார்கள் எனவும், அது தொடர்பாக ஏற்பட்ட சண்டை நடந்து மூன்று நாட்களின் பின் தமது மகள் மரணமுற்றிருப்பதால் தமது மகள் கொலை செய்யப்பட்டிருக்கலாம் என ஸ்மிதாவின் தாய் சொல்வதான பிறிதொரு தகவலும் இருக்கிறது.

1996 ஆம் ஆண்டு செப்டம்பர் 22 ஆம் திகதி அவருடைய சாலிக்கிராமம் வீட்டில் காற்றாடியில் தூக்கிட்டுத் தொங்கியபடி மரணமுற்றிருந்த சில்க் ஸ்மிதா, தனது தாய்மொழியான தெலுங்கில் ஒரு மரணக் குறிப்பையும் விட்டுச் சென்றிருந்தார்.

வாழ்க்கையில் திரும்பத் திரும்பத் தோல்வியுற்றதால் விரக்தியுற்றுத் தான் தற்கொலை செய்துகொள்வதாக அந்த மரணக்குறிப்பு இருந்தது. அது தற்கொலையல்ல கொலை எனும் சந்தேகம் எழுப்பப்பட்டதால் அந்த நோக்கிலும் ஆய்வு செய்யப்பட்டது. அவரது மரண அறிக்கையில் அவரது வயிற்றில் அதிக அளவிலான வாழைப்பழமும் சாக்லெட்டுகளும் சாப்பிட்டதற்கான தடையங்கள் மட்டுமே காணப்பட்டது எனவும், அவர் விஷமிட்டுக் கொலை செய்யப்பட்டதற்கான தடயங்கள் இல்லை எனவும் முடிவாகச் சொல்லப்பட்டது, என்றாலும் தூக்கில் தொங்கவிடப்படுவதற்கு முன்பாக அவர் கொல்லப்பட்டிருக்கலாமா எனும் கேள்வி, இன்றளவிலும் கேள்வியாகவே அலைந்து கொண்டிருக்கிறது.

த டர்ட்டி பிக்சர் உச்சக் காட்சியையும் சில்க் ஸ்மிதாவின் வாழ்வினது அறியவரப்பட்ட தரவுகளையும் வைத்துப் பார்க்கிறபோது எம்மால் ஒரு முடிவுக்கு வரமுடியும். ஸ்மிதா தனது சொந்த உறவுகளின் விரக்தியில் அல்லது பொருளாதார வீழ்ச்சியில் மரணமுற்றிருக்க முடியும். டர்ட்டி பிக்சர் படத்தில் வருகிற மாதிரி அவரது இறுதிக் காலத்தில் அவர் நீலப்படத்தில் நடிக்க நேர்ந்த துயரத்தின் பின்தான் தற்கொலை செய்து கொள்ள முடிவெடுத்தார் எனச் சொல்வது யதார்த்தத்துக்கு முற்றிலும் மாறானதாகவே இருக்க முடியும்.

படம் பற்றி படக் குழுவினர் பத்திரிக்கைகளில் தம்மை வெளிப்படுத்திக் கொண்ட விதமும், படத்தின் திரைக் கதை அமைக்கப்பட்ட விதமும் சில்க் ஸ்மிதாவை இவர்கள் மறுபடி

ஒரு முறை குரூரமாகக் கொலை செய்திருக்கிறார்கள் எனவே சொல்ல முடியும். ஸ்மிதாவின் வாழ்வுப் படம் இது என்றார்கள். வினு சக்கரவரத்தியும், ஸ்மிதாவின் சகோதரர் எனப்பட்டவரும் படத்திற்கு ஆட்சேபனை தெரிவித்தபின், இது ஸ்மிதா பற்றிய படமல்ல, ஸ்மிதாவும் அவர் போன்றவர்களும் பற்றிய புனைவுப்படம் எனப் பின்னாளில் தமது ஸ்ருதியை மாற்றிக் கொண்டார்கள். திரைக்கதை பாலிவுட் கதை சொல்லிகளின் அத்தனைக் கள்ளத்தனங்களையும் கொண்டதாகத்தான் உருவாகி இருக்கிறது.

திரைக்கதை இது: தனது வீட்டில் முரண்பட்டு, ஒரு நள்ளிரவில் வீட்டைவிட்டோடி சென்னைவரும் சிறுமி, பருவ வயதில் நுழைவதுடன் படம் துவங்குகிறது. கதாநாயகியின் பெயர் ரேஷ்மா. அவளுக்கு தமிழ் சினிமாத் தயாரிப்பாளர் வைக்கும் பெயர் சில்க். சில்க்கிற்குப் போட்டியாக வரும் பிறிதொரு கவர்ச்சி நடிகையின் பெயர் ஷகீலா. ரேஷ்மா, சில்க், ஷகீலா எனும் இந்த மூன்று பெயர்களும் தென்னிந்திய தமிழ்சினிமா நடிகைகளின் நிஜப் பெயர்கள். சில்க், ஷகீலாவை அடுத்து தொண்ணூறுகளின் இறுதியில் மலையாளத்தில் வெளியான மெலிதான நீலப்படவகை படங்களின் கதாநாயகியாகப் புகழ்பெற்ற நடிகை ரேஷ்மா. சில்க் ஸ்மிதா நடித்து 1989 ஆம் ஆண்டு வெளியான லயனம் எனும் மலையாளப்படம், 13 ஆண்டுகளின் பின் 2002 ஆம் ஆண்டு இந்தியில் டப் செய்யப்பட்டு வெளியானபோது அப்படத்திற்கு ரேஷ்மா கி ஜவானி எனவே பெயரிடப்பட்டது.

எந்த அதிகாரமுமற்ற, அடிநிலையிலுள்ள கவர்ச்சி நடிகைகள் என்று சொல்லப்பட்ட பெண்களின் வாழ்வைப் பரிவுடனும் துயருடனும் பார்ப்பதாக இந்த டர்ட்டி பிக்சர் கோரிக் கொள்கிறதோ, அதே அடிநிலை நடிகைகளின் சொந்தப் பெயர்களை வைத்து அவர்களை மீளவும் கேவலப்படுத்தும் காரியத்தையே இப்படமும் செய்திருக்கிறது.

சில்க் ஸ்மிதாவின் வாழ்வை மறுபடி இந்தப்படம் அவமானப் படுத்தியிருக்கிறது.

இந்த மூன்று நேரடியிலான நடிகைகளின் பெயர்கள் தவிர இந்தப் படத்தில் வரும் அத்தனை தென்னிந்திய நடிகர்கள் மற்றும் இயக்குனர்கள் அனைவரதும் பெயர்கள் முற்றிலும் புனைப்பெயர்களாக வைக்கப்பட்டிருக்கிறது. ரஜினிகாந்த் போல கதாநாயகன் நஸ்ருதீன் ஷா நடிக்கிறார் என வந்த ஒரு

செய்திக்கு ரஜினி ரசிகர்கள் கொதித்தெழுந்தார்கள். அவரை அவமானப் படுத்தும்படி, அவர் மாதிரி நடிக்க மாட்டேன் என நஸ்ருதின் ஷா அறிக்கை வெளியிட்டார். ரேஷ்மா, ஸ்மிதா, ஷகீலா போன்றோரிடம் தம்மை இம்மாதிரி நேரடியாகப் பெயர்சொல்லிச் சித்தரிக்க வேண்டாம் எனச் சொல்லும் வலிமையும் இல்லை. அவர்களுக்கென வழக்குத்தொடுக்கிற அதிகாரம் அவர்களுக்கும் இல்லை. அவர்களது சார்பாகவும் எவரும் இல்லை. இதுவே இந்திய தமிழ் சினிமா யதார்த்தம்.

இந்தச் சினிமா உலகில்தான் ஷோபா, விஜயஸ்ரீ, படாபட் ஜெயலட்சுமி போன்றோர் தற்கொலை செய்து கொண்டார்கள். இந்திய சினிமாவின் அதிஅற்புதமான நடிகைகளில் ஒருவரான சாவித்திரி அதிகுடிபோதையில் மரணமுறுவதற்கு முன்னால், அவர் இறுதியாக நடித்ததாக ஒரு மலையாள நீலப்படவகைப் படமே இருந்தது. பாசமலர் சாவித்திரிக்கும், நீலப்படவகைப் படத்தில் நடித்து மரணமுற்ற சாவித்திரிக்கும் இடையில்தான் எண்பதுகளின் நடிகைகள் வாழ்வு தீர்மானிக்கப்பட்டதாக இருந்தது.

கவர்ச்சி நடிகைகள் எனும் ஒரு தனித்த இனம் எப்போது தோன்றுகிறது? வெளிப்படையாகப் பாலுணர்வைக் குறைந்தபட்சமும் வெளிப்படுத்திக் கொள்ள முடியாத ஒரு சமூகச் சூழலில், பெண் உடல் பண்ட உற்பத்தியாக நுகரப்பட முன்வைக்கப்படுவது இலாபம் தரும் தொழில் எனும் கருத்து முனைப்புப்பெற்ற காலத்தில், குடும்ப அமைப்பைத் தாங்கும் கதாநாயகியர் பதிவிரதைகளாகச் சித்திரிக்கப்பட, நவீன வாழ்வுக்குள் நுழையும் பெண்கள் பரத்தைகளாகக் கருதப்பட்ட ஒரு சமூகச் சூழலில்தான் கவர்ச்சி நடிகைகள் தோன்றுகிறார்கள்.

ஆண்களின் உச்சபட்சப் பாவனைக்கு உள்ளாகும் பண்டம் போலத் தாம் திரையில் துதிக்கப்படுவதை அவர்கள் தமக்கு வாய்த்த அதிகாரமாகக் கருதிவிடுகிறார்கள். அது தற்காலிகம் என்பதனை அவர்கள் அறிவதில்லை. அது அறியவரும்போது அது அவர்களது அந்திநேரமாக ஆகிவிடுகிறது.

1979 ஆம் ஆண்டு வண்டிச் சக்கரத்தில் அறிமுகமாகிற சில்க் ஸ்மிதாவை இன்று நினைவுகூர அவரது திரை வாழ்வில் மைல்கற்கள் எனச் சில படங்களை நாம் குறிப்பிட முடியும். 1981 ஆம் ஆண்டு அவர் பாரதிராஜாவின் அலைகள் ஓய்வதில்லையில் நடிக்கிறார். 1982 ஆம் ஆண்டு

ரஜினிகாந்துடன் மூன்றுமுகம் படத்தில் நடிக்கிறார். அதே 1982 ஆம் ஆண்டு பாலுமகேந்திராவின் மூன்றாம் பிறையில் கமல்ஹாஸனுடன் நடிக்கிறார். 1989 ஆம் ஆண்டு லயனம் எனும் நீலப்படவகை மலையாளப்படத்தில் நடிக்கிறார். அவர் குணச்சித்திர வேடங்களில் நடித்த 1979 - 82 என நான்கு ஆண்டுகள் தவிர பிற்பாடாக அவர் நடித்த படங்கள் அனைத்துமே அவரை வெறும் கவர்ச்சி நடிகையாக மட்டுமெ சீரழிக்கிறது.

1996 ஆம் ஆண்டு செப்டம்பர் 22 ஆம் திகதி அவர் மரணமுறு வதற்கு இரண்டு நாட்களுக்கு முன்பாக அர்ஜூன் நடித்த அவரது இறுதிப்படமான சுபாஷ் வெளியாகிறது.

எண்பதுகளின் மத்தியிலிருந்து பொருண்மையாக இரண்டு பெரும் மாறுதல்கள் இந்திய சினிமாவில் நடந்தேறுகிறது. அதுவரை யிலும் இழுத்துப் போர்த்தி நடித்த, குறைந்தபட்சம் நடிப்புத்திறமை கொண்ட நடிகைகள் என்பதற்கு மாற்றாக, எந்தவிதமான நடிப்பாற்றலும் அற்ற, அனைத்துவிதமான ஆடைக்குறைப்புக்கும் ஒப்புக்கொள்கிற கதாநாயக நடிகையரும் அதற்கேற்ற கதைகளும் திரைப்படத்தினுள் நுழைகின்றன. மழையில் நனைகிற கதாநாயகியர் அதிகரிக்கிறார்கள். இப்போது கதாநாயகியே குத்துப்பாட்டுக்கு ஆடுகிறார். சிறப்புக் குத்துப்பாட்டுக்கு ஆடவும் இன்னொரு கதாநாயகியே வருகிறார். தனித்த குத்துப்பாட்டு நடிகையரின் வீழ்ச்சி சில்க், டிஸ்கோ சாந்தி,அல்போன்ஸா என இப்போது நேர்கிறது. மலையாள மொழியில் இவர்களுக்கெனவே ஒரு சந்தை திறக்கிறது. அந்தச் சந்தை இந்தியா எங்கிலும் பரவுகிறது. இப்போது கவர்ச்சி நடிகைகள் முழுமையாக நீலப்படவகை நடிகைகளாக ஆகிறார்கள். சாவித்திரி போன்ற நடிகைகள்கூட இந்த அவலத்திற்குத் தப்பமுடியவில்லை. இந்த நிஜம், பெண்களைத் தொடர்ந்து இந்திய சினிமா கீழ்மைப்படுத்தி வந்த நிஜம் த டர்ட்டி பிக்சரில் இல்லை.

கவர்ச்சிநடிகைகளுக்கு இடையிலான போட்டியில், தமது தனிப்பட்ட மமதையில்தான் சில்க் வீழ்ச்சியை எய்துவதாக த டர்ட்டி பிக்சர் சொல்கிறது.

த டர்ட்டி பிக்சரில் தன்னை நிலைநிறுத்திக் கொள்வதற்காக தனது பாலுறவு அதிகாரத்தைக் காண்பித்து புகழின் உச்சியில் மேலே மேலே செல்லும் சில்க், அனைத்து ஆண்களையும் வெல்லும் சில்க், பிறிதொரு கவர்ச்சி நடிகையின் பிரவேசத்தினால் தனது வாய்ப்பை இழக்கிறார். தன்னை

முன்னிறுத்தி சொந்தப்படம் எடுக்கிறார். கடன்படுகிறார். கடனுக்காக நீலப்படத்தில் நடிக்க வேண்டிய நிலைக்கு பலவந்தப்படுத்தப்படுகிறார். தன்னை முதலில் நிராகரித்த தன் சொந்தத் தாயும் சகோதரனும், தன்னை ஒருபோது நிராகரித்த தன்மீது இன்று காதலுற்றிருக்கும் இயக்குனரால் அழைத்து வரப்பட்டுக் காத்திருக்க, அளவுக்கு அதிகமான தூக்க மாத்திரைகளை அருந்திவிட்டு, அடர்ந்த சிவப்புநிறத்தில் பட்டுப்படவையில் தன்னை அழகுபடுத்திக் கொண்டு, தனது இளமையையும் சோபையையும் இழந்த பெண்ணாக தற்கொலை செய்தபடி படுக்கையில் சாய்கிறாள் சில்க்.

இந்தப் படத்தினை ஒரேயொரு வலிமையான காரணத்திற்காகத் திரைப்பட ரசிகர்கள் அனைவரும் பார்க்க வேண்டும் என நான் சொல்வேன். அது வித்யா பாலனின் அதியற்புதமான நடிப்பு. இந்திய சினிமா நடிகைகள் அடிக்கடி முன்வைக்கும் பதிவிரதை எனும் போலிப் பிம்பத்தை முற்றிலும் களைந்தெறிந்துவிட்டு, திரைவாழ்வையும் சொந்த வாழ்வையும் குழப்பிக் கொள்ளாத கலைமீதான தாகத்தினால், பெண்ணின் உடலை எந்த அளவிற்கு தடைகடந்து நகர்த்திச் செல்ல முடியுமோ அந்த எல்லைகளை எல்லாம் கடந்து சென்று பாத்திரமாக வாழ்ந்திருக்கிறார் வித்யா பாலன். எம்முடைய பார்வையில், த டர்ட்டி பிக்சர் திரைப்பட ஆக்க தாரர்கள் கோரிக் கொள்கிறமாதிரி முழுமையடையாத திரைப்படம், சில்க் ஸ்மிதா குறித்த முழுமையடையாத பாத்திரத் சித்திரிப்பு கொண்ட படம் என்றாலும், வித்யா பாலன் எனும் பண்பட்ட நடிகைக்காக, அதுவும் இறுதிக் காட்சியில் தனது துக்கம் ஆழவோடிய கருவளையும் விழுந்த கண்களில் மைதீட்டியபடி, தனது சோபையிழந்த முகத்தைக் கண்ணாடியில் பார்த்தபடி அழகுபடுத்திக் கொளளும் அந்த ஒரேயொரு காட்சிக்காகவாவது நீங்கள் த டர்ட்டி பிக்சர் திரைப்படத்தைப் பாருங்கள்.

இறுதிக் காட்சி நிஜத்தில் நம் நெஞ்சை அடைக்கவே செய்கிறது. அது சில்க் எனும் திசை தெரியாது தவித்த கள்ளமற்ற பறவைக்கான எமது துக்கம்.

25

சில்வியா கிறிஸ்டல்: ஒரு மகோன்னத நிகழ்வு

சில்வியா கிறிஸ்டல் (28 செப்டம்பர் 1952 - 17 அக்டோபர் 2012) தனது அறுபதாவது வயதில் புற்றுநோயினால் மரணமடைந்திருக்கிறார். யாக்கையின் நிலையாமை குறித்த சித்தர் பாடல்களை சில்வியா கிறிஸ்டலின் மரணம் தமிழ்மனதுக்கு ஞாபகமூட்டக்கூடும். எழுபதுகளின் தலைமுறையைச் சேர்ந்த ஐரோப்பிய இளைஞர்களுக்கு அல்லது அதற்குப் பின்பாக ஐரோப்பாவுக்குக் குடிபெயர்ந்த திரைப்பட ரசிகர்களுக்குச் சில்வியா கிறிஸ்டலைக் கட்டாயம் தெரிந்திருக்கும். சில்வியா கிறிஸ்டல் என்ற பெயர் தெரியாவிட்டாலும், இமானுவெல் எனும் பிரெஞ்சுத் தொடர் படங்களில் நடித்த நடிகை என்றால் கட்டாயம் அவரது புன்னகை கசியும் முகமும் ஆடை நெகிழ்ந்த அவரது உடலும் எவருக்கும் ஞாபகம் வந்துவிடும். இமானுவெல் உலக சினிமாவில் ஒரு நிகழ்வு.

திரையில் பாலுறவுச் சித்தரிப்பு, பாலுறவு வேட்கை, தணிக்கை போன்ற விவாதங்களை இமானுவெல் படத்தொகுப்புக்களையும் சில்வியா கிறிஸ்டலையும் விட்டுவிட்டுப் பேசமுடியாது. சில்வியா கிறிஸ்டல், மர்லின் மன்ரோ, சிலுக்கு ஸ்மிதா போன்ற உலகின் வேறுவேறு பிரதேசங்களைச் சேர்ந்த பாலுறவு வேட்கைளைச் சித்தரித்த நடிகைகளுக்கிடையில் சில பொதுத்தன்மைகள் உண்டு. சில்வியாவும் மர்லினும் சிறுவயதில் குடும்பத்திற்கு வெளியிலுள்ள ஆண்களால் பாலுறவு அத்துமீறல்களுக்கு உட்படுத்தப்பட்டவர்கள். சில்வியா, மர்லின், ஸ்மிதா மூவரதும்

தந்தையர்கள் குடும்பத்தைவிட்டு வெளியேறியதால் மூவருமே தாயினால் வளர்க்கப்பட்டவர்கள். மூவரும் தந்தைமை உருவத்தை ஆண்களுக்கிடையில் தேடியதால் தம்மை விடவும் மும்மடங்கு முதுமை கொண்டவர்களுடன் வாழ்வைப் பகிர்ந்துகொண்டவர்கள்.

சில்வியா கிறிஸ்டல் நடித்து 1974 ஆம் ஆண்டு வெளியான இமானுவெல் எனும் திரைப்படம், உலக சினிமாவில் மென்நீலப்படம் எனும் வகையினத்தைத் தோற்றுவித்தது. திரைகளில் அதுவரை இருந்திராத அல்குல், மாணி போன்றவற்றின் திறந்த நிலைத் தோற்றங்கள், வல்லுறவு, உடலுள் உடல் அமிழும் கலவிக் காட்சி போன்றன இமானுவெல் படத்தில் இடம்பெற்றது. பிரான்சில் ஒரு குறிப்பிட்ட திரையங்கில் 11 வருடங்கள் தொடர்ச்சியாகக் காட்சிப்படுத்தப்பட்ட திரைப்படமாக இமானுவெல் உலக சாதனை படைத்தது. இப்படத்தின் பெற்றி சங்கிலித் தொடர் பாகங்களாக இமானுவெல் திரைப்படத்தினை உருவாக்கக் கூடிய வாய்ப்பை அதனது இயக்குனருக்கு ஏற்படுத்தியது. சில்வியா கிறிஸ்டல் நடிக்க இமானுவெல் ஏழு பாகங்கள் வெளியானது.

இந்தோனேசியாவில் வாழநேர்ந்த ஒரு சலிப்புற்ற பிரெஞ்சு ராஜதந்திரியின் மனைவியை அவரது கணவரே பாலுறவுச் சாகசத்தைத் தேடிக் கண்டடையுமாறு உற்சாகப்படுத்துகிறார். வலியும் உடல்சுகமும் எனும் நோக்கில் மார்கிஸ் டீ சேட் பிரெஞ்சுப் பாரம்பர்யத்தில் முன்வைத்த சிந்தனைப்போக்கின் நிகழ்முறையாக இமானுவெலின் சாகசங்கள் அமைந்தன. இந்தோ சீனா, கரீபியத் தீவுகள், வட ஆப்ரிக்கா போன்ற பிரான்ஸ் அல்லாத நாடுகளின் உள்ளார்ந்த வனங்களுக்கும் கடற்கரைப் பிரதேசங்களுக்கும் பயணம் செய்து, அங்குள்ள ஆண்பெண்களுடன் இமானுவெல் மேற்கொள்ளும் இருபாலுறவு, சமப்பாலுறவு, கூட்டுக்கலவி போன்ற பாலுறவுச் சாகசங்களை இம்மானுவெல் தொகுதிப்படங்கள் சித்தரித்தன.

பயணம், யாரும் கண்காணிக்காத தனிமை, உடலின்பம், ஐரோப்பா அல்லாத நிலப்பரப்புகள் உருவாக்கும் ஏகாந்தம் போன்றவற்றின் சாகச வேள்வியாக இமானுவெல் தொகுதிப்படங்கள் இருந்தன. கிறக்கமூட்டும் இசை, அடர்ந்த கானக மரங்கள், பசுமையான செடிகொடிகள், ஈரம் படர்ந்த நிலங்கள், பளீரென்ற சூரிய வெளிச்சம், உயரமான சில்வியா தனது பிருஷ்டங்ளை அசைத்து நடக்கும்போது நெகிழும் மெலிய ஆடைகள் போன்றவற்றினால் உருவான

இமானுவெல் பாகத்திரைப்படங்கள் கலைப்படத்திற்கும், மென் நீலப்படங்களுக்கும், பிற்பாடு சந்தையாக ஆகின வன்மையான நீலப்படத்திற்கும் இடையிலான எல்லைகளை முயங்கச் செய்வனவாக இருந்தன.

ஐரோப்பிய எல்லைகளைத் தாண்டி சில்வியா கிறிஸ்டலை அமெரிக்காவுக்கும் கொண்டுசேர்த்த 1981 ஆம் ஆண்டுத் திரைப்படம் பிரைவேட் லெசன்ஸ். பாலுறவு வேட்கை அரும்பத் துவங்கியிருக்கும் ஒரு செல்வந்தரது மகனை தனது சாகசவலைக்குள் வீழ்த்தும் தாதிப் பெண்ணாக இப்படத்தில் சில்வியா நடித்திருந்தார். அமெரிக்காவில் மிகப்பெரும் வெற்றி பெற்ற இந்தத் தொண்ணூறு நிமிடப்படம் பதின்ம வயதின்வேட்கை, தனக்கு அருகாமையில் வாய்க்கும் தன்னைவிட மூத்த பெண்ணிடம் தோன்றும் மோகம், பணக்கார வீட்டுப் யைனைத் திட்டமிட்டு வலையில் வீழவைத்து அவனிடம் பணம் பறிக்கும் பயந்தாங்குளி வீட்டு வாகனஓட்டி, விலைமாதருடன் திரியும் தகப்பன் என இதனோடு மெலிதான நகைச்சுவையும் சேர்த்து கலவிக் காட்சிகளும் கொண்டதாக இருந்தது.

பாலுறவின் இன்பநோக்கத்திற்கு முதல் நிபந்தனையாக இருப்பது, பொதுசமூகத்தின் மீதான அறமீறல். இந்த அறமீறல் இயல்பாகவும் கள்ளம்குறித்த குற்றவுணர்வு அற்றதாகவும் முறைசாரா உறவுகளில் இயங்குகிறது. இந்த மனநிலையை அனைத்துவிதமான சில்வியா கிறிஸ்டல் பாத்திரப்படைப்புக்களிலும் நாம் காணலாம். இந்தப்படத்தில் பதின்வயதுப் பையன் தாதிப்பெண்ணைத் திருமணம் செய்துகொள்ளும் ஆவலை வெளியிடுகிறான். வெகு இயல்பாக அது சாத்தியமில்லை என்கிறாள் தாதிப்பெண். படத்தின் இறுதியில் அவள் வீட்டைவிட்டுப் போகிறாள். தனது இருப்பிடத்தை அவனுக்குத் தெரிவிப்பதாகவும் அவள் தெரிவிக்கிறாள். அறம் முன்னிலைப்படுத்தப்படாமல் வேட்கையும், மிகச் சிக்கலான ஆண்பெண் இணைவிழைச்சும் முன்னிலைப்படுத்தப்படுவதனால்தான் பரதனின் ரதிநிர்வேதமும், பாலுமகேந்திராவின் அழியாத கோலங்களும் சில்வியாவின் பிரைவேட் லெசன்சும் ரசனைக்குரியதாகவும் பேசத்தக்க திரைப்படங்களாகவும் இருக்கின்றன.

இமானுவெல் எனும் பெயரில் பிற்காலத்தில் பிரான்சிலும் ஐரோப்பிய மொழிகளிலும் வெளியான தொலைக் காட்சிப் படங்களும் குறுவட்டுக்களும் வன்மையான நீலப்படக்

காட்சிகளையும் நேரடியிலான கலவிக் காட்சிகளையும் கொண்டிருந்தன. பிரான்சில் தயாரிக்கப்பட்ட தொலைக் காட்சிப் படங்களில் வன்மையான கலவிக் காட்சிகளில் பிற நடிகைகள் இடம்பெற, மென்காட்சிகளில் மட்டுமே சில்வியா கிறிஸ்டல் தோன்றினார். இந்தப் படங்கள் தொலைக் காட்சியாகவும் திரையரங்குகளிலும் திரையிடப்பட்டபோது வன்மையான கலவிக் காட்சிகள் இருக்கவில்லை. குறுவட்டுக்களில் மட்டுமே அக்காட்சிகள் இணைக்கப்பட்டன. எவ்வகையிலாயினும், சில்வியா கிறிஸ்டலின் பெயர் ஒரு போதும் வன்மையான நீலப்படங்களோடு முன்வைத்துப் பேசப்படுவதில்லை.

இமானுவெல், பிரைவேட் லெசன்ஸ், டி.எச்.லாரன்சின் லேடி சாட்டர்லீஸ் லவர்(1981) படவடிவம் போன்றவற்றை முன்வைத்தே அவர் உலக சினிமா ரசிகர்களால் நினைவுகூரப்படுகிறார். பாலுறுவு வேட்கையின் ஆழத்தில் பொதிந்திருக்கும் அறமீறலுக்கும் கள்ளமின்மைக்கும் ஒரு முகத்தை நாம் கற்பனை செய்துகொள்ள முடியுமானால் நிச்சயமாக சில்வியா கிறிஸ்டலின் தோற்றம் அதில் அற்புதமாகப் பொருந்துவதை நாம் காணமுடியும். சில்வியா கிறிஸ்டலுக்கு ஆர்தர் என ஒரு வளர்ந்த மகனும் இருக்கிறார். அவருடனான அழகான கருப்பு வெள்ளைப் புகைப்படங்களைக் கொண்டது சில்வியாவின் வாழ்க்கை வரலாற்றுப் (Undressing Emmanuelle: A Memoir) புத்தகம்.

சில்வியா கிறிஸ்டல் மரணமுற்றபோது அவரது முதல் படமான இமானுவெல் ஞாபகம் வருகிறது; கூடவே அவரது அறுபது வயதிலான, புற்றுநோயின் வலி செறிந்த, சோர்ந்த முதுமையான முகமும் ஞாபகம் வருகிறது. சில்வியா கிறிஸ்டல் சந்தேகமில்லாமல் திரைவரலாற்றின் ஒரு மகோன்னத நிகழ்வு.

26

திரைப்படம்: எதிர் இலக்கியம்

திரைப்படம் மனித நடத்தையை விளக்க முயலும் காட்சிரூப மொழியிலானது. இலக்கியம் மனித உளவியலை விளக்க முயலும் குறியீடுகளான சொற்களால் ஆனது. திரைப்படத்தில் மனிதர்களின் உடல்மொழி அடிப்படையானது எனில், இயற்கை அதனது துணைப்பிரதி. மௌன இடைவெளி திரைப்படத்தில் பெரும் அர்த்தம் உளவியல் மொழியிலானது. இலக்கியத்தில் மௌன இடைவெளி கற்பனைக்கு உரிய இடம். ஸ்பரிச அனுபவம் என்பதனை திரைப்படம் பாவனைகளாலும் இலக்கியம் சொற்களாலும் பற்றிப் பிடிக்க முனைகிறது. இரண்டும் தத்தம் அளவில் வெகுதூரம் - காலம் பயணம் செய்து தமக்கென தனித்தனி தர்க்கங்களையும் கொண்டிருக்கிறது. ஒன்றைவிடப் பிறிதொன்று மேன்மையானது என இதன் இரண்டினதும் வரலாற்றினையும் சாதனைகளையும் கொடுமுடிகளையும் அறிந்த எவரும் சொல்ல மாட்டார்கள். இப்படிச் சொல்ல முனையும் இலக்கியவாதியை திரைப்படக் கலையை அறியாதவன் எனவும், திரைப்பட இயக்குனரை இலக்கியம் அறியாதவன் எனவுமே சொல்ல முடியும்.

சொல்லுக்கும் காட்சிக்கும் இடையிலான பதட்டத்தை அல்லது கோட்பாட்டுக்கும் நடைமுறைக்கும் உள்ள பதட்டத்தை எவரும் நூறுசதவீதம் சமனாக்கிவிட முடியாது. கோட்பாட்டுக்கும் நடைமுறைக்கும் உள்ள பதட்டத்தைத் தத்துவவாதிகள் பேசிவந்ததைப் போலவே சொல்லுக்கும் காட்சிக்கும் உள்ள பதட்டத்தை மானுடப் பிரச்சினைகளில் வேட்கை கொண்ட கலைஞர்கள் உணர்ந்து, பேசி வந்திருக்கிறார்கள்.

நூற்றாண்டுத் தனிமை தவிர கார்சியா மார்க்வசின் நாவல்கள் அனைத்துமே தொலைக்காட்சிப் படங்களாக, முழுநீளப் படங்களாகத் தயாரிக்கப்பட்டுள்ளன. அதற்கான அனுமதியை அவர் தந்திருக்கிறார். அவரது எரிந்திரா குறுநாவலுக்கு நியாயம் செய்யும் வகையிலான அதியற்புதமான தொலைக் காட்சிப்படம் வந்திருக்கிறது. நூற்றாண்டுத் தனிமையைத் திரைப்படமாக்கும் கோரிக்கை அனைத்தையும் கார்சியா மார்க்வஸ் நிராகரித்திருக்கிறார். அந்தக் குறிப்பிட்ட ஒரு நாவலைப் பொறுத்து தான் மொழியில் அடைந்த உச்சத்தை அந்த நாவலின் மாந்தர்களின் சித்திரம் மற்றும் அவரது கருத்தாக்கப் பிரதேசம் காட்சியில் எட்டப்படமுடியாதது என மார்க்வஸ் திட்டவட்டமாக நம்புகிறார்.

தாஸ்தயாவ்ஸ்க்கி, டால்ஸ்டாய் போன்ற ரஷ்ய இலக்கியக் கொடுமுடிகளை சோவியத் கலைஞர்கள் திரைப்படமாக்கியிருக் கிறார்கள். குற்றமும் தண்டனையும் நாவலுக்கு மட்டும் ஐந்துக்கும் மேற்பட்ட திரைவடிவங்கள் இருக்கின்றன. இதில் இயந்திரவயமான திரையாக்க மரபைக் கொண்ட ஹாலிவுட் திரைப்படங்கள் ரஷ்யமொழித் திரையாக்கங்களின் அருகில் கூட வரமுடியாது. டி.எச்.லாரன்சின் லேடி சார்ட்டர்லீஸ் லவ் நாவலுக்கு வேறுவேறு காலகட்டங்கள் சார்ந்த ஐந்துக்கும் மேற்பட்ட திரைவடிவங்கள் இருக்கின்றன. நாவல் தரும் அனுபவத்தை இத்திரைப்படங்கள் தருகிறது எனச் சொல்ல முடியாது.

செவ்வியல் நாவல்கள் தவிரவும் எனது அனுபவத்தில் நாவல் வாசிப்பின் அனுபவத்தினை விடவும் கிளர்ச்சியூட்டிய அவைகளது திரைப்பட வடிவங்கள் இருக்கின்றன. தி இங்கிலீஸ் பேஷன்ட் (மைக்கேல் ஒன்டாஜி - அந்தனி மெங்கல்லா), பெர்ப்யூம் (பாட்ரிக் சுஸ்கிந்த் - டாம் டைப்வர்), த ரீடர் (பெர்னார்ட் ஷ்லிங்க் - ஸ்டீபன் டால்ட்ரி), த லாஸ்ட் டெம்ப்டேன்ஸ் ஆப் ஜீஸஸ் கிரைஸ்ட் (கசான்டாஸ்கிஸ் - மார்டின் ஸ்கோர்சிசே), ஸலோ (மார்கிஸ் டி சேட் - பாவ்லோ பசோலினி), லஸ்ட் காசன் (எய்லின் ஷாங் - ஆங் லீ), ரெய்ஸ் த ரெட் லான்டர்ன் (சூ டான் - ஷாங் இமு) போன்றன இத்தகைய படங்கள் - நாவல்கள். இதனை இலக்கியத்தரம் கொண்ட திரைப்படங்கள் என நான் குறிப்பிடுகிறேன்.

இலக்கியத்தரம் கொண்ட திரைப்படங்கள் இந்திய அளவில் மேற்கு வங்கத்திலிருந்தும், ஆந்திரா, கர்னாடகா, கேரளம், மராட்டியம், ஒரிசா போன்ற மாநிலங்களில் இருந்தும் வந்தன.

ரித்விக் கடக் முதல் கிரிஷ் கர்னாட் ஈறாக எம்.டி.வாசுதேவன் நாயர் வரை இலக்கிய சிருஷ்டியாளர்களாகவும் திரைப்படக் கலைஞர்களாகவும் சாதித்தவர்களை இவ்வாறு வரிசைப்படுத்த முடியும். தமிழிலும் இப்படி இலக்கியத் தரம் கொண்ட படங்கள் என பாலு மகேந்திராவின் சந்தியா ராகம் மற்றும் வீடு, ருத்ரய்யாவின் அவள் அப்படித்தான் (வண்ணநிலவனின் வசனம்), மகேந்திரனின் பூட்டாத பூட்டுக்கள் (பொன்னீலனின் கதை), உதிரிப் பூக்கள் (புதுமைப்பித்தனின் கதைக்கரு), சாசனம்(கந்தர்வனின் கதைக்கரு), மெட்டி போன்றவற்றை நாம் குறிப்பிடலாம்.

தமிழ்த் திரைமொழியைப் பொருத்தவரை திரும்பவும் வரமுடியாத ஒரு மனோரதியக் காலமாக பாலு மகேந்திரா - மகேந்திரன் - ருத்ரய்யா காலம் இன்றுவரையிலும் நிரந்தரமாக இருந்துகொண்டிருக்கிறது.

இசையும் பாடல்களும் நகைச்சுவையும் நாடகபாணியும் கொண்டு நிலவும் இந்திய - தமிழக திரைப்பட வடிவத்திற்கும் உளவியல் பரிமாணத்தைப் பிரதானமாகக் கொண்டிருக்கும் இலக்கியப் பிரதிக்கும் இடையிலான உறவும் முரணும் குறித்தும் தொடர் விவாதம் இருந்து வருகிறது. யதார்த்தவாதம் என்பது எந்தக் கலைவடிவ வெளிப்பாட்டினதும் உச்ச வடிவம் எனக் கொண்டு இவ்வகை விவாதங்கள் முன்னெடுக்கப்படுகின்றன. பின்நவீனத்துவப் பன்முகப் பார்வை என்பதை முன்வைத்து (வர்க்க மைய) யதார்த்தவாதத்தின் போதாமை குறித்துப் பேசப்படும் சூழலிலும், பன்முகப் பார்வையும் அறம் அல்லது அரசியல் கடப்பாடு கொண்ட விமர்சன யதார்த்தவகை வெளிப்பாட்டு வடிவத்தின் முக்கியத்துவத்தை இன்று கலை - இலக்கிய விவாதங்களில் முனைப்புப் பெற்றிருப்பதனையும் இங்கு நான் சுட்டிக்காட்ட விரும்புகிறேன்.

எனது வாசிப்பு மற்றும் பார்வை அனுபவத்தில் யதார்த்தவாதம் என்பதுவே கலை வெளிப்பாட்டின் உச்சவடிவம் என இன்றும் நான் நம்புகிறேன். யதார்த்தத்தைப் படைப்பதும் ஏற்பதும்தான் சிருஷ்டியின் உச்சமனநிலை எனவே நான் கருதுகிறேன். திரைப்படக் கலையின் உன்னதப் படைப்புக்கள் என்பன அதனது யதார்த்தவாத, நவ - யதார்த்தவாத மற்றும் புதிய - யதார்த்தவாத காலகட்டத்தைச் சேர்ந்தனவே என்பதனை இங்கு வலியுறுத்த விரும்புகிறேன். சத்யஜித் ரே, டீ சீகா, கோதார்த், சொலானஸ், கடக் என உலக சினிமாவின் கொடுமுடிகளான ஆளுமைகள்

அனைவருமே இந்த மரபாளர்கள்தான் என்பதை எனது பார்வை அனுபவத்திலிருந்து என்னால் திட்டவட்டமாகச் சொல்லமுடியும்.

கதைவடிவமாக (நாவல் - சிறுகதை - கவிதை) என இலக்கியப் பிரதி முன்வைக்கும் அறம் அல்லது செய்தி அல்லது சமூக விமர்சனம் அல்லது அறுதி அனுபவம் திரைவடிவில் சாதிக்கப்பட்டிருக்கிறதா? இலக்கியப் பிரதியில் உள்ள பாத்திரத்தின் குணச்சித்திரம் திரைவடிவில் வந்திருக்கிறதா? இலக்கியப் படைப்பிலுள்ள காலம் - இடம் போன்ற பரிமாணங்கள் திரைப்படத்தில் 'அவ்வாறே' உள்ளதா என இம்மாதிரியிலான இலக்கியத் திரைப்பட ஒப்பிட்டு வகை விவாதங்கள் தொடர்ந்து இருந்து வருகின்றன. உலக - தமிழ் அல்லாத இந்திய நிலைமைகளுடன் ஒப்பிட்டுப் பார்க்கிறபோது தமிழ்ச் சூழலில் இவ்வகை விவாதங்களை முன்னெடுப்பவர்கள் இலக்கிய முதன்மைவாதிகளாகவே இருக்கிறார்கள். காரணமாக, திரைப்படத்திற்கும் இலக்கியத்திற்குமான உறவை முன்வைத்து இலக்கியம் உயர்கலை எனவும், திரைப்படம் கீழான கலை அல்லது உணர்வு எனவும் ஸ்தாபிக்கும் போக்கு தொடர்ந்து இன்றும் 'பிரபல' இலக்கியவாதிகள் மத்தியில் இருந்து வருகிறது என்பதையே சொல்ல வேண்டும். இலக்கியத்திற்கும் திரைப்படத்திற்கும் இடையிலான முரண் அல்லது உறவில் இது தொடர்ந்து உரையாடப்படும் விஷயமாக இருந்து வருகிறது.

தமிழ் சினிமாவில் இலக்கியத்துக்கும் திரைப்படத்திற்குமான உறவுகுறித்துப் பேசும்போது மைய ஆளுமையாக வருபவர் ஜெயகாந்தன். உன்னைப் போல் ஒருவன் படத்திற்கான திரைக்கதை, வசனம், இயக்கம், தயாரிப்பு என அனைத்தையும் ஜெயகாந்தன் ஏற்றார். யாருக்காக அழுதான் மற்றும் புதுச்செருப்பு கடிக்கும் இரண்டு படங்களும் பிறர் தயாரிக்க, அவரது திரைக்கதை, வசனம், இயக்கம் கொண்டு வெளியான படங்கள். சில நேரங்களில் சில மனிதர்கள், ஒரு நடிகை நாடகம் பார்க்கிறாள், கருணை உள்ளம் போன்ற ஜெயகாந்தனின் படைப்புக்களை பீம்சிங் இயக்கினார். இப்படங்களின் திரைக்கதைகளை ஜெயகாந்தனுடன் சேர்ந்து பீம்சிங் உருவாக்கினார். காவல் தெய்வம் கதையை விஜயன் இயக்கினார். ஜெயகாந்தனின் ஊருக்கு நூறு பேர் நாவலை எடிட்டர் பி.லெனின் இயக்கினார். ஜெயகாந்தனின் பிரச்சினைக்குரிய நாவலான சினிமாவுக்குப் போன சித்தாளு கதையை கௌதமன் இயக்கினார்.

கி.ராஜநாராயணனின் கிடை, ஒருத்தி எனும் பெயரில் அம்ஷன்குமாரினாலும்,ஜானகிராமனின் மோகமுள் இயக்குனர் ஞான. ராஜசேகரனாலும், நீல பத்மனாபனின் தலைமுறைகள், மகிழ்ச்சி எனும் பெயரில் இயக்குனர் கௌதமனாலும் திரைப்படங்களாக வெளியாகின. சுந்தர ராமசாமியின் புளியமரத்தின் கதையும், பொன்னீலனின் ஊற்றில் மலர்ந்தது கதையும் திரைப்படங்களாக ஆக்க முயற்சிக்கப்பட்ட படைப்புக்கள் என்பதனையும் இங்கு ஞாபகம் வைத்துக்கொள்ளலாம். ஒரு குறிப்புக்காக கோமல் சுவாமிநாதனின் தண்ணீர் தண்ணீர் இயக்குனர் பாலச்சந்தரால் திரைப்படமாகியது என்பதையும் நாம் குறித்துக் கொள்ளலாம்.

திரைப்படமும் ஜெயகாந்தனது இலக்கியமும் குறித்த விவாதங்கள் எந்தெந்தப் பிரச்சினைகளை முக்கியமாக எடுத்துக் கொள்கின்றன? ஜெயகாந்தன் ஒரு யதார்த்தவாத எழுத்தாளராகவும் திரை இயக்குனராகவும் நிலவிய தமிழ் சினிமாவுடன் கொண்டிருந்த உறவும் முரணும் குறித்தது முதல் பரிமாணம். இதனை இன்று நிலவும் தமிழ்சினிமாவுடனான சுஜாதா முதல் ஜெயமோகன் வரையிலானவர்களின் உறவுகளை முன்வைத்து ஒப்பிட்டுப் பேச வேண்டிய தேவை இருக்கிறது. இரண்டாவதாக, ஜெயகாந்தனின் கதைகள் திரைப்படங்களாக உருவாக்கப்பட்டபோது அவை உள்ளடக்க - வடிவ அளவில் அடைந்த மாற்றங்களை முன் வைத்து தமிழ்ச்சூழலில் பொதுவாக இலக்கிய வடிவத்துக்கும் திரைப்பட வடிவத்துக்கும் இடையில் நிலவும் பதட்டம் குறித்துப் பேசவேண்டியிருக்கிறது.

வழமையான திரைப்பட நடனத்தையும் பாட்டையும் முற்றிலும் நிராகரித்து தான் எழுத்தில் படைத்த உலகை சினிமாவில் காட்ட முயன்ற முதல் இலக்கிய எழுத்தாளர் ஜெயகாந்தன்.

“...இதிலென்ன விசேஷம் என்றால், தமிழ் சினிமா என்ற அலங்கோலத்தில் முதல் காலடி வைப்பை நேர்மையான முறையில் செய்தவர் ஜெயகாந்தன். அந்தப் படம் வெளியாகாமல் பார்த்துக்கொண்டார்கள் என்றும் கேள்விப்பட்டேன். வெளியாயிற்று. அவார்டும் கிடைத்தது. அவார்ட் படத்துக்கு என்ன கதியோ அந்த கதியை அது அடைந்தது. பின்னர் அவர் தன்னைத் திருத்திக்கொள்ள முயன்ற படங்கள்தான் பின் வந்த சில. சில நேரங்களில் சில மனிதர்கள் கூட உன்னைப் போல் ஒருவனின் தொடர்ச்சி

அல்ல. தன்னைத் திருத்திக்கொள்ளும் முயற்சி. வாழ்க்கையின் யதார்த்தத்துக்கும் அதற்கும் ரொம்ப தூரம். அகிலன் தன் கதாநாயகனைக் கற்பனை செய்வது போல ஜெயகாந்தனின் கற்பனை அது. இலக்கியப் பொறியும் இல்லை. தமிழ் சினிமா மசாலாவும் இல்லை. உப்புப் போடாத உப்புமா எப்படியிருக்கும்?"(1) என்று கேட்கிறார் விமர்சகர் வெங்கட் சுவாமிநாதன்.

நடனமும் பாட்டும் அவசியமற்ற வகையில் மனித உணர்வுகளை நாடகமயமாக்கும் பின்னணி இசை எப்போதுமே யதார்த்தவாத சினிமாவுக்கு எதிரானவை. திரைப்படத்தின் ஒருமையைக் குலைத்து திசை திருப்பும் பண்பு கொண்டவை. வாய்ப்புக்கேடாக முழு இந்திய வெகுஜன சினிமா மரபும் இத்தகையதுதான். இசையும் நடனமும் நாடகீயமும் கதைக்கருவுக்குத் தவிர்க்கவியலாதது எனக் கருதும் இடத்தில் பொருத்தமான வகையில் இருப்பது என்பது இந்திய யதார்த்த சினிமாவில் இருக்கிறது. எடுத்துக்காட்டுக்களாக ரேயின் ஜலசாகரையும், கடக்கின் மேகா தாரா தாகே படங்களையும் நாம் குறிப்பிடலாம். இசையும் நடனமும் பின்னணி இசையும் முற்றிலும் அவசியப்படாததாகவே யதார்த்த வாழ்வு, அன்றாட வாழ்வு இருக்கிறது. ஆகவேதான், சத்யஜித் ரேயின் பதேர் பாஞ்சாலி தனது ஆதர்சத்தை பை சைக்கிள் தீவ்சிலிருந்தும், ஜெயகாந்தனின் உன்னைப் போல் ஒருவன் தனது ஆதர்சத்தை பதேர் பாஞ்சாலியிலிருந்தும் தேட நேர்கிறது. இது காரணத்திற்காகவே தனது ருடாலி திரைப்படம் ஒரு மரபான இந்திய இசைப்பாணி கொண்ட வெகுஜனப் படமாக ஆக்கப்பட்டபோது தனது திருப்தியின்மையை அதனது கதாசிரியரான மகாஸ்வேதா தேவி பதிவு செய்தார்.

உன்னைப் போல் ஒருவனில் வெளிப்பட்ட ஜெயகாந்தனும், பிற்பாடு அதிலிருந்து நீர்த்த வகையில் வெளிப்பட்ட யாருக்காக அழுதான் கால இயக்குனரான ஜெயகாந்தனும், பிற்காலத்தில் பீம்சிங்கின் வழி வெளிப்பட்ட நாடகபாணி ஜெயகாந்தனும், கடைசியில் கௌதமன் வழி வெளிப்பட்ட அபத்த மனோரதிய ஜெயகாந்தனும் வேறு வேறானவர்கள். பிற்காலத்தில் வெளியான பாலுமகேந்திராவின் வீடு மற்றும் சந்தியாராகம் படங்களினோடு வைத்துப் பேசத் தக்க ஒரேயொரு ஜெயகாந்தன் படம் உன்னைப் போல் ஒருவன்தான். பிற அனைத்து ஜெயகாந்தன் திரைப்படங்களும் நிலவிய வெகுஜனசினிமாவுடன் பல்வேறு வகைகளில் சமரசம்

செய்யப்பட்ட சோதனைப்படங்கள் என்றுதான் நாம் மதிப்பீடு செய்ய முடியும்.

அவருடைய **சினிமாவுக்குப் போன சித்தாளு** திரைப்படம் பார்வையாளனின் இரக்க உணர்வையும் பொதுப்புத்தி அறத்தையும் மிகமோசமாகச் சுரண்டிய படம் எனவே மதிப்பிட முடியும். உன்னைப் போல் ஒருவன் முதல் சினிமாவுக்குப் போன சித்தாளு வரையிலுமான ஜெயகாந்தன் கதைகளின் படமாக்கலின் தேய்வை நாம் மதிப்பிட வேண்டுமானால் இந்தப் படங்களை இயக்க நேர்ந்த இயக்குனர்களுக்கு யதார்த்தவாத திரைப்பட மரபுடன் இருந்த அல்லது இல்லாத உறவை மதிப்பிடுவதோடு, நிலவிய பாட்டு - நடன - நாடகபாணி பின்னனி இசைமரபுடன் இருந்த நெருக்கத்தையே நாம் பிரதானமாகக் கவனத்தில் எடுக்க வேண்டும். இதனோடு ஜெயகாந்தனுக்கே கூட யதார்த்தவாத திரைமரபுடன் இருந்த அறிதலையும் நாம் மதிப்பிட வேண்டும். விளிம்புநிலை மனிதர்களின் வாழ்வைக் கூறுவதில் இருந்து மத்திய - மேல் மத்திய வர்க்க மற்றும் பார்ப்பன மனிதர்களின் வாழ்வைக் கூறுவதை நோக்கி நகர்ந்த ஜெயகாந்தன் படைப்புக்களைக் கூட நாம் யதார்த்தவாத - நவ யதார்த்தவாத - புதிய யதார்த்தவாத திரைமரபுக்கு உகந்தவைகளாகக் கருதமுடியாது எனும் முடிவுக்கு நம்மால் வந்துசேரமுடியும்.

யதார்த்த வாழ்விலிருந்து விலகிய நாடகத்தன்மை கொண்ட கருத்துக்காவிகளாகவே அவரது பின்னைய படைப்புக்கள் பெலும்பாலும் அமைந்தன. சில நேரங்கள் சில மனிதர்களில் துவங்கிய இந்நிலை ஹர ஹர சங்கர எனச் சென்று தேய்ந்தது என்பதையும் இங்கு குறித்துக் கொள்ளலாம். உன்னைப் போல் ஒருவனையும், யாருக்காக அழுதானையும் இயக்கியவர் ஜெயகாந்தன். பிற்காலத்தில் புகழ்பெற்ற அவரது படங்களான சில நேரங்களில் சில மனிதர்களை இயக்கியவர் பீம்சிங். இந்த இருவேறு காலகட்டங்களில் திரைப்படத்துடன் அதனது கதைக்கு நேர்மையாக இருப்பதில் அவரது கடப்பாட்டை அல்லது மனோ நிலையை இரு வேறு தரவுகள் கொண்டு நாம் விளக்கமுடியும்.

யாருக்காக அழுதான் படப்பிடிப்பு சில ஆயிரம் அடிகள் வரை நடந்து முடிந்த நிலையில் ஸ்ரீதரை சந்தித்திருக்கிறார் ஜெயகாந்தன். யாருக்காக அழுதான் கதையை ஸ்ரீதர் தான் எப்படியெல்லாம் படமாக்கப்போகிறார் என்ற உத்தேசங்களை

எனக்கு விளக்கினார். இறுதியில் சோசப்பு வாழை மரங்களடர்ந்த ஒரு தோப்பின் நடுவே ஒரு மரச்சிலுவையின் முன்னர் போய்த்தொழுது விழுந்து உயிர் விடுகிறான் என்பதாகத் தமது படத்தின் முடிவை என்னிடம் சொன்னார். ஒரு டைரக்டரின் உரிமைகள் எதிலும் நான் தலையிட விரும்பவில்லை. ஆனாலும் அந்தக் கதையை எழுதியவன் என்ற முறையில் நான் சிறு யோசனை தெரிவிப்பேன். நீங்கள் கேட்டுத்தான் ஆகவேண்டும். 'சொல்லுங்கள் அதற்காகத்தானே உங்களைப் பார்க்க நினைத்தேன்' என்றார் ஸ்ரீதர். 'படத்தின் தலைப்பை யாருக்காகச் செத்தான்' என்று மாற்றிக் கொள்ளுங்கள் என்றேன் நான். ஸ்ரீதருக்குச் சொன்ன பதில் முகத்தில் அடித்ததுபோல இருந்திருக்கலாம். அப்போது எனது நோக்கமும் அதுதானே! என்னை ஒரு கிறுக்கன் என்று நினைத்து அப்போது அவர் சமாதானம் அடைந்தும் இருக்கலாம். சில வட்டாரங்களில் என்னை ஒரு கிறுக்கன் என்று அக்காலத்தில் அழைத்தார்கள் என்று எனக்குத் தெரியும். நானும் அப்படித்தான் இருந்தேன்"(2) என்கிறார் ஜெயகாந்தன்.

இப்படித் தனது படைப்பின் உள்ளடக்கத்திலும் இறுதிச் செய்தியிலும் பிடிவாதமும் கடப்பாடும் கொண்டிருந்த ஜெயகாந்தன் சில நேரங்களில் சில மனிதர்கள் திரைப்படத்தைப் பொறுத்து வேறுவிதமாகவே செயல்பட்டார்.

"நாவலின் இறுதியும் படத்தின் இறுதியும் வேறுவேறானவை. நாவலில் கங்கா பிரபுவுடனான உறவு முறிவுக்குப்பின் பொறுப்பற்ற உல்லாசத்துடன் வாழ்கிறாள். அவளது வாழ்க்கை வீணாகிவிட்ட விரக்தியில் பிரபு தன் வீட்டிற்குள் அடைந்து கொள்கிறான். அவனது மனைவி பத்மாவிற்கு அது ஒரு வகையில் ஆறுதலாக உள்ளது. சமூகம் என்கிற அமைப்பின்முன் தனி மனிதர்கள் தொடர்ந்து போரிட இயலாமல் தோற்றுப் போகிறார்கள் என்னும்போது கதாபாத்திரங்கள்மீது ஒரு புரிதலும் பரிவும் ஏற்படுகிறது. அக்னிப் பிரவேசம் சிறுகதையில் கங்காவின் அம்மா நடந்து கொண்டதுபோல் இல்லாமலிருந்தால் கங்காவிற்கு எத்தகைய அழிவு காத்திருந்தது என்பதைத்தான் நாவல் எடுத்துக் காட்டுகிறது. நாவலை சினிமா பின்பற்ற வேண்டும் என்கிற அவசியம் இல்லை. சினிமாவின் முடிவு வித்தியாசமாக இருப்பினும், அது அந்த ஊடகம் எடுத்துவைக்கும் கதையாடலுக்குப் பொருத்தமானதாக இருக்க வேண்டும் என்று நினைப்பதில் தவறில்லை. படத்தில் கங்கா தனிமைப்படுத்தப்படுகிறாள். அறியாத வயதில்

யாரோ ஒருவனுடன் பாலுறவு கொள்கிற அவள், பின்னரும் அவனையே தன்னுடையவனாக நினைத்து அவனுக்காகவே காத்து நிற்கும் ஒரு வகையில் அவளைத் தண்டித்த சமூகத்தின் எதிர்பார்ப்பிற்கு ஏற்ற கற்புக்கரசியாய்க் காட்டப்படுகிறாள். இது சில நேரங்களில் சில மனிதர்கள் நாவலும், திரைப்படமும் முன்வைக்கும் கண்ணோட்டத்திற்கு எதிரானது. எல்லா பாவங்களையும் சுமந்து கொண்டு புனிதமாகவே ஓடிக் கொண்டிருக்கிறாள் அந்த கங்கை எல்லா பழிகளையும் தாங்கிக் கொண்டு புனிதமாய் உத்தமியாய் கற்பரசியாய் வாழ்ந்து கொண்டு தான் இருக்கிறாள் இந்த கங்கை, என்னும் வர்ணனையாளரின் குரல், பிரபுவின் கோட்டைத் தன் மீது சார்த்திக் கொண்டு அவனது நினைவுகளுடன் நடமாடுகிற கங்காவின்மீது ஒலிக்கிறது. அசம்பாவிதமாக தமிழ் சினிமாவிற்குப் பழகிப்போன வட்டத்திற்குள் படத்தை அச்சொல்லாடலும் காட்சியும் இழுத்துச் சென்று விடுகின்றன."(3)

ஜெயகாந்தன் எனும் இலக்கியவாதியிடம் நேர்ந்த இந்த வீழ்ச்சி திரைப்படம் எனும் வடிவம் தொடர்பாக மட்டுமே நிகழ்ந்த வீழச்சியா அல்லது கங்கா எனும் பெண் கருத்தாக்கம் தொடர்பான அவரது மதிப்பீட்டு மாற்றத்தினால் நேர்ந்த வீழ்ச்சியா? கங்கை எங்கே போகிறாள் என பிற்பாடு அவர் எழுதிய நாவல் அதற்குப் பதிலாக வந்தது. அவரில் நேர்ந்த மதிப்பீடுகளின் வீழ்ச்சியாகவே அந்த நாவல் சாட்சி சொன்னது.

ஜெயகாந்தன் வசனம் எழுதி இயக்கிய **யாருக்காக அழுதான்** 1966 ஆம் ஆண்டு வெளியானது. பத்தாண்டுகள் கழித்து சில நேரங்களில் சில மனிதர்கள் 1975 ஆம் ஆண்டு வெளியானது. பீம்சிங் இயக்கிய அப்படத்திற்கு ஜெயகாந்தன்தான் வசனம் எழுதினார். ஏறக்குறைய முப்பது ஆண்டுகள் கழித்து கௌதமன் இயக்கத்தில் அழுகாச்சிக் காவியமாக சினிமாவுக்குப் போன சித்தாளு 2001 ஆம் ஆண்டு வெளியானது. இந்த மூன்று படங்களுக்கும் கதைசொல்லலில் இருக்கும் நாடகபாணி வித்தியாசம் ஜெயகாந்தனில் நேர்ந்த சினிமா குறித்த அணுகுமுறையில் நேர்ந்த பார்வை வித்தியாசம்தான்.

இந்நிலையில், இலக்கியத்திற்கும் திரைப்படத்திற்கும் இடையிலான உறவை இலக்கிய மேன்மைவாதத்தின் மூலம் மட்டுமே எவரும் கண்டடைய முடியாது. குறிப்பிட்ட திரைப்பட இயக்குனருக்கு இருக்கும் யதார்த்தவாத

சினிமாவுடனான உறவு மற்றும் அறிவு, எழுத்தாளனிடம் சினிமா குறித்து இருக்கும் மதிப்பீடு அல்லது அறிதல் அதனோடு அவனது நிகழ்கால சமூக சார்புகள் போன்றவற்றையும் முன்வைத்துத்தான் நாம் இவைகளை அணுக வேண்டும்.

"வேறு எந்த எழுத்தாளனைவிடவும் ஜெயகாந்தன் எனும் இலக்கியவாதியின் நாவல்கள்மட்டுமே குறிப்பிட்ட அளவில் திரைப்படங்கள் ஆகியதற்கான காரணம் என்ன? ஜெயகாந்தனின் கதைகளைப் படிக்கும்பொழுதெல்லாம் அவர் சினிமாவிற்கு மிகவும் நெருக்கமானவர் என்கிற எண்ணமே மேலோங்கும். அவர் சினிமாவைக் கதைகளாக எழுதிவிட்டார். வாக்கியம் வார்த்தைகள் என்றெல்லாம் பார்ப்பதோடு அவரது எழுத்துகளை க்ளோஸ் - அப் லாங் ஷாட் என்றெல்லாம்கூட சுலபமாகப் பார்க்க முடிகிறது. அவரது யதார்த்தம் காட்சி யதார்த்தம். அவரது கதைகளைப் படிப்பது சினிமா பார்ப்பது போன்றது. பல சினிமா உத்திகளை அவரது கதைகளில் காணமுடியும். ப்ளாஷ் பேக் உத்தி இல்லாமல் அவர் எழுதுவதில்லை. இந்த இடத்தில் இருந்து சிறுகதை கேமரா கோணங்கள் வாயிலாகச் சொல்லப்பட்டிருக்கிறது. 'ஒரு நடிகை நாடகம் பார்க்கிறாள் நாவலின் முடிவு சினிமாவின் உறைநிலை உத்தியைக் கொண்டிருக்கிறது. ஒரு வீடு ஒரு மனிதன் ஒரு உலகம் நாவலைப் பேனா எழுதவில்லை கேமராதான் எழுதி இருக்கிறது என்று சொல்வது சற்றும் மிகைப்படுத்தல் அல்ல. கோகிலா என்ன செய்துவிட்டாள் கதையில், ஓடிக்கொண்டிருக்கும் ரயிலுடன் ஓடி வரும் கோகிலாவை அவளது கணவன் தாவி உள்ளே இழுத்துக் கொள்ளும் செயல் சினிமாவிற்கே உரித்தான கணம். அதனாலேயே நேரடியான பாதிப்பாக அந்தக் காட்சி கணக்கிலடங்காத படங்களில் இடம் பெற்றது"[4] என்கிறார் அம்ஷன்குமார்.

சினிமாவில் காட்சிரூபம் என்பது முக்கியமானது. அதுதான் அதனது மொழி. குறைந்தபட்சமேனும் அந்த மொழிக்கு அருகில் வரக்கூடிய இலக்கியப் பிரதிகளைத்தான் ஒரு திரைப்பட இயக்குனர் தனது படைப்புக்கெனத் தேர்ந்துகொள்ள முடியும். சமகால மனிதச் சிக்கல்கள், வரலாற்றுச் சிக்கல்கள் போன்றவற்றின் பொருட்டுக் கூட ஒரு இலக்கியப் பிரதியை திரைப்பட இயக்குனர் தனது படைப்புக்கெனத் தேர்ந்து கொள்ள முடியும். வேறுபட்ட கால சம்பவங்களை நிகழ்கால உணர்வுக்குத்தக மாற்றவேண்டியவனாகவும் திரைப்படப் படைப்பாளி இருக்கிறான். ஒரு தேர்ந்த யதார்த்தவாதத்

திரைப்படத்தை உருவாக்க நினைக்கிற படைப்பாளிக்கு எப்படி இலக்கிய நுண்ணறிவும் வாசிப்பும் தேவையோ, அதே அளவில் தனது படைப்பைத் திரைப்படமாக உருவாக்க விளையும் படைப்பாளிக்கும் திரைப்படம் குறித்த அறிவு என்பதும் முக்கியம்.

எழுத்து மொழியும் காட்சிரூப மொழியும் இருவேறு ஊடகங்கள். இரண்டும் அவற்றுக்கென தனித்துவங்களும் போதாமைகளும் கொண்ட இருவேறு ஊடகங்கள். இதனைப் புரிந்து கொள்கிற படைப்பாளிகளே பரஸ்பரம் இணக்கமாகச் செயல்பட முடியும். இதனைக் குறித்து இயக்குனர் பாலு மகேந்திரா மிக விரிவாகப் பேசியிருக்கிறார்.

“நான் கதை நேரத்தில் எடுத்துக் கொண்ட கதைகள், இந்த மீடியம் மாற்றத்துக்கு இணக்கமான கதைகளாக, எனக்குப் பிடித்த கதைகளாக உள்ளன. அற்புதமான இலக்கியப் படைப்புக்கள் என அங்கீகாரம் செய்யப்பட்ட பல கதைகள், அதற்குப் பக்கத்திலேயே நான் போக முடியாமல் இருக்கிறது. ஏனெனில், இந்த ஊடக மாற்றம் என்பது, எழுத்து என்கிற ஊடகத்திலிருந்து சினிமா என்கிற ஊடகத்திற்கு மாற்றம் செய்கிறபோது, சில கதைகள் தான் அந்த ஊடக மாற்றத்துக்கு இணக்கமாக அமைகிறது. ஏன் நீங்கள் அதைச் செய்யவில்லை, இதைச் செய்யவில்லை என்கிற பட்சத்தில், அந்தக் கதைகள் அற்புதமான கதைகள், இன்றைக்கும் என் நெஞ்சுக்குள்ளே பொத்திவைத்து ரசிக்கிற கதைகள் அவை. ஆனால், நீங்கள் சொல்கிற அந்தக் கதைகளை காட்சிரூபமாகச் செய்வதற்கு எனக்குப் பயமாக இருக்கிறது. அதற்கான காரணங்கள் ரொம்பச் சாதாரணம்.. ஒரு கதையை நான் சிறுகதை என்கிறபோது, ஒரு படைப்பு என்கிற ரீதியில் அதை அணுகுகிறபோது, (இசையில் ஒரு படைப்பு வரலாம், ஓவியத்தில் ஒரு படைப்பு வரலாம், கட்டிடக் கலையில் ஒரு படைப்பு வரலாம், நாடகத்தில் ஒரு படைப்பு வரலாம்), படைப்பு என்கிறபோது இரண்டு விஷயங்கள் அதற்குள் முக்கியமாக வருகிறது, ஒன்று - அதனுடைய உருவம், மற்றது அதனுடைய உள்ளடக்கம். இது ஒவ்வொரு ஊடகத்திலேயும் ஒவ்வொரு படைப்புக்கும் வேறுவேறு வகைகளில் இருக்கிறது.

ஒரு ஊடகத்தில் இயங்கிக் கொண்டிருக்கிற ஒரு படைப்பாளி யினுடைய ஆற்றலை நான் மதிப்பிட வேண்டும் என்கிற பட்சத்தில், ஒரு படைப்பாளியென்கிற கோணத்திலிருந்து மட்டும், இவருக்கு அந்த ஊடகத்திலிருக்கிற ஆற்றலை நான்

மதிப்பிடறதுக்கு உட்காரும்போது, வடிவத்தைத்தான் நான் அதிகம் சார்ந்திருக்கிறேன். அப்புறம்தான் உள்ளடக்கம்.. எழுதுவது என எடுத்துக் கொண்டால், எழுத்தில் இவருக்கிருக்கிற ஆளுமை, லாவகம், இவருக்குக் கைவந்த அல்லது கைவராத எளிமை, இந்த விஷயங்கள் எனக்குச் சொல்கிறது, அவருடைய எழுத்து சார்ந்து அவர் என்ன மாதிரி எழுத்தாளர் என என்னால் தெரிந்து கொள்ள முடிகிறது. இவருடைய உள்ளடக்கத்தை வைத்து நான் என்ன புரிந்து கொள்கிறேன்? இவரைப் புரிந்து கொள்கிறேன்.. இவருடைய சார்புகளை நான் புரிந்து கொள்கிறேன். இவருடைய குணாதிசயங்களை ஓரளவுக்கு என்னால் ஊகிக்கமுடிகிறது. இவர் ஒருவேளை தீவிரமான இடதுசாரியாக இருப்பாரோ என்கிற அந்தமாதிரி விஷயங்களைக் கணடுபிடிக்க முடிகிறது.

ஆனால் படைப்பாளி என்கிற முறையில், ஊடகத்தில் இவருடைய பாண்டித்யம் என்ன என்பதா முக்கியம்? இந்த இரண்டு சமாச்சாரங்களையும் வைத்துக்கொண்டு நான் சிறுகதையை அணுகுகிறபோது, நான் சினிமாவாக மாற்றுகிறபோது, அவருடைய ஊடகத்தில் அவருக்கிருக்கிற ஆளுமை, பாண்டித்யம் எல்லாவற்றையும், நான் கூடையில் தூக்கிப்போட வேண்டியிருக்கிறது. அது எனக்கு உபயோகப்படாத போணியாகாத சரக்கு. எனக்கு இது வேண்டாம். எனக்கு இது கிஞ்சிதமும் வேண்டாத விஷயம். இதை நான் என்னுடைய மொழியில் சொல்லப் போகிறேன். அவருடைய மொழி எனக்கு அவசியமில்லல. இந்த மொழியும் உள்ளடக்கமும் சேர்ந்ததுதான் அவருடைய படைப்பு. இந்த இரண்டும் சேர்ந்த ஒரு பிணைப்புக்காகத்தான் அவருக்கு இலக்கிய அங்கீகாரம் கிடைத்திருக்கிறது.

அவருடைய பாத்திரப் படைப்புக்களை நான் கடன் வாங்கிக் கொள்ளலாம். அவருடைய அமைப்பை முறையை நான் கடன் வாங்கிக் கொள்ளலாம். ஆனால், அதை என்னுடைய மொழியில நான் சொல்லப் போகிறேன். இதற்கும் அவருக்கும் சம்பந்தமில்லை. ஒரு சிறுகதையை நான் எடுக்கும்போது, எனக்கு நான் அதனை ஒரு கச்சாப் பொருளாகத்தான் எடுக்கிறேனே தவிர, கலைப் படைப்பாக இதனை நான் எடுக்கவில்லை. கலைப் படைப்பு என்கிற அந்த அங்கீகாரம் எனக்கு முக்கியமில்லாமல் போவதற்கு இது ஒரு முக்கியமான காரணம். கலைப் படைப்புகளைத் தொட்ட இயக்குனர்கள் தலைகீழாக விழுந்து போகிறதும் இதனால்தான்."(5)

திரைப்பட உலகத்தினுள் நுழைய பெரும்பாலுமான எழுத்தாளர்கள் முயன்றுவரும் இன்றைய நிலையில், பெரும் எழுத்தாளர்களெல்லாம் விடுதிஅறைகளில் திரைக்கதை விவாதங்களில் பங்கு பெறும் நிலையில், இலக்கியப் பிரபலங்கள் வசனங்கள் எழுதப்போய்விட்ட நிலையில், எழுத்தாளர்களின் மனோபாவத்தைப் பொருத்து பாலுமகேந்திராவின் கருத்துக்களை பதினைந்து ஆண்டுகளுக்கு முன்பானதாகவே நாம் எடுத்துக் கொள்ள வேண்டும்.

“தமிழ் சினிமாவின் குணங்களைக் கேள்வி எழுப்பாமல் அதன் ஸ்டார் இயக்குனர்களின் இஷ்டத்துக்கு உடனுக்குடன் ஜிலுஜிலுப்போடு எழுதித் தந்து தன்னை ஸ்தாபித்துக்கொண்டவர் சுஜாதா. சந்தையில் விற்கும் சரக்குக்கே ஜிகினா தூவித் தருபவர். அல்லது தன் சரக்கை சந்தைச் சரக்காக மாற்றுகிறவர். எழுத்தாளராக அவர் பிரபலமானதே தன் சொந்த ஜிலுஜிலுப்போடு வாசகர் தேவையையும் பூர்த்தி செய்ததால். இயக்குனர் சொல்லும் கதைக்கு, திருப்பங்களுக்கு தன் ஜிகினாவைத் தூவிக்கொடுபபவர். சினிமா என்றால் என்னவென்று அவருக்குத் தெரியும் என்று தான் நான் நம்புகிறேன். ஆனால் நம்மூருக்கு அதெல்லாம் எடுபடாது என்றும் தெரிந்தவர். இதன் உச்ச கட்ட கேவலம்தான் அவர் பாய்ஸ் படத்துக்கு எழுதியது. கட்டில் ஆட்டும் காட்சி அவர் மூளையில் உதித்தல்ல என்று நான் நிச்சயம் சொல்வேன். அவரது எழுத்துத் திறன், சினிமா அறிவு எல்லாம் தமிழ் சினிமாச் சந்தைக்கு அடிபணிந்தது. இதே கதைதான் இப்போது ஜெயமோகன், எஸ் ராமகிருஷ்ணன், அவர்களோடு சேர ஆசைப்படும் இரா. முருகன் போன்றோருக்கும் நிகழ்வது. இதில் கொஞ்சமாவது நம்பத் தகுந்த உரையாடல்களைத் தருபவர் ஜெயமோகன். ஆனால் கதை என்னவோ இயக்குனரது. தயாரிப்பாளரது. அவர் பெருமைப்படும் விஷயங்கள் அல்ல. விஜய் டெண்டுல்கர் என்று ஒரு மராட்டி நாடகாசிரியர். அவரும் திரைப்படங்களுக்கு கதையோ வசனங்களோ எழுதியவர் தான். அவர் நாடகங்களில் நாம் காணும் டெண்டுல்கரும் சினிமாவான கதைகளில் காணும் டெண்டுல்கரும் அவர் சினிமா உரையாடல்களில் காணும் டெண்டுல்கரும் எல்லாம் ஒரே டெண்டுல்கர் தான். இப்படி நாம் ஒரு ஜெயமோகனைக் காணமுடியாது. ஏனெனில் ஜெயமோகன் நான் மதிக்கும் ஒரு கலைஞன். தமிழ் சினிமாவுக்கு வேண்டியது அவர்களுக்கு வேண்டியதை தயாரிப்பாளரும் இயக்குனரும் கதாநாயகரும் சொல்வார்கள்.

அதை எழுதித் தரவேண்டும். ஜெயமோகனை அவர்கள் ஒரு ப்ராண்டாக பயன்படுத்திக்கொள்வார்கள். அன்று ஒரு முகம் தெரியாத கதை இலாகா செய்ததை இன்று ஒரு ப்ராண்ட் ஆகிப்போன ஜெயமோகன் செய்கிறார். தமிழ்சினிமாவே சந்தைக்கு தேவையான சரக்குகளைத் தயாரிக்கும் ஒரு தொழிற்சாலை. சுஜாதா சரியாகச் சொன்ன கனவுத் தொழிற்சாலை"(6) என்று சுஜாதா துவங்கி ஜெயமோகன் வரையிலான ஜெயகாந்தனுக்குப் பின்னரான தமிழ் சினிமா வசனகர்த்தாக்களான எழுத்தாளர்களைப் பற்றித் தனது மதிப்பீட்டை முன்வைக்கிறார் வெங்கட் சாமிநாதன்.

வெங்கட் சாமிநாதன் அக்ரஹாரத்தில் கழுதைக்குத் திரைக்கதையை எழுதியவர். நுட்பமான இலக்கிய வாசிப்பு கொண்ட விமர்சகர். என்னுடைய மணிரத்னம் சினிமா நூலுக்கு அரசியல் விமர்சனம் எழுதியவர். அம்ஷன்குமார் சினிமா ரசனை நூலை எழுதியவர். கி.ராஜநாராயணனின் கிடை கதையை ஒருத்தி எனத் திரைப்படமாக இயக்கியவர். பாதல் சர்க்கார் குறித்து விவரணப்படமெடுத்தவர். இருவரும் நிலவும் தமிழ் சினிமா குறித்து கடுமையான விமர்சனம் கொண்டவர்கள்.

சினிமா குறித்த தகவல்களை அறிந்திருப்பவர்கள் என மட்டுமே சுஜாதா, எஸ்.ராமகிருஷ்ணன், ஜெயமோகன், இரா. முருகன் போன்றவர்களை நாம் மதிப்பிட வேண்டும். சுஜாதா இலக்கியத்தில் மதிப்பீடுகளையோ உன்னதங்களையோ பேசியவர் அல்ல. தனது ஊடகத்தில் தேர்ச்சிகொண்ட ஒரு தொழில்நேர்த்தியாளராகவே அவரை நாம் மதிப்பிட முடியும். எஸ்.ராமகிருஷ்ணனும், ஜெய மோகனும் இலக்கியத்தில் மதிப்பீடுகளையும் உன்னதங்களையும் அறத்தையும் வலியுறுத்துபவர்கள். பாசாங்கை எதிர்த்துப் போராடுவதாகக் கோரிக் கொள்பர்கள். திரைப்படம் குறித்த இவர்களது புரிதலும் செயல்பாடுகளும் இத்தகையது இல்லை. திரைப்படக்கலை உன்னதப் படைப்பாளிகளையும் வாழ்க்கையோடு சமரசமற்றுச் சமர் புரிந்த கலைஆளுமைகளையும் கொண்டது. டீ சீகா முதல், ரித்விக் கடக் ஈறாக, ஜான் ஆபிரகாம் மற்றும் ஆஞ்சலோ பெலோஸ் வரை உன்னதத் திரைக்கலைஞர்கள் இவ்வாறு திரைக்கலைக்கெனவே தம்மை அர்ப்பணித்துப் போராடி மடிந்த கலைஞர்கள்.

'மணிரத்னம் படம் என்கிற தகுதி, படத்தினை மதிப்பிடப் போதாதா?' எனக் கேட்கிற ஜெயமோகன்

கோதார்த்தையும் ஜான் ஆப்ரஹாமையும் அவர்களது கலைநோக்குக்காகவே நிராகரிக்கிறார். தமிழ் வெகுஜன சினிமாப் பாசாங்கு ஆளுமையான ரஜினிகாந்த்தை இலக்கிய மேடையில் ஏற்றிப் புகழ்சூட்டுகிற எஸ்.ராமகிருஷ்ணன் மாபெரும் திரைக்கலைஞன் ரித்விக் கடக்கை மறுதலிக்கத் தயங்குவதில்லை. இவர்கள் தமிழ்த் திரைப்படத்துடன் கொண்டிருக்கிற உறவு என்பது, ஜெயகாந்தன் ஒருபோது கொண்டிருந்தது போன்ற கறாரான விமர்சன மதிப்பீடுகள் அற்றது. திரைப்படத்திற்கும் இவர்களுக்குமான உறவு என்பது தொழில்ரீதியானதுதானேயொழிய, எந்தவிதமான கலைசார்ந்த அல்லது அறம் சார்ந்த மதிப்பீடுகளும் அற்றது. எழுத்து சார்ந்த தொழில் நேர்த்தியை திரைத்தொழிலுக்கான நிலவும் சினிமாவின் வணிக நேர்த்தியாக மாற்றுவதுதான் இவர்கள் திரைப்படம் எனும் ஊடகத்துடன் கொண்டிருக்கும் உறவு.

கலை சார்ந்த அறம் என்பதும் கலைஞன் எனும் ஆளுமையும் பிரிக்கவொணாத ஒருமை. சுஜாதா முதல் ஜெயமோகன் வரையிலான தமிழ் சினிமா வசனகர்த்தாக்களை திரைப்படக் கலை சார்ந்து கலைஞர்கள் என நாம் கொண்டாட முடியாது. திரைப்படத்தை இவர்கள் வணிகத் தொழிற்சாலையாகப் பாவிக்கிறார்களேயொழிய கலைநோக்கு என்பது திரைப்படத்தைப் பொருத்து இவர்களிடம் கிஞ்சிற்றும் இல்லை. சினிமா இவர்களைப் பாவிப்பது என்பதனை விடவும் சினிமாவை இவர்கள் தொழில்ரீதியில் பாவிப்பதற்காக நிலவும் வணிக சினிமா குறித்த எந்தவிதமான விமர்சனமும் அற்று அதற்கு கலைமதிப்பை உருவாக்குகிற வேலையைத்தான் இவர்கள் மேற்கொள்கிறார்கள்.

மதிப்பீடுகளை விழைகிற ஒரு நேர்மையான விமர்சகன் இவர்களது பாசாங்குகளில் இருந்து தமிழ் சினிமா விமர்சனத்தை விடுதலை செய்ய வேண்டியிருக்கிறது.

ஆதாரங்கள்

1. *என் பார்வையில் தமிழ் சினிமா: வெங்கட் சாமிநாதன்: பதிவுகள் இணையதளம் டிசம்பர் 2012*
2. *யாருக்காக அழுதான் கதையும் படமும்: மின்னல்: காட்சிப் பிழை திரை 2011*
3. *சினிமாவுக்குப் போன ஜெயகாந்தன்: அம்ஷன்குமார்: உயிர்மை: ஏப்ரல் - 2010*

4. சினிமாவுக்குப் போன ஜெயகாந்தன்: அம்ஷன்குமார்: உயிர்மை: ஏப்ரல் - 2010

5. பாலுமகேந்திராவுடனான எனது உரையாடல்: 2001 ஆம் ஆண்டு இறுதியில் சென்னையில் வைத்து மேற்கொள்ளப்பட்டது

6. என் பார்வையில் தமிழ் சினிமா: வெங்கட் சாமிநாதன்: பதிவுகள் இணையதளம்: டிசம்பர் 2012

27

சினிமா – விமர்சனம் – வாழ்வு

தமிழ்நாட்டில் இருப்பவர்களுக்குத் தெரியும்; சினிமா என்பது வாழ்க்கையோடு அன்றாடம் கலந்துவிட்ட ஒன்றாக இருக்கின்றது. அரசியல் விமர்சனமோ திரைப்பட நாட்டமோ இல்லாத குடிமகன் என்று இங்கு யாருமே இருக்க முடியாது. இதைவிடச் சிறப்பம்சம், நம்முடைய ஐந்து முதலமைச்சர்கள் திரைப்படத் துறையிலிருந்துதான் வந்திருக்கின்றார்கள். அன்றாட வாழ்வு, அரசியல் வாழ்வு, எங்களது குடும்ப வாழ்வு, எங்களது உறவுகள் என எல்லாவற்றிலும் சினிமா ஊடுருவிப் படிந்திருக்கிறது. கணவன் மனைவி உறவுகள், அண்ணன் தம்பி சம்பந்தமான உறவுகள், நண்பர்கள் சம்பந்தமான உறவுகளில் கூட நீங்கள் சினிமாவின் பாதிப்புகளைப் பார்க்கமுடியும். இன்றளவும் கூட வாழ்க்கைக்கும் சினிமாவிற்கான பரஸ்பர உறவு நீடித்துக்கொண்டே இருக்கின்றது.

சினிமாவைப்பொறுத்த வரையில் இரண்டு விதமான உணர்வு மட்டங்கள் இருக்கின்றன. முதலாவதாகச் சினிமாவானது சீரிய விஷயமல்ல. அது வாழ்க்கையை நெருக்கமாக பார்ப்பது இல்லை. எனவே அதற்கு அதிகமான கவனம் கொடுக்கவேண்டிய தேவை கிடையாது. இதனால் சினிமாவை நிராகரிக்க வேண்டும் என்பது போன்ற எண்ணங்கள் பெரும்பாலும் படிக்கும் வர்க்கத்தினரின் மத்தியில் இருக்கின்றது. இலக்கியவாதிகளிடமும் இந்தப் பார்வையிருக்கின்றது. மார்க்சிஸ்ட்டுகளிடம் இந்த பார்வை ஆரம்ப நிலைகளில் இருந்தாலும் இப்போது கொஞ்சம் மாறியிருக்கின்றது என்று சொல்லலாம். மாறாகப் பார்த்தீர்களென்றால், சினிமாவிற்கும்

வாழ்க்கைக்கும் எந்தவிதமான வித்தியாசங்களும் கிடையாது. சினிமாதான் வாழ்க்கை. வாழ்க்கைதான் சினிமா என்றொரு நிலையும் உள்ளது. சினிமாவை வாழ்க்கையோடு ஒட்டிப் பார்க்கக்கூடாது. அதனை வெறுமனே பொழுதுபோக்கு ஊடகமாகத்தான் பார்க்கவேண்டும். சினிமாவிற்கும் வாழ்க்கைக்கும் வித்தியாசமே இல்லாத மாதிரி சீரியஸாக அணுகக் கூடாது என்கிற மாதிரியான ஒரு பார்வையும் இருக்கிறது. இந்த இரண்டிற்கும் இடையில் சினிமா எவ்விதமான வாழ்க்கையைப் பாவிக்கின்றது?

சினிமா தீவிரத்துடன் நோக்க வேண்டிய கலையா? இல்லையா?

இங்கு சமூகத்தை அரசியல்ரீதியாக பார்க்கமுடியும் என்று சொன்னால், அரசியலை கலை ரீதியாக பார்க்க முடியும் என்ற பண்பும் தொடர்ந்து இருந்துவருகின்றது. வாழ்க்கையை ஆழமாகத் தொடர்ந்து சொல்வதன்மூலம் அரசியலை ஆழப்படுத்துவது, அதன் மூலம் தமிழ்மக்களின் வாழ்க்கையையும் ஆழப்படுத்துவது. வாழ்க்கையை மாற்றுவது என்று பார்க்காமல், தமிழ் சினிமாவைத் தீவிரமாக எடுத்துக்கொள்ளாமல் தங்களுடைய அரசியல் வாழ்க்கையை ஆழப்படுத்துவதற்காகத் தமிழ்சினிமாவை பாவிக்கின்றார்கள். இந்த எண்ணம்தான் இருக்கின்றதே தவிர தமிழ் மக்களின் வாழ்க்கையை மேம்படுத்த வேண்டும் என்ற எண்ணம் தமிழ் சினிமா நடிகர்களுக்கோ அரசியல்வாதிகளுக்கோ இல்லை.

எம்.ஜி.ராமச்சந்திரனுக்கு இந்த பண்பு இருந்தது. எம்.ஜி.ஆரின் படங்களில் சொல்வதுபோலவே அவர் வாழ்க்கையிலும் தீவிரமான விஷயங்களைக் கடைப்பிடிக்கின்றாரா என்று பார்த்தீர்களேயானால் அவர் மீது கடுமையான விமர்சனத்திற்கு வரலாம். அவர் படங்களில் ஏதாவதொரு நன்மை பயக்கும் செய்தி இருந்திருக்கின்றது. திராவிட முன்னேற்றக் கழகத்தின் அரசியலை அவர் படங்களில் முன்வைத்தார். மேலும் பொதுவுடைமைக் கருத்துக்களையும் அவரது படங்களில் முன்னிலைப்படுத்தினார். இப்படிப்பட்ட எம்.ஜி.ஆரின் படங்களில் பெண்களின் மீதான பார்வை ஏற்புடையதாக இருக்காது.

இடதுசாரிகளும், இலக்கியவாதிகளும் தமிழ்சினிமாவை சீரியதான கலையாக கையில் எடுக்கவில்லை. திராவிட அரசியல் வாதிகள் இதனைத் தீவிரத்துடன் அணுகினார்கள். எதற்காக? தன் அரசியல் அதிகாரத்தை தக்கவைத்துக்கொள்வதற்காக.

தமிழ்சினிமாவின் சூழலில் இதே நிலைமைதான் இன்றைக்கு வரைக்கும் நீடிக்கிறது. இதற்கு மாறாக அவ்வப்போது சின்னஞ்சிறு மாற்றங்கள் ஏற்பட்டிருக்கின்றன. நிமாய் கோஷ், எம்.பி.சீனிவாசன், 'ஏழாவது மனிதன்' எடுத்த கே.ஹரிஹரன் போன்றவர்கள் தம்மால் இயன்றவரை நல்ல முயற்சிகளை எடுத்துக்கொண்டுதான் வந்தார்கள். 'அவள் அப்படித்தான்', 'ஏழாவது மனிதன்', 'பாதை தெரியுது பார்' இவைகளெல்லாம் முக்கியமான படங்கள். இவை களெல்லாம் தமிழ்மக்களின் வாழ்க்கையை அவர்களுக்குச் சொல்லவேண்டும் என்ற எண்ணத்துடன் எடுத்த திரைப்படங்கள். பாலுமகேந்திரா இயக்கியிருந்த 'வீடு', 'சந்தியா ராகம்', 'கோகிலா' என்பதெல்லாம் முக்கியமான படங்கள். மகேந்திரன், பாரதிராஜா போன்றோரது படங்களும் அக்காலத்தில் சிறப்பான முயற்சியைத் தொடங்கிவைத்தன. பாரதிராஜாவின் "என் உயிர்த் தோழன்" முக்கியமான திரைப்படம். இத்திரைப்படங்களின் தொடர்ச்சிகூட இன்றைக்கு இல்லை.

இச்சூழலில் சினிமா விமர்சனத்தை எவ்வகையில் கைக்கொள்வது என்கிற மாதிரியான ஒரு கேள்வி வருகின்றது. இது சினிமாவை தீவிரமாக பார்க்கின்றவர்கள் மனதில்தான் எழுகின்றது. அப்படிப் பார்க்கையில் தமிழ் சினிமாவைப் பார்ப்பதற்காக, தமிழ் சினிமாவை அளவிடுவதற்கான விமர்சன அளவுகோல் என்பது என்ன? இந்த விமர்சன அளவுகோல் தமிழ் சினிமாவிற்குள்ளேயே இருந்துதான் வரமுடியுமா? தமிழகத்துக்குள்ளேயிருந்துதான் வரமுடியுமா? இப்போது நிலவிவருகின்ற தமிழ்த் திரைப்படங்களின் சூழலுக்குள்ளேயிருந்துதான் தமிழ் சினிமா விமர்சனத்திற்கான அளவுகோல் வரமுடியுமா என்றதொரு மிக முக்கியமான கேள்வி எழுகின்றது.

தமிழ்சினிமாவின் பிரச்சினை என்ன என்பதை தமிழ்சினிமாவின் வரலாற்றிலிருந்துதான் புரிந்துகொள்ள வேண்டும். தமிழ் சினிமாவில் மாற்றம் என்பது இதுவரை வந்துள்ள தமிழ்சினிமாவின் நிலையை வைத்துத்தான் வர இயலும் எனச் சிலர் சொல்கிறார்கள். இதற்கு மாற்றான சிந்தனை இருக்கின்றது. தமிழ் சினிமா மட்டுமல்ல, ஒட்டுமொத்தமாகவே சினிமா என்பது ஒரு கலை. அது மனிதகுலத்திற்கு பல்வேறு விஞ்ஞானிகள் படைப்பாளிகள், கோட்பாட்டாளர்கள் சேர்ந்து உருவாக்கிக் கொடுத்த கலை. இந்தக் கலை பல்வேறு விதமான பல கலைகளை ஒருங்கிணைக்கிறது. சினிமாமாதிரி

பல கலைகளை ஒன்றிணைக்கிற சாதனம் உலகவரலாற்றில் முன்னும் இல்லை. பின்னும் இல்லை. ஆடல், பாடல், இசை, உடல்மொழி, படத்தொகுப்பு, ஒளிப்பதிவு, இதுபோன்று எத்தனையோ விதமான கலைகள் இந்தச் சினிமாவில் சங்கமிக்கின்றன.

தனித்துவமான இந்தக்கலை வெளிப்படுகின்ற பொழுது இதற்கு தனித்துவமான அழகியல் கூறுகள் இருக்கின்றன. படத்தொகுப்பு என்று சொல்கின்றோம். ஒளியமைப்பு என்று சொல்கின்றோம். படத்தில் இசை எங்கு வருகின்றது என்பதைச் சொல்கின்றோம். அதேபோல காட்சிகள் ஒன்றிலிருந்து மற்றொன்று எவ்வாறு தொடர்புபடுகின்றது என்பதையும் பார்க்கின்றோம். ஒரு நடிகனின் உடல்மொழி எவ்வாறு வெளிப்பட வேண்டும் என்று சொல்கின்றோம். அப்படி தனித்தனியாக இருக்கின்ற அந்த அழகியல் கூறுகள் எவ்வாறு ஒன்றிணைந்து வாழ்க்கை சார்ந்த அனுபவத்தை, பிரச்சினை சார்ந்த அனுபவத்தை நமக்கு கடத்துகின்றது என்பதைத்தான் நாங்கள் பார்க்கின்றோம். இதைத்தான் நாங்கள் சினிமாவின் அழகியல் என்று கூறுகின்றோம்.

ஒரு சினிமா எந்தப் பிரச்சினையை எடுத்துக்கொள்கிறது? அந்தப் பிரச்சினையை எந்த வடிவில் அது சொல்கின்றது? எந்தவிதமான ஒளிப்பதிவின்மூலம் சொல்லப்படுகின்றது? எந்தவிதமான இசையின்மூலம் அது வெளிப்படுகிறது? எந்தவிதமான காட்சிக்கோணங்களின் மூலம் கதை சொல்லப்படுகிறது? அப்படிச்சொல்லப்பட்ட காட்சிஅமைப்புகள் எவ்விதமாக இணைந்து கதை சொல்லப்படுகின்றது? இப்படியாக தனித்தனிக் கூறுகள் முழுமையான திரைப்படமாக உருவாகி, அது பார்வையாளர்கள் மத்தியில் எவ்வளவு பெரிய கிளர்ச்சியை அல்லது கேள்வியை, தோல்வியை, துயரத்தை, கொந்தளிப்பை உருவாக்குகின்றது என்பதுதான் சினிமாவின் அழகியலில் மிக முக்கியமான விஷயம். இதற்கு அர்ப்பணித்துக்கொண்ட கலைஞர்கள் உலகம் முழுக்கவே இருக்கிறார்கள். இவர்கள் தான் சினிமாவிற்கும் வாழ்க்கைக்கும் இடையேயான உறவைப்பற்றி மிகவும் தீவிரமாக சிந்தித்த கலைஞர்கள். தனிமனிதர்களுக்கு இடையிலான பிரச்சனை, ஆண் பெண்களுக்கு இடையேயான பிரச்சனை என உலகின் மிகப்பெரிய அரசியல் பிரச்சனைகள் கூட திரைப்படத்தில் எடுத்தாளப்பட்டிருக்கின்றன.

படத்தொகுப்பின் தந்தை என்று ஐஸன்ஸ்டினை சொல்கின்றோம். அவர்தான் காட்சிகளை அமைக்கின்ற

விதத்திலேயே முற்றிலும் வேறுவிதமான அர்த்தங்களைச் சொல்லமுடியும் என்பதை உலகிற்கு முதன்முதலில் சொன்னவர். நீங்கள் கீஸ்லோவஸ்கியை எடுத்துக்கொண்டால் அவர் திரைப்படம் எடுத்த காலகட்டத்தில் கடுமையான சென்சார் கெடுபிடிகள் இருந்தன. கம்யூனிஸ்ட் கட்சிக்கும் அரசாங்கத்திற்கும் காண்பித்து விட்டுத்தான் அங்கிருந்து எல்லாப் படங்களையும் திரையிட முடியும். அதற்காக அவர் ஒரு ஆவணப்படத்தை இரண்டு விதமாகப் படத்தொகுப்பு செய்கிறார். ஒரே ஆவணப்படம். ஒரே காட்சியைத்தான் அவர் காமிராவில் படம் எடுக்கிறார். ஒரே இடங்களில்தான் அவைகளும் எடுக்கப்படுகின்றன. அதனைத்தான் அவர் இரண்டு விதமாக எடிட் பண்ணுகிறார். ஒரு படத்தை கம்யூனிஸ்ட் கட்சிக்கு அவர் கொடுக்கிறார். அவை அரசாங்கத்திற்கு சாதகமாக இருக்கிறது. அதே விஷயத்தை இன்னொடு விதமாக எடிட் பண்ணுகிறார். அது அரசாங்கத்திற்கு எதிராக இருக்கின்றது. அதனைத்தான் தன் படமாக ஆக்கிக்கொள்கிறார்.

எது உண்மை? எது பொய் என்பதை இங்கு படத்தொகுப்பு தீர்மானிக்கிறது. நேர்மறையான அல்லது எதிர்மறையான எண்ணங்களைக்கூட ஒரு படத்தொகுப்பில் உருவாக்க முடியும். ஆக, இந்தக் கலைவிதியை யார் உருவாக்கினார்கள் என்றால் ரஷ்யப் புரட்சியை திரைப்படத்தில் பிரதிபலிக்க வேண்டும் என்று நினைத்த ஐஸன்ஸ்டின் தான் உருவாக்கினார். உதாரணமாக,அவரது படமான "பேட்டில்ஷிப்பொட்டாம்கின்" படத்தில் வருகின்ற புகழ்பெற்ற காட்சியின் சம்பவத்தைப் பார்த்தீர்களேயானால் அந்த தொழிலாளர்களின் எழுச்சி உண்மையிலேயே தோல்வியுற்ற கிளர்ச்சி. வரலாற்றிலேயே தோல்வியுற்ற எழுச்சியாக பதிவு செய்யப்பட்டிருக்கிறது. ஆனால் ஐஸன்ஸ்டின் அதனை படத்தில் காட்டும் விதம் அது வெற்றிபெற்ற எழுச்சி. ஏனென்றால் அந்த தோல்வி யுற்ற எழுச்சிதான் பின்னாட்களில் ஒட்டுமொத்த ரஷ்யப் புரட்சிக்கும் உத்வேகமாக இருந்திருக்கிறது. எனவேதான் ஐஸன்ஸ்டின் இதனை வெற்றிபெற்ற சம்பவமாக திரையில் உருவாக்க முடிந்தது.

இந்த மாண்டேஜ் யுக்தியை சமூகத்தில் இரண்டு விதமாக பாவிக்க முடியும். அதில் இரண்டு விதமாக ஆக்கப்பூர்வமான விஷயங்களைச் சொல்லமுடியும் என்பதை இவரது படங்கள் முன்வைப்பதாக இருந்தது. மாண்டேஜ் என்பதனை

உருவாக்கியவர் கூட அதனை சோதனை பூர்வமாகத்தான் உருவாக்கினார். முன்சொன்னது போல இவர்கள்தான் திரைப்படத்தை மிகவும் தீவிரமாக அணுகிய கலைஞர்கள். இப்படி தீவிரமாக அணுகிய கலைஞர்களின் மரபு ஐரோப்பிய சினிமாவிற்கு இருக்கிறது.

ஐரோப்பிய சினிமாவில் கொடார்ட்டை எடுத்துக்கொண்டாலும் சரி, பெலின்னி, ரோசல்லினி, அல்லது பசோலினி, இப்போது இருக்கின்ற கென்லோச், ஆஞ்சல பெலோஸை எடுத்துக்கொண்டாலும் இவர்கள் எல்லோருமே சினிமாவை வாழ்விற்கு அருகில் கொண்டுவருவதாகவும், வாழ்க்கைகுறித்த கேள்வியை எழுப்புவதாகவும், வாழ்வைப் புரிந்துகொள்வதற்கு உதவுவதாகவும், சமூக மாற்றத்திற்கு சினிமா உதவுகின்றது என்ற உணர்வுகளையும் கொண்டவர்களாகத்தான் இருந்திருக்கிறார்கள்.

ஆப்பிரிக்காவில், இலத்தீன் அமெரிக்காவில் இருந்த கலைஞர்கள் சினிமாவை சமூக மாற்றத்தோடு பிணைத்தார்கள். ஹாலிவுட்டில் எடுக்கப்பட்ட படங்கள் பெரும் பணக்காரர்களுக்காகவும் ஆதிக்கம் செலுத்துபவர்களுக்குமான சினிமா என்றுதான் அவர்கள் வரையறுத்தார்கள்.ஐரோப்பாவில் எடுக்கப்பட்ட சினிமாக்களில் கூட நேரடியாக வாழ்க்கையை சம்பந்தப்படுத்தாமல், அதே சமயத்தில் சினிமாவில் வாழ்க்கையை தீவிரமாகப் பார்த்தார்கள். திரைப்படம் என்பது நேரடியாக அரசியல் போராட்டங்களுக்கு உதவவேண்டும் என்று மூன்றாம் உலக சினிமா என்னும் கோட்பாட்டை மூன்றாம் உலகின் கலைஞர்கள் முன்வைத்தார்கள். அரசியலை நேரடியாக திரைப்படத்தோடு இணைத்தார்கள். சமூக மாற்றத்தையும் நேரடியாக திரைப்படத்தோடு இணைத்தார்கள். உண்மைச் சம்பவங்களை அடிப்படையாகக் கொண்ட ஆவணப்படங்களைத்தான் தங்கள் சார்பாக முன்வைத்தார்கள். அர்ஜெண்டினா, சிலி போன்ற நாடுகளிலிருந்து வந்த படங்கள் எல்லாமே விவரணப்படங்கள் என்ற அளவில்தான் தமது கருத்துக்களை முன்வைத்தன. பின்பாகத்தான் பூர்வீக மக்களின் கலாச்சாரத்தையும் எடுத்துக்கொண்டு நாட்டுப்புறக் கலைகளோடு விவரணப்படங்கள் வெளிவரத்துவங்கின.

சினிமா ஐரோப்பாவில் பாவிக்கப்பட்ட முறைக்கும் இலத்தீன் அமெரிக்காவில் பாவிக்கப்பட்டதற்கும் ஆப்பிரிக்காவில் ஒஸ்மேன் செம்போன் போன்றவர்கள் எடுத்த திரைப்படங்களுக்கும் இடையே யுள்ள வித்தியாசங்களைப்

பார்க்கமுடிகிறது. இதே மாதிரியான வரலாறு இந்தியாவிலும் இருக்கிறது. சில மாநிலங்களில் சினிமா ஒரு சீரிய கலை எனும் உணர்வு இருந்தது. மேற்கு வங்காளம், ஆந்திர பிரதேசம், கர்நாடகம், கேரளாவிலும் இந்த வரலாறுகள் இருந்தன. எழுபதுகளில் தீவிரமான ஒரு தலைமுறை தோன்றியது. இந்தத் தலைமுறை முழுக்க முழுக்க யாரால் பாதிக்கப்பட்டார்கள் என்று நீங்கள் ஆராய்ந்தீர்களேயானால், சத்யஜித்ரே, விக்டோரியா டிசிகாவின் ‘பைசைக்கிள் தீவ்ஸ்’ திரைப்படத்தினால் பாதிக்கப்பட்டார். சத்யஜித்ரேவின் பாதிப்பிலிருந்துதான் க்ரீஸ் கர்னாட் சினிமா எடுத்தார். ஆந்திராவில் நரசிங்க ராவ். அதேபோல தென்னகத்திலே அடூர் கோபாலகிருஷ்ணன் சத்யஜித்ரேயின் பாதிப்பிலிருந்து உருவானார்.

சத்யஜித்ரே இந்தியமரபில் மேற்கத்திய வாழ்க்கைக்கு அருகிலான திரைப்படத்தை முயற்சித்துக்கொண்டிருந்த பொழுது அரசியலுக்கும் சமூக மாற்றத்திற்கும் உகந்த திரைப்படங்களை ரித்விக் கட்டக் இன்னொரு பக்கம் முயன்றுகொண்டிருந்தார். இவ்விருவரையும் இணைப்பதுபோல மிருணாள் சென் செயல்பட்டார். எனவே சத்யஜித் ரேவுக்கும் ரித்விக் கட்டக்கிற்கும் இடையே தீவிர சினிமாவிற்கான வரையறையை வரையறுத்துக்கொள்ள இயலும் என்று நினைக்கிறேன்.

சத்யஜித்ரேயின் பெரும்பாலான படங்கள் ஐரோப்பிய யதார்த்தவாதத்தினை மையமாகக்கொண்ட வாழ்க்கையை அருகில் சென்று பார்க்கிற படங்களேயொழிய, அவை அரசியல் சார்ந்த கருத்துக்களை நேரடியாகச் சொல்லவில்லை. மாறாக, ரித்விக் கட்டக்கின் படங்கள் வாழ்க்கையை அருகில் சென்று பார்க்கின்ற அதேசமயத்தில் அரசியல் பார்வையையும் பதிவுசெய்யும் விதமாக அமைந்திருந்தன. இந்த இரண்டு கலைஞர்களுக்கும் இடையில்தான் தீவிரமாக இயங்குகின்ற மற்ற கலைஞர்கள் எல்லாம் வருகின்றார்கள். முக்கியமாக, ரித்விக் கட்டக்கின் பாதிப்பில்தான் நரசிங்கராவ் படம் எடுத்தார். அதே போல ரித்விக்கட்டக்கின் பாதிப்பில் தான் கேரளாவில் ஜான் ஆப்ரஹாம் உருவானார். இந்தத் திரைப்பட வடிவமென்பது மிகத் தீவிரமாக சிந்திப்பவர்கள் எடுக்கின்ற படங்கள். அப்படி தீவிர சிந்தனைகொண்ட மக்களைத்தான் இப்படங்கள் சென்று சேர்ந்ததேயொழிய ஜனரஞ்சகமான படங்களையும் பார்க்கின்ற பார்வையாளர்களிடம் இந்தப் படங்கள் சேரவில்லை. இந்தச் சமயத்தில்தான் சாமாந்திர

சினிமா அல்லது பாரலல் சினிமா என்ற வடிவத்தை இந்தி சினிமா இயக்குனர்கள் முயற்சித்துப் பார்க்கிறார்கள்.

கோவிந்த் நிஹ்லானி, ஷியாம் பெனகல் போன்றவர்கள் தான் இந்த முயற்சியை செய்து பார்த்தவர்கள். இந்திய சினிமா என்பது பாடல்களாலும் இசையாலும் , நாடகத் தன்மையாலும் கொண்டுசெல்லப்படுகின்ற ஒரு வடிவம். இந்த வடிவத்தை தீவிரமான அரசியல் உணர்வும் தீவிரமான சமூக உணர்வும் கொண்ட திரைப்படமாக எவ்வாறு மாற்றுவது என்பதைத்தான் இந்த இயக்குனர்கள் முயற்சித்தார்கள். இது வெற்றிபெற்ற வகையினமாகவும் இருந்தது. இந்த வெற்றியினால்தான் தமிழகத்தில் 'ஏழாவது மனிதன்' முயற்சி எடுக்கப்பட்டது. இதே வடிவத்தைத்தான் 'அவள் அப்படித்தான்' என்ற படத்தில் ருத்ரைய்யா முயற்சித்துப் பார்த்தார். தீவிர சினிமா வடிவத்தை இவர்கள் வெகுஜன சினிமாக்களைப் பார்த்துக்கொண்டிருக்கின்ற மக்களைச் சென்று சேருவதற்கான வடிவமாகவும் மாற்றினார்கள்.

தமிழகத்தில் எந்தவிதமான விமர்சனப்பார்வையை இந்த வளர்ச்சிகள் தோற்றுவித்தன என்ற கேள்வி வரும்போது இதனை மூன்று வகையாக வரையறுத்துக்கொள்ளலாம். ஒன்று, எந்தவிதமான சமூகப் பிரக்ஞையும் இல்லாமல் எந்த விதத்திலும் வாழ்வோடு ஒட்டாமல், ஜனரஞ்சக சினிமாவோடு சமரசம் செய்துகொள்கின்ற படங்கள் என்ற வகையினம் ஒன்று இருக்கிறது. இரண்டாவது, வாழ்வோடு குறைந்த பட்சம் அருகில் சென்று பார்க்கின்ற ஒரு பேரலல் சினிமாவின் பண்புகளைக் கொண்ட சினிமாவும் இருக்க முடியும் என்ற அந்த நம்பிக்கையோடு செயல்படுவது எனும் பார்வை. மூன்றாவது, அதன் உச்சகட்ட வடிவமாக சினிமாவினை மிகவும் கறாரான சமூக மாற்றத்தின் வடிவமாக மனித உறவுகளை ஆழ்ந்து சென்று பார்ப்பதாக வாழ்விற்கும் சினிமாவிற்கும் இடையேயான வித்தியாசங்களை அழிப்பதாக மூன்றாவது வகையின சினிமாக்கள் இருக்கின்றன என உணர்வது.

இந்த மூன்று மட்டங்களில் தமிழ் சினிமா எந்த மட்டத்தில் இருக்கின்றது என்பதைப் பார்த்தீர்களென்றால், வெகுஜன சினிமா முழுக்க முழுக்க மசாலா சினிமா எனும் பார்முலாவுக்குள்தான் இருக்கிறது. ஒரு கட்டத்தில் வேறுவிதமான முயற்சிகள் வந்தன. பாலு மகேந்திராவின் "வீடு", சந்தியாராகம், மகேந்திரனின் 'பூட்டாத பூட்டுகள்',

திரைப்படங்களில் அந்த முயற்சிகள் நடந்தன. அந்த முயற்சிகள் எல்லாம் முற்றிலும் இப்போது இல்லாமலாகி முழுக்கமுழுக்க கமர்ஷியல் சினிமா வணிக சினிமாவின் பார்முலாவிற்குள்தான் அரசியலைச் சொல்வது, சாதிய பிரச்சினையானாலும் சரி, பாலுறவு சம்பந்தமான பிரச்சினையானாலும் சரி - அனைத்தையுமே வணிக சினிமாவின் பார்முலாவிற்குள் தான் சொல்லவேண்டும் என்ற கொள்கையை தமிழ்சினிமா தொடர்ந்து இறுக்கமாக கடைப்பிடித்து வருகின்றது.

உட்சபட்சமான சீரியஸான சினிமா, சாமாந்திர சினிமா, ஜனரஞ்சக சினிமா என்ற படிநிலைகளில் பார்த்தால், தமிழ்சினிமாவிற்குள் சாமாந்திர சினிமாவிற்கான முயற்சிகளென்பது இல்லை. தமிழ்சினிமாவில் தீவிரமான வகையினங்களைச் சொல்கின்ற படங்கள் இல்லை. தமிழ்சினிமா என்றால் ஒரு பார்முலா வந்துவிடுகின்றது., இரண்டு சண்டை, மூன்று பாடல் காட்சிகள் கொஞ்சம் காமெடிக்காட்சிகள், சில நடிகர்களுக்குத் தேவையான பன்ச் வாசகங்கள், அங்கங்கே சில அரசியல் என்ற வகைமாதிரிகளை வைத்துக்கொண்டு இந்த கமர்சியல் பார்முலாவிற்குள்ளேயே சமூக வாழ்க்கையையும் பிரதிபலித்துவிட முயற்சிக்கின்ற தலைமுறையைத்தான் இன்று நாங்கள் பார்க்க முடிகின்றது.

இந்தச் சினிமாக்களை அணுகுகின்ற விமர்சகர்கள் இன்று இரண்டுவிதமாகப் பிளவுபட்டிருக்கின்றார்கள். "கூரைக்குத் தீ வைக்கிற பையன்தான் எங்கள் வீட்டிலே இருக்கின்ற பையன்களில் நல்ல பையன்" என்று கிராமத்துப் பக்கம் சொல்வார்கள். "கூரைக்குத் தீ வைக்கிற பையன் தான் நல்ல பையன்" என்று சொன்னால், மற்ற பையன்கள் எப்படிப்பட்டவர்கள் என்று யோசித்துப் பாருங்கள். இப்படியாக ஒரு ஐந்து வருடத்திற்கு முன்புவரை வெளிவந்து கொண்டிருந்த படங்களுடன், இப்போதைக்கு வெளிவருகின்ற தமிழ் சினிமாக்களை ஒப்பிட்டு, இப்பொழுது வருகின்ற படங்கள்தான் நல்ல படங்கள் என்று சொல்கின்றார்கள். அது எல்லாம் கருத்து ரீதியான மதிப்பீடுகள் அல்ல. ஒன்றை மற்றொன்றோடு ஒப்பிடுவதால் மட்டுமே இதைச் செய்கிறார்கள். இந்த வகையான விமர்சன மதிப்பீட்டினை நான் நிராகரிக்கிறேன்.

விமர்சன மதிப்பீடு என்பது, ஒன்றை மற்றொன்றோடு வெறுமனே ஒப்பிடுவது அல்ல. இதுவரைக்கும் உலக சினிமா அடைந்திருக்கின்ற உச்சம், இதுவரைக்குமான

இந்திய சினிமா அடைந்திருக்கின்ற உச்சம் இவற்றை அடிப்படையாகக் கொண்டது விமர்சன மதிப்பீடு. இன்றைய இந்திய உச்சம் மராத்தியின் ‘பன்றி’, படம். மராத்தியில் பன்றி பண்ண முடியுமென்றால் தமிழில் ஏன் இது முடியாது? ஒரிசாவில் லால் சலாம் பண்ண முடியும் என்றால் தமிழில் ஏன் பண்ண முடியாது? பம்பாயிலிருந்து அம்பேத்கர் வரமுடியுமென்றால் ஏன் அம்பேத்கர் தரத்திற்கு தமிழில் ஒரு ’பெரியார்’ படம் பண்ண முடியாது? ஆந்திராவிற்கும், பீஹாருக்கும், திருவனந்தபுரத்திற்கும், தமிழகத்திற்கும் எவ்வளவு தூரம்? ஒரே நிலப்பரப்புதான். இதனுள் சினிமா சார்ந்து எவ்வளவு வேறுபாடுகள் நிலவுகின்றன? இதனைக் கவனித்து தமிழ்சினிமா மீது கறாரான மதிப்பீடுகளை வைக்கின்ற பொழுது, எங்கள் மீதும் கடுமையான விமர்சனங்கள் வைக்கப்படுகின்றன. அவ்வப்போது தனிநபர் தாக்குதல்கள் நடத்துகிறார்கள். இதைப்பற்றியெல்லாம் கவலைப்பட வேண்டிய அவசியமில்லை என்றுதான் நினைக்கிறேன்.

சிவாஜி கணேசன் நல்ல நடிகன் இல்லையென்று சொன்னால் உண்மையிலேயே சிவாஜி கணேசன் நல்ல நடிகர்தான் என்று நினைத்துக்கொண்டிருக்கின்ற அபிமானிகளுக்கு அதிர்ச்சியாகத்தான் இருக்கும். சிவாஜியை மேலெழுந்தவாரியாக நல்ல நடிகன் இல்லை என்று சொல்லாமல் தர்க்கபூர்வமாக சில கருத்துக்களின் அடிப்படையில் ஒருவர் சொல்வாரானால் அப்படிச் சொல்வதற்கான உரிமையை அங்கீகரித்துக்கொண்டு, அதற்கு தன்பக்க நியாயத்தை எடுத்துரைப்பதுதான் கருத்துருவாக்க விவாதங்களை அடுத்தகட்டத்திற்கு எடுத்துச்செல்வதாக அமைமுடியும். இங்கு ஒவ்வொருவருக்கும் ஒவ்வொருவரின் மீது அபிமானம் இருக்கின்றது. சிவாஜி கணேசன் மீது அபிமானம் கொண்டவர்கள் இருக்கிறார்கள். எம்.ஜி.ராமச்சந்திரன்மீது அபிமானம் கொண்டவர்கள் இருக்கிறார்கள். விஜய்மீது அபிமானம் வைத்திருக்கிறார்கள். இந்த அபிமானங்களைப் பற்றி நாம் கவலைப்படக்கூடாது. அபிமானங்களுக்கு அப்பால் தர்க்கம், தர்க்கத்தின் அடிப்படையிலான கருத்துக்கள், அதன் அடிப்படையிலான மதிப்பீடுகள் எல்லாம் விமர்சனத்தில் மிக முக்கியமான விஷயங்களென்று நினைக்கிறேன்.

விமர்சனத்தை எதிர்கொள்ளவேண்டுமாயின், முன் வைக்கப் படுகின்ற கூற்றுகள் தர்க்கமாக இருக்கின்றதா? அல்லது மேலெழுந்த வாரியாக இருக்கின்றதா? என்பதை மட்டும் ஆராய்ந்துகொண்டு, உண்மைபூர்வமாக

சிலவிஷயங்களைச் சொல்கின்றார்கள் என்றால், நீங்கள் அதனை அங்கீகரித்து தர்க்கத்திற்கு மாற்றாக தர்க்க ரீதியாகத்தான் மாற்றுக்கருத்துக்களை முன்மொழிய வேண்டும். அதனைத் தவிர்த்து, தனிப்பட்ட ரீதியிலான தாக்குதல்களில் இறங்குவது என்பது நல்ல கலாச்சாரம் உள்ள சமூகம் பண்பட்ட சமூகமாக அதில் வாழ்கின்ற மக்கள் செய்யக்கூடிய காரியமல்ல என நினைக்கிறேன்.

என்னுடைய அணுகுமுறையைப் பொருத்தமட்டில் சினிமாவானது ஒரு பிரபஞ்சமயமான கலை. இந்த பிரபஞ்சமயமான கலைக்கு பல்வேறு ஆளுமைகளால் பல்வேறு கலைஞர்களால் பலவாறான காலகட்டங்களில் உயிர் கொடுக்கப்பட்டிருக்கிறது. மிகச்சிறந்த காட்சியை படம்பிடிப்பதற்காக எத்தனையோ கலைஞர்கள் உயிரைக் கொடுத்திருக்கின்றார்கள். எத்தனையோ ஒளிப்பதிவாளர்கள் தத்ரூபமான காட்சிக்காக உயிரைவிட்டிருக்கின்றார்கள். உயிரைக் கொடுத்து உருவாக்கிய கலைதான் இந்த திரைப்படக் கலை. இதில் சில கலைஞர்கள் கலை உச்சங்களை எட்டியிருக்கின்றார்கள். கலை உச்சங்களை உலகின் எந்த மூலையிலிருந்து நீங்கள் உருவாக்கினாலும், அவை பிறர் பார்வைக்கு எளிதாகச் சென்று சேரும் என்பதே வழக்கிலிருந்துவரும் நியதி. அப்படியான படங்களைத்தான் நீங்களும் உருவாக்க வேண்டும். அப்படியான படங்கள்தான் வாழ்விற்கும், கலைக்குமான இடைவெளியை நிச்சயம் உடைக்கும் என்று நினைக்கிறேன்.

28

அம்பேத்கரும் திரைப்படத் தணிக்கைச் சட்டமும்

மே 26, 2014 ஆம் அன்று இந்தியாவின் பதினைந்தாவது பிரதமராக மதிப்பிற்குரிய நரேந்திர மோடி அவர்கள் பதவியேற்றுக் கொண்டார். ஜனவரி 19,2015 இந்திய தணிக்கைக் குழுவின் புதிய சேர்மனாக பஹ்லஜ் நிஹ்லானி நியமிக்கப்பட்டார். பஹ்லஜ் நிஹ்லானிக்கும் திரைப்படத்துக்கும் அவரது அரசியலுக்கும் ஆன உறவு குறித்து நாம் இங்கு சில விவரங்களைத் தெரிந்து கொள்வது நல்லது. பஹ்லஜ் நிஹ்லானிக்கு முன்பாக இந்திய தணிக்கைக் குழு சேர்மனாக இருந்த லீலா சாம்சன் எதற்காகத் தனது பதவியை ராஜினாமாச் செய்தார் என்பதனையும் இங்கு நாம் கூடுதலாகத் தெரிந்துகொள்வதும் நல்லது.

பஹ்லஜ் நிஹ்லானி 1982 ஆம் ஆண்டு முதல் மும்பை படத் தயாரிப்பாளராக இருக்கிறார். 29 ஆண்டுகள் திரைப்பட மற்றும் தொலைக்காட்சிப் படத்தயாரிப்பாளர் கூட்டமைப்பின் தலைவராக இருந்திருக்கிறார். 2014 பொதுத்தேர்தலில் பிஜேபி கட்சியின் அதிகாரபூர்வப் பிரதமர் வேட்பாளரான நரேந்திர மோடியின் தேர்தல் பிரச்சாரத்திற்கான 'ஹர் ஹர் மோடி கர் கர் மோடி' எனும் 9 நிமிட அணி நடைப்பாடல் பிரச்சாரப்படத்தை உருவாக்கிய அவர், 2015 ஜனவரி மாதம் இந்தியத் தணிக்கைக் குழு சேர்மனாக மோடி அரசினால் நியமிக்கப்படுகிறார். 'ஹர் ஹர் மோடி கர் கர் மோடி' படத்தினை எவரும் இட்லரின் செல்ல ஆவணப்பட இயக்குனரான லெனி ரிப்சிந்தாலின் 'டிரயம்ப் ஆப் த வில்' பிரச்சாரப் படத்துடன் ஒப்பிடலாம். வெறியூட்டும்

உணர்ச்சிகரமான தேசபக்தி, இந்துத்துவ மனோரதியம், ராணுவ சாகசம், எக்காளமான அணிநடைப் பாடலிசை, அந்நிய நாடுகள் மீதான வெறுப்பு, இடையிடையே மிடுக்கு நடையுடன் அண்ணாந்து பார்க்கும் காமிரா பிம்பங்களாகப் பிஜேபி வேட்பாளர் மோடியின் உரைகள். இது 'ஹர ஹர் மோடி கர் கர் மோடி' ஆவணப்படத்தின் சொல்நெறி. அரசியலுக்கும் பதவி நியமனத்திற்கும் திரைப்படத்திற்கும் உள்ள உறவைச் சுட்ட இது ஒரு சிறு சான்று.

இதுவன்றி மோடி அரசினால் நியமிக்கப்பட்ட பிற 9 தணிக்கைக் குழு உறுப்பினர்களில் சையத் அப்துல் பாரி தவிர பிற அனைவரும் பிஜேபி,சிவசேனா மற்றும் ஆர்எஸ்எஸ் செயல்பாட்டாளர்கள். அவர்களது பெயர்கள் பின்வருமாறு: மிகிர் பூட்டா, ரமேஷ் பதாங்கே, ஜியார்ஜ் பேக்கர், சந்திர பிரகாஷ் திரிவேதி, நடிகை ஜீவிதா, வாணி திரிபாதி திகோ, அசோக் பண்டிட் மற்றும் தமிழக பிஜேபி உறுப்பினரான எஸ்.வி. சேகர். ஆமாம், சையத் ஆப்துல் பாரி மட்டுமே கல்வியாளர், பிறர் அனைவரும் இந்துத்துவ அமைப்பின் செயல்பாட்டாளர்கள் மற்றும் திரைப்படத்துறை சார்ந்தவர்கள்.

பஹ்லே நிஹ்லானிக்கு முன்பாக தணிக்கைக் குழுச் சேர்மனாக இருந்த லீலா சாம்சன் ஏன் தனது பதவியை ராஜினாமா செய்தார்? பஞ்சாப் மாநிலத்தைச் சேர்ந்த 'தேரா சச்சா செளதா' என்ற ஆன்மிக அமைப்பின் தலைவர் ராம் ரஹீம் சிங் இயக்கி நடித்த 'தி மெசஞ்சர் ஆப் காட' - கடவுளின் தூதர் - என்ற திரைப்படத்தை வெளியிட லீலா சாம்சன் தலைமையிலான மத்திய திரைப்படத் தணிக்கைக் குழு அனுமதி மறுத்தது. தணிக்கைக் குழுவால் அனுமதி மறுக்கப்பட்ட அந்தத் திரைப்படத்துக்கு ரிவைசிங் கமிட்டி அனுமதி வழங்கியதாக செய்திகள் வெளியாகின. இதனால் அரசின் தலையீடு இருப்பதாகக் கூறிய லீலா சாம்சன், தனது தணிக்கைக் குழுத் தலைவர் பதவியை ராஜிநாமாச் செய்தார். இதையடுத்து திரைப்படத் தணிக்கைக் குழுவின் செயல்பாடுகளில் அரசின் தலையீடு எதுவும் இல்லை என்று மத்திய செய்தி - ஒலிபரப்புத் துறை இணை அமைச்சர் ராஜ்யவர்தன் சிங் ராத்தோர் தெரிவித்தார். அவரது ராஜினாமாவை இந்திய அரசு ஏற்றுக் கொண்டது. அவருடன் பின்வருபவர்களும் கூட்டாகத் தமது ராஜினாமாவையும் அரசிடம் அளித்தார்கள்: அருந்ததி நாக், இரா பாஸ்கர்,லோரா

பிரபு, பங்கஜ் சர்மா, ரஜீவ் மசந்த், சேகர் பாபா கெஞ்சரியா. சாஜி கருண், சுப்ரா குப்தா மற்றும் டி.ஜி.தியாகராஜன்.

லீலா சாம்சனும் அவரது குழுவினரும் ராஜினாமா செய்ததற்கான முக்கியமான காரணம், குறிப்பிட்ட திரைப்படம் மத மூடநம்பிக்கையைப் பரப்புகிறது. பொதுமக்கள் பார்ப்பதற்குத் தகுதியில்லாதது அப்படம். முழு தணிக்கைக்குழுவும் தணிக்கைச் சான்றிதழ் மறுத்த அப்படத்திற்கு மறுதணிக்கைக் குழு 24 மணிநேரத்தில் சான்றிதழ் அளித்தது. அரசுத் தலையீடும் இலஞ்சமும்தான் காரணம் என லீலா சாம்சன் குழுவினர் ராஜினாமாச் செய்தனர். லீலா சாம்சனின் சொந்த மொழியில் அவரது காரணங்கள் இவ்வாறு இருக்கிறது: "...படங்களைப் பார்த்துத் தணிக்கை செய்தவர்கள் அரசினால் தேர்வு செய்யப்பட்ட உறுப்பினர்கள். இவர்கள் சினிமாத்துறையாலும், ஆட்சியில் இருக்கும் கட்சியாலும் எளிதில் மனம் மாற்றப்படக்கூடியவர்களே. இவர்களில் பலரும் அமைச்சரவையுடன் தங்களது பல்வேறு தொடர்புகள் மூலம் இன்னும் தொடர்பில் இருப்பவர்களே. அதேபோல் தயாரிப்பாளர்களின் முகவர்கள் மூலம் பலரும் லஞ்சம் வாங்கியிருப்பவர்களே என்று தெரிகிறது".

லீனா சாம்சன் குழுவினரின் ராஜினாமா, பஹ்லே நிஹலானி குழுவினரின் நியமனம் போன்ற இரு நிகழ்வுகளுக்கு இடையில் நமக்குத் ஸ்தூலமாகத் தெரிகிற உண்மைகள் யாதெனில்: தணிக்கைக்குழுச் சேர்மன் மற்றும் உறுப்பினர்களின் நியமனத்தில் ஆளும் கட்சியின் அரசியல் சார்புகளும், கட்சி விசுவாசமும், கருத்தியல் விசுவாசமும், இலஞ்ச ஊழலும் திரைப்படத் தயாரிப்பாளர்களது ஊடுருவலும் அப்பட்டமாக இருக்கிறது என்பது நமக்கு நிரூபணமாகிறது. தணிக்கைக்குழு என்பது அரசு மற்றும் கட்சி விசுவாசங்களுக்கு அப்பால் சுயாதீனமாகச் செயல்படுகிறது என நம்பவைக்கப்பட்டிருக்கும் பிரம்மை என்பதும் இதிலிருந்து நிரூபணமாகிறது. இத்தகைய தணிக்கையே இயக்குனர் லெஸ்லி யுத்வினின் இந்தியாவின் புதல்வி - இன்டியாஸ் டாட்டர் - ஆவணப்படத் தடையிலும் செயல்பட்டிருக்கிறது என எம்மால் உறுதியாகச் சொல்ல முடியும்.

திரைப்படத் தணிக்கையின்மீது அரசு கொண்டிருக்கும் இத்தகைய கட்டுப்பாட்டின் விதைகள் ஆங்கிலக் காலனியாதிக்கம் இந்தியாவில் நிலவிய காலத்திலேயே விதைக்கப்பட்டுவிட்டது. காலனியாதிக்கம் விடைபெற்று

ஏறக்குறைய 70 ஆண்டுகள் நிறையும் தருணத்... காலனியாதிக்கத் தணிக்கைச் சட்டங்களையே இந்திய அரசு நிர்வாகம் இன்று வரையிலும் கடைப்பிடித்து வருகிறது.

காலனியாதிக்கக் காலம் முதல் இன்று வரை செயல்படும் அரசியல் தணிக்கையும் இந்திய சினிமா தொடர்பான சட்டங்களும் எவ்வாறு உருவாகி வந்தன; அது எதிர்கொள்ளும் சவால்கள் என்ன என்பது குறித்த ஒரு அற்புதமான ஆய்வை கல்கத்தாவைச் சேர்ந்த இந்திய வழக்கறிஞரான அர்ப்பன் பானர்ஜி செய்திருக்கிறார் (Political Censorship and Indian Cinematographic Laws: A Functionalist - Liberal Analysis: Perspectives on Fundamental Rights in South Asia: Drexel Law Review: Volume 2 Number 2: Spring 2010: Philadelphia: USA). அர்ப்பன் பானர்ஜியின் ஆய்வு, இந்திய யாப்பு எந்த அடிப்படைகளின் மீது அமைகிறது என்பதிலிருந்து துவங்குகிறது. இந்திய யாப்பின் அடிப்படையாக கிராமிய சமூகம் அமைய வேண்டும் எனும் காந்தீய அணுகுமுறையை மறுதலித்து தனிநபரின் உரிமைகளை அடிப்படையாகக் கொண்டே அமைய வேண்டும் என்பதில் அம்பேத்கர் உறுதியாக இருக்கிறார். யாப்பை எழுதும் குழுவில் உள்ளவர்கள் பெரும்பாலானோர் அதில் பங்களித்திராத நிலையில் அம்பேத்காரே அதனை முழுமையாக எழுதினார் எனவும், இந்திய யாப்பு ஆங்கில மொழியிலேயே எழுதப்பட்டது எனவும் அவர் விளக்குகிறார். சாதியை ஒழிப்பதை தனது எண்ணக் கருவாகக் கொண்டிருந்த அம்பேத்கர் ஏற்றத்தாழ்வுகளும் ஆண்டான் அடிமை உறவும் கெட்டிதட்டிப் போயிருந்த கிராமிய சமூகத்தை யாப்பிற்கான அடிப்படையாகக் கொள்ளவில்லை. ஆங்கில யாப்பின், தாராளவாத ஜனநாயக சமூகத்தின் உரிமை அடிப்படையான ஜான் ஸ்டூவர்ட் மிலலின் 'த லிபர்ட்டி' எனும் நூலில் சொல்லப்படும் கருத்தாக்கத்தின் அடிப்படையிலேயே இந்தியக் குடிமகனின் உரிமைகளும் அரசின் பொறுப்புக்களும் அம்பேத்கரினால் உருவாக்கப்பட்டன என்கிறார் அர்ப்பன் பானர்ஜி.

'தனிநபருக்குக் கருத்து வெளிப்பாட்டு உரிமை உண்டு. அந்த உரிமை பிறருக்கு சேதம் விளைவிக்கக் கூடாது எனும் வகையில் அவர் மீது அமைப்பின் நிர்வாகம் தலையீடு செய்யலாம்' என்பது ஜான் ஸ்டூவர்ட் மில்லின் சிந்தனையமைப்பு. தனிநபருக்கும் ஒரு சமூகத்தை வழிப்படுத்தும் நிர்வாக அமைப்புக்கும் இடையிலான பரஸ்பரம் பயன்பாட்டு அடிப்படையில் அவரது சிந்தனை அமைகிறது.

இந்திய யாப்பின் ஆர்ட்டிகல் 19(1) குடிமகனின் கருத்து வெளிப்பாட்டு உரிமையை அங்கீகரிக்கிறது. ஆர்ட்டிகல் 19(2) காரணகாரிய அடிப்படையில் பொருத்தமான வகையில் குடிமகனின் மீது அரசு கட்டுப்பாடு கொண்டிருக்கலாம் எனச் சொல்கிறது.

மனுதர்ம நூலில், நால்வருண அடிப்படையில் சாதிகளின் கடமைகளும் உரிமைகளும் வரையறுக்கப்பட்ட நிலையில், காந்தி, இந்து சமயத்துக்கும் தீண்டாமைக்கும் சம்பந்தம் இல்லை எனச் சொன்னாலும், சாதி அமைப்பு தேவை என்றே சொல்கிறார். விவேகானந்தர் தீண்டாமையை விமர்சித்தாலும்கூட சாதி அமைப்பு நல்லது என்றே சொல்கிறார். அம்பேத்காரைப் பொருத்து உரிமைகளுக்கான அடிப்படைச் சுட்டு தனிநபர்தானேயொழிய சாதி இல்லை. இந்த அளவில் இந்திய யாப்பில் உரிமைகள் வரையறுக்கப்பட்டாலும் கூட, நடைமுறையில் அரசின் தலையீடு என்பது உறுதிப்படுத்தப்பட்டிப்பதால், அதிகாரத்தில் இருப்பவரின் அரசியல் மற்றும் கருத்தியல் நலன்களுக்கு ஒப்பத் தனிநபரின் உரிமைகளின் மீதான கடடுப்பாட்டின் பட்டியல் விரிந்து கொண்டே செல்கிறது என்கிறார் பானர்ஜி.

ஆங்கிலத் தாராளவாத ஜனநாயக யாப்பின் அடிப்படையில்தான் இங்கிலாந்தின் திரைப்படத் தணிக்கை விதிகளும் அமைகின்றன. திரைப்படப் படைப்பாளிக்குப் படைப்புச் சுதந்திரம் உண்டு, பிறரை அல்லது சமூக அமைதியைக் குலைக்கிறது எனில் அதில் அரசு தலையிடும். ஆட்சேபத்துக்கு உரியது எனும் இந்தப் பட்டியலில் நாட்டின் இறையாண்மை, ஒருமைப்பாடு, பாதுகாப்பு, சமூக அமைதி, அண்டை நாட்டு நல்லுறவு, ஒழுக்கம், அறம், நீதி மன்ற அவமதிப்பு, மத அவமதிப்பு, பாலுறவுச் சித்தரிப்பு என இந்தப்பட்டியல் அவ்வப்போது நீட்டிக்கப்பட்டுக் கொண்டேயிருக்கும். அரசின் மீதான எந்தவிதமான விமர்சனங்களையும் இதன் மூலம் சட்டவிரோதமாக்கிவிட முடியும்.

இங்கிலாந்தின் தணிக்கை விதிகளில் இந்தியாகுறித்த ஷரத்து ஒன்றும் தனியாக இருந்தது. ஜாலியன் வாலா பாக் படுகொலையை அடுத்து இங்கிலாந்தின் இடதுசாரிகள் கடுமையான விமர்சனத்தை முன்வைத்தார்கள். உலகிலேயே காட்டுமிராண்டித்தனமானது ஆங்கிலக் காலனியாதிக்கம் என்பது அந்த விமர்சனம். காலனியாதிக்க ஆட்சியின் மீது

இத்தகைய விமர்சனங்களைத் தடைசெய்வதற்காக இந்திய விவகாரங்களை இங்கிலாந்தில் பேச - சித்தரிக்கக் கூடாது எனத் தணிக்கைச் சட்ட ஷரத்து உருவாக்கப்பட்டது. திரைப்படைப்பின் மீது அரசின் தலையீட்டை மையமாக வைத்த இந்தத் தணிக்கைச் சட்டத்தின் அடிப்படையில்தான் 1918 ஆம் ஆண்டு காலனியாதிக்க அரசினால் இந்திய திரைப்படத் தணிக்கை விதிகளும் உருவாக்கப்பட்டது.

இந்தியா காலனியாதிக்கத்திலிருந்து விடுதலை பெற்றதன் பின், சுதந்திர இந்தியாவில் இந்தியத் தணிக்கை விதிகள் என்பது படைப்பின் மீது அரசின் கட்டுப்பாடு என்பதைத்தான் மையமாகக் கொண்டிருந்தது. 1952 ஆம் ஆண்டு இந்தியத் திரைப்படம் குறித்த சட்டம் உருவாக்கப்பட்டது. 1952 - 1978 - 2000 - 2013 என பின்வந்த ஆண்டுகளில் அதில் நிறையத் திருத்தங்கள் செய்யப்பட்டாலும், அந்தத் திருத்தங்கள் என்பது, அரசு எதனெதன் மீது மேலதிகமாக புதிதுபுதிதாகக் கட்டுப்பாடுகளைக் கொண்டுவரலாம் என்பது குறித்தப் பட்டியலை நீட்டலாம் என்பதாகவே அது இருந்தது. இன்று வரையிலும் அதுவே நடைமுறையாக இருக்கிறது.

இடையில் 1969 ஆம் ஆண்டு கோஸ்லா என்பாரது தலைமையில் அமைந்த ஆய்வுக்குழு அரசை விமர்சிக்கும் படைப்பு உரிமை குறித்தும், தணிக்கைக்குழு உறுப்பினர்கள் அரசால் நியமிக்கப்படுதல் என்பதற்கு மாறாகத் தணிக்கை அமைப்பு சுயாதீனமாகச் செயல்படும் வகையில் அமைய வேண்டும் எனவும் பரிந்துரை செய்தது. எனினும், இன்றுவரையிலும் அந்தப் பரிந்துரைகள் எவையும் நடைமுறைக்கு வரவில்லை. இன்று வரையிலும் இந்தியத் தணிக்கைக்குழுவை ஆட்சிசெய்வது காலனியாதிக்க தணிக்கைச் சட்டங்களும், அரசுக் கட்டுப்பாட்டில் திரைப்படக் கலை இருக்க வேண்டும் எனக் கருதிச் செயல்படும் சட்டங்களும்தான். அம்பேத்கர் சாதிய உரிமைகளுக்கு மாற்றாகத் தனிநபர் உரிமைகளை அரசியல் யாப்பின் அடிப்படையாக மாற்றினாலும், தணிக்கையில் அது அதிகாரம் செலுத்துபவரின் கருத்துலகை பிரதிநிதித்துவப்படுத்துவதாகவே இருக்கிறது.

‘சினிமா பாரடைசோ’ படத்தில் ஒரு காட்சி வரும். திரைப்படத்தைத் தணிக்கை செய்வதற்காக உள்ளூர் பாதிரியார் வந்து அமர்ந்திருப்பார். ஆண் - பெண் முகங்கள் முத்தத்திற்காக நெருங்கும்போது அங்கே வெட்ட

வேண்டும் - தணிக்கை செய்ய வேண்டும் என்பதைக் குறிக்க முகத்தை அறுவருப்பாக வைத்துக்கொண்டு பாதிரியார் கை உயர்த்தி விசிறி விசிறி மணியடிப்பார். ஸ்கீரினிங் ரூமில் சுற்றிக் கொண்டிருக்கும் பிலிம்ரோலில் அந்த இடத்தில் அடையாளத்திற்கு பேப்பர்துண்டு சொருகப்படும். இத்தாலியில் திரைப்படத் தணிக்கையை கத்தோலிக்கத் தேவாலயம் கையில் வைத்திருந்தது என்பதற்கு இது ஒரு திரைச்சான்று.

ஈரானில் எழுபதுகளில் அயதுல்லா கொமேனியின் தலைமையில் ஷா மன்னருக்கு எதிராகப் ஈரானியப் புரட்சி வெற்றிபெற்றவுடன் கலாச்சாரக் காவல்துறையின் மேற்பார்வையில் புனிதநூல் குரானது அடிப்படையில் திரைப்படத் தணிக்கைவிதிகள் கொண்டுவரப்பட்டன. ஷாவினது காலத்தில் தயாரிக்கப்பட்ட பல திரைப்படங்கள் அழிக்கப்பட்டன. வீட்டில் இருக்கும் பெண் பிம்பம் மற்றும் அவர்களது கைகளின் அருகாமைக் காட்சி போன்றன திரைப்படங்களில் தடை செய்யப்பட்டன.

இந்தியாவிலும் - தமிழகத்திலும் இந்துத்துவ மற்றும் சாதியக் கலாச்சாரக் காவலர்கள் திரைப்படம் - இலக்கியம் இரண்டின் மீதும் நேரடியானதும் நேரடியல்லாததும் தணிக்கையைச் சுமத்தி வருகிறார்கள். சாதிய வன்முறைபற்றிய ‘பண்டிட்குயின்’ திரைப்படம், மதச்சார்பற்ற ஓவிய மரபாளர் எம்.எப்.குசைனது ஓவியங்கள், தமிழகத்தில் ஆதிக்க சாதிகளால் பெருமாள் முருகன் முதல் புலியூர் முருகேசன் வரையிலானவர்களின் நாவல்கள் இந்துத்துவ - சாதியவாதிகளால் தணிக்கைக்கு உள்ளாகி வருகின்றன.

இந்தியத் தணிக்கையின் வரலாற்றில் பாலுறவு, மதம், சாதி, நக்சலிச அரசியல் போன்றனதான் தணிக்கைக்குரிய பிரச்சினைகளாக இருந்துவந்திருக்கின்றன. ஒழுக்கத்தின் பெயரிலும், அறத்தின் பெயரிலும் சமூக மற்றும் அரசியல் ஒழுங்கின் பெயரிலும் மதநிறுவனங்களும், சாதி அமைப்புகளும் அதனைத் தாங்கிப் பிடிக்கும் அரசும் தணிக்கை நெறிகளை உருவாக்குகின்றன.

அரசியல் - வன்முறை - பாலுறவு போன்றவற்றின் அடிப்படையில்தான் திரைப்படத் தணிக்கை விதிகள் வரலாறு முழுக்கவும் உருவாகிவந்திருக்கின்றன. மதநிறுவனங்களில் இருந்து தம்மை விடுவித்துக்கொண்ட நவீனத்துவ மேற்கத்திய தாராளவாத அரசுகள் பாலுறவுச் சித்தரிப்பு

என்பதில் தளர்த்துதலைச் செய்தாலும் வன்முறை மற்றும் அரசியல் என்பன சார்ந்து தமது உள்நாட்டு வெளிநாட்டுக் கொள்கைகளின் அடிப்படையில் தணிக்கை முறைகளை இன்று வரையிலும் இறுக்கமாகவே வைத்திருக்கின்றன.

தமது நம்பிக்கைகளுக்கு உகந்தவாறு விஞ்ஞானிகளும் தத்துவவாதிகளும் கலைஞர்களும் சிந்திக்க வேண்டும் எனவும் தமது படைப்புக்களை உருவாக்க வேண்டும் எனவும் இந்த அமைப்புக்கள் கோருகின்றன. மாறிவரும் சமூகநிலைமைகளுக்கும் அறிவுத் தேடலுக்கும் ஒப்பவும் குறிப்பிட்ட தனித்தனி துறைசார் வளர்ச்சியின் தனித்துவமான தர்க்கங்களுக்கு ஒப்பவும் இதில் மாற்றமும் படைப்புச் சுதந்திரமும் வேண்டுமெனக் கலைஞர்களும் கோட்பாட்டாளர்களும் போராடுகிறார்கள்.

ஐரோப்பியத் திரைப்பட வரலாற்றை எடுத்துக் கொண்டால், நூற்றாண்டை அது கடந்து விட்டது. இந்திய சினிமா நூற்றாண்டு முடிந்து தமிழ்சினிமா தனது நூற்றாண்டை நெருங்கிக் கொண்டிருக்கிறது.

ஐரோப்பியத் தணிக்கை மரபில் மிகமுக்கியமான காலகட்டமாக இருந்தது ரஷ்யப் புரட்சியும், பாசிசத்திற்கு எதிரான அரசியல் காலகட்டமும் எனச் சொல்லலாம். பிரிட்டன் உள்பட அக்டோபர் புரட்சி அரசியல் காரணங்களுக்காக ஐஸன்ஸ்டீனின் 'பேட்டல்ஷிப் போதம்கின்' படம் தடைசெய்யப்பட்டது. பாசிசக் கருத்தியலை முன்வைத்த காரணத்திற்காக லெனீ ரிப்சந்தாலின் 'ட்ரம்ப் ஆப் தி வில் (triump of the will)' தடை செய்யப்பட்டது.

ஜப்பானிய இயக்குனரான நகிசா ஒஸிமாவின் 'அய்னோ கோரா', பசோலினியின் 'ஸலோ', பெர்ட்டுலூசியின் 'த லாஸ்ட் டாங்கோ இன் பாரிஸ்' போன்ற படங்கள் அதனது பாலுறவுச் சித்தரிப்புக்காக அமெரிக்காவிலும் ஐரோப்பிய நாடுகளிலும் தடைக்கும் பல்வேறு வாதப் பிரதிவாதங்களுக்கும் இட்டுச் சென்றது.

இந்த வாதப் பிரதிவாதங்கள் உச்சத்தை அடைந்ததும் அரசுகள் தமது நிலைபாடுகளில் மாற்றம் கொணர்ந்ததும் உலகின் புதிய காட்சி ஊடகப் பரவலால் நேர்ந்தது.

சினிமாக் கொட்டைகளில் மட்டுமல்ல; தொலைக்காட்சிகளிலும் வீடியோ நாடாக்களாகவும் திரைப்படங்கள் வீடுகளுக்குள் மக்கள் வாழும் தனித்த

அறைகளுக்குள் நுழைந்தன. தாம் விரும்புகிற எப்படத்தையும் எவரும் பார்க்கும் தேர்வை இது திறந்துவிட்டது. திரைப்படம் இதன்வழி புதிய சந்தையையும் பொருளாதாரப் பரவலையும் திறந்துவிட்டது. இது திரைப்படம் எனும் தனித்ததொரு துறைசார்ந்த வளர்ச்சியின் மூலமாக உருவானது.

இதற்கு மேற்கத்திய - அமெரிக்க தாராளவாத முதலாளித்துவ சமூகங்கள் எதிர்வினை செய்தே ஆகவேண்டியிருந்தது.

நோர்வே, ஜெர்மன், ரஸ்யா - சீனா - கிழக்கு ஐரோப்பிய சோசலிச நாடுகள், அமெரிக்கா போன்ற ஒரு சில நாடுகள் தவிர பிரித்தானியா - பிரான்ஸ் உள்ளிட்ட பெரும்பாலுமான மேற்கத்திய நாடுகள் தமது தணிக்கை முறையில் மாற்றம் கொண்டுவந்தன. ஐஸன்ஸ்டீனின் படமும், லெனி ரீப்சிந்தால் படமும் தடை செய்யப்பட்ட பாலுறவுப் படங்களும் இந்நாடுகளின் திரைப்படக் கல்லூரிகளில் திரைநுட்பமும் வரலாறும் கற்பிக்கும் பாடங்களாக ஆகின.

ரஷ்யா, சீனா, அமெரிக்கா, கிழக்கு ஐரோப்பா அதனோடு ஜெர்மன் மற்றும் நோர்வே போன்ற நாடுகள் இந்தப் புதிய யதார்த்தத்துக்கு முகம் கொடுக்கவில்லை.

இந்நிலைமையில் நேர்ந்த டிவிடி, இணையம் போன்றவற்றின் தோற்றமும், நிகழ்முறைப் பாலுறவும் வன்முறையும் லைவ் ஷோவாக தொலைக்காட்சிகளில் ஒளிபரப்பு ஆகத்துவங்கியதும், ஹார்ட்கோர் போர்னோகிராபி/Hardcore Pornography போன்றவற்றை மிகச் சாதாரணமாக உலகெங்கிலும் பார்க்க முடியும் எனும் நிலைமை உருவானபிறகும், அமெரிக்காவில் ஹாலிவுட் திரைப்படத் தயாரிப்புக்கு இணையான இலாபம் தருவதாக போர்ன் இன்டஸ்ட்ரி உருவானபிறகும், உலகவயமாக்கலையும் இலாபத்தையும் மட்டுமே அடிப்படையாக கொண்டியங்கும் அமெரிக்க மேற்கத்திய சமூகங்கள் தமது ஒழுக்கம் - அறம் என்பவற்றை இலாபம் என்பதை முன்னிறுத்தி மறுபரிசீலனை செய்யத் துவங்கின.

அறம் - ஒழுக்கம், அது சார்ந்த நம்பிக்கைகள் எனும் அடிப்படைகளுக்கு மாற்றாக துறைசார் வளர்ச்சி (professenalism replaces morality and ethics as the cencorship basis), குறிப்பாகத் திரைத்துறைசார் வளர்ச்சிக்கு ஒப்ப, காட்சி ஊடக வளர்ச்சிக்கு ஒப்ப, புதிய நிலைமைகளுக்கு முகம் கொடுக்கும் வகையிலான திரைப்படத் தணிக்கை முறைகளை இப்போது உலகெங்கிலும் அரசுகள் கைக்கொள்ளத் துவங்கின.

அரசியல் - வன்முறை - பாலுறவு சார்ந்த விஷயங்களை, அதனைக் குடிமக்கள் புரிந்து கொள்ளும் வயதும், அந்த வயது தரும் முதிர்ச்சியும் மனநிலையும் சார்ந்து, எவரெவர் எப்போது எதனை எங்கு பார்க்கலாம் எனத் திரைப்படங்களை வயதின் அடிப்படை கொண்டு தரப்படுத்தவும், வகைப்படுத்தவும் (rating and classification) செய்தார்கள்.

மத அடிப்படைவாதம் கோலோச்சுகிற ஈரான் உள்பட்ட இஸ்லாமிய நாடுகள், கிறித்தவ அடிப்படைவாதம் மேலோங்கியிருக்கும் இத்தாலி போன்ற ஐரோப்பிய நாடுகள், பாசிச வன்முறையிலிருந்து இன்னும் விடுபடாத நினைவுகளைக் கொண்ட ஜெர்மனி போன்ற நாடுகள், எதேச்சாதிகார அரசியல் அமைப்புக்களைக் கொண்ட ரஸ்யா, வடகொரியா, சீனா, இலங்கை போன்ற நாடுகள் இன்னும் இத்தகைய தாராளவாத ஜனநாயகத் தணிக்கை முறைக்கு வந்து சேரவில்லை.

முதலாளித்துவ வளர்ச்சியும் தாராளவாத அரசியலும் அறிமுகமாகாத கீழைத்தேய நாடுகளில் உலகவயமாதலின் பரவலுக்கு முகம் கொடுக்க வேண்டிய நிலைமையில் தணிக்கைமுறை தொடர்பான ஒரு குழப்பமான மனநிலை நிலவுகிறது.

காலனியாதிக்கத்தினால் பாதிப்புற்ற சமவேளையில் நிலப்பிரபுத்துவ மத அறவியல் - ஒழுக்கம் போன்றவற்றிலிருந்து இன்னும் மீளாத, அரசை மதம்சார் நம்பிக்கைகளிலிருந்து விலக்கி நிற்கவைத்துக்கொள்ள முடியாத நிலைமைகளால் இவர்கள் குழப்பத்திற்கு ஆட்படுகிறார்கள்.

மதநல்லிணக்கம், சாதிய நல்லிணக்கம், இன நல்லிணக்கம், பெண் புனிதம் போன்றவற்றை முன்வைத்து தணிக்கை கொண்டிருக்கும் இந்திய - தமிழக அரசியல் அமைப்பு மதம் - இனம் - சாதி - பெண் எனும் எல்லா அடிப்படைகளிலும் மேட்டிமைச் சமூகத்தவர்களால் நிர்வகிக்கப்படுகிற, விளிம்புநிலை மக்களை ஒடுக்குகிற அமைப்பாகத்தான் இருக்கிறது. தமிழகத் திரைப்படத் தணிக்கை அமைப்பும் இந்த இயந்திரத்தின் ஒரு திருகாணிதான்.

40,000 வெகுமக்களைக் கொல்கிற வன்முறை அமைப்பையும், தொகையாகப் பெண்களை வல்லுறவுக்கு உள்ளாக்குகிற அமைப்பையும் கொண்டிருக்கிற இலங்கையும், பழங்குடிமக்களை ஆயிரமாயிரமாகக் கொன்றொழிக்கிற, தலித் மக்களைத் துப்பாக்கி முனையில் கொன்றொழிக்கிற,

வல்லுறவை வாழ்முறையாக ஆக்கிவைத்திருக்கிற அமைப்பைக் கொண்டிருக்கிற இந்தியாவும், வன்முறையற்ற - பாலுறவுப் பிரச்சினைகள் தவிர்ந்த திரைப்படங்கள் வேண்டும் எனக் கோருவதிலுள்ள அபத்தத்தை நாம் அனைவரும் புரிந்து கொள்ள வேண்டும்.

தனது கண்களுக்கு முன்னால் பாசிசம், நிறவாதம், இனவாதம், சாதியம், பெண்வெறுப்பு என்பதன் பெயரால் படுகொலைகளும் வார்த்தைகளில் சொல்லமுடியாத வன்முறைகளும், பாலியல் வல்லுறவுகளும் நடந்துவருவதைக் காணும் ஒரு கலைஞனிடம் தான் எந்த ஒடுக்கப்பட்ட மனிதரின் பால் நிற்கிறானோ அவர்களுக்குப் பரிந்து பேசும் கலைஞனிடம் வன்முறையையும் பாலுறவையும் சித்திரிக்காதே என்று சொல்வது என்ன நியாயம்? அதுவும், வன்முறையைச் செலுத்துகிறவன் ஒடுக்குமுறையாளனாகவும், வன்முறைக்கு உள்ளாகிறவர்கள் ஒடுக்குமுறைக்கு உள்ளாகிறவர்களாகவும் இருக்கும்போது அவனிடம் அதனைக் கோருவது என்ன நியாயம்?

பாதிக்கப்பட்ட மனிதரின்பால் நின்று இந்தப் போராட்டத்தை திரை வரலாறு முழுதும் நடத்திய கலைஞர்கள் எண்ணி லடங்காதவர்கள். புனுவல், ஆந்த்ரே வாட்ஜா முதல், கென்லோச், வின்டர்பாட்டம், லார்ஸ் வான் ட்ரையர் ஈராக ஆனந்த பட்வர்த்தன் வரை உலகெங்கிலும் இந்தக் கலைஞர்கள் பரந்திருக்கிறார்கள்.

வன்முறையும் - பாலுறவும் சார்ந்த திரைச் சித்தரிப்புகள் தொடர்பாக நாம் சில புரிதல்களுக்கு வந்து சேர வேண்டும். நுகர்வு வகையிலான பாலுறவை முன்வைக்கும் ஹார்ட்கோர் போர்னோ கிராபியை எதிர்க்காத அமெரிக்க - மேற்கத்திய சமூகங்கள், ஈராக்கிலும் ஆப்கானிலும் வன்முறை வெறியாட்டமாடிய அந்தச் சமூகங்கள், இந்த இடங்களில் இவர்கள் புரிந்த வன்முறைகள், பாலுறவு வல்லுறவுகள் தொடர்பாக தணிக்கையை இறுக்குகின்றனர். இதற்கு எதிராகவும் கலைஞர்கள் போராடி வருகிறார்கள். இவர்கள் அதில் வெற்றிபெற்றும் வருகிறார்கள்.

இந்தக் கலைஞர்களின் இடையறாத போராட்டங்களே மேற்கத்திய அரசுகளின் தணிக்கை முறைகளில் மிகப்பெரும் மாற்றங்களைக் கொண்டு வந்திருக்கின்றன.

90 ஆண்டுகளாக நோர்வே தணிக்கை முறை தடைசெய்து வைத்திருந்த 200 க்கும் மேற்பட்ட படங்கள் 2003 ஆம்

ஆண்டு, அவர்களது தணிக்கை முறையில் கொணர்ந்த மாற்றத்தினையடுத்து, தடைநீக்கம் செய்யப்பட்டன. அப்படித் தடை நீக்கம் செய்யப்பட்ட படங்களில் ஒன்று பெண்ணின் அதீதப் பாலுறவு வேட்கையைச் சித்தரித்த நகிஸா ஒஸிமாவின் அய்னோ கோரா திரைப்படம்.

இவ்வாறு நேர்ந்த மாற்றங்களின் அடிப்படையில்தான், அனைவரும் பார்க்கத் தக்க படங்கள், பெற்றோர் துணையுடன் பார்க்கத்தக்க படங்கள், வயது வந்தோர் பார்க்கத்தக்க படங்கள், இதுவன்றி குறிப்பிடத்தக்க இடங்களில் மட்டுமே பார்க்கத் தக்க படங்கள் எனத் திரைப்படங்களை உலக அரசுகள் வகைப் படுத்துகின்றன.

இதில் நாட்டுக்குநாடு சிறிய - பெரிய வித்தியாசங்கள் உண்டு. அமெரிக்காவில் வயது வந்தோர் என்பவர் 17 வயதுக்கு மேற்பட்டோர். பிரித்தானியாவில் அது 18 வயதாக இருக்கிறது. இந்நாடுகளில் போர்னோகிராபிப் படங்களைப் பார்க்கவும் விற்கவும், தனித்த கடைகளும் திரைப்படக் கொட்டகைகளும் இருக்கின்றன. இந்தத் தரப்படுத்தலையும் வகைப்படுத்தலையும் ஒட்டிய திரைப்படப் பார்வையாளர் கலாச்சாரம் அமெரிக்க - மேற்கத்திய நாடுகளில் நடைமுறைக்கு வந்துவிட்டது.

ரஷ்யா தனது எதேச்சாதிகார மற்றும் இரும்புத் திரை அரசியலில் இருந்து இன்னும் மீளவில்லை என்றாலும், தற்போது அவர்களும் தரப்படுத்தல் மற்றும் வகைப்படுத்தல் நெறிமுறைகளை ஏற்றுக்கொள்ளத் துவங்கியிருக்கிறார்கள். பாசிச வன்முறை எனும் மானுட விரோத வன்முறையின் நினைவுச்சுமைகளில் இருந்து, யூத இனக்கொலை நினைவுகளில் இருந்து இன்னும் ஜெர்மானியர் மீளவில்லை. இந்த மனநிலை இன்னும் அவர்களது தணிக்கை விதிகளில் இருந்து கொண்டுதான் இருக்கிறது.

என்றாலும், அறுபதுகளின் அரசியல் வன்முறை, கட்டுத்தளையற்ற சுதந்திரப் பாலுறவு போன்றவற்றைச் சித்திரித்த ‘பாதார் மெயின்காப் காம்ப்ளக்ஸ்’ போன்ற படங்களோடு, இட்லரது வாழ்வைச் சித்திரித்த ‘டவுன்பால்’ போன்ற படங்களும் ஜெர்மனியில் இருந்து இப்போது வரவே செய்கின்றன.

துரதிருஷ்டவசமாக, திரைப்படத் தணிக்கை முறையில் நேர்ந்த இந்த மாற்றமும், திரைப்படப் பார்வையாளர் கலாச்சாரமும் இந்தியாவில் - தமிழகத்தில் - இலங்கையில் இல்லை. இந்தியா - இலங்கை போன்ற நாடுகளின்

தணிக்கைமுறை இன்னும் காலனியர் களால் உருவாக்கப்பட்ட நெறிமுறைகளையே கொண்டு இயங்குகிறது. இந்த முறை மத - சாதிய - இன - பெண்வெறுப்பு மேலான்மை கொண்டவர்களுக்குப் பொருத்தமானதாகவும் இருக்கிறது.

பார்வையாளர் கலாச்சாரம் என எடுத்துக் கொண்டால் நமது திரைப்படக் கலாச்சாரம் என்பது, திரைப்படங்கள் அனைத்தும் முழுக்குடும்பத்துடன் மகிழ்ச்சியாகக் கண்டுகளிப்பதற்கானதாக, தாத்தா - பாட்டி முதல் பேரன் - பேத்தி வரை ஒரே இடத்தில் அமர்ந்து பார்க்கத்தக்கதாக இருக்க வேண்டும் என நாம் நினைக்கிறோம். இந்தக் கலாச்சாரத்திலிருந்து நாம் வெளியேற வேண்டும். அப்போது தணிக்கை விதிகள் பற்றிய நமது பார்வைகளும் மாற்றம் பெறும்.

பாலுறவு மற்றும் வன்முறைதொடர்பாகவும் நுகர்வுப் பண்புகொண்ட வன்முறை - பாலுறவுக்கும், விடுதலைப் பண்பும் கலைமாண்பும் சமூகச் செய்தியும் கொண்ட பாலுறவு மற்றும் வன்முறைச் சித்தரிப்புக்களுக்கும் இருக்கும் வித்தியாசங்களை எம்மால் இனம் காணமுடியும்.

இந்தியாவிலும், தமிழகத்திலும் நம் நினைவுக்கெட்டிய ஆண்டுகளில் தணிக்கைத்துறையில் பிரச்சினைக்கு உள்ளான படங்கள் எந்தப் பிரச்சினைகள் சார்ந்தன? பாப்ரி மஜீத் இடிப்புக்குக் கொஞ்சம் முன்னும் பின்னுமான ஆனந்த் பட்வர்த்தனின் ஆவணப்படங்கள் அதனது இந்துத்துவப் பாசிசம் குறித்த சித்தரிப்புக்காக தணிக்கைக் குழுவில் பிரச்சினைகளைச் சந்தித்தன. 'பன்டிட் குயின்' திரைப்படம் அதனது சாதி எதிர்ப்புக்காகவும் மேல்சாதியினரின் பாலியல் வன்முறைச் சித்தரிப்பிற்காகவும் தணிக்கைக்குழுவினால் சிக்கலுக்கு உள்ளாகியது. நேபாள மாவோயிஸ்ட்டுகள் பற்றிய ஸ்னோ பிளேம்ஸ்/Snow Flames அல்லது பனி ஜுவாலைகள் அதனது மாவோயிச அரசியலுக்காகத் தடைசெய்யப்பட்டது.

இட ஒதுக்கீடுகுறித்த சர்ச்சையினால் தமிழ்ப்படமான 'ஒரே ஒரு கிராமத்திலே' மற்றும் இந்திப்படமான 'ஆராக்ஷன்' போன்றன தணிக்கைக் குழு பிரச்சினைகளுக்கு உள்ளாகின. இலங்கையில் இந்தியப் படையினர் தலையீட்டையடுத்து அங்கு நிகழ்த்தப்பட்ட பாலியல் வல்லுறவைத் தொடர்ந்து, ராஜீவ் காந்தி படுகொலை தொடர்பான தமிழ்ப்படமான 'குற்றப்பத்திரிக்கை' தடைசெய்யப்பட்டது. முள்ளிவாய்க்கால் பேரழிவை முன்வைத்து தமிழக அரசியல் கட்சிகளையும் இந்திய அரசையும் கடுமையாக விமர்சித்த 'செங்கடல்' படத்திற்குத் பிராந்திய தணிக்கைச் சான்றிதழ் மறுக்கப்பட்டது.

இந்து மதம், மேல்சாதியம், இட ஒதுக்கீடு, இலங்கையில் இந்திய நிலைபாடு போன்றவற்றில் அதிகாரம் கொண்டிருப்பவருக்குச் சார்பாகவே இந்திய - தமிழகத் தணிக்கை அமைப்புகள் செயல்பட்டன. அரசு நிலைபாட்டை முன்வைக்கும் அத்தகைய படங்கள் எந்த வெட்டுக்களும் இல்லாமல் வெளியாகின. சமகாலத்தில் விளிம்பு நிலையில் உள்ள சாதிகள், சிறுபான்மையினர், இடதுசாரிகள், ஈழத்தமிழர் தொடர்பான விகாரமான சித்தரிப்புகள் தொடர்ந்து திரைப்படங்களில் இடம்பெற்று வந்தன. தணிக்கையில் எந்தப் பிரச்சினையும் இல்லாமல் அவை வெளியாகின

புதிய தமிழகம் தலைவர் கிருஷ்ணசாமி, விடுதலைச் சிறுத்தைகள் தலைவர் தொல்.திருமாவளவன், பல்வேறு இஸ்லாமிய அமைப்புகள், ஓரநிலைச் சமூக மக்கள், தமிழ் தேசியர், திருநங்கைகள் போன்றோர் தணிக்கைத் துறையின் அதிகாரச் சார்புநிலைக்கு எதிராகக் குரல் கொடுக்கத் துவங்கினார்கள். ‘டேம் 999’, ‘மெட்ராஸ் கபே’, ‘விஸ்வரூபம்’ போன்ற படங்கள் தொடர்பான சர்ச்சைகள் தமிழகத்தில் இவ்வாறுதான் வெடித்தன. இதுவன்றி, திராவிட இயக்க அரசியல் குறித்த இருவர் படம் ஏற்படுத்திய சர்ச்சையும் தமிழக அளவில் திமுக அரசும் தணிக்கை அமைப்பும் குறித்த முக்கியமான பிரச்சினையாக எழுந்தது.

தமிழகத்தில் தணிக்கை தொடர்பாக வேறுவேறு மையங்கள் உருவாகி இருப்பது இன்று சமூக யதார்த்தமாக இருக்கிறது. இந்திய அரசினால் வழிநடத்தப்படும் அதிகாரபூர்வ தணிக்கை அமைப்பு இருக்கிறது. இந்த அமைப்பு நடைமுறையில் பல்வேறு பிரச்சினைகள் சார்ந்து அன்றைய நாளில் ஆட்சியதிகாரத்தில் இருக்கும் மத்திய - மாநிலக் கட்சிகளின் பார்வை வரம்புக்குள்தான் செயல்படுகிறது. இதற்கென்றான சுயாதீனத்தன்மை என்பது கேள்விக்குரியதாகவே இருக்கிறது. மதம், சாதி, இனம், வர்க்கம், பாலினம் எனும் எல்லா அடிப்படைகளிலும் இதனது வரையறைகளை அதிகாரத்தில் உள்ளவர்களே தீர்மானிக்கிறார்கள். இவர்களது பார்வைகளே தணிக்கை விதிகளில் ஆதிக்கம் செய்கிறது.

இதற்கு எதிராகவே ஒடுக்கப்படும் சாதிகள், சிறுபான்மை மதங்கள், ஓரநிலைச் சமூகத்தினர், ஒடுக்கப்படும் இனத்தினர் தமது எதிர்ப்பை முன்வைத்து ஆர்ப்பாட்டங்களில் ஈடுபடு கிறார்கள். இத்தகைய ஆர்ப்பாட்டங்கள் ஒரு வகையிலான முறைசாரா தணிக்கையாகவும் திரைப்படங்களின் மீது தாக்கம் செலுத்துகின்றன. இத்தகைய எதிர்ப்புக்கள் நடைமுறையில்

அரசினால் தணிக்கைச் சான்றிதழ் வழங்கப்பட்ட படங்கள்கூட திரையிட முடியாத நிலைமையைத் தோற்றுவிக்கிறது. 'மெட்ராஸ் கபே', 'இனம்', 'விஸ்வரூபம்' போன்றவை இந்நிலைமையைச் சந்தித்தன.

மாநில அரசு இங்கு இன்னொரு தணிக்கை அமைப்பாகச் செயல்படும் நடைமுறையைக் 'கத்தி', 'டேம் 999', 'விஸ்வரூபம்' போன்ற பிரசசினைகளில் காணக்கூடியதாக இருந்தது. ஆக, தமிழகத்தில் யதார்த்தத்தில் இன்று அதிகாரபூர்வத் தணிக்கை, அதிகாரபூர்வமற்ற தணிக்கை என மூன்றுவிதமான தணிக்கைகள் நிலவுகின்றன. இது இந்தியாவுக்கும் தமிழகத்திற்கும் உரிய ஒரு பிரத்யேகமான தணிக்கை நிலைமை எனலாம். இந்திய சமூகம் அடிப்படையான சமூக நீதியைப் பொறுத்து எத்தனை அசமத்துவமான நிலையில் இருக்கிறது என்பதற்கு இந்நிலை ஒரு சான்று.

தகவல் தொழில்நுட்பப் பரவலாக்கம், வீடியோ தொழில்நுட்பம் வீடுகளில் நுழைந்த தொழில்துறை வளர்ச்சி போன்றன உலகெங்கிலும் தணிக்கை முறையில் ஏற்படுத்திய மாற்றங்களை ஒட்டி இந்திய - தமிழக தணிக்கை முறையில் மட்டுமல்ல, தணிக்கைக்குழுவில் இடம் பெறும் சமூக சக்திகளின் பிரதிநிதித்துவத்தைக் கூட மாற்றியமைக்க வேண்டியிருக்கிறது.

திரைப்படங்களை பார்வையாளர் வயது எனும் அடிப்படையில் தரப்படுத்தலும் வகைப்படுத்தலும் என்பது தணிக்கைமுறை எதிர் கொள்ளும் பிரச்சினைகளுக்கான தீர்வாக இருக்க முடியும். அதிகார மற்ற சாதி, மத. இன, வர்க்க, பாலினப் பிரதிநிதித்துவம் என்பதனை தணிக்கைக்குழுவினுள் உள்வாங்குவதன்வழி தணிக்கைக் குழுவை ஜனநாயகப்படுத்த முடியும். இரண்டையும் எய்தும் வரையிலும், இந்திய - தமிழக தணிக்கைக் குழுவுக்கு எதிரான போராட்டங்களும் சவால்களும் எழுவதைத் தவிர்க்கவே முடியாது. தணிக்கைச் சான்றிதழ் மறுக்கப்பட்ட திரைப்படங்களின் இயக்குனர்கள் மேற்கொண்டுவரும் ரிவைசிங் கமிட்டியை நோக்கிய போராட்டத்தை விடவும் பரந்து விரிந்தது, இந்திய சமூகத்தை ஜனநாயகப்படுத்த வெகுமக்கள் நடத்திவரும் இந்தப் போராட்டம்.